D1680427

சுப. உதயகுமாரன் நேர்காணல்கள்

சுப. உதயகுமாரன் நேர்காணல்கள்

சுப. உதயகுமாரன் (பி. 1959)

சுப. உதயகுமாரன் அணுசக்திக்கு, அணு ஆயுதங்களுக்கு எதிரான களப் போராளி; சுற்றுச்சூழல் ஆர்வலர்; மனித உரிமைச் செயல்பாட்டாளர். உலக சமாதானம், அகிம்சை, வருங்காலவியல், நீடித்த நிலைத்த வளர்ச்சி போன்ற பாடங்களில் வருகைதரு ஆசிரியராக உலகின் பல பல்கலைக்கழகங்களில் பயிற்றுவிப்பவர்.

இவரின் தமிழ் நூல்களுள் சில: 'அணு ஆட்டம்', 'அசுரச் சிந்தனைகள்' (தொகுப்பு), 'தகராறு', 'புயலுக்குப் பின்னே பூந்தென்றல்' (காலச்சுவடு, 2012), பச்சைத் தமிழ்த் தேசியம் (காலச்சுவடு, 2014).

மின்னஞ்சல்: spudayakumar@gmail.com

ஆசிரியரின் பிற காலச்சுவடு வெளியீடுகள்

- புயலுக்குப் பின்னே பூந்தென்றல் (கட்டுரைகள், 2012)
- பச்சைத் தமிழ்த் தேசியம் (கட்டுரைகள், 2014)

சுப. உதயகுமாரன்

சுப. உதயகுமாரன் நேர்காணல்கள்

காலச்சுவடு பதிப்பகம்

சுப. உதயகுமாரன் நேர்காணல்கள் ❖ © சுப. உதயகுமாரன் ❖ முதல் பதிப்பு: செப்டம்பர் 2016 ❖ வெளியீடு: காலச்சுவடு பப்ளிகேஷன்ஸ் (பி) லிட்., 669, கே.பி. சாலை, நாகர்கோவில் 629001

காலச்சுவடு பதிப்பக வெளியீடு: 735

cupa. utayakumaran neerkaaNalkaL ❖ Interviews with S.P. Udayakumar ❖ © S.P. Udayakumar ❖ Language: Tamil ❖ First Edition: September 2016 ❖ Size: Demy 1 x 8 ❖ Paper: 18.6 kg maplitho ❖ Pages: 312

Published by Kalachuvadu Publications Pvt. Ltd., 669 K.P. Road, Nagercoil 629001, India ❖ Phone: 91-4652-278525 ❖ e-mail: publications@kalachuvadu.com ❖ Wrapper printed at Print Specialities, Chennai 600014 ❖ Printed at Mani Offset, Chennai 600077

ISBN: 978-93-5244-058-0

09/2016/S.No. 735, kcp 1588, 18.6 (1) ILL

நான் நாட்டுக்கு உழைப்பதற்காக
என் வீட்டுக்கு உழைக்கும்
மீராவுக்கு...

பொருளடக்கம்

முன்னுரை: என் கேள்விக்கென்ன பதில்? 11

இறுதிவரை எங்களுக்கு நல்ல நம்பிக்கையுண்டு 21

அணுசக்தியும் அணு ஆயுதங்களும் வெவ்வேறு அல்ல 30

இது மக்களின் போராட்டம் 51

அணு உலையைக் கைவிட வேண்டும்
அல்லது நாங்கள் சாக வேண்டும் 59

உதயகுமாரின் உணர்வுகளை
அறிந்துகொள்ளும் உரையாடல் 79

அக்னிப் பரிட்சை 86

கேள்விக்கென்ன பதில் 109

மக்களுக்காக 134

நிலத்தை இயற்கையை எளியவர்களைக்
காக்கும் போராட்டம் 157

மக்களிடமிருந்து கற்றேன் 203

நாடாளுமன்றத் தேர்தல்: உருவாகும் புதிய கூட்டணி 222

கருணாநிதி அரசியலுக்கு நாங்கள் ஊறுகாயா? 231

வாசகர் கேள்விகள் . . . 234

அணு உலை எதிர்ப்புப் பிரச்சாரம்: ஒரு புதிய
உணர்வாக மாறட்டும் 250

போராட்டத்தை முடித்துக்கொள்கிறேன் . . ! 257

'அரசின் அசுர பலத்தை எதிர்க்க முடியவில்லை!'	261
உதயகுமாரைக் களமிறக்கும் ஆம் ஆத்மி!	267
திமுக, அதிமுக இரண்டையும் ஒட்டுமொத்தமாக அழிப்பதுதான் ஒவ்வொரு தமிழனின் அரசியல் கடமையாக இருக்க வேண்டும்	270
அப்போது ஒரு சில ஊழல்வாதிகள் இருந்தனர், இப்போது ஒரு சில நல்லவர்கள்தான் இருக்கிறார்கள்!	291
'நம்மை எதிர்த்திசையில் கொண்டுசெல்கின்றனர்'	298
பின்னிணைப்பு: போற்றுதலுக்குரிய போராளிகளே!	304

முன்னுரை

என் கேள்விக்கென்ன பதில்?

ஆய்வுக் கட்டுரைகள், அறிவியல் கட்டுரைகள், கடினமான புத்தகங்கள் போன்றவற்றைப் படிப்பதற்கு ஏதுவான சூழல், நிறைய நேரம், பொறுமை, நிம்மதி, மன ஓர்மை என ஏராளமான விடயங்கள் தேவைப்படுகின்றன. மாறாக, பத்திரிகைகளில் வெளிவரும் கேள்வி – பதில், நேர்காணல் போன்ற வற்றை எளிதாக, வேகமாகப் படிக்க இயலும். காரணம் செவ்விகள் நேரடியானவை, எளிமை யானவை, விறுவிறுப்பானவை. பேட்டி எடுக்கப்படும் நபரை நாம் உளமார விரும்பினாலோ அல்லது வெறுத்தாலோ பேட்டிகளைப் படிப்பது இன்னும் உற்சாகமாக இருக்கும். ஆனாலும் மகாத்மா காந்தி எழுதிய 'ஹிந்த் ஸ்வராஜ்' *(1909)* முதல் மாபெரும் தத்துவஞானிகள் வழங்கியிருப்பவை வரையிலான செவ்வி – நடைப் புத்தகங்களைப் படிப்பது பிரயத்தனம் மிகுந்த செயல்தான். காரணம் அவற்றில் ஆழமான கருத்துப் பரிமாற்றம் விரவிக் கிடக்கிறது.

படிப்பதில் மட்டுமல்ல, பண்பாட்டிலும்கூடக் கருத்துப் பரிமாற்றம் பெருமளவு இன்றியமையாத தாகவே இருக்கிறது. ஏனென்றால் 'பேசி வாங்கி' இருப்பதுதானே வாழ்க்கை? பேச்சு, மூச்சு இல்லாமல் இருந்தால் அது மரணம் ஆயிற்றே? படிப்பதற்கு ஓரளவு எளிதாக இருக்கும் கருத்துப் பரிமாற்றம், பண்பாட்டுத் தளத்தில் நடக்கும்போது பெருமளவு கடினமானதாகவே இருக்கிறது. கருத்துப் பரிமாற்றம் என்பது உரையாடல், கலந்துரையாடல்,

கலந்தாய்வு, உரைவீச்சு, சொற்போர், பட்டிமன்றம், வழக்காடுமன்றம், விவாதம் போன்ற அனைத்திலிருந்தும் மாறுபட்டது. வடமொழியில் வாதம், விதண்டாவாதம், சம்வாதம் எனும் மூவகை உரையாடல்களைக் குறிக்கிறார்கள். வாதம் என்பது சொற்போரைக் குறிக்கிறது. விதண்டாவாதம் முன்னுக்குப்பின் முரணான வீண் தர்க்கத்தைக் குறிப்பிடுகிறது. சம்வாதமோ கருத்துப் பரிமாற்றத்தைச் சுட்டுகிறது.

ஒருவர் இன்னொருவருக்கு ஆணையிடுவதும் மற்றொருவரிடமிருந்து உத்தரவு பெறுவதும் அறிவுரை சொல்வதும் பரிந்துரை செய்வதும் இவற்றை நிராகரிப்பதும் எல்லாம் கருத்துப் பரிமாற்றம் ஆகா. தேநீர்க் கடையிலும், முடி திருத்தும் நிலையத்திலும் வீட்டுத் திண்ணையிலும் நடக்கும் சாதாரண உரையாடல்களில் உண்மைக்கான எந்தத் தேடலும் இல்லாததால் அவற்றைக் கருத்துப் பரிமாற்றம் என்று கருதவியலாது. குறிக்கோள்கள் ஏதுமற்ற, சுதந்திரமான சொல்லாடலுக்கும் பிறரைத் தன்வயப்படுத்த முனையும் தர்க்கத்துக்கும் இடையேயான ஒரு புள்ளியில்தான் கருத்துப் பரிமாற்றம் நிகழ முடியும்.

சாதாரண உரையாடலைப் போலல்லாமல், கருத்துப் பரிமாற்றம் ஒரு தேடலுடன் இயங்குவதால், அதில் ஒருவிதக் குறிக்கோள் இருக்கிறது. அதேபோல் கருத்துப் பரிமாற்றத்தில் பங்கேற்போர் மற்றவர்களைத் தன் பக்கத்துக்கு இழுக்கும் முயற்சியும் இருக்கத்தான் செய்கிறது. மார்ட்டின் பூபர் சொல்கிறார்: "கருத்துப் பரிமாற்றம் என்பது ஓர் உரையாடல். அதில் பங்கேற்போர் அனைவரும் மற்றவர்களைத் தங்கள் மனதில் நிறுத்தி அவர்களோடு ஓர் உயிரோட்டமிக்க பரஸ்பர உறவினை உருவாக்க முயல்கிறார்கள்."

பூபரைப் பொறுத்தவரை, சுயமாகப் பேசிக்கொள்வது (monologue) தனக்கு மட்டுமே பயனளிக்கும் ஒரு செயல். விவாதங்களில் பங்கேற்கும் ஒவ்வொருவரும் பிறரை ஒரு மனிதராகப் பார்ப்பதற்குப் பதிலாக ஒரு நிலைப்பாடாகவே பார்க்கிறார்கள். அதுபோல், சொல்லாடல்களில் பிறரைக் கவர்வதற்கே முயல்கிறோம். நட்பார்ந்த உரையாடல்களில் தன்னை முழுமையானவராகவும் மற்றவர்களைச் சார்புடையவராகவும் கேள்விக்குள்ளானவராகவும் பார்க்கும் போக்கும் இருக்கிறது. காதலர்களின் குலாவுதலில் அவர்களின் தனிமையான அற்புத மான அந்த அனுபவத்தை அனுபவிப்பதிலேயே கவனம் குவிகிறது. ஆனால் கருத்துப் பரிமாற்றம் என்பது சிந்தனை யோடும் உறவோடும் தொடர்புடையது.

யொஹான் கால்டுங் எனும் அறிஞர் கருத்துப் பரிமாற்றம் என்பது கேள்வி கேட்பதன் அடிப்படையில் அமைகிறது என்கிறார். விறைப்பாக ஆச்சரியக்குறி போன்று நின்று பேசத் தொடங்குபவர், வளைந்துகொடுக்கும் தன்மையோடு ஒரு கேள்விக்குறியாக மாறும்போது அங்கே கருத்துப் பரிமாற்றம், பரஸ்பர தேடல், கண்டறிதல் நடக்கின்றன. கருத்துப் பரிமாற்றத்தின் முக்கிய அம்சமான கேள்வி கேட்பது அவ்வளவு எளிதானதல்ல. திருவிளையாடல் திரைப்படத்தில் வரும் ஒரு காட்சியில், கூத்தன் "கேள்விகளை நீ கேட்கிறாயா? அல்லது நான் கேட்கட்டுமா?" என்றதும், மிரண்டுபோகும் தருமி, "நீ கேட்காதே, நான் கேட்கிறேன். எனக்கு கேட்கத்தான் தெரியும்" என்று பதறுவார். உகந்த பதிலைவிட, உரிய கேள்வி கேட்பது கடினமானது. உண்மையைச் சொல்வதென்றால், கருத்துப் பரிமாற்றத்தின் உள்ளுக்குள் ஒரு தேடல் இருப்பதால், உண்மையைக் கண்டுணரும் ஒரு தாகம் அதை உந்தித்தள்ளுவதால், பதில் சொல்வதைவிடக் கேள்வி கேட்பதே முக்கியமானதாகவும் கடினமானதாகவும் அமைகிறது.

கருத்துப் பரிமாற்றத்தில் அடுத்த முக்கியமான அம்சம் உண்மையான, முழுமையான வெளிப்படுத்துதல்; உரிய பதிலை உண்மையோடு சொல்லுதல். நாம் பெற்றிருக்கும் தகவல் நமக்கு ஒருவித சக்தியை, அதிகாரத்தைத் தருகிறதென்றால் கருத்துப் பரிமாற்றம் அந்தச் சக்தியை, அதிகாரத்தைப் பிறரோடு பகிர்ந்துகொள்ள உதவுகிறது. அந்தப் பகிர்வின்போது அதிகாரம் செலுத்துவதிலிருந்து இறங்கி, சமத்துவ நிலையைக் கைக்கொண்டு தத்தம் எண்ணங்களை, உணர்வுகளை நேர்மையாகப் பரிமாறிக்கொள்கிறோம். இன்னொரு விதத்தில் சொல்வதென்றால், கவனமான, உணர்வுமிக்க கேட்கும் தன்மையோடும் தன்னை முழுமையாக வெளிப்படுத்தும் திறனோடும் ஒரு பரஸ்பரப் புரிதல் செயல்பாட்டுக்குள் நாம் சேர்ந்துவரும்போது அங்கே கருத்துப் பரிமாற்றம் நிகழ்கிறது.

இந்தக் கருத்துப் பரிமாற்றம் ஒரு முழுமையைக் கோருகிறது. எடுத்துக்காட்டாக, சீன மொழியில் 'கேட்பது' என்பதற்கான எழுத்தில் காது, கண், இதயம் எனும் மூன்று உருக்கள் இடம்பெறுகின்றன; காது கேட்பதைக் குறிக்கின்றது; கண் அந்தக் குறிப்பிட்ட உறவை எப்படிப் பார்க்கிறோம், ஈடுபாட்டோடு மரியாதையோடு கேட்கிறோமா என்பதைக் குறிக்கின்றது. இதயம் மற்றவர் சொல்வதைப் புரிந்துணர்வோடு இதயத்தின் உதவியோடு கேட்கிறோமா என்பதைச் சுட்டுகிறது. ஒருவர் பேசுவதை இந்த மூன்று அம்சங்களோடும் உண்மையாகப் புரிந்துகொள்வதுதான் கருத்துப் பரிமாற்றம் ஆகும்.

ஒருவர் தனது உணர்வுகளை, எண்ணங்களைத் தூய்மையாக, கடினமான சொற்களைத் தவிர்த்து வெளிப்படுத்தும்போது கேட்பவர்கள் பேசப்படும் வார்த்தைகளின்மீது கவனம் செலுத்தாது பேசும் நபரின் மீது, அவரோடான உறவின்மீது கவனம் செலுத்துகிறார்கள். சுருக்கமாகச் சொல்வதென்றால், கருத்துப் பரிமாற்றம் என்பது உண்மையைத் தேடும் முயற்சியில் உண்மையைப் பேசுவதுதான். அப்போது இதயத்துக்கும் மூளைக்கும் ஒரு போட்டி எழுந்தால், சுவாமி விவேகானந்தர் சொல்வதுபோல் இதயம் சொல்வதைக் கேட்பதுதான் சிறந்தது. அதேபோல் கேள்வி, பயனில சொல்லாமை, வாய்மை பற்றியெல்லாம் திருவள்ளுவர் சொல்லும் கருத்துகளே கருத்துப் பரிமாற்றத்தின் இலக்கணம்.

மக்கள் பிரச்சினைகள் குறித்த செவ்விகள் கருத்துப் பரிமாற்றத்தை அடிப்படையாகக் கொண்டவை. அவற்றில் ஒரு கூட்டுத் தேடல் இருக்கிறது; கேட்போர்/படிப்போர் கருத்தைக் கவரும், நிலைப்பாட்டை மாற்றும் நோக்கம் இருக்கிறது; நாட்டின் கொள்கை முடிவுகளை மாற்றியமைக்கும் குறிக்கோள் இருக்கிறது. அர்ணாப் கோஸ்வாமி நடத்துவது போன்ற பகிரங்க ஊடக விசாரணைகள், தெருச் சண்டைகள் போன்ற கூச்சல் குழப்பமிக்க ஊடக விவாதங்கள் கருத்துப் பரிமாற்றம் நடத்துவதில்லை. போதிய வீட்டுப்பாடம் செய்யாமல் கேட்கப்படும் அச்சு ஊடகக் கேள்விகளும் கருத்துப் பரிமாற்றத்துக்கு உதவுவதில்லை.

நான் உயர்நிலைப் பள்ளி மாணவனாக இருந்தபோது ஒருநாள் எனது ஆங்கில ஆசிரியர் வகுப்பில் ஒரு கேள்வி கேட்டார். உரிய பதிலை எனது வார்த்தைகளில் கோத்து ஆங்கிலத்தில் பிழையின்றிப் பதில் சொன்னேன். மிகவும் கோபமடைந்த அவர் என் தலையில் பலமுறை பலமாகக் குட்டினார். எனக்கு ஒரே குழப்பமாக இருந்தது. உண்மைத்தன்மையோடு, தனித்தன்மை யோடு பதில் சொன்னால் இப்படிக் கோபிக்கிறாரே என்று குழம்பினேன். தான் எழுதிக் கொடுத்ததை உருப்போட்டு அப்படியே ஒப்பிக்காத காரணத்தால் அவருக்கு என்மீது கோபம் வந்திருக்கிறது. எனது மன நிறைவுக்காகத்தான் பதில் சொல்வேனே தவிரப் பிறரின் மனமகிழ்ச்சிக்காகப் பேசமாட்டேன் என்று அன்றே உறுதி பூண்டேன்.

அதுபோல, ஆறாண்டுகளுக்குப் பிறகு, எத்தியோப்பியா நாட்டில் பள்ளி ஆசிரியராக நான் வேலைக்குச் சேர்ந்ததும், அந்நாட்டு மாணவர்கள் ஆங்கில இலக்கணம் தொடர்பான பல்வேறு கேள்விகளால் என்னைத் துளைத்தெடுத்தார்கள். தொந்தரவாகக் கருதிய நான் சக ஆசிரியர்களிடம் பேசியபோது

அவர்கள் சொன்னது ஆச்சரியமாக இருந்தது. புதிய ஆசிரியரின் தகுதி – திறமையைப் பரிசோதிப்பதற்காக அப்படி கேள்விகள் கேட்கிறார்கள் என்றும், அந்தத் தேர்வில் நான் வென்றுவிட்டால் பெட்டிப் பாம்பாக அடங்கிக்கிடப்பார்கள் என்றும் சொன்னார்கள். யாருக்கும் எதற்காகவும் பதில் சொல்லிப் பழகாத நான், அவர்களின் தேர்வில் திறம்பட வென்று காட்டினேன். அந்த வெற்றிப் பயணம் நல்லாசிரியர் விருதுவரை இட்டுச் சென்றது.

தான் கேட்க விரும்பும் பதில்களையே ஒருவர் சொல்ல வேண்டும் என்று விரும்புவதும், கேள்விகேட்பது அதிகாரமிக்கது – பதில் சொல்வது பலவீனமானது என்று கொள்வதும் நமது பண்பாட்டின் மனப் போக்குகள். எனவேதான், பொதுவாழ்வில் ஈடுபடுவோர், குறிப்பாக பெரும் பதவிகளில் வீற்றிருப்போர், ஆமாம் சாமிகளையே அருகே வைத்திருக்கிறார்கள். மக்களுக்கோ ஊடகங்களுக்கோ பதில் சொல்வது தரம் தாழ்ந்த, கேவலமான விடயம் என்று நினைக்கிறார்கள்.

இடிந்தகரைப் போராட்டம் தொடங்கிய முதல்நாள், நான் ஊடகங்கள் அருகேயே போகவில்லை. ஊடகங்களில் பேசிப் பழக்கமோ, என்னை முன்னிலைப்படுத்தும் ஆர்வமோ எனக்கு இருக்கவில்லை. ஆனால் அடுத்த ஐந்தாண்டுகளில் தமிழகத்தின் முன்னணிச் செய்தியாளர்கள், பத்திரிகையாளர்கள், தொலைக்காட்சி ஆளுமைகள், அரசியல் தலைவர்கள் எனப் பலருடைய கேள்விகளுக்கும் பதில் சொல்லிக்கொண்டிருக்கிறேன்.

அணுமின் திட்டங்கள் பற்றியும் அணுசக்தி ஒப்பந்தங்கள், வியாபாரம், நுணுக்கங்கள், அரசியல், எனது தனிப்பட்ட வாழ்க்கை, விருப்பு வெறுப்புகள் பற்றியும் ஏராளமான கேள்விகள் என்னிடம் கேட்கப்படுகின்றன. பல கேள்வியாளர்கள் சென்னை, திருவனந்தபுரம், பெங்களூரு, புது தில்லி போன்ற நகரங்களி லிருந்து இடிந்தகரைக்கே வந்தார்கள். கடினமான, கோபமூட்டும் கேள்விகளைக்கூடக் கேட்டார்கள். மடியில் கனமில்லை என்பதால் என் பதில்களில் பயமிருக்கவில்லை. எனது உண்மை யையும் நேர்மையையும் அறிந்திருந்ததால், அவர்கள் என்னை மிகவும் நேசித்துக் கடினமான கேள்விகளைக்கூட "இப்படி கேட்கவேண்டியிருக்கிறது" என்ற முன்னுரையோடுதான் கேட்டார்கள்.

தமிழகத்தில், ஏன் இந்தியாவிலேயே ஒரு தனிப்பட்ட நபரின் விருப்பு வெறுப்புகள், நிதி நிலைமைகள், கொடுக்கல் வாங்கல்கள், மக்கள் தொடர்புகள், பொது நடவடிக்கைகள் பற்றிய கேள்வி – பதில்கள் என்னளவு நடந்திருக்குமா என்பது சந்தேகம்தான். தேசத்துரோகி, அமெரிக்கக் கைக்கூலி,

வெளிநாட்டுப் பணம் பெறுபவன், நாட்டின்மீது போர் தொடுப்பவன் என்றெல்லாம் கையாலாகாதவர்கள் கடும் குற்றச்சாட்டுகளை என்மீது வாரி இறைத்தபோதும் எனது பேட்டிகளால்தான் என்னை, எனது நம்பகத்தன்மையை நான் மீட்டெடுத்தேன்.

நண்பர் காலச்சுவடு கண்ணன் எனது செவ்விகளைத் தொகுத்துப் புத்தகமாக வெளியிடுவோம் என்று ஆலோசனை சொன்னபோது உடனடியாக ஏற்றுக்கொண்டேன். எனது சீரிய சிந்தனைகளுக்காக, உன்னதக் கருத்துகளுக்காக, மாபெரும் தத்துவங்களுக்காக, உய்வடையச் செய்யும் உபாயங்களுக்காக, மனித குலத்தின் மொத்தப் பிரச்சினைகளையும் முழுவதுமாகத் தீர்த்துவிடும் எனது சுவிசேசத்துக்காக அவர் கேட்கவில்லை என்பது எனக்கு நன்றாகத் தெரியும். கூடங்குளம் அணு உலைப் போராட்டத்தின் வரலாறு, நிலைப்பாடுகள், அறிவியல் – வளர்ச்சி – புதிய பொருளாதாரம் – வருங்காலம் போன்றவை குறித்த விவாதங்கள், மேற்கண்டவற்றின் மீதேறி அடுத்த தலைமுறைகளுக்கு நாம் ஏற்படுத்திவைக்கும் அவலங்கள், மத்திய – மாநில அரசியல் யதார்த்தங்கள், மக்கள் இயக்கங்களின் நிலைமைகள் எனப் பற்பல மாங்காய்களை ஒரே கல்லில் வீழ்த்தலாம் என்ற எண்ணத்தில்தான் உடன்பட்டேன். இந்தப் புத்தகத்தின் வழியாகக் கூடங்குளம் அணு உலை எதிர்ப்புப் போராட்ட வரலாற்றின் ஒரு பகுதியை இன்றைய இளைஞர்களுக்கும் நாளைய தலைமுறைகளுக்கும் சொல்ல முடியும் என்று கருதினேன்.

இந்த நூலில் சேர்க்கப்பட்டுள்ள பேட்டிகள் பெரும்பாலானவை உயிரச்சத்தோடும் ஓராயிரம் அழுத்தங்களோடும் பெரும்புயலுக்கு நடுவே நின்று கொடுக்கப்பட்டவை. இந்தப் பேட்டிகளில் பலருடைய உதவிகள் கலந்திருக்கின்றன. என்னுடன் தங்கியிருந்த போராட்டக் குழு நண்பர்கள், நிபுணர் குழு நண்பர்கள், ஆதரவுக் குழுக்களின் நண்பர்கள், அரசியல் கட்சிகளின் தலைவர்கள், மக்கள் இயக்கத் தோழர்கள், இடிந்தகரை – கூடங்குளம் மற்றும் சுற்றுவட்டாரச் சமுதாயத் தலைவர்கள், ஊர்ப் பிரமுகர்கள், பெண்கள், இளைஞர்கள், குழந்தைகள், அருட்தந்தையர்கள், அருட்சகோதரிகள், பத்திரிகை ஆசிரியர்கள், வெளியீட்டாளர்கள், மூத்த நிருபர்கள், உள்ளூர் நிருபர்கள் எனப் பலர் உதவினர். அவர்கள் எனக்குத் தகவல்கள் தந்தார்கள், கருத்துகள் சொன்னார்கள், அறிவுரைகள் அளித்தார்கள்; ஆதரவு தெரிவித்தார்கள். எனவே எனது பதில்களில் இவர்கள் அனைவரின் பங்களிப்புகளும் இருந்தன, இருக்கின்றன.

அவர்கள் அனைவருக்கும் எனது மனமார்ந்த நன்றியினைத் தெரிவித்துக்கொள்கிறேன்.

அவர்களின் எண்ணங்களை, சிந்தனைகளை, கருத்துகளை பொதுவெளிக்குக் கொண்டுசேர்க்கும் ஒரு புனலாகவும், அவற்றை ஓங்கி ஒலிக்கும் ஒரு (கூம்புவடிவ) ஒலிபெருக்கியாகவும் நான் இயங்கினேன். புனலாகவும் ஒலிபெருக்கியாகவும் மாறி மாறி இயங்குவது அத்தனை எளிதானதாக இருக்கவில்லை. ஊருக்கு வெளியே வராது இடிந்தகரையில் தங்கியிருந்த இரண்டரை ஆண்டுக் காலம் முழுவதும் ஒரு கடினமான, கடுமையான உஷார் நிலையிலேயே நான் இருந்தேன். மத்திய – மாநில அரசுகளின் அதிரடி நடவடிக்கைகளை எதிர்கொள்வது, அண்மைத் தகவல்களைச் சேகரிப்பது, இரவும் பகலும் பொறுமையுடன் மற்றவர்கள் கருத்துகளைக் கவனமாகக் கேட்பது, உள்வாங்குவது, தெளிவுபடப் பேசுவது, உதவவரும் ஊடக நண்பர்களோடு கால நேரம் பார்க்காமல் ஒத்துழைப்பது எனப் பரபரப்பாக இயங்கிக்கொண்டிருந்தேன்.

குழந்தைகளின் அன்போ மனைவியின் அரவணைப்போ பெற்றோரின் ஆதரவோ வாழ்வின் எந்த இதங்களும் சுகங்களும் இல்லாத ஒரு காலகட்டம் அது. அச்சுறுத்தல்களும் அவதூறுகளும் உள்குத்துகளும் பதற்றங்களும் படபடப்புமாகவே நாட்கள் நகர்ந்தன. சமநிலை பிறழாமல் என்னைக் காத்துக் கொள்ள, பல்வேறு விடயங்கள் பற்றிச் சிந்திக்க, சீர்தூக்க, சிறப்பான முடிவுகள் எடுக்க, அதிகாலை யோகா பயிற்சியும் அடுத்திருந்த லூர்து மாதா கோவிலில் செய்த தினசரி தியானமும் உதவின. என்னை ஆற்றுப்படுத்திக்கொள்ள, இயற்கையோடு ஆத்மார்த்தமாய் அளவளாவ அவை மிகவும் உதவின. இவற்றையும் மீறி எனது பதில்களில் காணப்படும் குறைகளுக்கு, தவறுகளுக்கு நான் முழுப் பொறுப்பேற்கிறேன்.

தொலைக்காட்சி ஊடகங்களுக்கு அளித்த பேட்டிகள் முழுக்க முழுக்க என்னுடைய வார்த்தைகளிலேயே இருக்கின்றன. ஆனால் அச்சு ஊடகங்களில் வந்த பெரும்பான்மையான நேர்காணல்கள் பேட்டிகாணும் நண்பர்களால் எழுதப்பட்டவை. எனவே மொழி நடை, பேச்சின் சுவை போன்றவை மாறுபடுவது தவிர்க்க இயலாதது. அவர்கள் தங்கள் வார்த்தைகளை, சொற்றொடர்களைப் பயன்படுத்தியிருக்கிறார்கள். எடுத்துக் காட்டாக, நான் இந்தியப் பெருங்கடல் என்று குறிப்பிடுவதை இந்துமகா சமுத்திரம் என்று குறிப்பிடுகிறார் ஒரு தோழர். அதேபோல நான் ஆங்கிலம்/மலையாள மொழிகளில் கொடுத்த பேட்டிகளை நண்பர் நந்தலால், தோழி மனிலா ஆகியோர்

நேர்த்தியான மலையாளத்துக்கு மொழிபெயர்த்தனர்; அவற்றை இங்கே தமிழ்ப்படுத்தியிருக்கிறோம். பேட்டிகளில் குறிப்பிடும் பெயர்கள், தேதிகள் போன்ற விவரங்களில் சிறு பிழைகள் இருந்தால் அவற்றை மட்டும் திருத்தி இருக்கிறேனே தவிர, பெரிய மாற்றங்கள் எதையும் நான் செய்யவில்லை.

இந்தப் புத்தகத்தில் சேர்க்கப்பட்டுள்ள பேட்டிகளைத் தவிர இன்னும் ஏராளமான நேர்காணல்கள் இருக்கின்றன. இடிந்தகரையை விட்டு வெளியேறத் திட்டமிட்டுக் கொண்டிருந்த போது சன் டிவிக்காக தோழர் நெல்சன் சேவியர் 2013 யூலை மாதம் நடத்திய ஒரு மணி நேரப் பேட்டி, இடிந்தகரையை விட்டு வெளியேறி நாடாளுமன்ற வேட்பாளராக களம் கண்டபோது 2014 ஏப்ரல் மாதம் புதிய தலைமுறைக்காக நண்பர் ஜென்ராம் நடத்திய அக்னிப் பரீட்சை நேர்காணல், எனக்கெதிரான மத்திய உளவுத்துறையின் அறிக்கை ஒன்று கசியவிடப்பட்டதும் 2014 யூன் மாதம் நண்பர் ரங்கராஜ் பாண்டே தந்தி தொலைக்காட்சியில் நடத்திய 'கேள்விக்கென்ன பதில்' நேர்காணல், 2015 மார்ச் மாதம் நண்பர் ஜீவசகாப்தன் இமயம் தொலைக்காட்சிக்காக நடத்திய ஒரு மணிநேர 'நேர்முகம்', 2015 நவம்பர் மாதம் சத்யம் தொலைக்காட்சிக்காகத் தோழர் கிறிஸ்டோபர் தாஸ் நடத்திய 'கேள்விக் கணைகள்', 2015 டிசம்பர் மாதம் ரெட்பிக்ஸ் தொலைக்காட்சிக்காக தோழர் பீலிக்ஸ் ஜெரால்டு நடத்திய செவ்வி, *மாத்ருபூமி* மலையாள வார இதழின் மே 19, 2013, டிசம்பர் 22, 2013 போன்ற இதழ்களில் வெளிவந்த நீண்ட பேட்டிகளும் முக்கியமானவை. மேற்கண்டவற்றையும் பல மலையாளத் தொலைக்காட்சிகளில் நடந்த ஒரு மணி நேர நேர்காணல்கள், பல ஆங்கில இதழ்களில் வந்த நீண்ட பேட்டிகளை எல்லாம் நாமனைவரும் அறிந்த காரணங்களுக்காகத் தவிர்க்க வேண்டியதாயிற்று.

கடந்த ஐந்தாண்டுகளில் கூடங்குளம் அணு உலை எதிர்ப்புப் போராட்டத்துக்குப் பெரும் பங்களிப்பு செய்திருக்கும், இன்னும் செய்துகொண்டிருக்கும் ஊடக நண்பர்களை, குறிப்பாக திருநெல்வேலி, கன்னியாகுமரி மாவட்ட ஊடக நண்பர்களை எவ்வளவு புகழ்ந்தாலும் தகும். அவர்கள் ஒவ்வொரு வருக்கும் இந்த நேரத்தில் எனது ஆத்மார்த்த நன்றி களை உரித்தாக்குகிறேன்.

தொலைக்காட்சிகளில் ஒளிபரப்பான எனது பேட்டிகளை எழுதிக்கொடுத்த வெரோணிகா ஏஞ்சல், மலையாள வார இதழான *மாத்ருபூமி*யில் வெளியான பேட்டிகளைத் தமிழில் மொழிபெயர்த்த D. மனோ, இவற்றைத் தட்டச்சு செய்து,

நேர்த்தியாகக் கோத்த சுபா, மணிகண்டன், மஞ்சு, புத்தக வேலையை ஒருங்கிணைத்த தோழர் செல்லப்பா, நண்பர் காலச்சுவடு கண்ணன் மற்றும் காலச்சுவடு பதிப்பகத்தாருக்கும் எனது மனமார்ந்த நன்றிகள்.

உதவிய நூல்கள்

Matthew Lipman, *Thinking in Education*. Cambridge: Cambridge University Press, 2003.

Johan Galtung, *Transcend & Transform: An Introduction to Conflict Work*. London: Pluto Press, 2004.

Dalton Reimer, "Transformation of Conflict through Dialogue" in Carolyn Schrock-Shenk and Lawrence Ressler, eds., *Making Peace with Conflict: Practical Skills for Conflict Transformation*. Scottdale, PA: Herald Press, 1999.

நாகர்கோவில்   சுப. உதயகுமாரன்
ஆகஸ்ட் 10, 2016

இறுதிவரை எங்களுக்கு நல்ல நம்பிக்கையுண்டு

கூடங்குளம் அணு உலைத் திட்டமும், அதற்கெதிரான மக்கள் போராட்டமும் இந்தியாவில் மட்டுமல்ல உலகம் முழுவதும் செய்தியாகி விட்டது. அணு உலை எதிர்ப்பு போராட்டங்களின் மைல் கல்லாக மாறும் ஒரு போராட்டம் கூடங்குளத்தில் நடந்துகொண்டிருக்கிறது. போராடுபவர்களை பிரிக்கவும், அவர்களை பலகீனமாக்கவும் தேவையான தந்திரங்களையும், ஆசை வார்த்தைகளையும் நமது பிரதமரும் அணுசக்தித் துறையும் அவர்களது தொண்டர்களும் செய்தும் பரப்பியும் வருகின்றனர். கூடங்குளம் அணு உலை நிரந்தரமாக மூடப்படும் வரை எந்த கஷ்டமானாலும் போராட வேண்டும் என்று போராட்டக் குழு முடிவு செய்துள்ளது. தங்கள் இலட்சியத்திற்காக அவர்கள் அதிக உறுதியுடன் முன்னேறுகின்றனர். கிளர்ச்சியின் எந்த கட்டத்திலும் வன்முறைகளோ, வன்முறையை தூண்டும் நடவடிக்கைகளோ எதுவும் நடக்கவில்லை. இது கிளர்ச்சியாளர்களை மேலும் சிறப்புடையவர்களாக்குகிறது. ஏ.பி.ஜே அப்துல் கலாம் போன்ற தொழில் நுட்பவாதிகளும் சிறிகுமார் பானர்ஜி போன்ற அணுசக்தித் துறை அதிகாரிகளும் அணு உலையை செயல்பட வைத்தால் உருவாகும் அதிவேக வளர்ச்சியைப்பற்றி வாயடைக்காமல் பேசிக்கொண்டிருக்கின்றனர். ஆனால் கூடங்குளத்தில் ஒரு கிராமம் முழுவதும் இத்திட்டத்திற்கு எதிராக இரவு பகல் வேறுபாடில்லாமல் போராடிக்

கொண்டிருக்கின்றனர். அவர்களைப் பொறுத்தவரை அது அவர்களது நாட்டின் பிரச்சினை. தொழில் பிரச்சினை. உயிர் வாழ்வதற்கான பிரச்சினை. அவர்களுடைய உயிரே பிரச்சினைக்குரியதாகும். அணுசக்திக்கு எதிரான மக்கள் இயக்கம் (PMANE) போராட்டங்களுக்கு தலைமை வகிக்கின்றது. நாகர்கோவிலைச் சார்ந்த டாக்டர் சுப. உதயகுமார் இந்த இயக்கத்தையும், கூடங்குளம் போராட்டத்தையும் முன்னின்று நடத்துகிறார். போராட்டத்தில் இணையவேண்டிய சூழலைப் பற்றியும், போராட்டத்திற்கு எதிராக உருவாக்கப்படும் குற்றச்சாட்டுகளையும், போராட்டத்தின் இலட்சியங்களையும் *மாத்ருபூமி வாராந்தரி*க்கு அளித்த பேட்டியில் டாக்டர் சுப. உதயகுமார் விளக்குகின்றார்.

கூடங்குளம் அணு உலை எதிர்ப்பு போராட்டத்தில் எப்படி இணைந்தீர்கள்? போராட்டத்தின் தொடக்க காலம் பற்றியும் 'அணுசக்திக்கெதிரான மக்கள் இயக்கம்' என்ற அமைப்பின் உருவாக்கத்தைப் பற்றியும் விளக்க முடியுமா?

1980களின் இறுதியில் அமெரிக்கா, பிரான்சு, சோவியத் நாடு, இங்கிலாந்து போன்ற நாடுகள் டிகோ கார்ஷியாவிலும் இந்தியப் பெருங்கடலிலும் உள்ள தங்களது இராணுவத் தளங்களில் அணுவாயுதங்களுடன் தங்கள் இருப்பைத் தொடங்கியபோது நான் சில நண்பர்களுடன் சேர்ந்து Group for Peaceful Indian Ocean (GPIO) *என்ற அமைப்பை உருவாக்கினேன். அதைத் தொடர்ந்து கூடங்குளத்திற்கு நேராக எங்கள் கவனம் திரும்பினது. சோவியத் யூனியனின் சிதைவு, கோர்பசேவின் அதிகார இழப்பு, ராஜீவ் காந்தி கொலை போன்ற நிகழ்வுகளால் கூடங்குளம் அணு உலைத் திட்டம் கொஞ்ச நாள் கோப்புகளில் தூங்கியது. 1989இல் நான் மேற்படிப்பிற்காக அமெரிக்கா சென்றேன். கூடங்குளம் திட்டம் திரும்பவும் உயிர்பெற்றபோது நான் அதற்கெதிராக மின்னஞ்சல் இதழ்கள் தயாரித்து அனுப்பினேன். 2001இல் இந்தியாவுக்கு நான் திரும்பி வந்தபோது கூடங்குளம் அணு உலை எதிர்ப்பு செயல்பாடுகளுக்கு தலைமை வகுத்த ஒய். டேவிட்டை சந்தித்தேன். தொடர்ந்து அதே ஆண்டு நவம்பரில் மதுரையில் வைத்து* PMANE*க்கு வடிவம் அளித்தோம்.*

அணு உலைக்கெதிராக போராடும் மக்களை மதம், இடம், தொழில் போன்றவற்றின் அடிப்படையில் பிரிக்கவும், அவ்விதம் கிளர்ச்சி செய்பவர்களின் உற்சாகத்தை வலுவிழக்கச் செய்யவும் அணுசக்தித் துறை அதிகாரிகள் முயற்சி செய்கின்றனர் என்று கூறப்படுகிறது. இச்சூழலை எப்படி எதிர்கொண்டு கிளர்ச்சியாளர்களிடையே ஒற்றுமையை உறுதிபடுத்துகிறீர்கள்?

மக்களுடைய பயத்தையும் விண்ணப்பங்களையும் கவனத்தில் கொண்டு பொறுப்புடன் தேவையான நடவடிக்கைகளை மேற்கொள்வதற்கு பதில் மத்திய அரசு எங்கெளுக்கெதிராக மிக மோசமான தந்திரங்களைப் பயன்படுத்துகிறது. அவர்கள் எங்களை ஜாதி, சமுதாயம் போன்ற அடிப்படைகளில் பிரிக்க முயற்சிக்கின்றனர். பிரச்சினையைப் பற்றி எந்த புரிதலும் இல்லாத போலியும், ஆதாரமும் இல்லாத ஆதரவாளர்களை அவர்கள் உருவாக்குகிறார்கள். வெளிநாட்டுப் பணம், வெளிநாட்டுத் தொடர்பு, தேச விரோதச் செயல் முதலான பொய்யான குற்றச்சாட்டுகளைப் பரப்பி வருகின்றனர். மிக எளிமையான மொழியில் உண்மையை மட்டும் கூறி நாங்கள் இக்கூற்றுகளை எதிர்கொள்கிறோம். உண்மைக்கு அதன் அழகும் மந்திர சக்தியும் உண்டு. நம்மை பிரித்து அழிப்பதற்கான கொடிய தந்திரங்கள் நடக்கின்றன என்று நாங்கள் மக்களிடம் சொல்லிக் கொண்டிருந்தோம். யார் உண்மையை கூறுகிறார்கள், யார் பொய் கூறுகிறார்கள் என்பதை புரிந்துகொள்ள உண்மையும், கடின உழைப்பும் உள்ள கிளர்ச்சியாளர்களுக்கு இயல்கிறது.

பிரதமரின் அலுவலகத்திலுள்ள நாராயணசாமி போன்றவர்கள் கூடங்குளம் அணு உலை எதிர்ப்பு போராட்டத்தின் பின் வெளிநாட்டு கைகள் உண்டு என்று குற்றம் சாட்டியுள்ளனர். ஆற்றல் துறையில் இந்தியாவின் வளர்ச்சியை தடுப்பதும், கடுமையான மின் தட்டுப்பாட்டை எதிர்கொள்ளும் தமிழ்நாட்டை பலவீனப்படுத்தவும் கிளர்ச்சியாளர்கள் முயல்கின்றனர் என்றும் குற்றச்சாட்டு முன்வைக்கப்படுகிறது. எப்படி இத்தகைய குற்றச்சாட்டுகளை – குறிப்பாக வெகுசன ஊடகங்கள் வழி உள்ளவற்றை – எதிர்கொள்கிறீர்கள்?

முதலாளித்துவ நாடுகளான அமெரிக்கா, பிரான்சு, ரஷ்யா போன்றவற்றுடன் இரகசிய ஒப்பந்தங்களில் கையெழுத்திடுவது யார் என்றும் அவற்றுடன் தொடர்பான காரியங்களை பொது மக்களிடமிருந்தும், நாடாளுமன்றத்திடமிருந்தும் மறைத்து வைப்பது யார் என்றும் இந்திய மக்களுக்கு நன்றாகத் தெரியும். சுயலாபத்திற்காகவும் தவறான வழியில் கிடைக்கும் கையூட்டிற்காகவும் நாட்டு நலனை கைவிட்டு நாட்டை அன்னியர்களுக்கு கைமாற்றுவது யார் என்றும் இந்தியர்களுக்கு தெளிவாகத் தெரியும்.

இந்தியாவில் மின்சாரத் தேவை அதிகரித்து வருகிறது என்பதை நாங்களும் ஒத்துக்கொள்கிறோம். பலவேளைகளிலும் கொள்கை அறிவிப்புகளில் மட்டுமே நின்றுவிடும் இந்தியாவின் அதிவேக வளர்ச்சியை தடைசெய்ய நாங்கள் முயற்சிக்கவில்லை. ஆற்றல் தேவைகளை மிக எளிதாகவும், அதிக வேகமாகவும்

நிறைவேற்றுவதற்கான வழிகளை முன்வைக்கிறோம். மின்சாரத்தை செலுத்துவதிலும் வினியோகிப்பதிலும் உள்ள இழப்பைக் குறைத்து திருட்டைத் தடுப்பதன் மூலமும், புதிய ஆற்றல் வடிவங்களில் கவனம் செலுத்துவதன் மூலமும் நமது மின் தேவைகளை சந்திக்க முடியும். நாடு முழுக்க காற்றாடி இயந்திரங்களும், சூரிய ஆற்றல் மின் உற்பத்தி மையங்களும் பிறவும் நிறுவி மையப்படுத்தப்பட்ட வினியோகத்திற்கு பதில் வட்டார வினியோகத்திட்டங்களுக்கு வடிவமளித்து மேற்கின் அடிமை என்ற மனநிலையிலிருந்து விடுபட்டு உலகிற்கு வழி காட்டுவோம் என்று சிந்தித்து செயல்படவேண்டும் என்கிற ஆலோசனையை நாங்கள் முன்வைக்கிறோம்.

நீங்கள் உங்கள் கல்வி, வேலை தொடர்பாக அமெரிக்காவில் இருந்துள்ளீர்கள். அதனால் 'வெளிநாட்டு தொடர்பு' என்ற குற்றச்சாட்டு எளிதாக முன்வைக்கப்படுகிறது என்று எண்ணியதுண்டா? விளக்க முடியுமா?

ஒருவேளை இப்படி ஒரு குற்றச்சாட்டு வருவது அதனால் இருலாம். 1989இல் நோத்ரடாம் பல்கலைக்கழகத்தில் சமாதானக் கல்வியில் முதுகலை படிக்க நான் ஐக்கிய அமெரிக்க நாடுகளுக்குச் சென்றேன். 1990 முதல் 1996 வரையுள்ள காலத்தில் ஹவாய் பல்கலைகழகத்தில் பயின்று நான் அரசறிவியலில் முனைவர் பட்டம் பெற்றேன். இந்தியாவில் சந்தித்து திருமணம் செய்திருந்த என் மனைவி M.S.W படித்திருந்தார். நாங்கள் இருவரும் ஒன்றாக நியூஜெர்ஸியில் வேலை செய்தோம். பிறகு மினசோட்டாவிற்கு மாறினோம். நான் மினசோட்டா பல்கலைக்கழகத்தில் ஆசிரியர் ஆனேன். கூடவே ஆய்வுகளும் மேற்கொண்டேன். எனது மனைவி அங்கு சமூக செயல்பாடுகளில் ஈடுபட்டார். பிறகு 2001 சனவரியில் நாங்கள் பிள்ளைகளுடன் இந்தியாவுக்குத் திரும்பினோம். எனக்கும் எனது மனைவிக்கும் 'பச்சை அட்டை' வாங்க நான் முயற்சிக்கவில்லை. எப்போதும் நான் அமெரிக்க ஏகாதிபத்தியத்திற்கு எதிராக எழுதுவதும் பேசுவதும் உண்டு. மட்டுமல்ல ஒருபோதும் அமெரிக்க நிறுவனங்களுடன் எந்த வித உறவும் வைத்ததில்லை. இந்தியாவை அமெரிக்காவிற்கு விற்றுக்கொண்டிருக்கும் நபர்கள் எனக்கு எதிராக இப்படியொரு குற்றச்சாட்டை முன்வைப்பது மிகவும் விசித்திரமானது.

திட்டம் முடிவுறும் நிலையில் உள்ளது. இனி இதனை கைவிட்டால் பெரும் பொருளாதார இழப்பு அல்லவா? இவ்வளவு நாளும் இந்த போராட்டம் எங்கிருந்தது? பலவேளைகளிலும் அறிவுடையவர்கள் கூட முன்வைக்கும் கேள்விகள் இவை. இதற்கு என்ன பதில்?

கூடங்குளம் அணு உலைத் திட்டத்திற்கு நிலம் எடுக்கத் தொடங்கிய நாள் முதல் சற்றும் சளைக்காமல் நாங்கள் அதனை எதிர்த்து வருகிறோம். இந்திய அரசும், அணுசக்தித் துறையும் சேர்ந்து 10,000 வேலை வாய்ப்புகள், பேச்சிப்பாறை நீர், கூடங்குள மக்களுக்கு வளர்ச்சித் திட்டங்கள் என பெரும் வாக்குறுதிகளை நல்கி கிராம மக்களை எங்களிடமிருந்து பிரித்தார்கள். அவர்களது ஆசை மொழிகளில் மயங்கிய மக்கள் முதலில் எங்களை எதிரிகளாகப் பார்த்தார்கள். ஆனால் தாங்கள் ஏமாற்றப்பட்டோம் என்பதை புரிந்த பின் அவர்கள் எங்களுடன் சேர்ந்தார்கள். சுற்றுச்சூழல் பாதிப்பு பற்றிய ஆய்வின் தகவல்களைக் கூட இந்திய அரசும், அணுசக்தித் துறையும், உள்ளூர் வாசிகளுக்குத் தரவில்லை. பொதுமக்களின் பிரச்சினைகளை கேட்க அவர்கள் ஒருபோதும் முயற்சிக்கவில்லை. ஒரு தடவைகூட எங்களுடன் பேச்சுவார்த்தை நடத்தவோ, நாங்கள் கூற நினைப்பதை கேட்கவோ தயாராக இல்லை. அவர்கள் எங்கள் எதிர்வினையை கௌரவமாக பரிசீலிக்கவில்லை என்பது முக்கியம். இப்போது அவர்கள் மிகத் தாமதமாக நாங்கள் எதிர்க்க தொடங்கியுள்ளோம் என்கின்றனர். இது அநீதி.

பிரியமுள்ள மகளின் திருமணத்தை மிகவும் ஆடம்பரமாக நடத்த முடிவுசெய்துள்ளதாக கருதுங்கள். அது தொடர்பான கொண்டாட்டத்திற்கும் விருந்திற்குமாக நீங்கள் வாழ்நாளில் சம்பாதித்த செல்வம் முழுவதையும் பயன்படுத்துகிறீர்கள். திருமணம் நடப்பதற்கும் சில மணிநேரத்துக்கு முன் மணவாளனின் மருத்துவர் மணவாளன் ஒரு எயிட்ஸ் நோயாளி என்ற உண்மையை வெளிப்படுத்துகிறார். இதையறிந்த உங்கள் மகள் இத்திருமணம் வேண்டாம் என்கிறாள். பொறுப்புள்ள பெற்றோர் என்ற முறையில் உங்கள் எதிர்வினை எதுவாக இருக்கும்? இவ்வளவு பிந்திய வேளையில் திருமணத்திலிருந்து பின்வாங்கினால் உருவாகும் பொருள் இழப்பை நினைத்து உங்கள் மகளை இந்த திருமணத்திற்கு கட்டாயப்படுத்துவீர்களா? அல்லது உங்கள் அருமை மகள் சொல்கிறபடி அத்திருமணம் வேண்டாம் என்று கூறி மகளையும் அவளுக்கு பிறக்கப் போகிற குழந்தைகளையும் காப்பாற்றுவீர்களா? இது போன்றதுதான் கூடங்குளம் அணுசக்தி திட்டமும். செலவழித்த பணத்தைப் பற்றி கவலைப்பட வேண்டாம். மக்கள் அதனை தங்களுக்கு தேவையில்லாத ஒரு மோசமானத் திட்டமாக எண்ணினால் பொறுப்புள்ள ஓர் அரசு அதனை மூடத்தான் வேண்டும்.

அங்கு கட்டப்பட்டுள்ள கட்டிடங்களையும் மின் உற்பத்தித் திட்டத்தையும் முழுமையாகக் கைவிட வேண்டும் என்று நாங்கள்

கூறவில்லை. அதனை எரிவாயுவைப் பயன்படுத்தி மின்சாரம் உற்பத்தி செய்யும் ஒரு நிலையமாக மாற்றலாம். அப்பகுதியில் காற்றாலைகளை நிறுவி அதிலிருந்து கிடைக்கும் மின்சாரத்தை பயன்படுத்தலாம். ஓர் உயர்தர கலவை ஆற்றல் பூங்காவை நிறுவலாம். கூடங்குளம் நகரீயத்தில் தொழிலாளிகளை தங்க வைக்கலாம். அப்படி இயற்கையையும் இயற்கை வளங்களையும் எதிர்கால தலைமுறையினருக்காக சேமித்து வைக்கலாம்.

ஏ.பி.ஜே. அப்துல் கலாம் கூறியது போன்று சிறந்த நலத் திட்டங்களின் தொகுப்புடன் அரசு மக்களிடம் சென்றால் அது மக்களை சிந்திக்க வைத்து அதன் மூலம் அணு உலையை செயல்பட வைக்க முடியுமா?

உயிருக்காகவும், வாழ்வதற்காகவும், இயற்கையை பாதுகாப்பதற்காகவும், எதிர்காலத்திற்கும் வேண்டி தீவிரமாகப் போராடும் நமது மக்கள் இப்படிப்பட்ட தரம்குறைந்த பேரங்களில் சிக்கமாட்டார்கள்.

அப்துல் கலாமின் வருகை அப்பகுதியில் ஏதாவது விளைவை உருவாக்கியதா?

உறுதியாக. செட்டிகுளத்தில் இருபத்தைந்து ஒப்பந்தக்காரர்களையும் சில காங்கிரஸ் கட்சிக்காரர்களையும் சந்தித்த கலாம், தான் கூடங்குளம் கிராமவாசிகளைக் கண்டேன் என்று பிரச்சாரம் செய்தார். இரண்டு நாட்களுக்குப் பின் 2011 நவம்பர் 11இல் செட்டிகுளத்தில் நாங்கள் ஒருநாள் உண்ணாவிரதம் இருந்தோம். பத்தாயிரத்திற்கும் மேற்பட்ட மக்கள் அதில் பங்கு பெற்றனர்.

விஜயன் என்ற நபர் சிலரை சேர்த்துக் கொண்டு மாவட்ட ஆட்சியாளரையும், பிற அரசு அதிகாரிகளையும் சந்தித்து அணு உலையை உடனே செயல்படுத்துவதற்கு அழுத்தம் கொடுப்பதாக செய்திகள் வெளிவந்தனவல்லவா? திட்டத்தை தொடங்கப் போராடுவோம் என்றும் அவர் கூறியதாக அறிந்தோம். இது என்ன?

இந்திய அணுசக்திக் குழுமம் எல்லா செலவுகளையும் செய்து இந்த முன்னாள் செட்டிகுளம் பஞ்சாயத்து தலைவர் உட்பட 25 நபர்கள் தங்களது 'பெரும் போராட்டத்தை' தொடங்கினார்கள். அவர்கள் கலாமையும் மாவட்ட ஆட்சியாளரையும் சந்தித்தனர். அத்துடன் அவர்களது போராட்டம் நிறைவுபெற்றது.

போராட்டத்தின் முடிவைப் பற்றி நல்ல நம்பிக்கையுண்டா? தமிழ்நாடு அரசிலிருந்து இப்போது கிடைக்கும் ஆதரவு தொடர்ந்து கிடைக்குமா? கூடங்குளம் போராட்டத்தில் நடுத்தர வர்க்கத்தினரின் பங்களிப்பை எப்படிப் பார்க்கிறீர்கள்?

போராட்டத்தின் விளைவைப் பற்றி உறுதியாகவே நல்ல நம்பிக்கையுண்டு. தமிழ்நாடு அரசின் ஆதரவு இதுபோல தொடரும் என்றுதான் நான் நம்புகிறேன். அரசின் ஆதரவு கிடைக்குமெனில் தமிழ்நாட்டு மக்கள் அதற்கு கைமாற்றாக 40 நாடாமன்ற உறுப்பினர்களை நல்கி ஜெயலலிதா தேசிய அரசியலில் புதிய உயரங்களை எட்டுவார் என்பதும் உறுதி. இந்தியாவிற்கான அணுத்திட்டங்களை உருவாக்குவதும், நிறுவுவதும் வெளிநாட்டுக் குழுமங்களுக்கு லாபம் உருவாக்கவே என்பதையும் அதன்மூலம் இந்திய அரசியல்வாதிகளுக்கும், அதிகாரிகளுக்கும் கமிஷனும் கையூட்டும் கிடைக்கிறது என்பதையும் இந்தியாவின் பெருவாரி மக்கள் புரிந்துகொண்டுள்ளனர். இந்நிலையில் நடுத்தர வர்க்கம் இப்போராட்டத்தில் பங்கெடுப்பதற்கான வாய்ப்பு அதிகம்.

கேரளாவிலிருந்தும் பிற பகுதிகளிலிருந்தும் உள்ள மக்கள் போராட்டத்தில் கலந்துகொள்வதைப் பற்றி என்ன நினைக்கிறீர்கள்? இவ்வளவு போதுமா? இடிந்தகரையில் போராட்ட முனையிலிருந்து கேரள மக்களுக்கு நீங்கள் என்ன கூறுகிறீர்கள்?

கேரளாவில் வாழ்ந்து, கல்வி கற்று, மலையாளம் பேசக் கூடியவன் நான். கேரளாவை நன்றாக அறிந்தவன். எனக்கு நெருக்கமான கேரள நண்பர்கள் நிறைய உண்டு. இந்த நிலையில் 'கடவுளின் சொந்த நாட்டின்' மக்களிடம் எனக்கு மிகுந்த மதிப்பு உண்டு. கேரளாவில் பல பகுதிகளிலும் உள்ள ஏராளமான மக்கள் தினசரி இடிந்தகரைக்கு வந்து கூடங்குளம் அணு உலையை மூடுவதில் அவர்களுடைய இயல்பான விருப்பத்தைப் பங்கிடுகின்றனர். ஆனால் அது மட்டும் போதாது. கூடங்குளம் அணு உலைக்கு எதிராக கேரள சட்டசபை தீர்மானம் நிறைவேற்ற வேண்டும். அணு உலையை மூட இந்திய அரசின்மேல் அழுத்தம் செலுத்த கேரள மக்கள் தனியாக ஒரு போராட்டத்தை ஆரம்பிக்க வேண்டும்.

மக்கள் அறிவில்லாதவர்கள் அவர்களது பயத்தை நீக்கவேண்டியது விஞ்ஞானிகளின் கடமை. இலக்கியமும், வரலாறும் படித்த இந்த கிளர்ச்சியாளர்களுக்கு அணு உலைகளின் செயல்பாட்டைப் பற்றி என்ன தெரியும்? – இவை அணு உலை ஆதரவாளர்களின் கூற்று. இதற்கு பதில் சொல்ல நினைக்கிறீர்களா?

மனிதர்களை, தகுதியுள்ள விஞ்ஞானிகள், தகுதியற்றவர்கள், எதிர்த்துப் பேசாத மக்கள் என்று பிரிக்கும் முறை வழக்கிழந்துவிட்ட ஒன்று. அணுப் பெருமிதத்திற்கான நாட்கள் முடிந்துவிட்டன.

மனித உரிமை, சுற்றுச்சூழல் தொடர்பான பிரச்சினைகளில் இந்தியாவிலும், உலகின் பிற பகுதிகளிலும் நடைபெறும் அகிம்சை

முறையிலான போராட்டங்களைப் பற்றிய உங்களது பார்வை எது? போராட்டத்திற்கு காந்தியின் அகிம்சையை பயன்படுத்துவதில் உங்கள் நிலைப்பாடு என்ன?

சுற்றுச்சூழல் தொடர்பான பிரச்சினைகளுக்கான போராட்டத்தில் வெற்றிபெற காந்தியின் அகிம்சைக்கு மட்டுமே இயலும் என்று உறுதியாக நம்புகிறேன். சிப்கோ இயக்கம், பிளாச்சிமடை போராட்டம் போன்ற மிக முக்கியமான வெற்றிகள் இதற்கு எடுத்துக்காட்டு. விவேகானந்தருடைய வார்த்தைகளில் கூறினால் இது பொறுமை, கடின உழைப்பு போன்றவற்றை தூய்மைச் சார்ந்து உள்ளது.

தங்களது கிராமத்துக்கு அருகில் அணு உலைகள் நிறுவக் கூடாது என்றா இங்குள்ள கிளர்ச்சியாளர்கள் கூறுகிறார்கள்? பிற இடங்களில் இதுபோல் நடைபெறும் போராட்டங்களை ஆதரிக்க அவர்கள் தயாரா?

அணுத் தீமை இல்லாத தமிழ்நாடு – அணுத் தீமை இல்லாத இந்தியா – அணுத் தீமை இல்லாத உலகம். இதுதான் எங்களுக்குத் தேவை. நாங்கள் அதற்கான முயற்சியை கூடங்குளத்திலிருந்து தொடங்குகிறோம்.

இந்தியாவிலுள்ள அணு உலை எதிர்ப்பு இயக்கங்கள் எல்லாம் கூடங்குளம் போராட்டத்தை உற்று நோக்குகின்றனர். இந்த போராட்டம் உங்கள் பொறுப்பை அதிகரிக்கச் செய்யும் போராட்டம். இந்த நிலை இங்குள்ள கிளர்ச்சியாளர்களின் பொறுப்பை மேலும் அதிகரிக்கச் செய்கிறது அல்லவா?

செய்யவேண்டிய காரியங்களை முழுமனதோடும், உண்மையாகவும், உற்சாகத்தோடும் முழுமையான அர்ப்பணிப்புடனும் நாங்கள் செய்கிறோம். எங்கள் அனுபவங்களிலிருந்து தேவையானவற்றை பிறரும் கற்றுக்கொள்ளலாம்.

உங்கள் குடும்பப் பின்னணி பற்றி கேட்கிறேன். பிறந்த இடம், கல்வி, மனைவி, தொழில், விருப்பங்கள், செயல்பாடுகள் இவை பற்றி கூறுவீர்களா?

1959இல் நாகர்கோவிலில் சமூக ஈடுபாடுள்ள ஒரு குடும்பத்தில் பிறந்தேன். பள்ளி, கல்லூரி கல்வியை நாகர்கோவிலில் முடித்தேன். முதல் முதுகலைப் பட்டம் பெற்றது ஆங்கில இலக்கியத்தில் கேரளப் பல்கலைக் கழகத்திலிருந்து. அது 1979 முதல் 1981 வரையுள்ள காலத்தில். பிறகு 1989–90இல் இந்தியானாவிலுள்ள நோத்ரடாம் பல்கலைக் கழகத்திலிருந்து அமைதிக் கல்வியில் முதுகலைப் பட்டம் பெற்றேன். 1990 –96 ஆண்டுகளில் ஹவாய்

பல்கலைக்கழகத்தில் அரசறிவியலில் ஆய்வு செய்து முனைவர் பட்டம் பெற்றேன். இதற்கிடையில் 1981 முதல் 1987 வரையுள்ள ஆறு ஆண்டுகள் எத்தியோப்பியாவில் உயர்நிலைப் பள்ளியில் ஆங்கில ஆசிரியராக வேலை செய்தேன். 1989 முதல் 2001 வரையுள்ள பன்னிரண்டு ஆண்டுகள் படிப்பும், வேலையுமாக அமெரிக்காவில் இருந்தேன். உலகில் பல பல்கலைக்கழகங்களிலும் அமைதிக் கல்வி பற்றிய பாடங்களைக் கற்பித்தேன். இந்தப் பாடங்களில் முக்கியமாக 'தகராறுத் தீர்வு', 'அகிம்சை', 'வருங்கால ஆய்வு', 'நீடித்த வளர்ச்சி' போன்றவை உட்பட்டிருந்தன. தற்போது "எதிர்காலத் தலைமைக்கான ஒரு பசுமைப் பள்ளிக்கூடம்" என்ற நோக்கில் நானும், என் மனைவியும் சேர்ந்து நாகர்கோவிலில் மாற்றுப் பள்ளிக்கூடம் ஒன்றை நடத்துகிறோம். எங்களது குழந்தைகள் அதில் படிக்கின்றனர். எழுதுவது, வாசிப்பது, பயணம் செய்வது, மக்களைத் திரட்டுவது போன்றவற்றில் எனக்கு ஈடுபாடு அதிகம். நான் பெருமைக்குரிய ஒரு விவசாயியும் கூட.

சந்திப்பு: **நந்தலால். ஆர்**

மாத்ருபூமி (மலையாள வார இதழ்), டிசம்பர் 4, 2011

தமிழில்: **D. மனோ**

அணுசக்தியும் அணு ஆயுதங்களும் வெவ்வேறு அல்ல

கூடங்குளம் இரட்டை அணுவுலைகளுக்கெதிராக 1988இல் தொடங்கப்பட்ட போராட்டம் பெரிய மக்கள் போராட்டமாக உருவெடுத்துள்ளது. அணுசக்தித் துறையின் போராட்டத்துக்கு எதிரான பிரச்சாரங்கள், மக்களைச் சாதி ரீதியில் பிரித்துப் போராட்டத்தை வலுவிழக்கச் செய்யும் அரசாங்க உத்திகள் இவற்றையெல்லாம் தாண்டி மக்கள் இப்போராட்டத்தைத் தீவிரப்படுத்தியுள்ளனர். அணுக்கொள்கையில் அரசாங்கத்தின் பிடிவாதமும் இந்தியப் பிரதமர் ரஷ்யா சென்று அணுவுலைகள் தொடர்பாக மேற்கொண்ட அறிவிப்பும் இப்போராட்டத்தை மேலும் வலுப்படுத்தியிருக்கின்றன. இந்திய அளவில் பெரிய மக்கள் போராட்டமாக உருவெடுத்துள்ள இப்போராட்டத்தை ஒருங்கிணைத்து வருபவர் சுப. உதயகுமார். தொடர்ந்து அணுசக்திக்கும் அணு ஆயுதங்களுக்கும் எதிராகக் குரல் கொடுத்துவரும் சுப. உதயகுமார் காந்திய வழியில் போராடி வருபவர்; காந்தியத்தின்பால் நம்பிக்கை கொண்டவர். நாகர்கோவிலிலுள்ள இசங்கன்விளை என்னும் ஊரைச் சார்ந்த உதயகுமாரைக் *குமுதம் தீராநதி* நேர்காணலுக்காக, 02.12.2011 அன்று இடிந்தகரையில் சந்தித்துப் பதிவுசெய்த உரையாடல் இது.

உங்களுடைய இளம்பிராயம் பற்றிச் சொல்லுங்கள்?

நாகர்கோவிலில் கோட்டார் பகுதியில் உள்ள இசங்கன் விளையில் நான் பிறந்தேன். அப்பா தி.க.விலும் பின் தி.மு.க.விலும் தீவிரமாக ஈடுபட்டு வந்தார். அப்பாவின் பெயர் பரமார்த்தலிங்கம். அப்போது எங்கள் ஊர் காங்கிரஸின் கோட்டையாக இருந்தது. காங்கிரஸ் கோட்டையில் அப்பா பெரியாரைப் பற்றியும் அண்ணாவைப் பற்றியும் பேசக்கூடியவர். பொதுக்கூட்டங்கள் நடத்துவார். பெரும்பாலான கூட்டங்கள் அப்போது வன்முறையில்தான் முடிந்திருக்கின்றன. அப்பாவை அடிக்க வருவார்கள். அப்போது நானும் தங்கைகளும் கூட நின்று பாதுகாப்போம். அப்படி இளமைப் பருவமே போராட்டக் களத்தில்தான் அமைந்தது.

அம்மா கல்லுப்பட்டியில் காந்திய ஆஸ்ரமத்தில் படித்தார். அவர்களுக்குச் சொந்த ஊர் நாகர்கோவில், ராமன்புதூர். காந்தியத்தில் ஆழமான பிடிப்பு அம்மாவுக்கு உண்டு. அம்மாவின் பெயர் எஸ். பொன்மணி. அம்மா ஒரு காமராஜர் பக்தை. காங்கிரஸுக்குத்தான் ஓட்டுப்போடுவார்; அக்கட்சியை ஆதரிப்பார். நேர் எதிர்நிலையில் அப்பா திராவிடச் சிந்தனை கொண்டவர். ஆனால் வீட்டுக்குள் எல்லாம் ஜனநாயக முறைப்படித்தான் நடக்கும். அப்பா அவரது ஆதரவாளருக்கு ஓட்டுப்போடச் சொல்லி வற்புறுத்த மாட்டார். அம்மாவும் அப்படிச் சொல்ல மாட்டார். வீட்டுக்கு முன்பு பெரிய காமராஜர் படம் இருக்கும். அப்பா பெரியார், அண்ணா படங்களை வீட்டில் வைத்திருப்பார். எனினும் ஒரு ஜனநாயகச் சூழலில்தான் நாங்கள் எல்லோரும் வளர்ந்தோம். அம்மா, அப்பா இரண்டுபேரும் பொது வாழ்க்கையில் மிக ஆர்வமாக இருந்தார்கள். அம்மா சமூகநலத் துறையில் பணிபுரிந்ததால் கணக்கு வழக்கு எழுதுவதற்காகப் பால்வாடி போன்ற இடங்களிலிருந்து கிறிஸ்துவப் பெண்கள் வீட்டுக்கு வருவார்கள். வீட்டில் அவர்கள் பிரார்த்தனையில் ஈடுபடுவார்கள். என்னையும் பிரார்த்திக்கச் சொல்வார்கள். அதன் மூலமாகச் சிறு வயதிலிருந்தே கிறிஸ்துவ மதத்தின் மீது மரியாதை இருந்தது. ஆனால் நடைமுறையில் பழக்கவழக்கத்தில் நாங்கள் இந்துக்களாக இருந்தோம். சுடலை மாடசாமி கோயிலிலிருந்து இசக்கியம்மன் கோயில்வரை ஒரு கோயிலையும் அம்மா விடமாட்டார். எங்கள் வீட்டுக்கு அருகிலேயே சுடலைமாடன் கோயில், முத்தாரம்மன் கோயில் எல்லாம் உண்டு. கொடைவிழாக்களுக்கு அந்தக் கோயில்களுக்கு வரிகொடுத்து வந்தோம். அப்பா தி. க.காரராக இருந்ததால் அவருக்கு இவற்றில் பிடிப்பில்லை. இவற்றிலிருந்து அவர் விலகியிருந்தார். ஆனாலும்

அம்மாவோடும் எங்களோடும் அவர் வருவார். அப்பா விபூதி, சந்தனம் எதுவும் பூசமாட்டார். பூஜையில் பங்கெடுக்கமாட்டார்.

உங்களின் முறைசார்ந்த கல்வி, முறைசாராத கல்வி பற்றிக் கூறுங்கள்?

எதிரும் புதிருமாக இருந்தாலும் சேர்ந்து வாழ வேண்டும் எனும் நிலைப்பாடும் காந்தியத்தின் மீதான நம்பிக்கையும் அம்மாவிடமிருந்து வந்ததுதான். தொடக்க கல்விக்குப்பின் நாகர்கோவில் டி. வி.டி. மேல்நிலைப் பள்ளியில் படித்தேன். தமிழ்வழியில் படித்தாலும் எனக்கு ஆங்கிலத்தில் ஈடுபாடு உண்டு. சுவாமிதாஸ் என்று ஓர் ஆங்கில ஆசிரியர் இருந்தார். அவரிடம் ஆங்கிலத்திற்காக டியூஷனுக்குச் செல்வேன். கல்லூரிப் படிப்பை பயோனியர் குமாரசுவாமி கல்லூரியில் முடித்தேன். என்னைப் பொறியியல் படிக்கவைக்க வேண்டுமென அப்பா விரும்பினார். எனக்கு அதில் கடுகளவும் விருப்பமில்லை. எபனேசர் பால்ராஜ் என்று ஒரு பேராசிரியர் இருந்தார். குமாரசுவாமி கல்லூரியில் கணிதத் துறைப் பேராசிரியர். அவர் பொறியியல் எனக்கு ஒத்து வராது என்று சொன்னார். அது சரிதான். அவர்தான் எனக்குக் குறிக்கோள் ஊட்டினார். 'நீ சமூக அறிவியல் படி' என்று சொன்னார். தில்லி ஜவகர்லால் நேரு பல்கலைக்கழகத்தில் படிப்பைத் தொடர முயன்றபோது *டைம்ஸ் ஆஃப் இந்தியா* இதழில் எத்தியோப்பியாவில் பள்ளி ஆசிரியர் வேலைக்கான விளம்பரம் பிரசுரமாகியிருந்தது. அங்கு வேலைக்குப் போனேன். அப்போது கம்யூனிஸச் சித்தாந்தத்தில் ஈடுபாடு ஏற்பட்டது. வீட்டில் அப்பா அநேகப் புத்தகங்கள் வைத்திருப்பார். லெனின் பற்றி, மார்க்ஸ் பற்றி, மூலதனம் பற்றி அப்பாவிடம் நிறையக் கேள்விகள் கேட்டிருக்கிறேன். அப்பாவும் தி.க. பெரியாரிய, கம்யூனிஸச் சிந்தனை உள்ளவர் என்பதால் நிறைய விவாதித்திருக்கிறோம்.

எத்தியோப்பியாவுக்குப் போன பின்னர்தான் கம்யூனிஸ்ட் அரசாங்கம் எப்படி அமல்படுத்தப்படுகிறது என்பதைப் பார்த்தேன். மெங்கிஸ்து ஹைலமெரியம் என்பவர்தான் எத்தியோப்பியாவில் ஆட்சியாளராக இருந்தார். அவர் ராணுவ ஆட்சியாளர்; படுபயங்கரமான இரும்புக்கரத்துடன் அந்த நாட்டை ஆட்சிசெய்தார். தனி மனித சுதந்திரம் அங்கு எள்ளளவும் இல்லை. அதிக இறுக்கமாக ஒருங்கிணைத்து மூச்சுவிட முடியாத அளவுக்கு நெருக்குதலுடன் மக்களை வைத்திருந்தார். அப்போது சோவியத் யூனியனின் நெருங்கிய நாடாக எத்தியோப்பியா இருந்தது. கம்யூனிஸம் அமலானால் நாடு இப்படித்தான் இருக்கும் என்பதை அங்குதான் பார்த்தேன்

அப்போது சோவியத்தில் பிரஷ்நேவ் ஆட்சியாளர். இது எண்பத்தொன்று எண்பத்தேழுகளிலிருந்த நிலை. ஹெலமெரியம் எல்லா சோசலிஸ்ட் நாடுகளுக்கும் போவார். அந்த நாட்டுத் தலைவர்கள் எத்தியோப்பியா வருவார்கள். பிற நாடுகளிலிருந்து நிறைய உதவிகள் கிடைக்கும். இவையெல்லாம் எனக்கு கம்யூனிஸ்ட் அரசாங்கங்கள் பற்றிய கல்வியாக இருந்தது. கம்யூனிஸ அரசாங்கம் என்பது நாம் நினைப்பது போன்று சுதந்திரமான அதிகார மையமாக இருக்காது. ஒரு குழு பிறரை ஒடுக்கக்கூடிய மற்றொரு அதிகார மையமாகத்தானிருக்கும் என்பது தெரிந்தது. 1981, 87 வரை அங்கிருந்தேன். அங்கே ஆசிரியராகப் பணிபுரிந்த காலத்தில் 'யுனெஸ்கோ கிளப்' ஒன்றை ஆரம்பித்தேன். அகில உலக புரிதலைக் கொண்டு செல்வதற்கான உலகளாவிய இயக்கம் அது. அரசாங்கத்துக்கு இந்த இயக்கம் தர்ம சங்கடத்தை ஏற்படுத்தியது. இயக்கத்தை நடத்தாதே என்றும் அரசாங்கத்தால் சொல்ல முடியவில்லை. யுனெஸ்கோ கூரியர் இந்த இயக்கம் நடத்திய இதழ்தான். சமாதானம் சுற்றுப்புறச்சூழல் பற்றிய விழிப்புணர்வுக் கட்டுரைகளை அது உலகம் முழுக்கக் கொண்டுசென்றது.

இளமையிலேயே எப்படி இயக்கத்திற்கான தூண்டுதல் ஏற்பட்டது?

கல்லூரி வாழ்க்கையின்போது மாணவர் அமைப்பை வைத்திருந்தோம். சுந்தர ராமசாமி நடத்திய 'காகங்கள்' கூட்டங்களுக்குச் சென்று வந்தேன். ஆனால் அவர்கள் பேசியவற்றை எங்களால் புரிந்துகொள்ள முடியவில்லை. காரணம் அவ்வளவு உயர் தமிழில் பேசினார்கள். நாங்கள் 'எறும்புகள்' என்று ஒரு அமைப்பை ஆரம்பித்தோம். நானும் அகமது கபீர் என்னும் இஸ்லாமிய நண்பரும் இளங்கடை ஜெயக்குமாரும் இணைந்து வாரந்தோறும் கூட்டம் நடத்துவோம். இலக்கியக் கூட்டங்கள்தாம். அப்போது எங்கள் பெயரைக்கூட 'எறும்புகள்' என்றுதான் குறிப்பிடுவோம். எறும்பு உதயகுமார், எறும்பு ஜெயக்குமார் இப்படி. 'காகங்க'ளில் எங்களால் ஒன்ற முடியவில்லை என்பது உண்மை.

பிறகு இயக்கம் ஒன்றை நாங்கள் ஆரம்பித்தோம். அப்போது இந்துமகா சமுத்திரத்தில் அமெரிக்கா, ரஷ்யா, பிரான்ஸ் கப்பற்படைகள் நிலைகொண்டிருந்தன. இப்படியிருந்தால் நம்முடைய பாதுகாப்புக்கு அச்சுறுத்தல் ஏற்படும் என்றும் அந்நியப் படைகள் வெளியேற வேண்டுமென்றும் குரல் கொடுத்தோம். அப்பகுதியில் அவர்களுக்குள் ஒரு அணு ஆயுத யுத்தம் வந்தால் நாமெல்லாம் அழிந்து போவோம். இந்து மகா சமுத்திரத்தில் அந்நியக் கப்பற்படைகள் நிற்கக் கூடாது.

அவர்களை அப்புறப்படுத்த வேண்டும் என்று இவ்வமைப்பில் தீர்மானம் போட்டோம். வித்தியாசமான ஒரு குழு. எங்கள் குழு உலகளாவிய விஷயங்களில் ஆர்வம் காட்டியது. அது முக்கியமான காலகட்டமாக இருந்தது. அந்தக் காலகட்டத்தில்தான் முதன்முதலாக நாங்கள் அணுசக்தி பற்றிப் பேச ஆரம்பித்தோம். அணுசக்தியும் அணு ஆயுதங்களும் ஒன்றோடொன்று உறவு கொண்டவை என்பதை இணைத்துப் பேசினோம்.

உங்களுடைய அரசியல் சார்பு நிலை கட்சிகள் சார்ந்து இருந்ததா?

எதுவும் கிடையாது. மார்க்ஸிஸ்ட் கம்யூனிஸ்ட் கட்சி நடத்தும் கூட்டங்களுக்குச் சென்றிருக்கிறேன். உறுப்பினரெல்லாம் இல்லை. ஈடுபாடு இருந்தது. யுனெஸ்கோ அமைப்பை எத்தியோப்பியாவில் ஆரம்பித்ததை அந்த அரசாங்கம் விரும்பவில்லை. அரசியல் கல்வியை அவர்கள் பாடத்திட்டத்திலேயே சொல்லிக் கொடுப்பார்கள். அவற்றில் மேற்கத்திய நாடுகளில் எதுவும் கிடையாது என்பது போன்ற பாடங்கள் இருக்கும். அரசியல் கல்வியை நானும் அந்த மாணவர்களுக்குப் பாடம் நடத்தி யிருக்கிறேன்.

அங்கே என்னுடைய சம்பளத்தையே யுனெஸ்கோ தான் கொடுத்தது. யுனெஸ்கோ கிளப்பில் மாணவர்களைத்தான் தலைவர்களாக நியமிப்போம். செயலாளர், பொருளாளர் எல்லாம் மாணவர்கள்தான். ஒவ்வொரு வாரமும் கூட்டங்கள் நடத்துவோம். பிற தூதரகங்களுக்குக் கடிதம் எழுதி தகவல்கள் வாங்கி அவற்றை வெளியிடுவோம். தொடர்ந்து மாணவர் இதழ் ஒன்றைக் கையெழுத்துப் பிரதியாகக் கொண்டுவந்தோம்.

இந்த நடவடிக்கைகள் எத்தியோப்பிய அரசை நெருடியது. அரசாங்கம் எங்களைக் கண்காணிக்க மாணவ ஒற்றர்களை நியமித்திருந்தது. அவர்கள் மூலமாக அரசாங்கத்திற்கு எதிராகப் பேசுகிறோம் என்ற செய்தி பரவியது. அரசாங்கத்திற்கு எங்கள் மீது சந்தேகம் எழுந்தது. மீண்டும் அடுத்த ஒப்பந்தத்தின் மூலமாக எத்தியோப்பியாவில் ஆசிரியர் வேலையிலிருந்தால் ஜெயிலுக்குப் போக வேண்டியது வரும் என்னும் நிலைமை. அதனால் ஒப்பந்தத்தைப் புதுப்பிக்காமல் திரும்பி வந்துவிட்டேன்.

தொடர்ந்து அமெரிக்காவிலுள்ள நோட்டர் டேம் பல்கலைக்கழகத்தில் சமாதானத்திற்கான ஆய்வு குறித்துப் படிப்பதற்கு உதவித் தொகை கிடைத்தது. ஆஸ்திரேலியாவிலிருந்து ஒரு பெண்மணி என்னைப் பரிந்துரைத்தார். அவரை 1986இல் இங்கிலாந்தில் ஒரு கருத்தரங்கில் கட்டுரை படிக்கும்போது சந்தித்திருந்தேன். அவர், 'உன்னைப் பரிந்துரை செய்திருக்கிறேன்.

அட்மிஷன் கிடைத்து உனக்கு விருப்பமும் இருந்தால் போ' எனக் கடிதம் எழுதியிருந்தார். நானும் அந்தக் காலகட்டத்தில் குழப்பத்திலிருந்தேன். தங்கை ஒருவரின் உடல்நிலை சரியில்லாமல் இருந்தது. பெரிய தங்கையின் திருமணத்தில் சில பிரச்சினைகள் இருந்தன. அப்போது எனக்கு ஊரில் இவற்றைத் தீர்க்க வேண்டிய சூழ்நிலை. 89இன் பிற்பகுதியில் பிரச்சினைகள் ஓரளவு சரியானபின் ஆஸ்திரேலியர் அழைப்பை ஏற்று அமெரிக்கா சென்று எம்.ஏ. படித்தேன். பயணச் செலவு, படிப்புச் செலவு உணவுச் செலவு, தங்கும் செலவு போன்ற அனைத்தையும் அவர்கள் பார்த்துக்கொண்டார்கள். அத்துடன் கைச் செலவுக்கு 100 டாலர் பணமும் கொடுத்தார்கள். பதிமூன்று நாடுகளிலுள்ள பதினைந்து ஆண்களும் பெண்களும் ஒரே கட்டடத்தில் தனித் தனியறையில் தங்கியிருந்து படித்தோம். அந்த இடத்தின் பெயரே பீஸ் ஹவுஸ் (*Peace House*). அப்போது என்னுடைய பேராசிரியர் ஒருவர் ஹவாய் பல்கலைக்கழகத்தில் வேலை பெற்றுத் தந்தார். ஒரு பேராசிரியருக்கு ஆய்வு உதவியாளராக வேலை செய்தேன். பின்னர், அங்குதான் 'பிரசின்டிங் த பாஸ்ட்' (*Presenting the Past*) என்னும் என்னுடைய பி.எச்.டி ஆய்வுப் படிப்பை முடித்தேன்.

நம்முடைய சரித்திரத்தை ஆர்.எஸ்.எஸ்., பா.ஜ.க. வி.எச்.பி. ஆகியவை அரசியல் அதிகாரத்திற்காக எப்படி மீள் உருவாக்கம் செய்தன என்பதுதான் எனது பி.எச்டி. ஆய்வு. எம்.ஏ. ஆய்வு இலங்கை பிரச்சினை பற்றியது. அதைப் புத்தகமாக அமெரிக்காவில் வெளியிட்டிருக்கிறார்கள். பி.எச்டி. ஆய்வில், ராமாயணம், ராம்ஜென்ம பூமி, ராம் ரக்ஷா, காந்தியின் ராம் ராஜ்யம் இவற்றையெல்லாம் இணைத்து வல்லரசாக வேண்டும், அணு ஆயுதம் தயாரிக்க வேண்டும் என்னும் கருத்து இந்திய அரசுக்கு எப்படி ஏற்பட்டது என்பதை வெளிப்படுத்தி எழுதியிருந்தேன். பா.ஜ.க. அரசு அமைந்தபோது நானும் *தி இந்து* பத்திரிகை ஆசிரியர் என். ராமும் சேர்ந்து பா.ஜ.க. அரசு கண்காணிப்பகம் ஆரம்பித்தோம். அப்போது இந்தியாவில் பத்துப் பதினைந்து அறிவுஜீவிகளுக்குப் பா.ஜ.க. ஆட்சி வந்தபின் நிலைமை என்னவாக மாறும் என்பதைப் பற்றி எழுதினேன். ராம் உடனடியாகத் தொடர்பு கொண்டு, "நீ சொல்வது உண்மை என்றால் அறிஞர்கள் பங்கெடுக்கும் ஒரு விவாத மேடையை அமைப்போம்" என்றார். உடனே ஒரு இணையதளத்தை அதற்காக ஆரம்பித்தோம். அமெரிக்காவில் இருந்தபடியே இந்த வேலையைச் செய்ய ஆறு வருடங்கள் வி.எச்.பி., ஆர்.எஸ்.எஸ்., பா.ஜ.க., பற்றி நிறையப் படித்தேன். உளவியல், சமூகவியல், அரசியல் போன்ற அனைத்தையும் படித்ததால், அது நம்பிக்கையாகவும் உதவியாகவும் அமைந்தது.

கே.என். பணிக்கர், ரொமிலா தாப்பர், ஏ.ஜி. நூரானி, அஸ்கர் அலி இன்ஜினியர் அப்படி இதில் நிறையப் பேர் இணைந்தார்கள். அநேக விவாதங்கள் நடந்தன. பத்திரிகையில் இதுபற்றிய செய்திகள் வந்தன. என். ராமுக்கும் எனக்கும் கொலைமிரட்டல் விடுக்கப்பட்டது. இவையெல்லாம் பா.ஜ.க. அரசு கீழே விழும் வரையில் நடந்தது. அந்த அரசு விழுந்தவுடனே அதையே கம்யூனலிசம் வாச், கவர்ன்ஸ் மானிட்டர் (Communalism Watch and Governance Monitor) என மாற்றினோம். இதெல்லாம் என்னுடைய அரசியல் பின்னணி.

நோம் சாம்ஸ்கியை நேரில் பார்த்ததில்லை. அவரது நூல்களை வாசித்திருக்கிறேன். யொகான் கால்டுங் சாம்ஸ்கியைப் போன்றே அமெரிக்காவை விமர்சிக்கிற அறிஞர். அவர்தான் என்னுடைய பேராசிரியர். அவர் ஒரு குழு ஆரம்பித்தார். அதில் தொடக்கத்திலிருந்து நிறுவன உறுப்பினராயிருந்திருக்கிறேன். அதற்காக இணையத்தில் எல்லா வருடங்களிலும் இரண்டு வகுப்புகள் பாடம் நடத்துகிறேன்.

காந்தியத்தில் ஏற்பட்ட ஈடுபாட்டுக்கு அம்மா தான் காரணம். பின்னர் காந்தியம் பற்றி நிறையப் படிக்க ஆரம்பித்தேன். உலக சமாதானம், அமைதி போன்றவற்றில் ஈடுபாடு உருவானது. அமெரிக்கா போன பிறகு ஆசிரியர் தொழிலும் இது தொடர்பாகவே அமைந்தது. அகிம்சை பற்றி நிறைய வகுப்புகள் எடுத்தேன். ஜான் யோடர் என்று ஒரு பேராசிரியர் இருந்தார். அவர் ஒரு வகுப்பு நடத்தினார். ஹவாயில் இவரைப் போன்றே மைக்கல் ட்ரு கிலன் பேஜ் இரண்டு பேருமே அகிம்சை வழியில் முன்னோடிகளாக இருந்தார்கள். இந்தியாவில் இருக்கும்போதும் நிறைய காந்திய ஆசிரமங்களுக்குப் போயிருக்கிறேன்.

வீட்டில் சிறிய வயதில் ஒரு விளக்கின் முன்பாக காந்தி ஆசிரமப் பாடல்களைத்தான் பாடுவோம். பஜனைப் பாடல் களை அம்மா பாட வைப்பார். அம்மா கிராம சேவிகா வேலையி லிருந்தார். மாவட்ட அதிகாரியாக இருந்தபோது ஓய்வுபெற்றார்.

இந்திய மார்க்சிஸ்ட் குழுக்கள் சிறிய வயதில் மிகக் கவர்ச்சியாக இருந்தன. எண்பத்தேழுகளில் நார்வேயில் படிக்கப் போயிருந்தேன். முடித்துவிட்டு வரும்போது சோவியத் வழியாக வரும் வாய்ப்புக் கிடைத்தது. அதுவும் மார்க்சிய அரசு பற்றிய எனது கற்பனையை உடைத்தது. நமது நாட்டில் இருக்கும் வளங்கள்கூட அங்கு இல்லை. செழிப்பில் அது அதிருப்தியைத் தந்தது. மக்களை இறுக்கமாக ஒருங்கிணைத்து வைத்திருந்தார்கள். மாஸ்கோ நகரத்தில் அனுமதித்த வழியாகத்தான் போக முடியும். இறுக்கமான கண்காணிப்பு, வேறு எங்கும் போகமுடியாது.

இதையெல்லாம் பார்த்துவிட்டு அந்தச் சிந்தாந்தமே சரியல்ல என்று தோன்றியது எனக்கு. ஆனால் மார்க்சியத்தைக் குறை சொல்லவில்லை. எப்படிக் காந்தியத்தை நேரு இந்தியாவில் அழகாகக் கொலை செய்தாரோ அதுபோல் கம்யூனிசத்தை ஸ்டாலின் வகையறாக்களும் கொன்றுவிட்டார்கள்.

அப்பா தி.க., தி.மு.க. என்று இருந்ததாலும் அந்த இயக்கங்களும் ஆதிக்கமற்ற சமுதாயம், ஏழையின் சிரிப்பில் இறைவனைக் காண்போம் என்றெல்லாம் சொல்வார்கள் அல்லவா? கம்யூனிச வாடையோடு சமத்துவம் என்று சொல்வார்கள்! அதனால் அவர்கள் குறித்தும் ஒரு கற்பனை இருந்தது. பின்னர்தான் அவர்களுக்கும் இவற்றிற்கும் ஒரு தொடர்பும் இல்லை என்பது தெரியவந்தது. 2001இல் திரும்பி இந்தியா வந்தபிறகு அரசியல் பக்கமே திரும்பவில்லை. அப்பா அரசியலில் ஈடுபடச் சொன்னார். எனக்கு இந்த அரசியல்வாதிகளுடன் நடக்கவே கேவலமாக இருந்தது. அவர்கள் பேசும் மொழி, கலாச்சாரம் எதுவும் எனக்கு ஒத்துக்கவில்லை.

மனைவி, குழந்தைகள் என்ற உங்கள் குடும்பத்தினர் என்ன செய்கிறார்கள்?

1992இல் எனக்கும் மீராவுக்கும் திருமணம் நடந்தது. சென்னையில் திருவேணி அகாதமி என்னும் நர்சரி பள்ளியில் மனைவி வேலை பார்த்துக்கொண்டிருந்தார். அவருடைய அம்மாவும் என் அம்மாவும் நண்பர்கள். எத்தியோப்பியாவில் திருநெல்வேலியைச் சேர்ந்த ஒருவர் என்னுடன் வேலை பார்த்தார். அவருடைய மகளும் என் மனைவியும் நண்பர்கள். அந்தப் பொண்ணு என்னிடம், வெளிநாட்டுக்குப் போக விருப்பமிருக்கிறது என்றும், இந்தியாவில் எதையாவது செய்ய விருப்பமிருக்கிறது என்றும் சொல்வார். பின்னர் சந்தித்துக் கல்யாணம் செய்துகொள்ளலாம் என்று முடிவு செய்தோம். பிறகு ஹவாய்க்குக் கூட்டிச் சென்றேன். அவர் எம்.எஸ்.டபுள்யூ. படித்தார். அவர் எம்.ஏ. ஆங்கில இலக்கியம் முடித்திருந்தார். சிறிது நாட்கள் அங்கேயே சமூக சேவகியாக வேலை பார்த்தார். நான் பல்கலைக்கழகத்தில் வேலை பார்க்கும்போது அவர் சமூக சேவகியாக வேலை பார்த்தார். எங்களுக்கு சூர்யா, சத்யா என்று இரண்டு மகன்கள். பெரியவன் எட்டாம் வகுப்பு படிக்கிறான். சின்னவன் ஐந்தாம் வகுப்பு படிக்கிறான். காந்தியின் சத்தியாகிரகம் பாதிப்பில் சின்னவனுக்கு சத்யா எனப் பெயரிட்டுள்ளோம்.

குழந்தைகள் பிறந்த பின்னர் நாங்கள் இருவருமே குழந்தைகளை அமெரிக்காவில் வளர்க்கக் கூடாது என்பதில்

உறுதியாயிருந்தோம். ஊருக்கு வந்து ஏதாவது செய்யலாம் என்னும் எண்ணமும் இருவருக்கும் இருந்தது. சொந்த நாட்டிலிருந்து நிறையப் பெற்றிருக்கிறோம், திருப்பிக் கொடுக்க வேண்டும். இருவருக்குமே பள்ளிக்கூடம் நடத்த வேண்டும் என்ற ஆர்வமிருந்தது. அங்கு இருக்கும்போதே எங்களுடைய சேமிப்பில் நாகர்கோவிலில் காமராஜ் பாலிடெக்னிக் அருகே பழவிளையில் நிலம் வாங்கிப் போட்டோம். அது முழுக்க எங்களுடைய உழைப்பு. நாங்கள் மிக எளிமையாக வாழப் பழகிக் கொண்டோம். ஓட்டலுக்குக்கூடச் செல்வதில்லை. 2001இல் பழவிளையில் எங்கள் இடத்தில் பள்ளிக்கூடம் கட்டினோம். நிறையப் பேர் நகரத்துக்குள் பள்ளி அமைத்தால் அநேகர் வந்து சேர்வார்கள் என்றார்கள். நாங்கள் அமெரிக்காவை இங்கே கொண்டுவர விரும்பவில்லை. ஏற்கனவே காலனியாதிக்கத்தின் கீழ் கஷ்டப்படும் ஒரு நாட்டில் மறுபடியும் மேலைநாட்டு மோகத்தை உருவாக்க விரும்பவில்லை. மேலும் கிராமப் புறத்தில் உள்ள மக்களுக்குத்தான் எங்களுடைய கல்விமுறை அவசியம் என்று நினைத்தோம். எங்களுடைய மாணவர்கள் அனைவருமே மீனவக் குடும்பத்திலிருந்தும் சாதாரண இந்து நாடார் குடும்பத்திலிருந்தும் வரும் பிள்ளைகளே. அனைவரும் முதல் தலைமுறைக் குழந்தைகள். இவர்களுடைய பெற்றோர்கள் எல்லாமே முறை சார்ந்த கல்வி கற்றதில்லை. பெரும்பாலானவர்களுக்கு எழுதப் படிக்கத் தெரியாது.

பொதுவாக, எல்லாரும் கிராமத்திலிருந்து நகரத்திற்கு வரத் தான் விரும்புகிறார்கள். யாரும் நகரத்திலிருந்து கிராமத்துக்கு வர விரும்புவதில்லை. எட்டாம் வகுப்பு வரைக்கும் இப்போது உள்ளது. ஒவ்வொரு வருடமும் ஒவ்வொரு வகுப்பாக அதிகரித்துக்கொண்டு வருகிறோம். அரசுப் பாடத்திட்டத்தைத்தான் பயன்படுத்துகிறோம். ஆனால் துணைப்பாடமாகச் சமாதானக் கல்வி, விவசாயம் பற்றிச் சொல்லிக் கொடுக்கிறோம். குழந்தைகளைக் கொண்டே காய்கறிகள் தரும் செடி, கொடிகளை வளர்க்கிறோம். செயற்கை உரங்கள் போடாமல், பூச்சி மருந்து போடாமல் விவசாயம், உணவு பற்றிய விழிப்புணர்வைக் குழந்தைகளிடம் ஏற்படுத்துவது முக்கியமான பணி. ஹிரோஷிமா தினம், காந்தி ஜெயந்தி போன்றவற்றைப் பெரிதாகக் கொண்டாடுவோம். அப்போது உலக சமாதானம் பற்றிய விஷயங்களைச் சொல்லித் தருவோம். பிள்ளைகளுக்குள்ளே பிரச்சினை ஏற்பட்டால் பெரிய குழந்தைகளை வைத்து விவாதித்து அவர்களைக் கொண்டே அவற்றைத் தீர்க்கச் செய்வோம். ஆசிரியர்கள் தலையிடுவதில்லை. அதே போன்று சுற்றுச்சூழல் விஷயங்கள் பற்றிக் குழந்தை களிடம் அதிகம் பேசுகிறோம். வகுப்பறைக்குள்ளேயே

குழந்தைகளை அடைத்துவைப்பதில்லை. பிள்ளைகளை வெளியே அழைத்துச்சென்று பாடம் நடத்தும்படி ஆசிரியர்களை வலியுறுத்துகிறோம்.

ஆங்கிலப் பள்ளிதான். ஆனாலும் தமிழுக்குத்தான் முக்கியத்துவம் கொடுக்கிறோம். ஆங்கிலத்தில்தான் பேச வேண்டும் என்று கட்டாயப் படுத்துவதில்லை. ஆனால் பெற்றோருக்கு அந்த விருப்பம் உள்ளது. குழந்தைகள் விஷயத்தில் பெற்றோர்கள் தான் பிரச்சினையாக இருக்கிறார்கள்.

அதிகக் கல்விக் கட்டணம் வசூலிக்கும் ஆங்கிலப் பள்ளிகளிலிருந்து குழந்தைகளை எங்களிடம் ஆற்றுப்படுத்துதல் மற்றும் ஆலோசனைகளுக்காக அழைத்து வருகிறார்கள். குழந்தைகளைப் பற்றி நிறைய புகார்களோடு அவர்கள் வருவார்கள். வீட்டில் பெற்றோரிடம் கோபப்படுகிறார்கள். ஆசிரியர்கள் சொல்வதைக் கேட்பதில்லை இப்படிப் பொதுவாகக் குழந்தைகளின் இயல்பை ஒடுக்குவதைத்தான் கல்வி என்று நம்பும் மனோபாவம் உள்ளது. ஆசிரியர்களின் 'படி படி' என்ற நச்சரிப்புக்குப் பிள்ளைகளால் ஈடுகொடுக்க முடியவில்லை. படைப்பாற்றல் உள்ள, தலைமைப் பண்பு கொண்ட குழந்தைகள் ஒடுக்கப்படுகிறார்கள். நிறைய புத்திசாலித்தனமான குழந்தைகளுக்குப் பள்ளிக்கூடம் ஒத்துக்கவில்லை.

பிற பள்ளிகளுக்குச் சென்று நானும் என் மனைவியும் குழந்தைகளுக்கு ஆலோசனை வழங்குகிறோம். குழந்தைகளுக்கு ஆசிரியர்களுடன் மட்டுமல்ல, பெற்றோர்களுடனும் தொடர்பு இல்லை. மாறும் பருவப் பிரச்சினைகள் பற்றிக் குழந்தைகளுக்குக் கற்றுத் தருகிறோம். குழந்தைகளுடன் பேசுவதற்கு இன்று ஆட்கள் இல்லை. பருவப் பிரச்சினைகள் காரணமாகத் தற்கொலை, பெற்றோர்கள், ஆசிரியர்கள் ஆகியோருடன் சண்டை போடுவது போன்ற சிக்கல்கள் ஏற்படுகின்றன. குழந்தைகள் தங்கள் உணர்வு மாற்றங்களை வெளிப்படுத்த வழியில்லை. அவர்கள் மீது நிறைய விஷயங்கள் வந்து விழுகின்றன. ஆனால் அவர்கள் தங்கள் விஷயங்களை வெளிப்படுத்தும் வாய்ப்பு இல்லை. தொலைக்காட்சிகளில் அரைகுறையான பாலியல் செய்திகள் தொடர்ச்சியாக வந்துகொண்டேயிருக்கின்றன. பல்வேறு முரண்பாடான பாலியல் குறியீடுகள் குழந்தைகளிடம் சென்று சேர்கின்றன. நிறைய பள்ளிகளிலிருந்து இதற்காக அழைக்கிறார்கள். எங்கள் பள்ளியில் பாலியல் கல்வி பற்றிச் சொல்லித் தருகிறோம். கொஞ்சம் முற்போக்கான பள்ளிக்கூடங்களிலிருந்து இதற்காகவும் அழைக்கிறார்கள். நாம் செக்ஸ் பற்றிக் குழந்தைகளிடம் பேசமாட்டோம். ஆனால் குழந்தைகளுக்கு அது தொடர்பான

செய்திகள் கிடைத்துக்கொண்டேயிருக்கின்றன. யாரிடமும் பேசவும் முடியாது. ஆனால் தகவல்கள் வந்து சேர்கின்றன. எனவே அநேகப் பிரச்சினைகள் வருகின்றன.

சாக்கர் என்பது எங்கள் பள்ளியின் பெயர். அதாவது, சவுத் ஆசியன் கம்யூனிட்டி சென்டர் ஃபார் எடுகேசன் அன்ட் ரிசர்ச் என்பது சாக்கரை குறிப்பிடுவது. இதை உள்ளூரில் உள்ள இந்து அமைப்புகள் கிறிஸ்தவப் பெயராக நினைத்துவிட்டன. நானும் என் மனைவியும் மதம் மாறிவிட்டதாகவும் எங்களைக் கொண்டு இங்கிருப்போரை அமெரிக்கா மதம் மாற்றுகிறது என்றும் பிரச்சாரம் செய்தார்கள்.

வழக்கமான பள்ளிக்கூடத்தில் எங்கள் இருவருக்கும் விருப்பம் இல்லை. அதனால்தான் கம்யூனிட்டி சென்டர் என்று பெயர் வைத்தோம். கலைஞர்கள், ஓய்வு பெற்ற பேராசிரியர்கள் கதை சொல்வதற்காக என் அப்பா, அம்மா ஆகியோர் வருவார்கள். நிபுணர்களை அழைத்து வந்து பிள்ளைகளுடன் உரையாடச் செய்வோம். கல்லூரிகளில் செமினார் நடத்துவது போன்று, எங்களிடம். பிள்ளைகளைக் கேள்வி கேட்க வைப்பது. இதுதான் எங்கள் கல்வி முறை. மணி அடித்து வகுப்பு நடத்தும் கல்விமுறை முட்டாள்களை உருவாக்கக் கூடியதாகும். எக்காரணத்தைக் கொண்டும் குழந்தைகளின் பெற்றோர்களிடம் இதுவரையில் நன்கொடையாகப் பத்து ரூபாய்கூட வாங்கியது இல்லை. கட்டடம், நிலம் எல்லாம் நானும் எனது மனைவியும் உழைத்துச் சம்பாதித்தவை.

வருடந்தோறும் ஐரோப்பாவுக்கு இரண்டு மூன்று முறையாவது போய்விடுவேன். வகுப்புகள் நடத்துவதற்குப் போகும் இடங்களில் நல்ல பணம் கொடுப்பார்கள். என்னுடைய ஒரு மணி நேர வகுப்புக்கு 125 யூரோஸ் கொடுப்பார்கள். அந்த அளவுக்குச் சம்பாதிக்கிறேன். பணம் வருது. யாரிடமும் எதுவும் சுயமரியாதையை விட்டுக் கேட்பதில்லை. அது அப்பாவிடமிருந்து வந்த பழக்கம். சிலர், அமெரிக்காவில் உங்களுக்குத் தொடர்பிருக்கிறது, நீங்கள் நினைத்தால் நிறையப் பணம் சம்பாதிக்கலாம் என்று சொல்வார்கள். இந்தியா ஏழைநாடு. இங்கே வாழ்கிறவர்கள் பிச்சைக்காரர்கள் என்று ஒரு பிம்பம் வெளிநாடுகளில் உள்ளது, அதனாலேயே எவரிடமும் உதவி என்று கேட்பதில்லை. எங்களுடைய விழிப்புணர்வில் தெளிவாய் இருக்கிறோம். அமெரிக்கா சென்றதால்தான் சம்பாதித்து இந்தப் பள்ளிக்கூடத்தை உருவாக்க முடிந்தது. ஆனால் எக்காரணத்தைக் கொண்டும் அமெரிக்கக் கருத்தியலையோ அமெரிக்கத் தன்மையையோ ஆதரிக்கமாட்டேன், அது மட்டுமல்ல, தொடர்ந்து அதை எதிர்த்துக்கொண்டேயிருப்பேன்.

உங்களுக்கு அமெரிக்காவோடும் அமெரிக்க அரசாங்கத்தோடும் உள்ள உறவு எத்தகையது?

அமெரிக்காவோடு நெருங்கிய தொடர்பு வைத்திருக்கிறோம். நிறைய நண்பர்கள் அங்கு இருக்கிறார்கள். அங்கே படிக்கும் போதும் வேலை பார்க்கும் சமயங்களிலும் அமெரிக்க அரசாங்கத்தை எதிர்த்து நிறையக் கட்டுரைகள் எழுதியிருக்கிறேன். நான் இடதுசாரிச் சித்தாந்தம் கொண்டவன் என்பதால் அமெரிக்காவுக்கு எதிராக நிறைய எழுதியிருக்கிறேன். அமெரிக்கச் செய்தித்தாள்களிலும் எழுதியுள்ளேன். நிறைய பேசியிருக்கிறேன். அந்தச் சமூகத்தோடு நெருங்கிய தொடர்புள்ளது. ஆனால் அமெரிக்க அரசாங்கத்தோடு நிறைய உராய்வுகள் உருவாகின்றன. என்னைப் பற்றி அமெரிக்க அரசாங்கம் தனிக் கோப்பு வைத்திருக்கிறது. ஒவ்வொரு முறை அந்த நாட்டுக்குள் நுழையும்போதும் பெரிய விசாரணை நடத்தித்தான் உள்ளே அனுமதிப்பார்கள். அமெரிக்காவுடன் எனது தொடர்பு இதுதான். மற்றபடி எனக்கு அமெரிக்க அரசு நிறுவனங்களுடனோ அமெரிக்காவிலுள்ள தனிப்பட்ட ஃபவுண்டேஷனுடனோ அமெரிக்க அரசியல் குழுக்களுடனோ எந்தவிதத் தொடர்பும் இல்லை. அதில் மிகத் தெளிவாயிருக்கிறேன். ஏனெனில் நாம் ஈடுபட்டிருக்கக்கூடிய விஷயம் அணுசக்தி, அணு உலைகள் பற்றியது. அமெரிக்காவில் இருக்கும்போதே இப்பணியை ஆரம்பித்துவிட்டேன். இதுபற்றிய செய்திகளை, தகவல்களை என்னிடமிருக்கும் ஆயிரக்கணக்கான மின்னஞ்சல்களுக்கு அனுப்பி விடுவேன். கூடங்குளம் அணு உலைகள் வேண்டாம் என்பதை 1998இலிருந்தே சொல்லிக்கொண்டிருக்கிறேன். 2001 ஜனவரி 1இல் ஊருக்கு வந்தேன், ஓய். டேவிட் இதைத்தான் இங்கே செய்துகொண்டிருந்தார்.

அணுசக்தி, அணு உலைப் பிரச்சினைகள் தொடர்பான தீவிர ஈடுபாடு எப்படி ஏற்பட்டது?

அணுவுலை விஷயம் எனக்கு மிக முக்கியமாகப் பட்டது. இது மக்களுக்கு எவ்வளவு பெரிய அழிவைத் தரும் என்பதைப் படிப்பின் வழியாகவும் அனுபவத்தின் வழியாகவும் உணர்ந்திருந்தேன்.

என் தாத்தா பாட்டிகள் மூன்று பேர் புற்றுநோயால் இறந்தவர்கள். அப்பம்மையின் மரணம் என்னை ஆழமாகப் பாதித்தது. அவர் பக்கத்தில்தான் சிறிய வயதில் தூங்குவேன். வெற்றிலை போடுவார். பாட்டி மண்டைக்காட்டில் பிறந்தார். எனவே எங்கள் ஊரில் அவரை மண்டக்காட்டாள் என்றுதான் சொல்வார்கள். பாட்டிக்குப் புற்றுநோய் வந்தது. அப்பா,

நேர்காணல்கள் ❦ 41 ❦

அம்மாவுக்கு அதை ஆரம்பத்தில் கண்டுபிடிக்கத் தெரிய வில்லை. கொஞ்சம் முதிர்ச்சி அடைந்திருந்த நிலையில்தான் கண்டுபிடித்தோம். ஆரம்ப நிலையெனில் ஏதாவது செய்திருக்க லாம். நெய்யூர் மருத்துவமனையில் வைத்தியம் பார்த்தோம். பலனளிக்கவில்லை. இப்போது ஆரம்ப நிலையெனில் ஒன்றுமே இல்லை. மருத்துவத்துறை மாறியிருக்கிறது. ஆரம்ப நிலையில் வைத்தியம் பார்த்துவிட்டால் பத்துப் பதினைந்து வருடங்கள் சந்தோஷமாயிருக்கலாம். அப்போது ஆரம்ப நிலைக்கே சரியான மருத்துவம் இருக்கவில்லை.

பாட்டியிடம் வெற்றிலை மணக்கும். பாட்டியுடன் படுத்திருக்கும்போது பேன் குத்திக்கொண்டே ராமாயணம், மகாபாரதம், நல்லதங்காள், செம்புலிங்கம் போன்ற கதைகளைச் சொல்வார். அவர் அழகான கதை சொல்லி. கதைக்குள்ளே கிளைக்கதை, அதுக்குள்ள கிளைக்கதை என்று சென்று மீண்டும் மூலக் கதைக்குள் வருவது என்று கதை சொல்வதில் சிறப்பான ஒரு வழக்கம் அவரிடம் இயல்பாகவே இருந்தது. என்னுடைய மேடைப்பேச்சு வெளிப்பாட்டுக்கு அவரது இந்தக் கதை சொல்லல் முறை முக்கியமான காரணம். அம்மா, அப்பா இருவரும் வேலை நெருக்கடிகளில் இருந்ததால் அவர்களால் குழந்தைகளுக்குச் செய்ய இயலாதவற்றைப் பாட்டிதான் செய்தார். என்னிடம் தமிழ் உணர்வு ஏற்படப் பாட்டிதான் காரணமானார். பேச்சுத்திறனைத் தந்ததும் உரையாடல் திறனை மேம்படுத்தியதும் பாட்டிதான். பாட்டியுடன் மிக நெருக்கமாயிருந்தேன்.

புற்றுநோயால் பாட்டியின் கன்னத்தில் ஓட்டை விழுந்து புழு ஏறி வீடெல்லாம் நாற்றம். அதன் பிறகு குழந்தைகளைப் பாட்டி பக்கத்தில் விடமாட்டார்கள். எந்த வாய் எங்களுக்குத் கதை சொல்லி ஆளாக்கியதோ அந்த வாய்க்குப் பக்கத்தில் சென்று முத்தம்கூட தர முடியவில்லை. இது சிறு வயதில் என்னை மிகவும் பாதித்தது. அவர் துடிதுடித்து இறந்தார். கூடங்குளம் விஷயத்தில் நான் ஈடுபட்டதற்குக் காரணம் இதுதான். இதுவொரு சுயநலம்தான். இந்த வேதனையும் துன்பமும் அணுவுலைகளால் பிறருக்கு ஏற்படக் கூடாது என்னும் வைராக்கியம். புற்றுநோய் உள்ளவர்களைப் பார்த்தாலே என்னால் தாங்க முடியாது. நேற்று இரவு மணப்பாடு என்று ஒரு ஊருக்குப் போயிருந்தோம். ஊர்த்தலைவர் மனைவிக்குப் புற்றுநோய். திருவனந்தபுரத்தில் சோதனை செய்து பார்த்துவிட்டுத் திருப்பி அனுப்பிவிட்டார்கள் என்று சொன்னார். புற்றுநோய் என்றாலே எனக்குப் பயம். பாட்டி மட்டுமல்ல. என் பிள்ளைகள் இந்த நோயால் எதிர்காலத்தில் பாதிக்கப்படக் கூடாது. எனது மனதுக்கு இதமானவர்கள் அவஸ்தைப்பட்டு புற்றுநோயால் இறந்ததை நெருங்கியிருந்து

பார்த்தவன் நான். எனது சொந்த ஊரான இசங்கன்விளையில் தீவிரமான புற்றுநோய் பாதிப்புக்குள்ளான நோயாளிகள் இருபத்தைந்துக்கும் மேற்பட்டோர் இருக்கிறார்கள். எங்கள் வீட்டுக்கு நேர் எதிர் வீட்டில் கர்ப்பப்பை புற்றுநோயால் அவதிப்படும் நோயாளியிருக்கிறார்.

மணவாளக்குறிச்சி மணல் ஆலைக்கு இந்தப் பக்கம் உள்ளது சின்னவிளை. அந்தப் பக்கம் பெரியவிளை, மண்டைக்காடுபுதூர், கொட்டில்பாடு என்று கடற்கரைக் கிராமங்கள், நாடார் கிராமங்கள், மண்டைக்காடு, பருத்திவிளை என்று அனைத்து ஊர்களிலும் புற்று நோய்ப் பாதிப்பு அதிகம். அந்தப் பகுதிகளில் நாங்கள் ஆய்வு செய்திருக்கிறோம். டாக்டர் லால்மோகனும் வந்திருக்கிறார். கூட்டம் நடத்தியிருக்கிறோம். இந்த ஊர்களுக்கெல்லாம் குறைந்தபட்சம் பத்துத் தடவையாவது போயிருப்பேன். நான் எல்லா ஊர்களிலும் உள்ள பெண்கள் குழுக்களுடனும் பேசியிருக்கிறேன். தொற்றுநோய் மாதிரி இப்பகுதிகளில் புற்றுநோய் பரவியிருக்கிறது.

ஏனெனில் இப்பகுதி கடற்கரை மணலில் தோரியம் கிடைக்கிறது. மோனோசைட்டின் ஒரு கூட்டுதான் தோரியம். இது அதிகமான கதிரியக்கத்தன்மை கொண்டது. இது மேற்குத் தொடர்ச்சி மலையில் அதிகமாக உள்ளது. மழைபெய்யும்போது ஆறுகள் மூலமாக அடித்து வரப்பட்டுக் கடற்கரைகளில் சேர்கிறது இது. வள்ளியாறு, தாமிரபரணியாறு மூலம் எல்லா இடங்களிலும் தோரியம் பரவுகிறது. இதை மணவாளக்குறிச்சி மணல் ஆலைக்காகத் தோண்டியெடுக்கும்போது இயற்கை கதிரியக்கம் மேலும் அதிகரிக்கிறது. தோரியத்தை இயற்கையாகவே அப்படியே விட்டுவிட்டால் பிரச்சினை எதுவுமில்லை. அப்படியே படிந்து படிந்து இருக்கும். ஆனால் மணலைக் கிளறும்போது கதிரியக்கம் அப்பகுதிக்குப் பரவும். இதனால்தான் அப்பகுதி கடற்கரை மக்களிடையே புற்றுநோய் அதிகமாகப் பரவுகிறது. ஏனெனில் அவர்கள் இந்தத் தோரியம் மணல்மீதுதான் அப்படியே வாழ்க்கை நடத்துகிறார்கள்.

டாக்டர் லால்மோகன் இங்கே மேற்கொண்ட ஆய்வில் ஆண்களுக்கு விரைகளில் புற்றுநோய் அதிகமாகப் பரவியிருந்தது தெரியவந்தது. அவர்கள் மணல்களில் அமர்ந்துதான் வலை பின்னுவதிலிருந்து சீட்டாடுவது வரையில் எல்லாவற்றையும் செய்கிறார்கள். இதனால் அவர்களுக்கு இந்நோய் ஏற்பட்டுள்ளது. ஏற்கனவே இப்பகுதிகளில் நாற்பது சதவிகிதம் இயற்கையாகவே கதிரியக்கம் உள்ளது. அந்த மணல் ஆலை மணலைத் தோண்டுவதால் இது அதிகமாகிறது. தூத்துக்குடி, திருநெல்வேலி,

கன்னியாகுமரி, திருவனந்தபுரம், கொல்லம், ஆலப்புழை ஆகிய ஆறு கடலோர மாவட்டங்களில் இயற்கையான கதிரியக்கமே நாற்பது சதவீதம் அதிகம். வி.டி. பத்மநாபன், டாக்டர் லால்மோகன் போன்றோரின் ஆய்வுகளில் இது தெளிவாகத் தெரிந்துள்ளது. அரசு மணல் ஆலைகளும் தனியார் மணல் ஆலைகளும் இந்தத் தோரியத்தைக் கிளறிவிடும்போது கதிரியக்கம் மேலும் அதிகமாகிறது.

தோரியம் கலந்த மணல் உலகத்திலேயே நார்வே, துருக்கி, இந்தியா ஆகிய மூன்று நாடுகளில்தான் அதிகமாக உள்ளது. நமது நாட்டில் தோரியத்தைக் கொண்ட மணல் அதிகம் உள்ளது. இந்த மணல் ஜெர்மனிக்கும் ஜப்பானுக்கும் ஏற்றுமதியாகிறது.

கூடங்குளம் அணுவுலைகள் எதிர்ப்புப் போராட்டம் தொடர்பாக நீங்கள் எதிர்கொள்ளும் பிரச்சினைகள் என்னென்ன?

என் மீது மட்டும் அரசாங்கம் தேசத்துரோக வழக்கு முதலிய எண்பத்தைந்துக்கும் மேற்பட்ட வழக்குகளைப் பதிவுசெய்துள்ளது. என்னைக் கைது செய்தாலும்கூடப் போராட்டம் தடைபடாத அளவுக்கு அடுத்த கட்ட தலைவர்களை நியமித்திருக்கிறோம். எனக்கு விலைபேசி, குடும்பத்துடன் அமெரிக்காவில் வந்து குடியேறச் சொன்னார்கள். விபச்சாரம் செய்வதற்காக நான் இந்தியாவிற்குத் திரும்பி வரவில்லை என்று பதில் கூறினேன். என்னையும் என் குடும்பத்தினரையும் கடத்தி வைத்துக்கொண்டு உதயகுமார் பணம் வாங்கிக்கொண்டு தலைமறைவாகிவிட்டார் என்று பிரச்சாரம் செய்து போராட்டக் குழுவுக்குள் பிளவை ஏற்படுத்தும் திட்டம் இருந்தது, ஆனால் அது பலிக்கவில்லை. இப்போது அமெரிக்காவிலிருந்து எங்களுக்குப் பணம் வருகிறது என்று வதந்தியைக் கிளப்பி விடுகிறார்கள். இந்த மக்கள் போராட்டத்திற்கு எதிராக எவற்றையெல்லாம் செய்ய முடியுமோ, அவை அனைத்தையும் அரசாங்கம் செய்கிறது. அணுசக்தித் துறை, அணு உலை ஆதரவு பிரச்சாரத்திற்காக மட்டும் உளவுத் துறை மூலமாக ஐம்பது லட்ச ரூபாய் செலவு செய்துள்ளதாகத் தெரிகிறது. நாங்கள் மக்களின் உழைப்பிலிருந்து கிடைக்கிற சிறிய பணத்தைக் கொண்டு இப்போராட்டத்தை நடத்துகிறோம் என்பதே உண்மை.

பால பிரஜாபதி அடிகளாரைச் சென்று ஓய். டேவிட்டும் நானும் முன்னரே பார்த்திருக்கிறோம். 2001 காலகட்டத்திலேயே கூட்டங்கள் நடக்கும்போது அவர் வருவார். நன்றாகப் பேசுவார். அருமையான சொற்பொழிவாளர். கூடங்குளம் அணுவுலைக்கு எதிரான போராட்டம் ஆரம்பித்த உடன் அவரைச் சென்று பார்த்தோம். பின்னர் அவர் இடிந்தகரைக்கு

வந்தார். கூடங்குளத்துக்கு வந்தார், இடிந்தகரைக்கு மொத்தம் நான்குமுறை வந்துள்ளார்.

தொடர்ச்சியாகச் சென்னைக்கு எல்லோரும் போயிருந்தோம். அவரும் வந்திருந்தார். தமிழக முதல்வரைச் சந்தித்தபோது அவரும் உடன் இருந்தார். ஜெயலலிதாவிடம் பேசும்போது கூடங்குளம் அணுவுலைகள்மீது தீவிரவாதத் தாக்குதல் ஏற்பட வாய்ப்பிருக்கிறது என்று சொன்னார். முதலமைச்சர் இத்தகைய பேச்சை விரும்பவில்லை. "ஏன் என்ன நடக்கும், நாங்களும் கடலோரத்துக்குப் பக்கத்தில் தானே இருக்கிறோம்" என்றார். அவர் பேசியது பிடிக்கவில்லை. பின்பு விடைபெற்றுத் திரும்பும்போது எனது கையைப் பிடித்து முத்தம் கொடுத்தார். நமது சமுதாயத்தில் இப்படியொரு திறமையான ஆள் இருந்தது எனக்குத் தெரியாமல் போய்விட்டதே என்றார். நான் உண்மையாக இப்போது ஒரு திருத்தலத்திலிருந்து சொல்கிறேன். அவர் முத்தம் தந்தவுடன் எனக்கு அதிக பாசத்துடன் நடந்துகொள்கிறாரே என்று கூச்சமாக இருந்தது. எனக்கு அதிகமாகப் புகழ்கிறவர்களையும் காலில் விழுபவர்களைக் கண்டாலும் பயம் வரும். நான் பயந்தது போலவே நடந்தது.

இடிந்தகரை மக்களும் அவரை மிக அன்புடன் நடத்தினார்கள். எல்லாமே நன்றாகத்தான் இருந்தது. ஒரு கூட்டம் முடிந்ததும், அணுவுலைக்கு எதிரான அடுத்த கூட்டத்தைச் சுவாமித்தோப்பில் நடத்துவோம் என்று சொன்னார். எங்களுக்கு மகிழ்ச்சியாக இருந்தது. இந்தப் போராட்டம் கடலோரத்திலேயே நடந்துகொண்டிருக்கிறது. அதற்கு வெளியில் நடப்பது போராட்டத்துக்கு மற்றொரு பரிமாணத்தையும் தரும். இது எல்லா மக்களுக்கும் உரிய பிரச்சினைதானே என்று நினைத்தோம். நாடார்கள் ஊரில் முன்னணித் தலைவர் ஒருவர் போராட்டம் நடத்துகிறாரே என்று மகிழ்ச்சியடைந்தோம்.

அன்று சாயங்காலம் என்னை அழைத்து, "அனுமதி கிடைக்காது" என்றார். "ஐயா, அதைப் பற்றிக் கவலைப்படாதீர்கள் நாங்கள் அனுமதி வாங்கியிருக்கிறோம்" என்றேன். அனுமதி பெற்றபின் அவரைத் தொடர்பு கொண்டபோது, "அதில் சிக்கல் இருக்கிறது" என்றார். பந்தல் போட வேண்டி வரும், செலவு ஆகும் என்பதால் என்ன செய்வது என யோசிக்கிறார் என நினைத்தோம். அதனால் அக்டோபர் 2 அன்று காந்தி ஜெயந்தி கொண்டாடி, போராட்டத்தை இடிந்தகரையிலேயே வைத்துக்கொள்வோம் என்று சொன்னேன். மென்முறை பற்றி ஒரு கருத்தரங்கம் நடத்துவோம். அகிம்சை எனும் வடமொழிச் சொல் வேண்டாம். அதற்குப் பதிலாக மென்முறை எனும்

தமிழ்ச் சொல்லையே பயன்படுத்துவோம் என்று சொன்னோம். இதை ஒட்டி, 'ஐயா வழியில் மென்முறை' எனும் தலைப்பில் பேசுங்கள் என்று சொன்னோம். அவரும் வந்திருந்தார். அன்றும் அருமையான உரையை நிகழ்த்தினார். அற்புதமாகப் பேசினார். ஐயா வழியில் உள்ள மென்முறை பற்றிப் படிக்க வேண்டும், எழுத வேண்டும் என்பது என்னுடைய நெடுநாளைய ஆசை. அவர் அருமையாகப் பேசினார். மக்களுக்கும் நல்ல திருப்தி.

அதன் பின்னர் இரண்டு மூன்று நாள்கள் கழித்து இரவு 9 மணி அளவில் தொலைபேசியில் அழைத்தார். முதல் கட்ட உண்ணாவிரதத்தை முடித்துவிட்டு இரண்டாங்கட்ட போராட்டத்தைத் தொடங்குவதற்கு முன்னர் வீட்டிலிருந்தேன். பிரதமரைப் பார்க்கச் சென்ற காலகட்டம் அது. "உங்கள வந்து பார்க்க வேண்டும்" என்று சொன்னர். "வாங்க" என்றேன். வந்தார். "நீங்கள் தொண்டு நிறுவனங்கள், அறக்கட்டளை எதுவும் வைத்திருக்கிறீர்களா" என்று கேட்டார். "ஆமாம் வைத்திருக்கிறேன், எங்கள் பள்ளிக்கூடத்தை நடத்துவதற்கு ஓர் அறக்கட்டளைதான் வேண்டும் என்றார்கள், ஆகவே அதைத் தொடங்கினோம், அதில் நானும் என் மனைவியும் மட்டுமே உறுப்பினர்கள், வேறெதுவும் இல்லை" என்றேன்.

"சுனாமி வேலை ஏதும் செய்தீர்களா?" என்று கேட்டார். "இல்லை. தொண்டு நிறுவனங்கள் மூலம் பணம் வாங்கிச் செய்யலாம் என்று சொன்னார்கள், தொண்டு நிறுவனங்கள் அரசியல் கட்சிகளைவிடக் கேவலமாக உள்ளன. எனவே நான் வரவில்லை என்று சொல்லிவிட்டேன்" என்று கூறினேன். "கூடங்குளம் அணுவுலைகளுக்கு எதிரான போராட்டக் குழுவை உறுதிப்படுத்த வேண்டாமா?" என்று கேட்டார். "யார் யாரெல்லாம் அதில் இருக்கிறார்கள்?" என்று கேட்டார். அதில் இடம்பெற்றிருக்கும் பத்துப் பேரின் பெயர்களைச் சொன்னேன். "கூடங்குளத்திலிருந்து இரண்டு பேர் நான் உட்பட இந்து நாடார்கள் நான்கு பேர் இருக்கிறோம், கத்தோலிக்க ஃபாதர்கள் சிலர் இருக்கிறார்கள்" என்றேன். ஆலோசனைக் குழுவில் ஐயா நீங்க, தூத்துக்குடி பிஷப், பாளையங்கோட்டை பிஷப் மதுரையிலிருந்து ஒய். டேவிட், குருசாமி வழக்கறிஞர் இவ்வளவு பேரும் இருக்கிறோம்" என்றேன். "போயிட்டு வாரேன்யா. எல்லாம் நல்லபடியா நடக்கட்டும்" என்று சொல்லிட்டுப் போனார்.

இரண்டு நாள் கழித்து அவருடைய சன் டிவி நேர்காணலில் போராட்டத்துக்கு எதிராகக் கருத்து சொன்னார். அதைத் தொடர்ந்து அவரை நான் தொலைபேசியில் அழைத்தேன்.

ஆனால் அழைப்பை எடுக்கவில்லை. டாக்டர் லால்மோகனை அழைத்துக் கேட்டேன். அவர், நானும் நேர்காணலைப் பார்த்தேன், அதிர்ச்சியாக இருந்தது என்றார். அடிகளிடம் கேட்டபோது, தான் சொல்லாததை டிவியில் ஒளிபரப்பிட்டார்கள் என்று அவர் தெரிவித்தார் என்றார்.

இந்தச் சந்தர்ப்பத்தில் பிஷப் அழைத்து, "உதயகுமார், கவனமாயிரு, நம்முடைய போராட்டத்தைச் சாதி ரீதியாகப் பிரிப்பதற்கான வேலைகள் நடக்குது. ஐம்பது லட்ச ரூபாய் இதற்குக் கைமாறியுள்ளதா உளவுத் துறையில் இருந்து எனக்குத் தகவல் வருது. அதனால் கவனமாயிரு" என்று சொன்னார். இதை யார் செய்கிறார்கள் என்று குழப்பமாக இருந்தது.

கடைசியாக, அவர் அணுவுலைக்குச் சென்று பார்த்ததாகவும் அது மிகவும் பாதுகாப்பாக இருக்கிறது என்றும் அறிக்கை விடுகிறார். இதுபோலத்தான் சரத்குமாரும் தில்லியில் என்னைப் பெருமிதப்படுத்தினார். இப்போது தலைகீழாகச் செயல்படுகிறார்.

கூடங்குளம் போராட்டத்தில் மக்களை ஈடுபடுத்தியதில் உங்கள் பங்கென்ன?

2001இலிருந்து இதுவரைக்கும் அணுசக்தி பற்றித் தொடர்ச்சியாக எழுதுவது, பேசுவது என்று செயல்படுகிறேன். அணு இயற்பியல், பொருளாதாரம், அணு வியாபாரம், அரசியல், உலகளாவிய அணுசக்தி ஒப்பந்தங்கள் என்று பார்த்துப் போகும்போது, இது எவ்வளவு சிக்கலான, குழப்பம் நிறைந்த பொருள்; மக்களுக்கு எந்தத் தகவலையும் தராமல், படித்த மக்களுக்கே புரியாத ஒரு விஷயத்தைத் தனிப்பட்ட நலனுக்காக உபயோகிக்கிறார்கள், உருவாக்குகிறார்கள் என்று தெரிந்த பின்னர் எனக்கு உந்துதல் வந்து இதுபற்றிப் பேசுகிறேன். 2001இலிருந்து தொடர்ச்சியாக இதற்காகச் செயல்பட்டது தவிர எங்களுக்கு லாபமும் இல்லை, பின்னணியும் இல்லை. உண்மையாகவே சொல்லப் போனால் இதையொரு போராட்டமாக மாற்ற வேண்டும் என்ற திட்டமும் இல்லை.

2007இல் மாற்றம் வந்தது. அதுவரைக்கும் கூடங்குளம் பகுதி மக்களை இந்தத் திட்டத்தை ஏற்றுக்கொள்ளும்படி செய்து வைத்திருந்தார்கள். பத்தாயிரம் பேருக்கு வேலை கிடைக்கும். பேச்சிப்பாறை தண்ணீர் வரும். உங்கள் ஊர் செழிப்பாகும். வெளியூரிலிருந்து ஆட்கள் வருவார்கள். லாட்ஜ் கட்டி வாடகைக்கு விடலாம். இந்த ஊர் பெரிய வளர்ச்சியடைந்த ஊராக மாறும். பணம் சம்பாதித்து விடலாம் என்னும் பொய்யான நம்பிக்கையை மக்களிடம் ஏற்படுத்தியிருந்தார்கள்.

கூடங்குளம் ஊருக்குள் நாங்கள் பேசப்போனால் அடிக்க வருவார்கள். பெரிய கூட்டங்கூடிவிடும். பயந்து ஓடியிருக்கிறோம். அந்த ஊருக்குள்ளேயே போக முடியவில்லை. கடலோர ஊர்களில் மட்டும்தான் அப்போது வேலை செய்ய முடிந்தது. ஏற்கனவே கடலோரத்தில் வாழ்ந்த மக்கள் விழிப்புணர்வுடன் இருந்தார்கள். அணுக்கதிர்வீச்சு என்றால் என்ன, கசிவு எனில் என்ன, விபத்து என்றால் என்ன என்பவை பற்றியெல்லாம் நாங்களும் அவர்களிடம் பேசியிருக்கிறோம்.

2007 வரையில் ஒரு மாற்றமும் நடக்கவில்லை. கூடங்குளத்தில் ஒரு வளர்ச்சியும் நடக்கவில்லை. பத்தாயிரம் பேருக்கு வேலையும் கிடைக்கவில்லை. இந்தச் சந்தர்ப்பத்தில் அணுசக்தித் துறை விளம்பரத்தில் ஒரு வார்த்தை போடப்பட்டிருந்தது. அப்போதுதான் ஊர்க்காரர்களுக்குப் புரிந்துள்ளது, ஓஹோ தலை மேல் கையை வைக்கிறார்கள் என்பதும் ஊரைவிட்டுப் போகவேண்டி வரும் போலிருக்குதே என்பதும். ஊரில் மணியெல்லாம் அடித்து ஊரைக் கூட்டி மக்கள் இதுபற்றிப் பேசினார்கள். அப்போது நான் கென்யா நைரோபியில் ஒரு கூட்டத்துக்குப் போயிருந்தேன். போய்விட்டு வந்தவுடன் கூடங்குளத்தைச் சேர்ந்த சுப்பிரமணியன் என்பவர், ‘எங்கள் ஊருக்குள் மாற்றம் உருவாகியுள்ளது. நீங்கள் வாங்க’ என்று அழைத்தார். அதன் பிறகுதான் கூடங்குளம் ஊருக்குள் வந்தோம்.

நீங்க சொன்னதையெல்லாம் முன்னர் கேட்கவில்லை இப்போது புரிகிறது என்றார்கள். அது வரையில் இப்பிரச்சினை நாடார், பரவர் பிரச்சினையாக இருந்தது. நாடார்கள் அதுவரைக்கும் இதைப் பரதவர் பிரச்சினையாகப் பார்த்தார்கள். தங்களுக்கு எதுவும் பாதிப்பு இருக்காது என்று நினைத்தார்கள். அப்போது தான் முதல் முறையாக இது பரதவருக்கு மட்டுமில்ல தங்களுக்கும் பிரச்சினை என்பதை உணர்ந்தார்கள். அணுக்கசிவுக் கதிர்வீச்சு ஏற்பட்டால் என்ன ஆகும்? மீன் உணவு என்ன ஆகும்? சாப்பாட்டுக்குப் பிரச்சினை வரும் என்பதை எல்லாம் உணர்ந்தார்கள். அதன் பிறகு ஊர்களுக்குள்ளே சென்று பேச ஆரம்பித்தோம். கூடங்குளம், செட்டிகுளம் போன்ற நாடார்கள் வசிக்கும் ஊருக்கும் போவோம். துண்டுப் பிரசுரங்கள் கொடுப்போம்.

எங்களுக்கு எந்தவித நிதியுதவியும் கிடையாது. எந்த அறக்கட்டளையிடமிருந்தும் தொண்டு நிறுவனத்திடமிருந்தும் காசு வாங்கவில்லை. தனிப்பட்ட நபர்கள் சிலர் உதவியிருக்கிறார்கள். நாங்கள் எங்கள் சொந்தப் பணத்தைத் தான் செலவழித்து வருவோம்.

2011இல் ஜப்பானில் ஃபுகுஷிமா அணுவுலையில் ஏற்பட்ட விபத்து ஒரு திருப்புமுனையாக அமைந்தது. அதன் பிறகு மக்களுக்கு, இவர்கள் சும்மா சொல்லவில்லை. இவர்கள் சொன்னதெல்லாம் நடக்கும் என்னும் எண்ணம் உறுதிப்பட்டது. அணுவுலை வெடிக்கும். வெடித்தால் சுற்றுவட்டார 30 கிலோமீட்டர் தூரத்தில் வசிப்போரை அப்புறப்படுத்துவார்கள். ஊரைவிட்டுப் போக வேண்டிவரும், அகதியாக வாழவேண்டும் என்பதைப் புரிந்துகொண்டார்கள். நாங்கள் சொன்னதெல்லாம் நடக்கிறது என்பதை உணர்ந்துகொண்டார்கள். அதனால் எங்கள்மீது அதிக மரியாதை காட்டினார்கள்.

1988இல் ராஜீவ் காந்தி அடிக்கல் நாட்டுவதற்கு வருவதா யிருந்தது. இன்று 2011 கிட்டத்தட்ட 23 வருடங்கள் ஓடிவிட்டன. கிட்டத்தட்ட கால் நூற்றாண்டு ஆகிறது. இவ்வளவு நாள்கள் இல்லாமல் இப்போது அணுசக்தித் துறையினர் கூடங்குளம் அணு உலை இயங்கப்போகிறது என்று சொல்கிறார்கள். கொஞ்ச மாவது புத்தி இருந்தால் ஃபுகுஷிமா விபத்துக்குப் பின்னராவது யோசிக்க மாட்டார்களா? ஆனால் 23 வருஷமாகச் சும்மா கிடந்த அணு உலையை இப்போது ஆரம்பிக்கப் போவதாகச் சொல்கிறார்கள்.

இரண்டாவது ஜூன் 1ஆம் தேதி பரிட்சார்த்த ஓட்டம் நடத்தியிருக்கிறார்கள். ஃபுகுஷிமா விபத்து நடந்து மூன்று மாதம் தான் ஆகிறது. இவர்களது அறிவைப் பாருங்கள். இவர்களெல் லோரும் விஞ்ஞானிகள். ஜூலை ஒன்றாந்தேதி மாதா கோவில் முன்னால் உண்ணாவிரதம் இருந்தோம். எங்களுக்கு இந்தத் தேதியில் தொடங்குவோமா என்பதெல்லாம் முன்னரே தெரியாது. எங்களுக்கு இவர்கள் எந்தவித அறிவிப்பும் தரவில்லை. தற்செயலான உண்ணாவிரதம் அது.

அடுத்த நாளிலிருந்து ‘கடபுட கடபுட’ என்று அணு உலையில் இருந்து பலத்த சத்தம் வந்தது. புகை போக்கியில் இருந்து கட்டுக்கடங்காத புகை வெளிப்பட்டது. இதையெல்லாம் கடலோர மக்கள் எல்லோரும் பார்த்தார்கள். அப்போதுதான் இதை இப்படியே விட்டால் சரிப்படாது என்னும் எண்ணம் மக்களுக்கு உறுதிப்பட்டது.

ஆகஸ்ட் 11ஆம் தேதி ஆயிரக்கணக்கான மக்கள் கூடங்குளத் தில் திரண்டார்கள். அணுவுலையிலிருந்து எழும் சத்தம், உலகம் இடிந்து தலையில் விழுவது போன்ற சத்தம், அது கடுமையான சத்தம்.

கூடங்குளத்தில் இருந்து அழைத்தார்கள். அப்போதுதான் ஃபுகுஷிமாவுக்கு நான் 15 நாட்கள் போய்விட்டு வந்திருந்தேன்.

வந்த மறு நாள் ஆகஸ்ட் 11 அன்று என்ன நடக்கிறது என்று பார்த்துவிட்டு வருவோம் என்று வந்தால் ஆயிரக்கணக்கில் மக்கள் திரண்டிருந்தார்கள். இந்த அணுவுலைகள் எங்களுக்கு வேண்டவே வேண்டாம். அதற்குரிய ஏற்பாட்டைச் செய்யுங்கள் என்று மக்கள் சொன்னார்கள். அங்கே நாங்கள் மக்களுடன் பேசிக்கொண்டிருக்கும்போதே, இடிந்தகரையில் கோயில் மணியடித்து ஊரைக்கூட்டுகிறார்கள் என்றும் உடனடியாக வாங்க என்றும் செய்தி வருகிறது. உடனே இடிந்தகரைக்கு வந்தோம். ஃபாதர் பங்களாவுக்கு முன்னால் பயங்கரக் கூட்டம், இடிந்தகரையில் உள்ளோரில் பாதிப்பேர் திரண்டிருந்தார்கள்.

அந்தச் சமயத்தில் தான் உடனடியாக ஆகஸ்ட் 16ஆம் தேதி உண்ணாவிரதத்தை ஏற்பாடு செய்வோம் என்று தீர்மானித்தோம். வேறு எந்தவிதமாகவும் மக்களைத் திரட்டவில்லை. ஆகஸ்ட் 16ஆம் தேதி இருபதாயிரம் பேர், கடலோரப் பகுதி மக்கள், அருகில் உள்ள நாடார் கிராமங்களிலிருந்து வந்த மக்கள் என்று திரண்டார்கள். அந்தச் சூழ்நிலையிலும் செட்டிக்குளத்துக்காரர்கள் வரவில்லை. அந்த ஊர் தலைமையில் இருந்தவர்கள் அணுவுலை ஆதரவுக் கொள்கை சார்ந்தவர்கள். இப்படி முதல்நிலை உண்ணாவிரதப் போராட்டம் மிகப்பெரிய வெற்றியாக அமைந்தது.

சந்திப்பு: **லஷ்மி மணிவண்ணன், கிருஷ்ண கோபால்.**
தொகுப்பு: **ரோகிணி.**

குமுதம் தீராநதி, ஜனவரி 2012

இது மக்களின் போராட்டம்

தமிழ்நாட்டில் கூடங்குளத்தில் இன்று நடைபெற்றுக்கொண்டிருக்கும் போராட்டம் எல்லா அர்த்தத்திலும் ஒரு மக்கள் போராட்டமாகும். கூடங்குளத்திலும் சமீப பகுதிகளிலும் வாழும் மக்களின் தலைமையில் நியாயமான உரிமைகளுக்காகவும் வாழ்வதற்காகவும் வேண்டி முற்றிலும் அகிம்சையான ரீதியில் நடைபெறும் போராட்டம் டாக்டர் சுப. உதயகுமார் தலைமை வகிக்கும் 'அணு சக்திக்கெதிரான மக்கள் இயக்கம்' (PMANE) என்ற அமைப்பு போராட்ட முறைகளுக்கு வழி காட்டுகின்றது.

கூடங்குளத்தில் நடைபெறும் போராட்டத்தின் காரணங்களையும், முன்வைக்கப்படும் பிரச்சினையின் பன்முகங்களைப் பற்றியும் இங்குள்ள மக்கள் மிகத் தெளிவாக புரிந்துள்ளனர். போராட்டத்தில் ஈடுபட்டுள்ள மக்கள் அனுபவங்களின் அடிப்படையிலும், ஆதாரங்களிலிருந்தும் பிரச்சினையை துல்லியமாகவும், தெளிவாகவும் எல்லோருக்கும் அறிவித்துள்ளனர். PMANE முன்வைக்கும் வாதங்களில் ஒன்றுக்காவது சரியான பதிலளிக்க நமது அணுசக்தி அதிகாரிகளுக்கோ, அரசிற்கோ இன்று வரை இயலவில்லை என்பதை நாம் கவனத்தில் கொள்ள வேண்டும்.

பதில் கூற முடியாதபோது அரசு என்ன செய்யும் என்பதை புரிந்துகொள்ள உலகின் மிகப்பெரிய சனநாயக நாடான இந்தியாவின் பிரதமர் இப்போது செய்துகொண்டிருப்பதை கவனித்தால் போதும். கூடங்குளம் போராட்டத்திற்கு அமெரிக்கா உட்பட

வெளிநாடுகளிலிருந்து பெருமளவு நிதியுதவி கிடைக்கிறது என்றும் ‘ஆற்றல்’ துறையில் இந்தியா வளர்ச்சியடைவதை தடுப்பதுதான் இப்போராட்டத்தின் நோக்கம் என்றும் பிரதமர் நம்மிடம் கூறுகின்றார். இப்படிபட்ட ஓர் அறிக்கை மூலம் போராடுபவர்களையும், பொதுமக்களையும், தைரியம் இழக்க வைக்கலாம் என்று பிரதமர் எண்ணுகின்றார்.

ஆனால் அறிக்கைக்கெதிராக இந்திய மக்கள் ஒருமித்து அணிதிரண்டு விட்டனர். PMANE யின் தலைவர் டாக்டர் சுப. உதயகுமார் குற்றச்சாட்டை நிரூபிக்க பிரதமரிடம் சவால் விட்டுள்ளார். அச்சவாலை ஏற்றுக்கொண்டதாக இதை எழுதும்வரை பிரதமர் அறிவிக்கவில்லை. பிரதமரது அறிக்கை அணு உலை எதிர்ப்பு இந்தியா முழுவதும் திடீரென பரவ காரணமாயிற்று. கார்ப்பரேட்டுகளின் முன் முழங்காலில் பணிந்து நிற்கும் டாக்டர் மன்மோகன் சிங் கூடங்குளத்தில் நடைபெறும் போராட்டம் எதற்கு என்று வினவவோ, கூடங்குளத்திற்கு வரவோ, பிரச்சினைகளை பேச்சுவார்த்தைக்கு உட்படுத்தவோ இதுவரை செய்யவில்லை.

PMANEயின் தொண்டர்கள் பிரதமரின் அறிவிப்புக்கெதிராக போராடுகின்றனர். டாக்டர் சுப. உதயகுமாரின் தலைமையில் பிரதமருக்கெதிராக நீதிமன்றத்தை அணுகவும் ஆலோசிக்கின்றனர். பிரதமரின் கூற்று உருவாக்கிய அலைகளைத் தொடர்ந்து புதிய சூழலில் கூடங்குளம் அணு உலை எதிர்ப்பு இயக்கத்தின் போக்கையும் புதிய திட்டங்கள் பற்றியும் டாக்டர் சுப. உதயகுமார் *மாத்ருபூமி* வார இதழுக்கு பேட்டியளித்தார். பேட்டி கண்டவர் நந்தலால். ஆர்.

கூடங்குளம் போராட்டம் மிகத் தீவிரமாகவும் தைரியமாகவும் முன்னேறுகிறது. இத்தகைய சூழலில் “கூடங்குளம் அணு உலை எதிர்ப்பு இயக்கத்திற்கு” வெளிநாட்டுப் பணம் கிடைக்கிறது, பல தன்னார்வ குழுக்களும் சேர்ந்து இந்தியாவின் ‘ஆற்றல்’ வளர்ச்சியை கவிழ்க்க முயற்சிக்கின்றனர் என்ற பிரதமரின் கூற்று வெளிவந்துள்ளது. இதனை எப்படி எதிர்கொள்கிறீர்கள்?

பிரதமர் எங்களுக்கு எதிராக முன்வைப்பது அபத்தமான குற்றச்சாட்டாகும். எந்த ஆதாரமும் இல்லாத போலியான, கட்டுக் கதையான கூற்று இது. கூடங்குளம் போராட்டத்திற்கு உதவி செய்யும் தன்னார்வ குழுக்கள் எவை என்பதை வெளியிட நான் பிரதமரிடம் சவால் விடுகிறேன். பிரதமர் என்ற நிலையில் இது தொடர்பான சகல விஷயங்களைப் பற்றியும் தகவல் சேகரிக்க எல்லா வசதிகளையும் அவர் பயன்படுத்தலாமல்லவா? அப்படியானால் அதை நிறுவ வேண்டிய பொறுப்பும் அவருக்கு இல்லையா? கூடங்குளம் பிரச்சினை பற்றி சரியான

ஆய்வு செய்யாமல் பிரதமரது அமைச்சரவையில் உள்ள நாராயணசாமியும், சில சுயநலவாதிகளும் விஷயத்தை பிரதமருக்கு அறிவிக்கின்றனர். அவர்கள் பிரதமருக்கு தவறான தகவல்களை அளிக்கின்றனர். கூடங்குளம் அணுமின் நிலைய அதிகாரிகளும் சரியான விவரங்களை அரசிற்கும் பொது மக்களுக்கும் நல்குவதில்லை. பிரதமரின் இத்தகைய ஓர் அறிக்கைக்கான காரணமும் அதுவே. மாறாக தன்னார்வ குழுக்களின் (NGO) செயல்பாடுகளைப் பற்றியும், வெகுஜன போராட்டங்களையும், இயக்கங்களைப் பற்றியும் படிக்க பிரதமருக்கு இயலாது. இதற்காக அவர் தன் அமைச்சர்களை சார்ந்திருக்க வேண்டியது இருக்கிறது. உண்மையில் இந்த அமைச்சர்கள்தான் பிரதமருக்கு தவறான செய்திகளைக் கொடுப்பவர்கள். எப்படியானாலும் நாங்கள் பிரதமருக்கு எதிராக மான நஷ்ட வழக்கு தொடர நீதிமன்றத்தை அணுக முடிவு செய்துள்ளோம்.

பிரதமரின் அலுவலகத்திலிருந்து முன்னர் ஒரு தடவை இந்த மாதிரி அறிக்கை விட்டிருந்தார். அதனை கூடங்குளம் அணு உலை எதிர்ப்பு போராட்டக் குழு உறுதியுடன் மறுத்தது. நாராயணசாமி தன் குற்றச்சாட்டை வாபஸ் பெற்றுக்கொண்டார் அல்லவா?

நாராயணசாமி தனக்கு மனதில் தோன்றுபவற்றைக் கூறுகிறார். எந்த அடிப்படையும் இல்லாமல் முன்வைக்கப்படும் இவ்வித குற்றச்சாட்டுகளுக்கு தேவையான ஆதாரங்களை முன்வைக்க அவருக்கு இயலாது. பிறகு அவரே குற்றச்சாட்டை வாபஸ் பெற்றுக்கொண்டார். இப்போது திரும்பவும் அதையே கூறுவதாக கேள்விப்படுகிறோம். அவருக்கு எப்படி பதில் கூற வேண்டும் என்று எனக்கு தெரியவில்லை.

இந்திய ஊடகங்கள் பிரதமரின் அறிக்கை சம்பந்தமான செய்திகளுக்கு அதிக அளவில் முக்கியமளித்தன. காட்சி ஊடகங்களில் வெளிவந்த பெருவாரி சர்ச்சைகளிலும் அணு உலையை எதிர்ப்பவர்களின் கூற்றுக்கு பிரதமரின் அறிக்கையைவிட கவனம் கிடைத்தது என்பதை நாம் கண்டோம். இவை ஒரு வகையில் உங்கள் போராட்டத்திற்கு சாதகமாகும் அல்லவா?

கட்டாயமாக. இந்த அறிக்கைகளும் குற்றச்சாட்டுகளும் போராட்டத்திற்கு அதிக பலத்தையும் சக்தியையும் பகிர்கிறது என்பது உண்மை.

இந்த அறிக்கையினால் அணு உலை எதிர்ப்பு போராட்டத்தில் தீவிரமாக ஈடுபட்டுள்ள கிளர்ச்சியாளர்களுக்கு ஏதாவது சிரமத்தை உருவாக்க முடிந்ததா?

நேர்காணல்கள்

போராட்டத்தின் முன் வரிசையில் நிற்கும் நபர்கள் ஊழல்வாதிகள் அல்ல என்பதை மக்கள் புரிந்துகொண்டுள்ளனர். பணத்திற்காகவோ, புகழுக்காகவோ, அதிகாரத்திற்காகவோ அல்ல, எம்.எல்.ஏ. பதவியோ எம்.பி. பதவியோ பெறுவதற்கல்ல இவ்வியக்கத் தலைவர்கள் நிலைபெறுவது என்பதில் மக்களுக்கு நம்பிக்கையுண்டு. மக்களுக்கு எங்களை நன்றாகத் தெரியும். அவர்கள் எங்களை நம்புகின்றனர். அதனால் நாங்களும் அவர்களுக்கு விசுவாசமுள்ளவர்களாக இருக்கவும் உண்மையை கடைபிடிக்கவும் முயற்சிக்கின்றோம்.

நீண்ட நாட்களாக நடைபெற்றுக் கொண்டிருக்கும் ஒரு போராட்டத்திற்கு தேவையான பொருளாதாரத்தை (பணச் செலவுகளை) எப்படி பெறுகிறீர்கள் என்று சிலர் கேட்கின்றனர். உங்கள் பதில் என்ன?

மிக நல்ல கேள்வி. மக்கள் தேவைக்காகப் போராடும் ஒரு இயக்கத்தை நடத்திச் செல்ல பணம் ஒரு தவிர்க்க முடியாத காரணியல்ல. இரண்டு லட்சம் ரூபாய்க்கு குறைவாகத் தான் கூடங்குளத்திலும், இடிந்தகரையிலும் ஒரு மாதத்திற்கும் மேலாக நடத்திய பிரச்சாரங்களுக்கு செலவழித்தோம். நீங்கள் எங்கள் வரவு செலவுகளை பரிசோதிக்கலாம். ஏழை மக்கள் நல்கிய நன்கொடைகள் எவ்வளவு என உறுதி செய்யலாம். நமது சுதந்திரப் போராட்டம் பற்றிய புத்தகங்களையோ, குறைந்தபட்சம் மகாத்மா காந்தியின் சுய வாழ்க்கை வரலாறான 'எனது சத்திய சோதனை'யையோ வாசித்து பார்க்க வேண்டும் என்று இத்தகைய நிதி தொடர்பான அறிக்கை விடுபவர்களை வேண்டுகிறேன். காந்திஜி தலைமை வகித்த இந்திய சுதந்திர போராட்டத்திற்கு எந்த குழுமங்கள் பணம் நல்கின? நமது பிரதமரோ அவரது ஊடக ஆலோசகர்களோ அந்த புத்தகத்தை ஒரு தடவையாவது வாசிக்கட்டும். அப்பொழுதான் தங்கள் தேவைக்காக போராடுகிற ஒரு இயக்கம் வெற்றியடைவது எப்படி என்பதை அறியமுடியும். ஒரு பொருளாதார வல்லுனர் என்ற நிலையில் நமது பிரதமர் கற்றுள்ள பாடங்களிலிருந்து நமது நாட்டிற்கு ஒரு நன்மையும் கிடைக்காது. மாறாக அதன் நன்மைகள் தமக்கான சில ரகசிய நடவடிக்கைகளைக் கொண்ட குழும முதலைகளுக்கேக் கிடைக்கின்றன.

போராட்டத்தை தமிழ்நாடு அரசு எங்ஙனம் அணுகுகின்றது? அரசின் நிலைபாட்டில் உங்களுக்கு நம்பிக்கையுண்டா?

நாளை (29.2.2012) மதியம் நாங்கள் முதலமைச்சரை சந்திக்கிறோம். அப்போது இக்கேள்வி தொடர்பான விவரங்களை அறியலாம். சந்திப்பைப் பற்றி உறுதியாகவே நல்ல

நம்பிக்கையுண்டு. இதுவரையுள்ள முதலமைச்சரின் அறிக்கைகள் நம்பிக்கையூட்டுவனவாக உள்ளன. நாங்கள் கூறும் விஷயங்களை அவர் மிக கவனத்துடனும் பொறுமையுடனும் கேட்பதுண்டு. அதுவும் எங்கள் நம்பிக்கையை அதிகரிக்க செய்கின்றது. அவருக்கு எங்கள் நிலைபாட்டை புரியவைக்க நாங்கள் முடிந்த அளவு முயற்சி செய்வோம்.

கூடங்குளத்திலும் பக்கத்து கிராமங்களிலும் நடக்கும் சம்பவங்களை ஊடகங்கள் எங்ஙனம் அணுகுகின்றன?

ஊடகங்கள் பொதுவாக பரபரப்பூட்டும் செய்திகளின் பின்னால் செல்பவர்கள். அவர்கள் இப்போது நமது செயல்களுக்கு தேவையான கவனிப்பை அளிக்கின்றனர். ஆனாலும் மத்திய அரசை கேள்விக்குட்படுத்தும் எந்த அறிக்கையையும் அவர்கள் பிரசுரித்ததாக தெரியவில்லை. அவர்கள் மக்களின் பயத்தையும், உணர்வுகளையும் பொருட்படுத்தாதது ஏன்? எதனால் நமது மக்களுக்கு பிரச்சினையைப் புரிந்துகொள்ள இயலவில்லை என்றும் பொது காரியங்களில் மக்கள் தமக்கு சொந்தமான நிலைபாட்டை எடுக்கமுடியாது என்றும் மத்திய அரசு எண்ணுகிறது? மக்களை மாடுகளைப் போல வாங்கவும் விற்கவும் இயலும் என்றும், அவர்களுக்கு பணம் என்ற ஒன்றைத் தவிர வாழ்வில் வேறு விருப்புகள் இல்லை என்றும் நம்புவது ஜனநாயகத்திற்கு எதிரானதும் அகந்தை நிறைந்ததும் ஆகும். இது அபத்தம் ஆனாலும் ஊடகங்கள் எதுவும் அரசின் இந்த நிலைபாட்டை கேள்விக்குட்படுத்தவில்லை.

கூடங்குளம் அணுமின் திட்டம் மிக வேகமாக செயற்படுத்தப்பட வேண்டியதின் தேவையைப் பற்றி மக்களை புரிய வைக்க அணுவதிகாரிகள் நிறைய தந்திரங்களை உருவாக்கியுள்ளனர். அணு உலை எதிர்ப்பாளர்கள் முன்வைக்கும் ஒவ்வொரு கேள்விக்கும் பதில் கூற முனைகின்றனர். *மாத்ருபூமி வாராந்தரி*யில் பிரசுரித்த உங்களது பேட்டியிலும், பிற கட்டுரைகளிலும் வெளிப்படும் அணு உலைக்கு எதிரான கருத்துக்களை எதிர்க்க கூடங்குளம் நிலையத்தில் வேலைசெய்யும் 13 விஞ்ஞானிகள் ஒன்றுசேர்ந்து ஒரு கட்டுரை தயாரித்துள்ளனர். விஞ்ஞானிகள் என்பதால் அவர்களின் வாதங்கள் மக்களை தவறான புரிதலுக்கு இட்டுச்செல்லும் என்று நீங்கள் கருதுகிறீர்களா?

ஒருபோதும் இல்லை. இந்த விஞ்ஞானிகள் எல்லோரும் சொந்த வேலையில் மட்டுமே விருப்பம் உள்ளவர்கள். தமக்கு ஆக வேண்டியவற்றை பெறும் நோக்கத்திற்காக மட்டும் செயல்படுபவர்கள். இவர்கள் மக்களுக்காக செயல்பட்டால்

2004இல் சுனாமி பேரலை அடித்தபோது ஒரு முன்னறிவிப்பாவது செய்திருப்பார்கள். இந்தோனேஷியாவில் சுனாமிக்கு காரணமான பூகம்பம் உருவாகி நான்கு மணிநேரம் கழிந்துதான் அலை நமது கடற்கரையை தாக்கியது. அந்நேரம் வரையும் நமது விஞ்ஞானிகள் என்ன செய்துகொண்டிருந்தனர்? மக்ககளை எச்சரிக்கை செய்ய முடிந்திருக்கும். சுனாமி அலைகள் அந்தமான் நிக்கோபாரை அடைந்தபோதும் எச்சரிக்கை செய்ய இவர்களுக்கு இயலவில்லை. இந்தியாவின் ஏழை மக்களுக்கு இந்த விஞ்ஞானிகள் என்ன நன்மையை உருவாக்கிக் கொடுத்தனர்? ஐம்பது ஆண்டுகளுக்கு முன் வெள்ளையர்கள் கண்டுபிடித்த விஷயங்களை இவர்கள் திரும்பவும் கண்டுபிடிக்கின்றனர். இவர்களுக்கு அடிப்படைகளோ, படைப்புத் திறனோ இல்லை. ஏன் இவர்களால் புதியன படைக்க முடியவில்லை? அடிப்படையும் படைப்புத்திறனும் உள்ள தலைவனைப்போல் சிந்தித்து இங்குள்ள ஏழைகளின் நல்வாழ்விற்காக எதாவது புதியதாக செய்ய ஏன் இவர்களால் இயலவில்லை? இவர்கள் ஒரு நன்மையும் செய்யவில்லை. உண்மையில் இவர்கள் பொது சொத்தை அபகரிக்கின்றனர். மாதவன் நாயரைப் பற்றியும் D.R.D.O.வைப் பற்றியும் எழுந்துள்ள விவாதங்கள் இதனை வெளிப்படுத்துகின்றன. நமது குடியரசுத் தலைவர் D.R.D.O.வின் தவறான போக்கை கண்டித்துள்ளார். இதுவே இந்திய விஞ்ஞானிகள் பற்றிய மதிப்பீடாகும்.

அணுசக்தி ஆணையம் அணு உலையை மிக சீக்கிரம் செயல்பட செய்யும் என்று கூறியுள்ளனர். இதை தடுக்க புதிய திட்டங்கள் எவை?

நிலையத்தை மிகச் சீக்கிரமாக செயல்பட செய்வோம் என்பது முட்டாள்தனம். நமது பிரதமர் மாஸ்கோ சென்றபோது கூடங்குளம் நிலையம் இரண்டு வாரங்களில் செயல்படத் தொடங்கும் என அறிக்கை விட்டார். அப்படி கூறி மூன்று மாதம் ஆகிவிட்டது. அதுபோன்றே நிலையம் இருவாரங்களில் செயல்படத் தொடங்கும் என்று கூறும் அமைச்சர் நாராயணசாமிக்கும் அணுமின் நிலையங்களைப் பற்றியோ, அணுசக்தி உற்பத்திச் செய்யப்படும் விதத்தைப் பற்றியோ எந்த விதமான புரிதலும் இல்லை. அவர் அரசியல் அறிக்கைகள் விடுகிறார். நம்மை பயமுறுத்தவும் உளவியல் ரீதியில் தளர்த்தவும் பேசுகின்றார். நிலையம் எப்போது செயல்படத் தொடங்கும் என்று சரியாக கூறமுடியாது என்பதை அணுசக்தி துறை (NPCIL) கூட அறிவித்துள்ளது. அப்படியானால் நிலையம் இரு வாரங்களில் செயல்படத் தொடங்கும் என நாராயணசாமி கூறுவதன் பொருள் என்ன? மேலும் சில தொழில்நுட்ப சிக்கல்களும உண்டு. கூடங்குளம் நிலைய அதிகாரிகள் ஆபத்து

வந்தால் செய்யவேண்டிய நடவடிக்கைகளைப் பற்றி அப்பகுதி மக்களுக்கு பயிற்சி அளிக்கவேண்டும். அப்பயிற்சி அளிக்காமல் உலையில் எரிபொருள் குச்சிகளைச் சொருக முடியாது. அப்படி செய்தால் அது பன்னாட்டு சட்டப்படியும், இந்திய சட்டப்படியும் குற்றமாகும். மத்திய அரசு அந்த சட்டத்தை மீறாது என்று நம்புகிறோம்.

கூடங்குளம் பகுதி மக்கள் போராட்டத்திலிருந்து விலகிவிட்டார்கள் என்றும், அதனால் கிளர்ச்சி செய்யும் தலைவர்கள் பக்கத்து கிராமங்களிலிருந்து மக்களை வாகனங்களில் ஏற்றி வந்து உணவும், மதுவும் கொடுப்பதால் இப்போது போராட்டம் தொடர்கிறது என்றும், இம்முயற்சிகளுக்கு பல்வேறு தன்னார்வ குழுக்கள் அளிக்கும் நிதி பயன்படுத்தப்படுகிறது என்றும் இப்போது குற்றஞ்சாட்டப்பட்டுள்ளது. இது உங்களை எங்ஙனம் பாதித்துள்ளது?

சில ஊடகங்கள் எந்த தரத்தையும் கடை பிடிக்காமல் இத்தகைய பொய்களை விளம்பரம் செய்ய முயற்சிக்கின்றன. எந்தவித தார்மீக மதிப்பீடுகளோ, விழுமியங்களோ இவர்களுக்கு இல்லை. பணம் பண்ணுவதற்கான செயல்பாடாக மட்டுமே ஊடக செயல்பாட்டை காண்பவர்கள். கிளர்ச்சியாளர்களிடையே சிறு சலசலப்பைக் கூட இவர்களால் உருவாக்க முடியவில்லை. சிலர் பொய்யைப் பரப்பினாலும் உண்மையை அப்படியே வெளியிடும் ஊடகங்களும் உண்டு என்பதை நான் மறுக்கவில்லை.

பண விஷயம் தொடர்பாக புலன் விசாரணை செய்ய C.B.I.யைப் பணித்ததாக தகவல் உண்டு அல்லவா? இதைப்பற்றி என்ன கூறுகிறீர்கள்.

மிக நல்ல காரியம். இத்தகைய விசாரணைகளை நாங்கள் முழுமனதோடு வரவேற்கிறோம். குற்றம் சாட்டுவதுபோல் போராட்டத்தில் ஈடுபடும் மக்களுக்கு எங்கிருந்தும் பணம் கிடைக்கவில்லை என்ற உண்மை அப்போது வெளிவரும் அல்லவா! அவர்கள் எத்தனை தன்னார்வ குழுக்களைப் பற்றியும் விசாரிக்கட்டும். ஆனால் விசாரணை சமூக சங்கங்களிலும், கிறிஸ்தவ அமைப்புகளிலும் மட்டுமாக சுருங்கி விடக் கூடாது. ராஜீவ் காந்தி நிதியேற்பாட்டு நிறுவனமும் விசாரணை எல்லைக்குள் வரவேண்டும். நாடு முழுதும் ஆர்.எஸ்.எஸ். குக் ஆதரவளிக்கும் அரசு சாராத அமைப்புகளைப் பற்றியும் விசாரிக்கட்டும். காங்கிரஸ், பா.ஜ.க., ஆர்.எஸ்.எஸ். போன்ற ஏராளமான அமைப்புகளுக்கு வெளிநாட்டிலிருந்து பணம் கிடைக்கின்றது. அவற்றையும் விசாரிக்கட்டும். விசாரணையை தூத்துக்குடியில் உள்ள சில கிறிஸ்தவ அமைப்புகளுக்கு மட்டுமாக சுருங்கிவிடக் கூடாது என்று மட்டுமே கூறுகிறேன்.

போராட்டத்தின் இந்த கட்டத்தில் *மாத்ருபூமி வாராந்தரி*யின் வாசகர்களுக்கு நீங்கள் என்ன கூறுகிறீர்கள்?

எனக்கு மலையாளிகளைப் பற்றி நல்ல மதிப்புண்டு. காரணம் அவர்கள் அரசியல் அறிவு உடையவர்கள். தம்மைச் சுற்றி நடக்கும் விஷயங்களைப் பற்றி தெளிவான புரிதல் உடையவர்கள். தினமும் பத்திரிகை வாசிப்பவர்கள். அப்படிபட்ட மக்கள் அரசின் தந்திரங்களிலும் ஏமாற்றுதல்களிலும் அகப்பட்டுவிடக் கூடாது. தமிழ்நாட்டிலும், கேரளாவிலும் உள்ள மக்களை பிரிக்க வேண்டியே முல்லைப் பெரியாறு பிரச்சினை உருவாக்கப்பட்டது. காரணம், தினமும் நூற்றுக்கணக்கான மக்கள் கேரளாவிலிருந்து கூடங்குளத்திற்கு போராட்டத்திற்கு ஆதரவு தெரிவித்து வந்துகொண்டிருக்கின்றனர். இங்கு நாம் சகோதரர்களைப் போல் ஒற்றுமையுடன் போராடினோம். அதற்கிடையில் முல்லைப்பெரியாறு விஷயத்தை சொல்லி நம்மை பிரிக்கவும், நம்மிடையே வெறுப்பை உருவாக்கவும் முயற்சிக்கின்றனர். முல்லைப் பெரியாறு நீண்ட காலமாக உள்ள ஒரு பிரச்சினை. இனியும் அது அப்படியே தொடரும். ஆனால் கூடங்குளம் பிரச்சினை டில்லியில் ஆளும் அதிகாரிகளுக்கு பயத்தை தருவது. அதனால் அவர்கள் தந்திரமாக நம்மை இருதுருவங்களாக்க முயற்சிக்கின்றனர். வரலாற்று ரீதியாகவும், அரசியல் ரீதியாகவும், கலாச்சார சமூக ரீதியிலும் இவ்வளவு நெருக்கமான உறவுள்ள மக்கள் சமூகம் இந்தியாவில் உண்டு எனில் அது தமிழர்களும் மலையாளிகளும் மட்டுமே. அவர்கள் நம்மிடையே பிரிவினையை உருவாக்கியுள்ளனர். இதனை கீழடக்கவும் கூடங்குளம் அணு உலைக்கு எதிராக ஒன்றுதிரண்டு போராடவும் நாம் முயலவேண்டும்.

மாத்ருபூமி வாராந்தரி அணு உலை தொடர்பாக வெளியிட்ட கட்டுரைகளை நான் பார்த்தேன். வாராந்தரி இப்பிரச்சினையில் மிக தீவிரமாக வினையாற்றுகிறது என்பதை முக்கியமான ஒன்றாக நான் காண்கிறேன். தொடர்ந்தும் இத்தகைய ஆதரவு கிடைக்கும் என்று எதிர்பார்க்கிறேன்.

சந்திப்பு: **நந்தலால். ஆர்**

***மாத்ருபூமி* (மலையாள வார இதழ்), மார்ச் 2012**

தமிழில்: **D. மனோ**

அணு உலையைக் கைவிட வேண்டும் அல்லது நாங்கள் சாக வேண்டும்

கூடங்குளம் அணுஉலைக்கு எதிரான போராட்டம் முக்கியமான ஒரு திருப்புமுனையில் உள்ளது. போராடும் மக்களுக்கு எதிரான குற்றச் சாட்டுகளுக்கும், போராட்டம் முடியப் போகிறது என்ற செய்திக்கும் இடையில் நாம் உரையாடுகிறோம். தமிழ்நாடு முதலமைச்சர் ஜெயலலிதா ஆரம்பத்தில் போராட்டத்தை ஆதரித்தாரல்லவா? முன்னர் ஜெயலலிதாவை சந்தித்த போது அவர் கூறியது என்ன?

ஜெயலலிதாவுடன் நடத்திய பேச்சுவார்த்தை மிக நன்றாக இருந்தது. ஆங்கிலத்தில் பேசினார். அவருக்கு ஆங்கிலத்தில் பேசுவதுதான் விருப்பம். அவர் கூறினார், "ஒரு இரவுக்குள் ஒன்றும் செய்ய இயலாது." நான் கூறினேன், "நமக்கு மாற்று சக்தி களை தேடலாம். ரஷ்யாகாரனிடமும் பிரெஞ்சு காரனிடமும் சென்று அவர்களது அடிமை ஆகவேண்டாம்." மிக நட்பான முறையில் அவர் பேசினார். நான் ஜெயலலிதாவைப் பற்றி கேள்விப்பட்டுள்ளேன். அவரது ஆளுமையைப் பற்றியும் நன்றாக அறிவேன். அவர் சினிமாவில் நடித்துக்கொண்டிருக்கும் நாள் முதல் அவர் யார் என்று எல்லோருக்கும் தெரியும். ஆனால் இந்த விஷயத்தில் அவரது முடிவு அனுகூலமாகலாம் என்ற எதிர்பார்ப்பு இருந்தது. காரணம் தமிழர் பிரச்சினைகளில் அவர் பலவேளைகளிலும் நல்ல

நிலைபாட்டை எடுத்துள்ளார். தமிழ் ஈழப்பிரச்சனை, 570 மீனவர்கள் கொல்லப்பட்ட சம்பவம் முதலிய விஷயங்களில் தமிழர்களுக்கு சாதகமான நிலைபாட்டை எடுத்திருந்தார். அதனால் இந்த பிரச்சினையிலும் சாதகமான நிலைபாட்டை எடுக்கலாம் என்ற ஒரு சிறு நம்பிக்கை இருந்தது.

இந்தியாவில் எங்கு சென்றாலும் தமிழ் என்று கூறும்போது சந்தேகத்தோடு எங்களைப் பார்ப்பார்கள். டில்லியில் நூறு விழுக்காடு இந்திய குடிமகனாக எங்களை பார்ப்பதில்லை. காரணம் நாங்கள் தமிழ் அடையாளத்தை பலமாக பிடிக்கின்றோம். இன தனித்துவம் உண்டு. எல்லோரும் தமிழர்களை அந்த நோக்கில் பார்க்கின்றனர். எங்களது தலைவர்களான கருணாநிதி போன்றவர்கள் தமிழ், தமிழ் என்று கூறியல்லவா எங்களை ஏமாற்றினார்கள். தமிழ் என்று கூறியவர்கள் போய்விட்டார்கள். கர்நாடகத்திலிருந்து ஒரு பிராமணப் பெண் தமிழ் அரசியல் பேசுகிறார். அதில் கொஞ்சம் எதிர்பார்ப்பு இருந்தது. அதேவேளையில் 50 விழுக்காடு எதிர்பார்ப்பு இல்லாமலும் இருந்தது. காரணம் அவர் நிறைய கிரிமினல் வழக்குகளை சந்திக்கும் நேரம். அவரது பண்புகளைப் பற்றி நமக்கு தெரியும். எல்லாவற்றிற்கும் மேல் அவர் ஒரு அரசியல்வாதி. தங்கள் சுய லாபத்திற்கான தேர்வுகள் மட்டுமே அரசியல்வாதிகளுக்கு உள்ளன. அதனால் எதுவும் நடக்கலாம் என்ற எண்ணமும் இருந்தது.

மார்ச் 18ஆம் தேதி சங்கரன்கோவில் இடைத்தேர்தல் நடைபெற்றது. 19ஆம் தேதி ஜெயலலிதா மத்திய அரசிற்கு ஆதரவாக அணு உலை வேண்டும் என்று தன் நிலைபாட்டை மாற்றிக் கொண்டார். கைது நடைபெறுகிறது. காட்சி முழுவதும் மாறுகிறது. என்னென்ன சம்பவித்தன?

18ஆம் தேதி வாக்குப் பதிவு முடிந்தது. 21ஆம் தேதி தேர்தல் முடிவு வரும்வரை ஒன்றும் செய்ய மாட்டார்கள் என்று முதலில் கருதினோம். 18ஆம் தேதி மாலை நாலே முக்கால் மணியளவில் மாவட்ட ஆட்சியாளருக்காக துணை எஸ்.பி. தொலைபேசியில் கூப்பிட்டார். என்னோடும் பங்குத் தந்தை அருள் திரு. ஜெயக்குமாரிடமும் 19ஆம் தேதி காலை 10 மணிக்கு மாவட்ட ஆட்சியாளரை சந்திக்க வரும்படி கூறினார். என்ன விஷயம் என்று கேட்டேன். அவர், முதலமைச்சரை நாங்கள் இரண்டாவது தடவை சந்தித்து அளித்த விண்ணப்பத்தின் நகல் வேண்டும் என்றார். நான் மின் அஞ்சல் மூலமும் தொலைப் பிரதி மூலமும் அனுப்பலாம் என்றேன். இவ்வளவுதான் நமது அதிகாரிகளின் அறிவு. ஒரு நல்ல காரணத்தைக் கூட கூற

முடியவில்லை பாவம். ஏன் எங்களை மட்டும் கூப்பிட்டீர்கள்? அருட் தந்தை ஜெயக்குமார் எதற்காக? என்ற கேள்விகளை கேட்டபோது ஒன்றிற்கும் பதிலில்லை. ஓ.கே. பிறகு பேசலாம் என்று கூறினார். சற்று நேரம் கழிந்து திரும்பவும் கூப்பிட்டார். நீங்கள் ஐந்து பேர் வாருங்கள்.

யார் யார்?

புஷ்பராயன், வழக்குரைஞர் சிவ. சுப்பிரமணியம், மை.பா. ஜேசுராஜ், அருட் தந்தை ஜெயக்குமார், நான். உடனே நான் பதிலாக கேட்டேன், "எங்களை கைது செய்யவா?" உடனே அவர் புரிந்துகொண்டார், எங்களை கைது செய்ய முடியாதென்று. ஒரு விண்ணப்பத்தின் பிரதியுடன் ஐந்து பேர் வரவேண்டும் என்று கூறினார். இரவில் மாவட்ட ஆட்சியாளர் கூப்பிட்டார். ஐந்து பேரும் வரவேண்டும். நான் கேட்டேன், கைது செய்யவா? மாவட்ட ஆட்சியாளர் பதில் கூறினார். உங்களை கைது செய்ய இங்கு அழைக்கவில்லை. 2000 காவலர்களை அனுப்பினால் அங்கிருந்தே உங்களை கைது செய்ய முடியும். நீங்கள் என்ன குகைக்குள்ளேயா இருக்கிறீர்கள்? பின் எதற்காக உங்களை கைதுசெய்ய இங்கு கூப்பிட வேண்டும். பத்து மணிக்கு வாருங்கள். முதலமைச்சருக்கு அளித்த மனுவில் கடல் தொடர்பான விஷயங்கள் கூறப்பட்டுள்ளதல்லவா? நான் கூறினேன். அதைப் பற்றி பேச நாங்கள் தகுதியானவர்களல்ல. எங்களுடைய வல்லுனர் குழு இருக்கிறது. அவர்களைக் கூப்பிடுங்கள். அத்துடன் அவர்களுக்கு பதில் கூற முடியவில்லை. கட்டாயம் வரவேண்டும் என்று மட்டும் கூறினார். மறுநாள் காலையில் திரும்பவும் கூப்பிட்டார். நான் கேட்டேன்: இங்கு போலீசை குவித்துள்ளீர்கள் அல்லவா? இன்னொரு பக்கத்தில் எங்களைக் கூப்பிடுகிறீர்கள். இரண்டிற்கும் தொடர்பில்லையா? 18ஆம் தேதி இரவில் போலீஸ் வர ஆரம்பித்தது. சங்கரன்கோவில் தேர்தலை முடித்துவிட்டு அங்குள்ள போலீஸ்காரர்கள் இங்கு வரத் தொடங்கினர். எங்களுக்கு இது புரிந்தது. தமிழ்நாடு போலீஸ் மட்டுமல்ல, அதிரடிப்படை போன்றவையும் வந்தன. அணு உலைக்கு அருகிலும் அணு விஜய் டவுண்ஷிப்பிற்கு பக்கத்திலும் அவர்கள் குவிக்கப்பட்டனர். மாவட்ட ஆட்சியாளர் 144 சட்டம் அறிவித்தார். சானல்களில் செய்தி வந்தது.

144 அறிவித்த பின் இங்குள்ள சூழல் எப்படி இருந்தது?

இரண்டாம் நாள் முதல் இங்கு தண்ணீர் வரவில்லை. மின்சாரம் தடை செய்யப்பட்டது. முழு மின்வெட்டு, பால், காய்கறிகள் எதுவும் வரவில்லை. எவரையும் உள்ளே அனுமதிக்க

வில்லை. 12ஆம் வகுப்புத் தேர்வுக்கு மாணவர்கள் நடந்து சென்றனர். குழந்தைகளுக்குப் பால் இல்லை. பெண்கள் குப்பியில் சர்க்கரை கலந்து கொடுத்தனர். கர்ப்பிணியான தாயை மருத்துவமனைக்குச் செல்ல அனுமதிக்காது தடை செய்தனர். அது பிரச்சினையாயிற்று. இவற்றை டைம்ஸ் நவ், என்.டி.டி.வி போன்ற சானல்கள் உடனடிச் செய்தியாக வெளியிட்டன. அதற்கிடையே நான்கு மணிநேரம் இடைவெளிவிட்டு 30–40 வண்டிகளில் போலீசார் கிராமத்தின் அருகாமையில் வந்தனர், எங்களைக் கைது செய்ய 5000 – 6000 போலீஸ் வரும்போது எதுவும் நிகழலாம் அல்லவா?

அந்த நேரத்தில் போராட்டப் பந்தலில் எத்தனை மக்கள் இருந்தனர்?

பதினாயிரத்திற்கு மேல் மக்கள் உண்டு. பக்கத்து கிராமத்தி லிருந்து மக்கள் வரத் தொடங்கினர். ராணுவத்தினரும் அரசும் செய்த இந்த முயற்சியை நாங்கள் முள்ளிவாய்க்கால் என்று கூறினோம். பிரபாகரனைக் கொன்ற இடம் முள்ளிவாய்க்கால். எல்லாத் திசைகளிலிருந்தும் ராணுவம் சுற்றி வளைத்துப் பிரபாகரனைக் கொன்றது. முள்ளிவாய்க்கால் என்று கூறியது உணர்ச்சி பூர்வமாக பெரிய பிரச்சினையை உருவாக்கியது. தமிழ்நாட்டில் சிறுகுழந்தைக்கும் முள்ளிவாய்க்கால் என்றால் என்ன என்பது தெரியும். அது ஒரு பெரிய பிம்பமாக மாறியது.

இரண்டு நாள் மின்சாரமில்லை. தண்ணீர் இல்லை. போராட்டப் பந்தலில் எவ்வளவு மக்கள். அதிகமும் பெண்கள். தேவையான கழிப்பிட வசதியும் இல்லை.

அப்போது ஊடகங்களை அனுமதித்தார்களா?

ஊடகங்கள் இங்கே இருந்தன. என்.டி.டி.வி. டைம்ஸ் நவ், ஹெட்லைன் டுடே, தமிழ்ச் சானல்கள் யாவும் இருந்தன. அதனால் தப்பினோம். போலீஸ் அவர்களிடம் வெளியேறக் கூறி அழுத்தம் கொடுத்தது. அவர்கள் போகவில்லை. ஓரிருவர் வெளியே சென்று மாட்டிக் கொண்டார்கள். அவர்களுக்கு உள்ளே வரமுடியவில்லை. செய்தி வெளியே வரத் தொடங்கிய போது கடற்கரை கிராமங்களில் பதட்டம் ஏற்பட்டது. அங்குள்ளவர்கள் உணவுப் பொருட்களை கொண்டு வரத் தொடங்கினர். படகுகளில் உணவு வந்தது. பால், காய்கறி, அரிசி போன்றவை. எல்லோரும் உணவு சமைக்கத் தொடங்கினர். ஜெயலலிதாவை கருணாநிதி 1–2 மணிநேரத்தில் கைது செய்தார். கருணாநிதியை ஜெயலலிதா 10 நிமிடங்களில் கைது செய்தார். ஆனால் இங்கே வந்து எங்களைக் கைது செய்ய முடியவில்லை.

தமிழ்நாடு போலீஸ் ஐ.ஜி. உதயகுமாரை 24 மணிநேரத்தில் கைது செய்வேன் என்று கூறியிருந்தார்.

இந்தப் பிரச்சினைகள் உருவாகு முன் அரசின் பிரதிநிதிகளுடனும் வல்லுனர் குழுவுடனும் பேச போராட்டக்குழு முயற்சி செய்ததுண்டா?

மத்திய அரசின் 15 நபர்கள் அடங்கிய வல்லுநர் குழுவே முத்து நாயகம் குழு. குழுவினரிடம் நாங்கள் 50 கேள்விகள் கேட்டோம். அதில் நான்கு கேள்விகளுக்குப் பதில் தரமுடியாது என்று கூறினர். இந்தியா – ரஷ்ய அணு ஒப்பந்தம், அதில் நமது பொறுப்புகள் என்னென்ன என்பது ஒரு கேள்வி. அது தரமுடியாது எனக் கூறினர். இந்தியா – ரஷ்யா, இந்தியா – சீனா, இந்தியா – இலங்கை இருநாட்டு ஒப்பந்தங்கள் பற்றி கேட்டிருந்தோம். இந்தியா – இலங்கை பற்றி கேட்க காரணம் இங்கு அணுசக்தி நிலையம் வரும்போது, மின்சாரத்தை கடலுள் கம்பிவழி இலங்கைக்கு கொண்டு செல்வதற்கான ஒரு ஒப்பந்தத்தையும் செய்திருந்தனர். அணுக் கழிவுகள் எவ்வளவு வரும் என்று கேட்டிருந்தோம். அதற்கும் பதில் இல்லை.

பிரதமருடனான சந்திப்பில் எவ்வளவு அணுக் கழிவு உண்டாகும் என்ற கேள்விக்கு எஸ்.கே. ஜெயின் (NPCILஇன் இயக்குனர்) கைகளை கூப்புவது போல் வைத்துக்கொண்டு, “கொஞ்சம் கழிவுகள் மிச்சம் வரும். அவற்றை உருக்கி ஒரு கண்ணாடி சிமிழுக்குள் வைத்து வரவேற்பறை அலமாரியில் கூட வைத்துக்கொள்ளலாம்” என்று கூறினார்.

எவ்வளவு பெரிய விஞ்ஞானி கூறிய அபத்தம் அது. ஒரு வாரத்திற்கு பின் டாக்டர் காசிநாத் பாலாஜி என்ற இவர்களது திட்ட இயக்குனர், “கொஞ்சம் கழிவுகள் வரும்”, என்றார். மீண்டும் ஒருவாரம் சென்றபின் நமது எ.பி.ஜே. அப்துல் கலாம் கூறினார். “25 விழுக்காடு கழிவுகளை பூமிக்கடியில் சேகரிக்க முடியும்.”

ஒருவராவது ஒரு விஞ்ஞானியைப்போல் பேச வேண்டாமா? ஓர் ஆண்டில் எவ்வளவு வெவ்வேறு தர கழிவுகள் உருவாகும். அதனை எப்படி அழிப்போம்? இவற்றிற்கு பதில் சொல்வதற்கு பதில் இவ்வளவு உண்டாகும், அவ்வளவு உண்டாகும் என்று கூறுவதில் என்ன அடிப்படை உள்ளது?

மட்டுமல்ல, திட்டத்தின் அடிப்படை விவரங்களை எங்களுக்குத் தரக் கேட்டோம். சுற்றுச்சூழல் பாதிப்பு பற்றிய ஆய்வு, பாதுகாப்பு, இடமதிப்பீடு போன்றவற்றைக் கேட்டோம். அணு உலை இருக்கும் இடம் பிரச்சினைக்குரியது. ரஷ்ய விஞ்ஞானிகள் தேர்வு செய்த ஒரு இடமுண்டு. பின்னர் அதை

மாற்றினர். அன்று அது பெரிய பிரச்சினையானது. சுமார் ஐந்து ஆண்டுகளுக்குமுன் நடந்த பிரச்சினை. ரஷ்ய விஞ்ஞானிகள் முதலில் கோபம் கொண்டு சென்றனர். பத்திரிகைகளில் அது செய்தியாயிற்று. மறுநாள் கூறினார்கள் எல்லாம் சரியாயிற்று என்று. நாங்கள் கேட்டோம் ஏதாவது பிரச்சினை உண்டா என்று. இடம் பற்றிய தெளிவான விவரங்கள் எவை? அவர்கள் கூறிய குறைபாடுகள் எவை? நிலையம் கட்டுவது தொடர்பான தகவல்கள் எங்களுக்குத் தேவையில்லை. காரணம் நாங்கள் அணு உலை கட்ட நினைக்கவில்லை. எங்களது பாதுகாப்பை பற்றிய விவரங்கள் தேவை. தமிழ், மலையாளம், ஹிந்தி மொழிகளில் பதில் தேவை என்று நாங்கள் கேட்டோம். ஆனால் 23 ஆண்டுகள் நடந்த போராட்டத்தில் சுற்றுச்சூழல் பாதிப்பு பற்றிய ஆய்வு எங்களுக்கு சென்ற அக்டோபரில் தான் கிடைத்தது. அதுவும் ஆங்கிலத்தில்.

இப்படிப்பட்ட ஆய்வுகளை போராட்ட குழு நடத்தியுள்ளதா?

முப்பது பேர் கொண்ட ஒரு வல்லுனர் குழுவை நாங்கள் உருவாக்கியுள்ளோம். அதில் கேரளாவிலிருந்து டாக்டர் எம்.பி. பரமேசுவரன், வி.டி. பத்மநாபன், சி.ஆர். நீலகண்டன், குஜராத்திலிருந்து டாக்டர் சுரேந்திர கடேக்கர், மேலும் புகழேந்தி, டாக்டர் லால் மோகன் போன்றவர்களும் பொறியியலாளர்களும் மருத்துவர்களும் உள்ளிட்ட எல்லாவித வல்லுனர்களும் உண்டு.

ஓர் அணு உலை நிறுவும் இடத்தில் பாறைகளுக்கு 40,000 அடி தடிமம் வேண்டும் என்பது சட்டம். ஆனால் இங்கு 400 அடி தான் உள்ளது. மேலும் கடலின் அடியில் குமரி சரிவு, கொழும்பு சரிவு என இரண்டு சரிவுகள் கண்டுபிடிக்கப்பட்டுள்ளன. கடலின் அடிப்பரப்பில் மணல் குவிந்து குன்றுபோல் உள்ளது. இதில் மாற்றங்கள் உருவானால் பக்கத்து கடற்கரைகளில் சுனாமி உருவாவதற்கான வாய்ப்பு அதிகம். இது நம் மக்கள் புதிதாக கண்டுபிடித்தவை அல்ல. நூற்றாண்டுகளாக அங்கு உருவாகியுள்ளது ஆகும். வல்லுனர்கள் கவனிக்காமல் விட்டவை. அது போல 'துணை எரிமலை வெடிப்பு' என்ற இயற்கை விளைவு ஏற்படும் இடம் இது. இத்தாலுகாவில் உள்ள ராதாபுரம் என்ற இடத்தில் கார்ஸ்ட் குழிகள் என்ற புவியியல் மாற்றம் ஏற்படுவது உண்டு. மழை பெய்தால் அவற்றின் வழியே நீர் வடிந்து செல்வது வழக்கம். இங்கு பல இடங்களிலும் கிணறுபோல் நீர் பூமிக்கடியில் செல்லும். ஓட்டையான இடங்கள் அவை. ஒரு அணு உலை நிறுவும் இடத்தில் இவ்வகையான தன்மைகள் உண்டு எனில் அது பாதுகாப்பானதல்ல. இப்போதும் சுண்ணாம்புக் கல் வெட்டியெடுக்கும் இடங்களும் இங்குண்டு.

இத்தகைய பிரச்சினைகளை எங்களுடைய வல்லுனர்களுடன் பேசவேண்டும் என்று கூறினோம். ஆனால் அதற்கு அனுமதி இல்லை என்று கூறி மறுத்தனர். சரி இங்குள்ள மக்களோடு பேச கூறினோம். அவர்கள் மீன் பிடிப்பவர்களாக இருக்கலாம். விவசாயிகளாக இருக்கலாம். தலித்துகளும், முஸ்லீம்களும் ஆகலாம். ஆனால் அவர்களுக்கும் அறிவு உண்டு. எதற்காக அணு உலையை எதிர்க்கிறீர்கள் என்று அவர்களிடம் கேட்கக் கூறினோம். ஆனால் அதற்கும் அனுமதி இல்லை என்று அதிகாரிகள் கூறினர்.

சனவரியில் மாநில அரசு இனியன் குழுவை நியமித்தது. அதில் நான்கு உறுப்பினர்கள். ஒருவர் எம்.ஆர். சீனிவாசன், அணுசக்தி ஆணையத்தின் முன்னாள் தலைவர். அதை நாங்கள் எதிர்த்தோம். வேறு ஏதாவது நீரியல் அல்லது புவியியல் வல்லுனர்களை உறுப்பினராக்க வேண்டினோம். ஆனால் ஜெயலலிதா இவற்றிற்கு செவி சாய்க்கும் நபர் அல்லவே?

இனியன் குழு இங்குள்ள மக்களுடன் பேச தயாரானதா?

இனியன் குழுவை மாவட்ட ஆட்சியாளர் அலுவலகத்தில் சந்தித்தபோது இங்குள்ள மக்களுடன் பேச நாங்கள் கூறினோம். ஆண்களும், பெண்களும், குழந்தைகளும் பேசுவதை நீங்கள் கேளுங்கள். குழு உறுப்பினரும் ஓய்வுபெற்ற இ.ஆ.ப. அதிகாரியுமான விஜயராகவன் கூறியது என்ன தெரியுமா? “நாங்கள் கூறுவது உங்களுக்கே புரியவில்லை. இப்படிபட்டவர்களிடம் நாம் எதைப் பேசுவது?” இதுதான் அதிகார வர்க்கத்தின் பிரச்சினை. நாம் கூறுவதை கேட்க தயாரில்லை. பல தடவை கூறினோம். அவர்களுக்கு அது புரியவில்லை. அவர்கள் மேட்டுக்குடி – மேல்சாதி முட்டாள்கள். அவர்களுக்கு எல்லாம் அவர்கள் பேசவேண்டும். பிறர் கேட்க வேண்டும். ஆதிக்க, உயர் சாதியினரின் கருத்துக்களில் மீன் பிடிப்பவர்களும், விவசாயிகளும் எப்படி கருத்து கூறமுடியும் என்று அவர்கள் நினைக்கின்றனர். கூட்டத்தின் தலைவராக எம்.ஆர். சீனிவாசனை வைத்திருந்தனர். நாங்கள் அதை எதிர்த்தோம். நாங்கள் யாரும் சாதிய உணர்வு உள்ளவர்கள் அல்ல. ஆனால் இதைச் சொல்லாமல் இருக்க முடியாது. ஒரு பிராமண மேதாவித்துவம் இன்றும் இந்தியாவில் தொடர்கிறது. குழுவின் தலைவராக இனியன் வந்தாலும் பேசுவது சீனிவாசன். ஜெயலலிதாவுக்கு அறிக்கை கொடுப்பது சீனிவாசன். ஒரு பிராமண ஆதரவு.

சோ ராமசாமி ஆலோசகர். அவரது துக்ளக் என்ற பத்திரிகையின் தலையங்கத்தில் இப்படி எழுதினார்: “தயவு தாட்சண்யம் இன்றி இவர்களை அடக்க வேண்டும்.”

நாங்கள் அரசியல்வாதிகளை நம்பவில்லை. கருணாநிதி சொந்த குடும்பத்திற்காக வேலை செய்கிறார். ஜெயலலிதா சசிகலா குடும்பத்திற்கு வேலை செய்கிறார். ஜெயலலிதாவோ மன்மோகன் சிங்கோ இரட்சிப்பார்கள் என்று நாங்கள் நினைக்க வில்லை. இது ஒரு சனநாயக நாடல்லவா? பார்ப்போம் என்று கூறி இறங்கியுள்ளோம்.

கூடங்குளத்திலிருந்து மக்களை கைது செய்த போது திரும்பவும் சாரும் உண்ணாவிரதத்தை தொடங்கினீர்கள். கைது செய்வதற்கான தூண்டுதல் என்ன?

கடந்த எட்டு மாதமாக நாங்கள் நடத்திய பல போராட்டங் களும் தமிழ்நாடு அரசிற்கு சாதகமாக நடந்தவை. ஜெயலலிதா மைய உற்பத்தியிலிருந்து 1000 மெகா வாட் மின்சாரம் கேட்டார். மின்வெட்டை குறைக்க பாரம்பரிய ஆற்றல் உற்பத்திக்கு தேவையான பொருளாதார உதவியையும் கேட்டார். நாங்கள் நடத்திய பல போராட்டங்களும் அதை சாதிப்பதற்கான ஒன்றாக மாறின. ஒவ்வொரு போராட்டத்திற்கு முன்னும் திருநெல்வேலி காவல் கண்காணிப்பாளரைக் கூப்பிட்டு அனுமதி கேட்போம். எல்லா போராட்டங்களும் அனுமதி பெற்றுத்தான் நடத்தப்பட்டன. அந்த நாட்களில் மாவட்ட ஆட்சியாளரை வாரம் ஒரு முறை சந்திப்பது உண்டு. மூன்று நான்கு மணிநேரம் பேசுவதும் உண்டு. எஸ்.பி.யை பலதடவை சந்தித்துள்ளேன். டி.ஐ.ஜி.யையும் திருநெல்வேலி போலீஸ் கமிஷனரையும் பலதடவை பார்த்து பேசியதுண்டு. அப்போது நம்மை உற்சாகப்படுத்தி உதவி செய்துவிட்டு, திடீரென ஒருநாள் வாரண்டு கூட இல்லாமல் கைது செய்தால்?

திடீர் காரணம் எதுவாக இருந்தது?

காரணம் ஒன்றும் இல்லை. எல்லாம் பொய்வழக்குகள். முன்பு தமிழக அரசு மக்களின் பயத்தையும், சங்கடத்தையும் மாற்றுவது வரை நிலையத்தை செயல்படுத்தக் கூடாது என ஒரு மசோதாவை நிறைவேற்றியிருந்ததல்லவா? அதன்படி நிலையத்திற்குள் குறிப்பிட்ட எண்ணிக்கையில் உள்ள நபர்கள்தான் போகலாம் என்ற உத்தரவு இருந்தது. இதை கண்காணிக்க காவல் துறையும் பொது மக்களும் சேர்ந்த ஒரு குழுவும் உருவாக்கப்பட்டது. அதற்காக நிலையத்திற்கு அருகில் எங்களுக்கு ஒரு அலுவலகம் இருந்தது. அதில் இருந்த பத்து பேரை தமிழ்நாடு போலீஸ் பிடித்து சென்றது. போராட்ட குழுவில் உள்ள வழக்கறிஞர் சிவசுப்பிரமணியமும் அதில் இருந்தார். பிறர் கூடங்குளம் வாசிகள். எந்த விதமான முன்னறிவிப்போ,

வாரண்டோ இல்லாமல் கைது செய்தனர். இந்த செய்தி பரவியபோது கூட்டப்புளி என்ற கிராமத்தில் சாலையில் கூடி நின்ற மக்களை நான்கு வாகனங்களில் போலீஸ் பிடித்து சென்றது. ஆயிரத்திற்கும் மேற்பட்ட மக்கள் அங்கிருந்தனர். எல்லோரும் வருகிறோம் என்று சொல்லியிருந்தால் போலீஸால் ஒன்றும் செய்ய முடியாது. ஆனால் கொஞ்சம் ஆட்கள் அதில் ஏறிச் சென்றனர். தெரியாமல் நடந்தது. 114 பேர். செட்டிகுளத்திலிருந்து இரண்டு பேரை வீட்டிலிருந்து பிடித்து சென்றது. எல்லோர் மேலும் தேசத்துரோக குற்றம் சாட்டப்பட்டது.

தேசத்துரோகத்துடன் தீவிரவாத – நக்சலைட் தொடர்பு உண்டு என்பது பத்திரிகைச் செய்தி.

முகிலன் என்ற ஒரு நண்பர் உண்டு. அவர் இங்கே தங்கி போராட்டத்தில் கலந்துகொள்பவர். மகனின் பிறந்தநாள் கொண்டாட்டத்திற்காக ஈரோடு சென்று வரும் வழியில் அவரை கைது செய்தனர். அதற்கும் சில நாட்களுக்கு முன் திருநெல்வேலியில் வைத்து கூடங்குளம் போராட்டத்திற்கு ஆதரவாக ஒரு கூட்டம் நடைபெற்றது. வைகோ, சீமான் போன்றவர்கள் பங்குகொண்ட கூட்டம். அதில் பங்கெடுத்த ஒருவர் சதீஷ்குமார். அவரையும் வன்னியரசு என்பவரையும் நக்சலைட் தொடர்பு என்று கூறி கைது செய்தனர். சதீஷ்குமார் முகிலனுக்கு எழுதியது போன்ற ஒரு கடிதம் முகிலனது பையிலிருந்து கிடைத்தது என்று கூறி கைது செய்துள்ளனர். கடிதம் இப்படி இருந்தது: “அகிம்சை முறையிலுள்ள போராட்டத்தால் பயனில்லை. நாம் இருவரும் சூட்கேசில் வெடிகுண்டை கொண்டுபோய் அணுமின் நிலையத்தை தகர்க்கலாம். அதற்கு வன்னியரசு எல்லா உதவிகளையும் செய்வார்.” இது ஒரு பொய் வழக்காக இருந்தது. மொத்தம் 202 நபர்களை கைது செய்தனர். அதில் 47 பேர் பெண்கள்.

என் மேல் சுமார் 200 வழக்குகள் உண்டு. 121, 124, 127(A), 17 (A), தேசத்துரோகம் போன்றவை. எல்லாவற்றிலும் முதல் குற்றவாளி நான். இரண்டாம் நபர் அருட் தந்தை ஜெயக்குமார். எல்லா வழக்குகளிலும் +2000, +3000 என சேர்த்துள்ளனர். முள்ளிவாய்க்கால் என்று கூறியதற்கும் ஒரு வழக்குண்டு.

19ஆம் தேதி இவர்களை பிடித்துக்கொண்டு போனவுடன் நாங்கள் 15பேர் உண்ணாவிரதத்தை தொடங்கினோம். நானும், புஷ்பராயனும் 13 கிராம மக்களும். 144 அறிவிக்கப்பட்டது முதல் மூன்று நாட்கள் யாரும் பொருட்படுத்தவில்லை. உண்ணாவிரதம் தொடர்ந்தபோது பெரும் அழுத்தம் உருவாயிற்று.

சமீபத்தில் உங்கள் வீட்டில் திடீர் சோதனை நடத்தப்பட்டதல்லவா? அது பெரும் பரபரப்பை உருவாக்கியதல்லவா?

நடந்தது. காலையிலிருந்து மாலை வரை அது தொடர்ந்தது.

ஏதாவது கிடைத்ததா?

ஒன்றும் கிடைக்கவில்லை. ஆனால் கிடைக்கவில்லை என்று யாரும் செய்தியளிக்க மாட்டார்களல்லவா?

தமிழ் நாட்டில் பத்து முதல் பன்னிரண்டு மணிநேரம் வரை மின்வெட்டு உண்டல்லவா? போராட்டம் தொடங்கிய பின் இது அதிகரித்ததை காணமுடியும். அணுசக்தி நிலையம் செயல்பட்டால்தான் மின்வெட்டிற்கு தீர்வு காணமுடியும் என்ற பிரச்சாரமும் உண்டல்லவா? மின்வெட்டிற்கும் போராட்டத்திற்கும் தொடர்பு இல்லையா?

தமிழ்நாடு அரசு மின்சாரம் வாங்கியிருந்த நான்கு அனல்மின் நிலையங்கள் உண்டு. இவர்களுக்கு அரசு ஒரு சிறிய தொகை அடைக்கவேண்டியிருந்தது. இக்காரணத்தைக் கூறி மின்நிலையங்கள் இனி மின்சாரம் தரமாட்டோம் என்று கூறினர். மத்திய அரசிலிருந்து வந்த அழுத்தத்தினால் இப்படி கூறினர். அதனால் மின்சாரம் கிடைப்பது திடீரென்று குறைந்தது. மத்திய வினியோகத்திலிருந்து 1000 மெகாவாட் ஜெயலலிதா கேட்டார். உண்மையில் அங்கு என்ன நடந்ததென்று எங்களுக்குத் தெரியாது. அது கிடைக்கவில்லை. சென்ற வருடம் வரை எப்படி மின்சாரம் கிடைத்தது? இது மனப்பூர்வமாக உருவாக்கிய மின்வெட்டு, இப்போது கூட +2 தேர்வு சமயத்தில் மக்களிடையே ஒரு பயம் உருவாயிற்று. படிக்க முடியவில்லை. அப்போது திடீரென்று ஒரு அறிக்கை. காற்றாலையிலிருந்து 2000 மெகாவாட் திடீரென உருவாயிற்று. அது எப்படி முடிந்தது?

கருணாநிதி என்று நிறைய கம்பெனிகளை இங்கேக் கொண்டுவந்தார். ஆனால் அவற்றிற்கு தேவையான மின்சாரத்தை உற்பத்தி செய்யவில்லை. கருணாநிதியின் அமைச்சரவையில் மின்வாரிய அமைச்சராக இருந்த ஆர்க்காடு வீராசாமி ஒன்றுக்கும் உதவாதவர். கருணாநிதிக்கு வேண்டி தரகராக வேலை செய்வதைத் தவிர வேறொன்றும் செய்வதில்லை. கம்பெனிகள் வந்தன. அவர்களுக்கு தடையில்லாமல் மின்சாரம் கொடுத்தனர். கஷ்டப்படுவது இங்குள்ள மக்கள். கம்பெனிகளிடம் சொந்தமாக மின்சாரம் உற்பத்தி செய்ய வேண்டும் என்று கூறியிருக்க வேண்டும். அதை எளிதில் செய்ய முடியும். அதை செய்யாமல் மாநிலத்தின் மின்சாரத்தைக் கொடுத்தனர். சில இடங்களில் சலுகைகளும் வழங்கினர். சென்ற ஐந்தாண்டுகள் தம் குடும்பத்திற்கு பணம் சம்பாதிக்கவும், சொத்துக்களை வாங்கி

குவிக்கவும் உதவியது அல்லாமல் தமிழ் மக்களுக்கு ஒன்றும் செய்யவில்லை. ஸ்டாலினின் மகனும் அழகிரியுடைய மகனும் எப்படி கோடிகள் செலவு செய்து சினிமா தயாரிக்கிறார்கள்? ‘இந்து’வில் பயிற்சியாளராக இருந்த கனிமொழிக்கு எப்படி கோடிகள் மதிப்புள்ள சொத்துக்கள் உண்டானது? கருணாநிதி அரசு தம் குடும்பத்திற்கு வேண்டியே செயல்பட்டது. ஐம்பது, அறுபது வருடங்கள் மக்களுக்கு சேவை செய்தேன் என்று கருணாநிதி எப்போதும் கூறுவார். அப்படிப்பட்ட ஒருவருக்கு இவ்வளவு பெரிய தொழிற்சாலைகளைக் கொண்டு வரும்போது அதற்கு எவ்வளவு மின்சாரம் தேவைப்படும் என்று தெரியாதா? ஒன்றும் செய்யாமல் ஆட்சியை ஜெயலலிதாவுக்கு கொடுத்தார். இது தமிழ்நாட்டின் தலையெழுத்து. இருவரும் சேர்ந்து எங்களை சீரழிக்கின்றனர்.

இப்போது இவ்வளவு மின்வெட்டிற்கான காரணமில்லை. இது செயற்கையாக உருவாக்கப்பட்டது.

இதுவரை அணு உலையை செயல்பட அனுமதிக்கமாட்டோம் என்ற முடிவை போராட்டக் குழு எடுத்திருந்தது. இப்போது செயல்படுத்து வதற்கு முன் ஆபத்து வந்தால் தப்பிப்பதற்கான பயிற்சியை அளி என்கிறீர்கள். அதன் பொருள் செயல்பட அனுமதிக்கின்றோம் என்றல்லவா?

நாங்கள் ஒருபோதும் எங்கள் முடிவுகளில் மாற்றத்தை உருவாக்கவில்லை. எங்கள் மக்கள் சிறையில் இல்லாமலிருந்தால் அப்படி கூறியிருக்கமாட்டோம். மட்டுமல்ல நாங்கள் நிலையத்தை செயல்படுத்து என்று கூறவில்லை. செயல்முறையில் மத்திய அரசு அனுமதியளித்து விட்டது. மாநில அரசும் அதற்கு ஆதரவளிக்கின்றது. இதற்கிடையே நாம் ஆயிரம் மக்கள் இங்கே உண்ணாவிரதம் இருந்தாலும் தங்கள் நிலைபாட்டை அவர்கள் மாற்றிக் கொள்வதில்லை.

அப்படியானால் செயல்படட்டும் என்பதா?

இல்லை. அவர்களுடைய வழியே சென்று அதைத் தடுப்பது என்பதாகும். முப்பது கிலோ மீட்டர் சுற்றளவிலுள்ள நாடார் பகுதியிலுள்ளவர்கள் நினைப்பது, இது மின்சாரத்தை உற்பத்தி செய்யும் என்று. உட்பகுதிகளிலுள்ளவர்கள் நினைப்பது இது ஒரு கடற்கரை பிரச்சினை மட்டுமே என்று.

சாதியப் பிரிவினையும் மோதல்களும் இங்கு உண்டல்லவா?

நிச்சயமாக. அத்தகையப் பிரிவினை வரலாறாகவே உண்டு. இந்து நாடார் சிறிது உயர்ந்த சாதி என்றும் கிறிஸ்தவ பரதவர்

(அவர்கள் தான் மீனவர்களும் கடற்கரையில் வாழ்பவர்களும்) கொஞ்சம் தாழ்ந்தது என்ற எண்ணம் இருக்கிறது. இந்து நாடார்கள் வியாபாரிகள். எல்லோருக்கும் சிறிது பணமும் நிலமும் இருக்கும். வளர்ச்சியடையும் ஒரு வர்க்கம். சிறுபான்மையினருக்கு எதிரான மனோபாவமும் உண்டு. அவ்வாறான ஏராளம் காரணங்கள் உண்டு. இவர்களுக்கு ஒரு பேரிடர்ப்பயிற்சி அளிக்கும்போது அவர்கள் இதைப் பற்றி விழிப்படைவர். மணி அடிக்கும்போது உடுத்தியிருக்கும் ஆடையுடன் ஓடவேண்டும். செருப்பு அணியக் கூடாது என்றெல்லாம் கூறும்போது அவர்களுக்கு பிரச்சினையின் ஆழம் புரியும். நாம் கூறினால் நம்பமாட்டார்கள். மட்டுமன்றி தேசிய வல்லுனர் குழு வரும்போது பல ஆய்வுகள் செய்யத் தேவை வரும். அப்படிச் செய்யும்போது நமது நிலைப்பாடு கூடுதல் கூர்மையடையும். அதனால் கொள்கை அளவில் முன் செல்கின்றோம். சிறையிலுள்ளவர்களை விடுதலை செய்ய வேண்டும். வழக்குகளை வாபஸ் பெறவேண்டும். பயிற்சி அளிக்க வேண்டும், ஆனால் வெளியே போராட்டக் குழுவும் அரசும் ரகசிய உடன்படிக்கை செய்துள்ளனர் என்று பேசுகின்றனர்.

அணு உலையைக் கைவிட வேண்டும் அல்லது நாங்கள் சாக வேண்டும். நாங்கள் போராட்டத்தைத் தொடர்வோம். இராணுவத்தைக் கொண்டு வந்து செயல்படத் தொடங்கினாலும் மூட முடியாதது ஒன்றுமில்லையே? இந்த மன்மோகன் சிங்கும், நாராயணசாமியும் இனியும் சில மாதங்கள்தான் அதிகாரம் பெற்றிருப்பர். தேர்தலில் நின்றால் ஒரு வார்டு உறுப்பினர் போலும் ஆக முடியாது. மக்கள் அறிவுடையவர்கள். நாங்கள் போராட்டத்தை இன்னும் வலுப்படுத்துவோம். மக்கள்தான் ராஜாவும் ராணியும். மன்மோகன் சிங்கின் கையில் இந்திய வரைப்படத்தைக் கொடுத்துக் கூடங்குளம் எங்கே இருக்கிறது என்று அடையாளப்படுத்தக் கூறுங்கள். சரியாக அடையாளப் படுத்தினால் நாங்கள் இந்தப் போராட்டத்தைக் கைவிடுகிறோம். மன்மோகன்சிங்கிற்கு கூடங்குளம் எங்கிருக்கிறது என்று தெரியாது. அப்படியுள்ள ஒருவர் கூறும்போது எப்படிப் பேசாமலிருக்க முடியும்.

பங்கெடுக்கும் மக்களின் எண்ணிக்கை குறைகிறது என்ற ஒரு எண்ணம் உருவாக்கப்பட்டுள்ளது. அதில் எவ்வளவு உண்மையுண்டு?

நான்கு நாட்களுக்கு முன் வைகோ இங்கு வந்திருந்தார். 15000 ஆட்கள் இருந்தனர். இரண்டரை டன் அரிசி சமைக்கப்பட்டது. நீங்களே பார்க்கலாமல்லவா எத்தனை மக்கள் இருக்கிறார்கள் என்று. எல்லா நாட்களும் இங்கு மக்கள் இருக்கிறார்கள். கோவில் களில் இரண்டு நிமிடம் மணி அடித்தால் இப்பகுதி முழுவதும் மக்களால் நிறையும்.

இடதுசாரிகள் இந்த விஷயத்திலும் அணு உலை எதிர்ப்பு போராட்டத் திலும் கைக்கொள்ளும் நிலைப்பாடு எதிரிடையானது ஆகும். இடதுசாரிகளை இந்த விஷயத்தில் உண்மையைப் புரிய வைக்க முயற்சித்தது உண்டா?

சி.பி.எம்., சி.பி.ஐ., ஆர்.எஸ்.பி., பார்வேட் பிளாக் போன்ற இடதுசாரிகளுக்கெல்லாம் நாங்கள் எல்லா ஆதாரங்களுடனும் கடிதம் எழுதினோம். நாங்கள் நான்கு பேர், சென்ற நாடாளுமன்றத் தேர்தலுக்கு முன்பாக தில்லி சென்று ஒவ்வொரு கட்சி அலுவலகத்திலும் பேசினோம். பார்வேட் பிளாக் கட்சி மட்டும் நன்றாக எதிர்வினையாற்றினர். ஒரு சி.பி.எம். போலிட் பீரோ அங்கத்தினரையும் பிரகாஷ் காராட்டினையும் தனியாகக் கண்டோம். இதனுடன் தொடர்புடைய புத்தகங்கள் கொடுத்தோம். அன்று சந்தித்த போலிட் பீரோ உறுப்பினர் கூறியது: "நாங்கள் அணு ஆற்றலுக்கு ஆதரவும் அணு குண்டுக்கு எதிர்ப்பும் உடையவர்கள். அதுவே கட்சியின் நிலைப்பாடு. இதனை ஒரு தேர்தல் விஷயமாகக் காணவில்லை." அமெரிக்காவுடனான 123 ஒப்பந்த விஷயத்தில் யு.பி.ஏ. அரசிற்கான ஆதரவை வாபஸ் பெற்றோம். எனினும் இதை ஒரு தேர்தல் விஷயமாக்க முடியாது என்று கூறினர். சி.பி.ஐக்கும் அதே நிலைப்பாடு தான்.

பழைய ஒரு குற்றச்சாட்டு, மக்கள் போராட்டங்களை ஒழிக்க அதிகாரிகள் பயன்படுத்தும் தந்திரம். இருந்தாலும் கேட்கிறேன். எட்டு மாதமாகத் தொடரும் போராட்டத்தை எப்படி நிலைநிறுத்துகிறீர்கள்? பணத்தை எப்படிக் கண்டடைகிறீர்கள்? வெளிநாட்டுப் பணம் வருகிறது என்பது முக்கியக் குற்றச்சாட்டு.

இந்தக் கேள்விக்குக் குறைந்தது ஆயிரம் தடவையாவது பதில் சொல்லியாயிற்று. நாங்கள் போராட்டம் தொடங்கி இரண்டாம் மாதம் பிரதமரின் அலுவலகத்தின் பொறுப்புள்ள துணை அமைச்சர் நாராயணசாமி கூறினார். அமெரிக்காவிலிருந்து பணம் வருகிறது. இது எங்கள் மக்களின் பணம் என்று நாங்கள் கூறினோம். அதற்குக் கணக்கு கேட்டார்கள். அப்போது நாங்கள் கூடங்குளம் மின் நிலையத்தின் கணக்கைக் காட்டும்படி கூறினோம். மட்டுமின்றி அதிலுள்ள உயர் அதிகாரிகளின் சொத்து விவரங்களையும் காட்டும்படி கூறினோம். போராட்டக் குழுவிலுள்ள எல்லோரது சொத்து விவரங்களையும் தருகிறோம் என்றோம். அதன்பின் நாராயணசாமி பேசவில்லை. உள்ளிலிருந்து பெரிய நான் அமெரிக்காவுக்கு மாணவனாகச் சென்றேன். அங்குள்ள ஒரு பல்கலைக்கழகத்தில் வேலை செய்தேன். எனது மனைவி ஒரு சமூக பணியாளர். அதனால் வெளிநாட்டுப் பணம் என்று கூறி திசை திருப்புவது எளிது.

நேர்காணல்கள்

நீங்கள் வெளியே சென்று கேட்கலாம். மீனவர்கள் தங்களுக்குக் கிடைக்கும் பணத்தின் பத்து விழுக்காட்டை வாரத்தில் ஒரு நாள் கிராம குழுவுக்குக் கொடுப்பார்கள். பக்கத்து கிராம மக்கள் நன்கொடை தருகிறார்கள். இங்கு 20 உறுப்பினர் கொண்ட கிராம குழு உண்டு. அவர்கள் பணத்தைக் கையாளுகின்றனர். இங்குள்ள பந்தல் செப்டம்பர் மாதத்தில் கட்டியது. அதன் கால்களும் ஓலையும் எல்லாம் நாங்கள் வாங்கியதுதான், தினசரி வாடகைக்கு எடுத்தால் பெரும் பொருட் செலவாகும். ஒலிப் பெருக்கியும் வாங்கினோம். வாடகை கொடுக்க வேண்டாம். பக்கத்து கிராமத்திலிருந்து இங்கு வருபவர்கள் சொந்தச் செலவில் வருவர். அதற்காக நாம் பணம் செலவழிக்க வேண்டாம். தொடர் உண்ணாவிரதப் போராட்டம். அதனால் இங்கு வருகிறவர்களுக்குத் தண்ணீரைத் தவிர வேறொன்றும் கொடுக்க வேண்டிய தேவையில்லை. இங்கு வரும் பத்திரிகையாளர்களுக்குத் தேனீர்கூட கொடுப்பதில்லை. மாலை ஐந்து மணியாகும்போது போராட்டத்தை முடித்துக்கொண்டு வீட்டிற்கு செல்வோம். நாங்கள் கொஞ்சம் பேர் ஆலய குருவானவருடைய வீட்டில் சாப்பிடுவோம். இப்போது மக்களைக் கைது செய்துகொண்டு போன பிறகு யாரும் மீன் பிடிக்கச் செல்லவில்லை. கடையடைப்பு. பிள்ளைகள் பள்ளிக்கூடம் செல்லவில்லை. அந்த நேரம் போராட்டப் பந்தலில் உணவு கொடுத்தனர். அதற்குத் தேவையான சாமான்கள் பக்கத்து கிராமங்களிலிருந்துதான் வந்தது.

2011 செப்டம்பர் 11ஆம் தேதி போராட்டம் தொடங்கியது. முதல் 11 நாட்கள் யாரும் மீன்பிடிக்கப் போகவில்லை. அதன் பிறகு தொடர் சத்தியாக்கிரகமாக மாற்றிய பின் மீன் பிடிக்கச் சென்றனர். டாட்டாவும் பிர்லாவும் அல்லவே இங்கு வசிப்பது.

நாங்கள் காந்திய முறைப்படிப் போராடும் மக்கள், ஐந்து நட்சத்திர ஹோட்டலில் வசிப்பவர்கள் அல்ல. மிக எளிய உணவு. இந்த இடத்தைப் பார்த்தீர்களல்லவா? இங்குதான் தங்குகிறோம். எந்தவித ஆடம்பரமும் இல்லை. இப்போது மட்டுமல்ல, வாழ்க்கையில் ஒருபோதும் இல்லை. வெளியே எங்காவது போக வேண்டுமானால் இங்கே வாடகைக் கார் உண்டு. அடிப்படைத் தேவைகள் மட்டுமே உள்ளன. இப்படிப் போராட முடியும். அரசியல் கட்சிகளுக்கு அது புரியாது. காரணம் ஆயிரம் நபர்களைக் கொண்ட ஒரு கூட்டம் நடத்த வேண்டுமானால் தலைக்கு 1000 ரூபாயும் மதுவும் பிரியாணியும் கொடுக்க வேண்டும். அப்படிச் செய்தாலும் ஒரு மணிநேரம் இருக்க மாட்டார்கள். ஆனால் இங்கே வருபவர்கள் கூலிக்கு வருபவர்கள்

அல்ல. சொந்த வாழ்க்கைக்காகவும் பிள்ளைகளுக்காகவும் வருபவர்கள். அது அரசியல்வாதிகளுக்குப் புரியவில்லை. புரிந்தாலும் ஏற்றுக்கொள்ள மாட்டார்கள். ஏற்றுக்கொண்டால் தோல்வியாகி விடுமல்லவா? உதயகுமார் எங்கிருந்தோ பணம் கொண்டு வந்து இவர்களுக்குக் கொடுத்தார். எத்தனை நாள் அப்படிச் செய்ய முடியும்? இங்கு வெளியே இருப்பவர்களிடம் 500 ரூபாய் வேண்டாம் 5 ரூபாய் யாராவது தந்தார்களா என்று கேட்டுப் பாருங்கள். உதயகுமாருக்குப் பணம் வருகிறதா என்று ராஜ்ய சபையில் கேள்வி எழுந்தபோது நாராயணசாமி உதயகுமாருக்கு 2000 கோடி ரூபாய் வந்துள்ளது என்று கூறினார். பிறகு உதயகுமாருக்கு ஒன்றரைக் கோடியும் தூத்துக்குடி பிஷப்பிற்கு 54 கோடியும் வந்தது என்றார். நான் வழக்குப் பதிவு செய்தேன். உடனே நாராயணசாமி பதில் அனுப்பினார். நான் அப்படிக் கூறவேயில்லை என்றார். ஸ்கான்டினேவிய அமைப்பும் அமெரிக்காவிலுள்ள சில சங்கங்களும் சேர்ந்து பணம் அனுப்புகிறார்கள் என்று பிரதமர் கூறினார். அமெரிக்கப் பிரதிநிதி அது உண்மையல்ல என்று பதில் கூறினார்.

பிரதமர் கூறிய குற்றச்சாட்டு என்ற நிலையில் அதனைத் தெளிவாக விளக்க வேண்டாமா?

இன்ஸ்டிட்டியூட் பார் இன்டர்நாஷனல் டெமாக்கிரசி ஆன்ட் இலக்ட்டோரல் அசிஸ்டன்ஸ் (IDEA) என்ற ஒரு குழு உண்டு. அது ஸ்டாக்ஹோமிலுள்ள ஒரு தன்னார்வ நிறுவனம் ஆகும். உலக அளவில் அங்கீகரிக்கப்பட்ட உலகளாவிய வல்லுனர்களின் சங்கம். அவர்கள் தில்லியில் வைத்து நடத்திய ஒரு கூட்டத்திற்கு என்னை அழைத்தனர். பட்டம் தாணு பிள்ளையின் பேத்தியும் லேடி சிறீராம் கல்லூரியின் முதல்வருமான டாக்டர் மீனாட்சி கோபிநாத்தின் அமைப்பான விஸ்காம்பும் (WISCOMP) ஐடியாயும் இணைந்து நடத்திய கருத்தரங்கு அது. நான் அதில் பேசினேன். மீறிணக்கம் என்றால் என்ன என்பது பற்றி. அதற்குப் பிறகு ஸ்டாக் ஹோமில் வைத்து நடத்திய ஒரு கூட்டத்திற்கும் அழைத்தார்கள். நான் அந்த சமயத்தில் ஆஸ்திரியாவில் கற்பித்துக் கொண்டிருந்தேன். ஒருநாள் சென்றேன். காலையில் சென்று பேசிவிட்டு மாலையில் திரும்பி விட்டேன். இந்தியாவிலிருந்து நானும் சுமோனா தாஸ் குப்தா என்ற ஒரு பெண்மணியும் பேசினோம். நாராயணசாமி அந்த கருத்தரங்கின் பெயர்ப் பட்டியலைக் கண்டார். எங்கள் இருவரது பெயரும் அதிலுண்டு. ரெக்கன்சிலியேசன் எக்ஸ்பேர்ட்ஸ் நெட்வொர்க் (REN) பெயரைப் பார்த்தபோது ஐடியா சானலில் உதயகுமாரின் பெயரும் சாக்கர் பெயரும் இருந்தன. சாக்கர் எனது பள்ளிக்கூடத்தின் பெயர்.

அதை நடத்துவது சாக்கர் அறக்கட்டளை. சௌத் ஆசியன் கம்யூனிட்டி சென்டர் பார் எடியூக்கேசன் ஆன்ட் ரிசர்ச் (SACCER). உதயகுமாருக்கு ஐடியாவிலிருந்து பணம் வருகிறது என்று முடிவு செய்தனர். அதைப் பிரதமர் கூறினார். நான் வக்கீல் நோட்டீஸ் அனுப்பினேன். நான் கூறினேன்: "ஏதாவது ஒரு ரசீதில் கையொப்பமிட்டு உதயகுமார் 10 ரூபாய் பன்னாட்டு தன்னார்வக் குழுவிலிருந்தோ இந்தியத் தன்னார்வக் குழுக்களிடமிருந்தோ வாங்கியுள்ளார் என்பதைக் காட்டினால் மரண தண்டனைக்குத் தயார். என் ஆத்மாவை விற்க வேண்டிய தேவை எனக்கில்லை. இதுவரை விற்கவில்லை." அதன் பின் நாராயணசாமியும் மன்மோகன் சிங்கும் இது பற்றிப் பேசுவதில்லை.

அமெரிக்கக் கம்பெனிகள் உதயகுமாருக்கு பணம் கொடுத்து ரஷ்ய திட்டத்தைக் கவிழ்க்க வேண்டிய தேவை என்ன? ஒபாமா தொலைபேசியில் மன்மோகன் சிங்கோடு பேசினால் தீரக்கூடிய பிரச்சினையல்லவா? மன்மோகன் சிங் ரஷ்யாவில் சென்று கூறினார். இரண்டு வாரத்தில் கூடங்குளம் தொடங்கும் என்று. தென் கொரியாவில் சென்று கூறினார். அவர் ஒரு வெளிநாட்டு ஏஜென்ட். அவர் இந்தியர்களுக்காக நாட்டை ஆளவில்லை. நேற்று வீட்டிற்கு வந்து எங்களது அறக்கட்டளை கணக்குகளை முழுமையாக எடுத்துச் சென்றனர். மொத்தம் வெளிநாட்டு வரவு ஐந்து லட்சம் ரூபாய்தான்.

அது எதற்காக வாங்கினது?

பள்ளிக்கூடத்திற்கு வாகனம் வாங்க ஹவாயிலுள்ள ஒரு இந்தியக் குடும்ப அறக் கட்டளை 435000 ரூபாய் தந்தது, அதற்கு முன் அனுமதி பெறப்பட்டுள்ளது. மூன்றரை லட்சம் ரூபாய் கடனும் சேர்த்து வண்டி வாங்கினேன். முன் அனுமதி பெற்று தனியாகக் கணக்கு தொடங்கி அந்தப் பணத்தை டெபாசிட் செய்து உள்துறை அமைச்சகத்துக்கு எல்லா ஆதாரங்களும் அனுப்பிவிட்டுத்தான் அதைச் செய்தேன். சுனாமி வேளையில் அமெரிக்காவிலுள்ள சில நண்பர்கள் அவர்களுக்கு நேரடியாக உதவி செய்ய முடியாததால் கொஞ்சம் தையல் இயந்திரங்கள் வாங்கி வினியோகிக்க 90,000 ரூபாய் அனுப்பித் தந்தார்கள். அதற்கு நான் தையல் இயந்திரங்கள் வாங்கி எல்லா கிராமங்களுக்கும் அனுப்பினேன். இவை இரண்டையும் தவிர ஒரு நன்கொடையும் நான் பெற்றுக்கொள்ளவில்லை. வாங்கவும் இல்லை. எனக்குத் தேவையான பணத்தை நான் சம்பாதிக்கிறேன். ஐரோப்பாவில் கற்பிக்கச் சென்றால் ஒரு மணிநேரத்திற்கு எனக்கு 250 யூரோ சம்பளமாகத் தருகிறார்கள். அமெரிக்காவில் ஆண்டு தோறும் படிப்பிக்கச் செல்வேன். தில்லி சிறீராம் கல்லூரியில் கற்பிக்கிறேன்.

நானும் மனைவியும் கடினமாக உழைத்த பணத்தால் வாங்கிய கொஞ்சம் நிலம் உண்டு. வீடுண்டு. எங்களுக்குத் தேவையான பணமுண்டு. எங்களைப் பணநோய் பாதிக்கவில்லை.

அண்ணா ஹஸாரேயின் தலைமையில் நடந்த போராட்டத்தையும் இந்த மக்கள் போராட்டத்தையும் ஒப்பிட முடியுமா?

ஒப்பிட முடியாது. ஆனால் ஊழல் என்ற முறையில் தொடர்புபடுத்தலாம். 1948இல் அணுசக்தித் துறை நிறுவப்பட்டது. 64 ஆண்டுகளாயிற்று. இவ்வளவு காலத்தில் உற்பத்தி செய்தது 2.7% மின்சாரம் மட்டும். 64 வருட முதலீடு எவ்வளவு? நாடெங்கும் உள்ள சிற்கோணியம் உற்பத்தி சாலைகள், நிறைய கல்வி – ஆய்வு நிறுவனங்கள் எவ்வளவு பணம் செலவிடுகிறார்கள்? எவ்வளவு விஞ்ஞானிகள் அங்கே இருக்கிறார்கள்? கூடங்குளம் நிலையத்தில் மட்டும் ஒருநாள் ஐந்து கோடி ரூபாய் சம்பளமாக கொடுப்பதாகக் கூறுகின்றனர். அப்படியானால் இந்தியா முழுவதும் உள்ள அவர்கள் ஊழியர்களுக்கு எவ்வளவு சம்பளம்? பராமரிப்பு? ஆனால் மக்களுக்குக் கிடைப்பது என்ன? 2.7% மின்சாரமும் நூறு அணுகுண்டுகளும். இது முழுமையான ஊழல். யாராவது இதைப் பற்றிக் கேள்வி கேட்கிறார்களா? எதுவும் பொதுமக்கள் பார்வைக்கு வைப்பது இல்லை. கணக்கும் இல்லை. பொதுமக்களின் பங்களிப்பும் இல்லை. அண்ணா ஹசாரே இதைப் பற்றி பேசி இருக்கலாம். சென்னைக்கு வந்த போது இதுபற்றி ஏதாவது பேசுவார் என்று நாங்கள் எதிர் பார்த்தோம். ஒன்றும் பேசவில்லை. அவருக்கு இது பற்றித் தெரியாமலிருக்கலாம்.

அண்ணா ஹசாரேயின் போராட்டத்தை எப்படிப் பார்க்கிறீர்கள்?

எனக்கு விருப்பமுள்ள ஆளுமையல்ல அண்ணா ஹசாரேயி னுடையது. அவர் இந்துத்துவ மனோபாவம் உள்ள ஒருவர். 1996இல் முடித்த முனைவர் பட்ட ஆய்வேட்டில் அவரைப் பற்றி நான் எழுதியுள்ளேன். ஆர்.எஸ்.எஸ். பத்திரிகையான 'ஆர்கனைசரில்' சர்சங்கசாலக் ஆன எச்.வி. சேஷாத்திரி சில கட்டுரைகள் எழுதியுள்ளார். அண்ணா ஹசாரே தனது ராலெகன் சித்தி கிராமத்தில் முதலில் செய்தது கோவில் கட்டியதாகும். அவர் கூறுவது மக்கள் நல்ல விழுமியங்களுடன் வாழ கோவில்கள் தேவை.

பின்னர் எல்லாக் காரியங்களும் கோவிலைச் சுற்றி உருவாகின்றன. சிறுபான்மை சமுதாயங்கள் இருக்காது. கிறிஸ்தவர்களும் இஸ்லாமியர்களும் கிடையாது. வருணாசிரம தர்மம் கடை பிடிக்கப்படும். கிராம கமிட்டியில் பெண்கள்

இல்லை, தேர்தல் இல்லை. இவை ஆர்.எஸ்.எஸ்ஸின் விருப்பம். இந்த சிந்தனையைக் கூறுவதனால் ஆர்.எஸ்.எஸ் அவரைக் கொண்டாடுகிறது. இதுதான் இந்தியாவின் மாதிரி.

கூடங்குளம் போராட்டம் அண்ணா ஹசாரேயின் போராட்டத்திலிருந்து எப்படி வேறுபடுகிறது? அந்தப் போராட்டத்திற்குக் கிடைத்த ஊடக கவனிப்பு, இவ்வளவு மக்கள் பங்கேற்ற பின்னும் இங்கே கிடைக்காதது எதனால்?

இந்த இரண்டு போராட்டங்களையும் ஒப்பிட வேண்டிய தேவை இல்லை. இங்கு ஏ.சி. செய்யப்பட்ட அறைகளோ பணக்கார ஸ்பான்சர்களோ இல்லை. ஊழல் என்பது நடுத்தர வர்க்க மக்களைக் கவரும் விஷயம். அதே நேரம் அணுசக்தி என்பது நடுத்தர வர்க்கத்திற்குத் தேவையான ஒன்று. இங்கு அணு உலையால் பாதிப்புக்குள்ளாவது நடுத்தர வர்க்கமல்ல. மிகவும் ஏழைகளான மக்கள். ஊடகங்கள் நடுத்தர வர்க்க விருப்புகளை முன்வைப்பவை.

இந்தப் பகுதிகளில் கல்வியறிவு மிகக் குறைந்தவர்களே உள்ளனர். ஆனால் மக்களுடன் பேசும்போது புரிவது என்னவென்றால் எல்லோருக்கும் சரியான புரிதல் உண்டு, பலரும் போராட்டம் என்றால் என்ன என்றும், எதற்காக என்றும் தொழில் நுட்பத்தைப் பற்றிக் கூட பேசத் திறன் உடையவர்களாகவே உள்ளனர்.

பன்னிரண்டு ஆண்டுகளாக நாங்கள் இங்கே செயலாற்று கிறோம். நாங்கள் பெண்கள் அமைப்புகளுடனும், பிற சிறிய குழுக்களுடனும் பேசுவோம். கதிர்வீச்சு என்றால் என்ன என்பதைப் புரிந்துகொள்ள முதலில் அவர்களுக்கு சிக்கலாக இருந்தது. இது சென்ற எட்டு மாதமாக உருவாக்கிய விழிப்புணர் வல்ல, ஆண்டுகளாக உருவாக்கியது. பழங்குடி மக்களின் வாழ்க்கையைப் போன்றது தான் இங்குள்ள வாழ்க்கையும், இயற்கையுடன் ஊடாடி உள்ள வாழ்க்கை. மலை வாழ் மக்களிட மும் பழங்குடியினரிடமும் மலை, காடு, மரம் போன்றவற்றின் தேவையைப் பற்றிக் கூறத் தேவையில்லை. அதுபோலவே இங்குள்ளவர்களிடம் கடலின் உயிர்த் தன்மையையும் முக்கியத்துவத்தையும் பற்றிக் கூறும்போது எளிதில் புரியும்.

ஆனால் நாடார் பகுதிகளில் கொஞ்சம் கடினமாக இருந்தது. அவர்கள் வியாபாரம் செய்பவர்கள். அவர்களுக்கு சூழல் பிரச்சினைகள் எளிதில் புரிவதில்லை.

நீங்கள் எப்படி இந்தப் போராட்டத்திற்கு வந்தீர்கள்? நீங்கள் இந்த ஊரில் உள்ளவர் இல்லையே.

எனது சொந்த ஊர் நாகர்கோவில். இங்கிருந்து 30 கி.மீ தூரத்திற்குள் வரும் பகுதி. என்னுடைய மூன்று தாத்தா – பாட்டிமார் புற்று நோயினால் இறந்தனர். அப்பாவின் தாய் (பாட்டி) சிறுவயதில் கதைகள் சொல்லித் தந்த அன்புள்ளவர். அவர்களுக்குக் கன்னத்தில் புற்றுநோய் வந்தது. அன்று நல்ல சிகிட்சை கிடையாது. நல்ல மருத்துவமனைகளும் இல்லை. புற்றுநோய் என்றால் என்னவென்றே தெரியாது. அதனால் சரியான சிகிட்சை அளிக்க முடியவில்லை. கன்னத்தில் ஓட்டை விழுந்து. மிகவும் கஷ்டப்பட்டார் பாட்டி. பக்கத்தில் செல்லக்கூட அனுமதி இல்லை. எனக்குக் கதைகள் சொல்லித் தந்து தூங்க வைத்த ஒருவருடைய பக்கத்தில் கூடச் செல்ல முடியாத ஒரு நிலையாக இருந்தது. அதன்பிறகு அம்மாவின் அப்பா, அம்மா எல்லோரும் புற்றுநோயினாலேயே இறந்தார்கள். இது மனதில் பதிந்தது.

பிறகு நான் கல்லூரியில் படிக்கும் காலத்தில் இந்தியப் பெருங்கடலில் இராணுவப் போட்டி நடந்தது. பிறகு சிலர் சேர்ந்து "குரூப் ஃபார் பீஸ்புல் இன்டியன் ஓசியன்" என்ற குழுவை உருவாக்கினோம். அணுகுண்டுகளைப் பற்றியும் ஆயுதங்களைப் பற்றியும் பேச்சு வந்தது. இயல்பாகவே அணுசக்தியைப் பற்றியும் பேசினோம். கூடங்குளம் அணு உலைக்கு வேண்டியுள்ள ஆய்வுகள் நடந்துகொண்டிருந்த நேரம் அது.

எப்படி இந்தப் போராட்டக் குழுவை உருவாக்கினீர்கள்?

ஓய். டேவிட் என்ற ஒரு போதகர் இருந்தார். ஆலயத்தை விட்டு வெளியேறி சமூக சேவை செய்யும் ஒருவர். அவர் கூடங்குளம் நிலையத்திற்கு எதிராகச் செயல்பட்டுக் கொண்டிருந்தார். அவர் செய்தவற்றைக் குறித்து அறிந்தேன். ஆனால் சந்திக்கவில்லை. அன்று அது ஒரு புரட்சிகரக் குழு வடிவில் இருந்தது. அவருடன் செல்ல வீட்டில் அனுமதிக்க மாட்டார்கள். பின்னர் 1998இல் நான் அமெரிக்காவில் இருக்கும்போது தேவசகவுடா இந்தத் திட்டத்தைத் திரும்பவும் கையில் எடுத்தார். அப்போது இத்துடன் தொடர்புடைய தகவல்களை மின்னஞ்சல் மூலம் வெளியிட்டேன். "மூவ்மெண்ட் எகைன்ஸ்ட் கூடன்குளம் நியூக்கிளியர் பிளான்ட்" என்ற இயக்கம் தொடங்கினேன். 2001இல் இந்தியாவிற்குத் திரும்பி வந்தபோது ஓய். டேவிட்டை சந்தித்துப் பேசினேன். திரும்பவும் ஈடுபட முடிவு செய்தேன். 2001 நவம்பர் மாதம் மதுரையில் வைத்து PMANE உருவாயிற்று ஓய். டேவிட் தலைவராக இருந்தார். நான்கைந்து ஆண்டுகளுக்குப் பிறகு அவர் அதிலிருந்து விலகினார். அந்த காலத்திலிருந்தே நாங்கள் இங்கு பிரச்சார வேலைகளில் ஈடுபடுகிறோம்.

நிறைய குற்றச்சாட்டுகள், மத்திய மாநில அரசுகள் எதிர் பக்கத்தில் போராட்டத்தைப் பலமுறைகளில் ஒடுக்குவதற்கான முயற்சி, ஊடகங்களும் மக்கள் நன்மைக்காக என்று கூறும் கட்சிகளும் கூடஇல்லை. எதிர்பார்ப்பை இழக்கிறீர்களா?

நான் இப்போதும் நம்பிக்கையோடிருக்கிறேன். என்னை சிலர் முட்டாள் என்று அழைக்கலாம். ஆனால் நான் நன்னம்பிக்கையோ டிருக்கிறேன். மிகவும் ஆபத்தான ஒரு வழியாக இந்தப் பயணம் செல்கிறது என்று எனக்குத் தெரியும். ஆனால் மனதின் எங்கோ ஒரு மூலையில் மங்கலாகச் சுடர்விடும் ஒரு நட்சத்திரத்தின் வெளிச்சத்தை என்னால் காணமுடிகிறது. அதற்குத் தருக்கத்தின் பலம் இல்லாமலிருக்கலாம். ஆனால் நாம் உயர்த்திக் காட்டிய விஷயம் பெரிய விவாதத்தை உருவாக்கியிருக்கிறது என்பது ஒரு விதத்தில் போராட்டத்தின் வெற்றியே. இந்தப் போராட்டத்தில் எனக்கு நம்பிக்கை மட்டுமே உள்ளது.

சந்திப்பு: மனில சி. மோகன்

மாத்ருபூமி (மலையாள வார இதழ்),
ஏப்ரல் 22–28, 2012

தமிழில்: **D.** மனோ

உதயகுமாரின் உணர்வுகளை அறிந்துகொள்ளும் உரையாடல்

மக்களை அழிக்கும் அணு உலை வேண்டாம்; மாற்று எரியாற்றலைப் பயன்படுத்துங்கள் என்று தொடர்ந்து துணிச்சலுடன் போராடிவரும் கூடன்குளம் அணு உலை எதிர்ப்புப் போராட்டக் குழு ஒருங்கிணைப்பாளர் உதயகுமாரிடம் போராட்டச் சூழலை விளக்க வேண்டி உரையாடினோம். அவர் சுருங்கச் சொல்லி விளங்க வைத்தார்.

தொடக்கத்தில் அணு உலையை மூடக்கோரிப் போராட்டம் நடத்தினீர்கள். இப்போது மக்களுக்கு இடப் பெயர்வுப் பயிற்சி அளிக்க வேண்டும் என்று கேட்கிறீர்கள். இது கொள்கையளவில் ஒரு பின்னடைவுதானே?

இதைப் பின்னடைவாக நாங்கள் பார்க்கவில்லை. எங்களூரில் ஒரு பழமொழி சொல்வார்கள், 'அடிக்கிற வழியில் போகவில்லையென்றால், போகிற வழியில் அடிக்க வேண்டும்' என்று. நடுவண், மாநில அரசுகளும் பன்னாட்டு வல்லாதிக்கங்களும் இந்திய ரசிய உளவுத்துறைகளுமாகச் சேர்ந்து மக்களை முடக்கிவைத்துக் கூடன்குளம் அணுமின் நிலையத்தைத் திறந்திருக்கின்ற நிலையில், மீண்டும் மூடு என்று போராட்டம் நடத்தி, அதிலே வெற்றிபெறுவது முடியாத காரியம். அந்தச் சூழ்நிலையில் திறப்பதற்கு முன்னால், என்னென்ன பன்னாட்டுத் தரக் கட்டுப்பாடுகளைக் கடைப்பிடிக்க வேண்டுமோ, அதாவது பேரிடர் மேலாண்மைப் பயிற்சி கொடுப்பது, மக்களுக்கு

இடப்பெயர்வுப் பயிற்சி கொடுப்பது, அதேபோல இந்தப் பகுதியிலே இருக்கின்ற நிலவியல், நீரியல், கடலியல், நில அதிர்வியல் பிரச்சினைகளை ஒரு குழு அமைத்து ஆய்வுசெய்வது, இப்படிப்பட்ட விஷயங்களைச் செய்யச்சொல்லி, அதிலே எங்களுக்குச் சாதகமான அம்சங்கள் ஏதாவது வந்தால் அதன் வழியாக மக்களிடம் அந்தக் கருத்துகளைப் பரப்பிக் கூடன்குளம் அணு உலையை முடக்குவதுதான் எங்கள் திட்டம். கூடன்குளம் அணு உலையை மூட வேண்டும் என்பதில் எந்தவொரு மாற்றுக் கருத்துக்கும் இடமில்லை.

அணு உலை வளாகத்தின் உட்புறக் காவலை நடுவண் தொழிற்காவல் படை செய்கிறது. வளாகத்துக்கு வெளியே தமிழ்நாடு காவல்துறை நிற்கிறது. ஐயாயிரம் மக்கள்கொண்ட இடிந்தகரை ஊரைப் பதினாயிரம் தமிழ்நாடு காவல்படையினர் சூழ்ந்துகொள்வது கொஞ் சங்கூட உங்கள் மன உறுதியைக் குலைக்கவில்லையா?

மக்களிடையே அணுமின் நிலையம் பற்றிய அச்சங்களை மாற்றிவிட்டு இந்த மக்களுடைய கருத்துகளுக்கு மதிப்பளித்து, அவர்களுடைய கருத்துகளைக் கேட்டு, மக்களாட்சி அடிப்படை யிலே கொண்டுவரப்பட்டால்தான் இந்தத் திட்டம் சிறப்பாக நடக்க முடியுமேயொழிய, இப்படிக் காவல்துறையினரையும் துணைப்படைகளையும் குவித்துவிட்டு, அடுத்த நாற்பது முதல் அறுபது ஆண்டுகளுக்கு அணுமின் நிலையத்தை நடத்த முடியாது என்பது நடுவண், மாநில அரசுகளுக்குத் தெரிய வேண்டும். மக்கள் ஆதரவோடு ஒத்துழைப்போடுதான் இது இயங்க முடியுமே தவிர, அட்டூழியத்தால் அடக்குமுறையால் ஆதிக்கச் சக்தியால் இந்த அணுமின் நிலையத்தை இயக்க முடியாது. எனவே அரசுகள் இதைப் பற்றிச் சிந்தித்து இனியாவது இந்த மக்களுக்கு உரிய அங்கீகாரத்தைக் கொடுப்பார்கள் என நாங்கள் நம்புகிறோம்.

ஒருவேளை கூடன்குளம் அணு உலையில் விபத்து ஏதும் ஏற்பட்டால் அது அணு உலை ஆதரவாளர், எதிர்ப்பாளர் என்றெல்லாம் பாராது. எல்லாரையும் அழித்துவிடும். அப்படியிருக்கும்போது அணு உலை எதிர்ப்புப் போராட்டம் இடிந்தகரையில் நடப்பதால், இது கிறித்தவப் பின்புலத்தில், மீனவப் பின்புலத்தில் இயங்குவதாகக் கூறி, மற்ற பிரிவினரைப் போராட்டத்தில் இருந்து அரசு பிரிப்பதாகக் கருதுகிறீர்களா?

அரசு இயந்திரம் இந்தப் போராட்டத்தின் தொடக்கக் காலத்தில் தன்னால் இயன்ற அனைத்தையும் செய்து பார்த்தது. இது ஒரு கிறித்தவப் போராட்டம், மீனவப் போராட்டம் என்றெல் லாம் தன்னால் இயன்ற வழிகளில் எல்லாம் பரப்புரை செய்து பார்த்தது. ஆனால் அது நம்முடைய மக்களின் ஒற்றுமையால்

மிக மோசமான முறையிலே முறியடிக்கப்பட்டது. இன்றைக்குப் போராடுகிறவர்கள் இந்துக்களாகவோ முஸ்லிம்களாகவோ கிறித்தவராகவோ நாடார்களாகவோ பரவர்களாகவோ இங்கு வரவில்லை. தமிழர்களாக, இந்தியக் குடிமக்களாக, இந்த ஒட்டுமொத்த உலகமே வெறுத்தொதுக்குகிற அணுசக்திக்கு எதிரானவர்களாகத்தான் வருகிறார்கள். காவல்துறையும் உளவுத்துறையும் நடுவண் அரசு துறைகளும் போராட்டத்திற்கு எதிராக எடுத்த அனைத்து முயற்சிகளும் தோற்றுப் போய்விட்டன. இன்னும் தோற்றுப்போகும்.

அணு உலையைத் தொடங்குவதுதான் அரசின் நோக்கமென்றால் அணுமின் வளாகத்துக்குள் நடுவண் தொழிற்காவல் படை உள்ளது. வாயிலில் தமிழ்நாடு காவல்படை குவிக்கப்பட்டுள்ளது. தொடக்கத்தில் கடற்கரைச் சாலைச் சந்திப்பில்தான் காவல் தடுப்பரண் அமைக்கப்பட்டிருந்தது. இப்போது எதிர்ப்புப் போராட்டத்தை ஒடுக்குமுகமாகத்தான் விசயாபதி விலக்கில் காவல் தடுப்பரண் அமைக்கப்பட்டுள்ளது என்று நடுநிலையாளர்கள் கருதுகின்றனர். நீங்கள் இதுபற்றி என்ன நினைக்கிறீர்கள்?

மடியில் கனமிருந்தால் வழியில் நிச்சயமாகப் பயமிருக்கும். அணுசக்தித்துறை செய்வன அனைத்துமே மக்களுக்கு எதிரானவை தான். மக்களுக்கு எதிரான பரப்புரையைத் தொடர்ந்து செய்துவருகிறது. அவர்களுக்குச் சனநாயகப் பண்புகளோ ஒளிவுமறைவற்ற தன்மையோ கிடையாது. இந்த நிலையிலே தங்களுடைய தவறுகளை, பொய்களை மறைப்பதற்கு இது போன்ற நடவடிக்கைகளில் அவர்கள் இறங்கி வந்திருக்கிறார்கள். என்னுடைய அச்சமெல்லாம் இந்தியாவிலே அணுசக்தித்துறை இன்னும் வலுப்பெறும்போது, இந்தியா முழுவதும் அணுமின் நிலையங்கள் அமைக்கப்பட்டு, இந்தத் துறை இன்னும் அதிக வலிமை பெறும்போது, இந்தியாவின் ஒட்டுமொத்தச் சனநாயக மரபுகளே பாதிக்கப்படும். இன்றைக்கு அறிவிக்கப்பட்டிருக்கும் 144 தடையுத்தரவு, இனிமேல் அறிவிக்கப்படாத, கண்ணுக்குப் புலப்படாத ஒன்றாக, நாடு முழுவதற்குமான ஒன்றாக மாறும். பிரான்ஸ் நாட்டைப் போல இங்கேயும் அணுசக்தித்துறை அரசியல் பின்புலத்திலிருந்து அரசியல் கட்சிகளை, தலைவர்களை ஆட்டுவிக்கும். இந்தியாவின் சனநாயகம் அழிந்துபோகும்.

அணு உலைக்கு எதிரான மக்கள் வாக்காளர் அடையாள அட்டைகளைத் திருப்பி ஒப்படைத்தது தேர்தல் புறக்கணிப்புக்குரிய முன்னறிகுறிதானே? அப்படியானால் உள்ளாட்சித் தேர்தலின்போதே தேர்தலைப் புறக்கணித்திருக்கலாமே. அப்போது மக்கள் தங்கள் அதிகாரப் படியாளர்களை எப்படித் தேர்ந்தெடுத்தார்கள்?

ஊராட்சித் தேர்தல் என்பதால் உள்ளூர் மக்களுடைய அதிகாரத்துக்கு நாம் தடையாக இருக்கக் கூடாது. உள்ளூர் மக்களுக்கு அரசியல் அதிகாரம் கிடைக்கின்ற அந்த வாய்ப்பைத் தவறவிடக் கூடாது என்று கருதினோம். அது மட்டுமல்லாமல் உள்ளூரிலே போராட்டக் குழுவைச் சார்ந்தவர்களும் தேர்தலிலே நின்றார்கள். அப்போது மக்களிடையே வாக்குப் புறக்கணிப்பு, தேர்தல் புறக்கணிப்பு என்று போய் ஊரை இரண்டுபடுத்தக் கூடாது என்பதற்காக அந்தத் தேர்தல் நடைபெறட்டும் என்று நாங்கள் நினைத்தோம். இப்போது வாக்காளர் அடையாள அட்டைகளைத் திரும்ப ஒப்படைப்பது எந்தத் தேர்தலையும் கருதியல்ல. கண்ணுக்கெட்டிய தொலைவில் எந்தத் தேர்தலும் இல்லை. எங்கள் உயிர்களை மதிக்காத அரசு எங்களை வெறுமனே வாக்காளர்களாக மட்டும் பார்ப்பதை நாங்கள் கண்டிக்கிறோம். எங்கள் உயிர் வேண்டாமென்றால் எங்கள் வாக்கும் அவர் களுக்கு வேண்டாம். அந்த அடிப்படையிலேதான், நீ அளித்த அந்த உரிமையை நீயே வைத்துக்கொள் என்ற முறையிலேதான் நாங்கள் அதைத் திருப்பிக் கொடுக்கிறோம்.

இடிந்தகரையில் இருக்கும் ஆசிரியரிடம் நீங்கள் தேர்தலைப் புறக்கணிக்காதது ஏன் என்று ஒருமுறை கேட்டபோது, மாவட்ட ஆட்சியர் மக்களிடம் உள்ளாட்சித் தேர்தலில் நீங்கள் பங்கேற்றால் உங்கள் பக்கமுள்ள நியாயத்தை அரசுக்கு எடுத்துக்கூறுகிறேன் என்று உறுதியளித்ததாகச் சொன்னார். ஆனால் மார்ச் 19ஆம் நாளுக்குப் பின்னர் அரசின் சார்பாக ஆட்சியர்தான் தடையுத்தரவைப் பிறப்பிக்கிறார். அவர் உங்களை நம்பவைத்துக் கழுத்தறுத்துவிட்டார் என்று கருதுகிறீர்களா?

மாவட்ட ஆட்சியர் என்னிடமோ போராட்டக் குழுவிடமோ அதுபோல எந்த உறுதிமொழியும் அளிக்கவில்லை. எனவே நான் அதுபற்றிக் கருத்துச் சொல்ல முடியாது. மாவட்ட ஆட்சியர் இந்த அரசின் ஒரு சாதாரண எழுத்தர். அதை நாம் பெரிதுபடுத்த வேண்டிய தேவை கிடையாது. ஆட்சியில் உள்ள ஆட்சியாளர்கள் எடுக்கும் முடிவுகள் சாதகமாக இருந்தால் அவர்கள் சாதகமாக நடப்பார்கள். பாதகமாக இருந்தால் இந்த அதிகாரிகளும் பாதகமாக நடப்பார்கள். எனவே இவர்களைப் பற்றியோ இவர்களது நிலைப்பாட்டைப் பற்றியோ பெரிதாக எடுத்துக்கொள்ள வேண்டிய தேவையில்லை.

நீங்கள் தொடக்கத்தில் இருந்தே கோரிவருவது போல் நடுவண் தகவல் ஆணையரும் சுற்றுச் சூழல் தாக்க அறிக்கை, ரசியாவுடன் செய்துகொள்ளப்பட்ட அணு உலை விபத்து இழப்பீடு குறித்த கமுக்க உடன்படிக்கை ஆகியவற்றை வெளியிட வேண்டும் என்று

கூறியிருக்கிறார். ஆனால் இதையெல்லாம் வெளியிடுமுன்னரே அணு உலையை இயக்குவதற்கான, உரேனியக் குச்சிகளைப் பொருத்துவதற்கான வேலையைத் தொடங்கிவிட்டனர். இது ஒரு வல்லாட்சியின் குணமாகத்தானே தெரிகிறது? நீங்கள் இதுபற்றி என்ன நினைக்கிறீர்கள்?

நிச்சயம். இந்த வல்லாதிக்கப் போக்கு மக்களுக்குத் தெளிவாகத் தெரிகிறது. நடுவண் தகவல் ஆணையம் இந்த அறிக்கைகளை முப்பது நாட்களுக்குள் வெளியிட வேண்டும் என்று கூறியிருக்கிறது. நாங்கள் பலமுறை வேண்டியபின் 23 ஆண்டுகளுக்குப் பிறகு இரண்டு மாதங்களுக்கு முன் சுற்றுச் சூழல் தாக்க அறிக்கையை வழங்கியிருக்கிறார்கள். அதுவும் முற்றுப்பெறாத, அதிக முரண்பாடுகளைக் கொண்ட, தவறான தகவல்கள் கொண்ட, மிகவும் பிந்திய ஓர் அறிக்கை. 1988ஆம் ஆண்டு அறிக்கையின் அடிப்படையில், 2012ஆம் ஆண்டில் ஓர் அணு உலையைத் தொடங்குவது மிகப்பெரிய முட்டாள்தனம். இருந்தாலும் அறிக்கையை இப்போது நாங்கள் வாங்கியிருக்கிறோம். தல ஆய்வறிக்கை, பாதுகாப்பு ஆய்வறிக்கை ஆகியவற்றை நாங்கள் பல ஆண்டுகளாகக் கேட்டு வருகிறோம். இருந்தாலும் தரவில்லை. நடுவண் தகவல் ஆணையம் அவற்றை முப்பது நாட்களுக்குள் கொடுக்க வேண்டும் என்று சொல்லியிருக்கிறது. இன்னும் அந்த அறிக்கைகளை அரசு வெளியிடவில்லை. இந்தத் தகவல்களைத் தருவார்கள் என்று நிச்சயமாக நாங்கள் நம்புகிறோம். ஆனால் உயர் நீதிமன்றத்தின் வழியாகச் சென்று இதைத் தராமல் இருப்பதற்கான நடவடிக்கைகள் எடுக்கப்படுவதாக சில தகவல்கள் வருகின்றன. அப்படி இவர்கள் செய்யும்போது இவர்களது கையாலாகாத் தனத்தை, இவர்களது உண்மை முகத்தை இந்திய மக்கள் புரிந்துகொள்வார்கள். அதுவும் எங்களுக்குச் சாதகமாகத் தான் இருக்கும். இந்தியாவிலே அணுசக்தித் துறை ஒரு தான்தோன்றித் தனமான துறை, கணக்கு வழக்கற்ற துறை, வெளிப்படைத் தன்மையற்ற துறை. இந்தத் துறை இன்னும் வலுப்பெறும்போது, நிச்சயமாக இந்திய அரசும் எதேச்சாதிகாரத் தன்மையுடன்தான் இயங்கும். இன்றைய சூழ்நிலையிலே இந்திய அரசு அனைத்து வல்லாதிக்கமுங் கொண்டதாக நடந்துகொண் டிருக்கிறது. இந்த நிலைமை இன்னும் மோசமாகும். இதைப் பற்றி இந்திய மக்கள்தான் சிந்தித்து முடிவெடுக்க வேண்டும்.

இப்போது இந்தியாவில் இருப்பது பெரும்பான்மைச் சனநாயக முறை. இந்நிலையில் அணு உலை வேண்டுமா, வேண்டாமா? என்பது குறித்து அரசு ஒரு கருத்து வாக்கெடுப்பை நடத்த முன் வந்தால், நீங்கள் இராதாபுரம் வட்டம் முழுவதும் நடத்த வேண்டும் என்று கூறுவீர்களா? அல்லது அணு உலையிலிருந்து 7 கிலோமீட்டர்

சுற்றளவுப் பகுதி மக்களிடம் மட்டும் நடத்த வேண்டும் என்று கூறுவீர்களா?

கருத்துக் கேட்புக் கூட்டமே ஒரு சடங்காகத்தான் நடத்தப்படுகிறது. கூடன்குளத்தில் கட்டப்பட்டு வரும் 3, 4, 5, 6 ஆகிய அணு உலைகளுக்கான பொதுமக்கள் கருத்துக் கேட்புக் கூட்டம் 2007ஆம் ஆண்டிலே நடத்தப்பட்டது. அதில் கலந்துகொண்ட 99.9 விழுக்காட்டு மக்கள் அணு உலைத் திட்டத்தை எதிர்த்தார்கள். ஆனால் ஆட்சியர் கோவிந்தராஜ். மக்கள் வந்தார்கள். அவர்கள் சந்தேகங்கள் எல்லாம் தீர்க்கப்பட்டன என்று உண்மைக்குப் புறம்பான, சனநாயகத்துக்கு எதிரான ஒரு பொய்யான அறிக்கையை அரசுக்கு அனுப்பிவைத்தார். கூடன்குளம் 1, 2 அணு உலைகளுக்கு இதுவரை கருத்துக் கேட்புக் கூட்டம் நடத்தப்படவில்லை. சுற்றுச்சூழல் தாக்க அறிக்கை மக்களோடு பகிர்ந்துகொள்ளப்படவில்லை. இப்போது அண்மையில் தந்திருக்கிற அறிக்கைகூட ஆங்கிலத்தில் இருக்கிறது. இந்தப் பகுதியிலே உள்ள மக்கள் ஆங்கிலம் பேசாதவர்கள். கேரளத்திலே உள்ள மக்களுக்கு மலையாளத்திலே அந்த அறிக்கை தரப்படவில்லை. இப்படியாக எந்த உண்மைத் தன்மையும் வெளிப்படைத் தன்மையும் இல்லாமல் இந்தத் திட்டம் இன்றைக்குத் தொடங்கப்படுகிறது. சனநாயகத்துக்கும் அணுசக்தித் துறைக்கும் தொடர்பே கிடையாது. மக்களின் கருத்துகளுக்கு மதிப்பளிக்காமல்தான் இந்தத் திட்டம் இன்றைக்குச் சட்டத்தின் பின்னால் ஒளிந்து நின்றுகொண்டு தொடங்கப்படுகிறது. இந்த அணுமின் நிலையத் திட்டம் திட்டமிடப்படும்போது, இப்படியான சட்டங்கள் இல்லை, எனவே நாங்கள் அதைச் செய்ய வேண்டியதில்லை என்று நடுவண் அரசு நொண்டிச்சாக்குச் சொல்லி வருகிறது. சிந்திக்கத் தெரிந்த மக்கள், எதிர்காலத்தைப் பற்றிக் கவலைகொள்கிற மக்கள், இது போன்ற கருத்துகளை அலசி ஆராய்ந்து இந்த அரசை வீட்டுக்கு அனுப்ப வேண்டுமே தவிர, இப்படிச் சும்மா கையைக் கட்டிக்கொண்டு வாயைப் பொத்திக்கொண்டு வாளாவிருந்தால் இந்தியா சனநாயகத் தன்மையை இழந்துவிடும்.

அணு உலைக்கெதிரான போராட்டம் தொடங்கி 9 மாதங்கள் ஆகின்றன. இக்காலக் கட்டத்தில் மக்களிடம் போராட்ட உணர்வு, வெறி அதிகரித்துள்ளதா, மக்கள் போராட்டக் குணத்திலிருந்து தளர்ந்துள்ளார்களா?

பல அரசியல் கட்சித் தலைவர்களும் ஊடக நண்பர்களும் சுட்டிக்காட்டியதைப் போல இந்தியாவில் இது போன்ற ஒரு போராட்டம் 9 மாதங்கள், எந்தவொரு வன்முறையுமின்றி,

மக்களுடைய பெருத்த எழுச்சியுடன் நடப்பது இதுதான் முதன்முறை. அந்தவகையிலே இந்தப் போராட்டம் மிகப்பெரிய வெற்றியைப் பெற்றிருக்கிறது. சாதி மதங்களைக் கடந்து, எளிய மக்கள் ஒன்றிணைந்து, சக்தி வாய்ந்த ஒரு துறையைச் சட்டையைப் பிடித்துச் சாலைக்கு இழுத்து நிறுத்தியிருப்பது இன்னுமொரு மிகப் பெரிய வெற்றி. இந்தியச் சனநாயகத்திற்குக் கிடைத்திருக்கிற வெற்றி. மக்கள் தெள்ளத் தெளிவாக இருக்கிறார்கள். ஆட்சியாளர்களுடைய குறிக்கோள் மக்கள் பணத்தைக் கொள்ளையடித்து சுவிஸ் வங்கியிலே குவிப்பது. ஆனால் எங்களுடைய எளிய மக்களுடைய குறிக்கோள், நாம் வாழுகிற இந்த நாட்டை வருகிற அடுத்த தலைமுறைக்கு விட்டுச் செல்ல வேண்டும். நம்முடைய குழந்தைகளும் பேரக் குழந்தைகளும் எதிர்காலத் தலைமுறையினரும் இந்த மண்ணில் இந்தக் காற்றை, தண்ணீரை, கடல் உணவை உட்கொண்டு, பயன்படுத்தி வாழ்வாங்கு வாழ வேண்டும் என்பதுதான். மக்கள் மிகத் தெளிவாக இருக்கிறார்கள். ஆட்சியாளர்கள் கொள்ளைக்காரர்கள், மக்களைச் சுரண்டித் தின்பவர்கள் என்று அவர்கள் அறிந்திருக்கிறார்கள்.

சந்திப்பு: **சே. பச்சைமால் கண்ணன்**

பசுமைத் தாயகம் சுற்றுச்சூழல் – ஜூன் 2012

அக்னிப் பரிட்சை

கூடங்குளம் அணுமின் நிலையத்தை எதிர்த்துக் கடந்த ஓராண்டு காலத்திற்கு மேலாகப் போராடி வரக்கூடிய ஓர் அமைப்பின் தலைவரான திரு. சுப. உதயகுமாரன், இன்றைக்குப் பல்வேறு வழக்குகளில் குறிப்பாக, இந்திய அரசாங்கத்திற்கு எதிராகப் போர் தொடுத்தல், தேசத்துரோகம் போன்ற பல வழக்குகளை எதிர்கொண்டிருப்பவர். அணுசக்தி ஆதரவாளர்களால் தேசத்துரோகி என்றும், கூடங்குளம் பகுதி மக்களால், தங்களைக் காக்க வந்த இரட்சகர் என்றும் பார்க்கப்படுபவர். அவரோடு உரையாடுவோம்.

இன்றைக்கு உயர்நீதி மன்றத்திலே வந்திருக்கிற ஒரு தீர்ப்பு இந்த அணுமின் நிலையம் எல்லாவிதமான பாதுகாப்பு அம்சங்களோடு கட்டப்பட்டிருக்கிறது, அது தன் பணியைத் தொடங்கலாம், மின் உற்பத்தியைத் தொடங்கலாம் என்று சான்று அளித்திருக்கிறது. இது உங்களுக்கு ஒரு பின்னடைவா?

அணுசக்திக்கு எதிரான மக்கள் இயக்கம், மக்கள் மன்றத்திலே போராடுகிற ஓர் இயக்கம். எங்களுக்கு ஆதரவான சில இயக்கங்களும் நண்பர்களும்தான் இந்த வழக்குகளைத் தொடர்ந்திருக்கிறார்கள். உயர்நீதி மன்றம் இதனுடைய பாரபட்சங்களை ஆராய்ந்து ஒரு நல்ல தீர்ப்பு தரும் என்று நாங்கள் நம்பியது உண்மை. ஆனால் இன்றைக்கு உள்ள சூழ்நிலையிலேயே ஒரு தரப்பாக மட்டுமே பார்க்கப்பட்டு அந்தத் தீர்ப்பு வழங்கப்பட்டிருக்கிறது. நீதி மன்றங்களும், இந்த அரசியல் கட்டமைப்பினுடைய அம்சம்தானே

தவிர, நீதிமன்றங்கள் வேறு எங்கோ இருந்து வரவில்லை. இந்தத் தீர்ப்பு எங்களுக்குப் பெரிய அளவிலே ஆச்சரியத்தையோ வேறு எந்த விதமான அதிர்ச்சியையோ அளிக்கவில்லை. இது எதிர்பார்த்த ஒன்று. நாங்கள் மக்கள் மன்றத்திலே தான் இதற்கு ஒரு விடை கிடைக்க முடியும், தீர்ப்பு கிடைக்க முடியும் என்று நினைக்கிறோம்.

உலகம் முழுக்க, எல்லா நாடுகளிலும் அணுசக்தி இருக்கிறது. இந்தியாவிலும்கூட 7, 8 இடங்களிலே அணுமின் நிலையம் செயல்பட்டுக்கொண்டிருக்கிறது. ஆனால் கூடங்குளத்தை மட்டும் நீங்கள் எதிர்ப்பது, தொடங்கவே கூடாது என்று எதிர்த்து வருவது, ஒரே கோரிக்கையிலேயே உறுதியாக நின்று வருவது என்பது சரியான அணுகுமுறையா?

உலகம் முழுவதும் அணுமின் நிலையம் இருக்கிறது என்பது முற்றிலும் தவறான தகவல். ஒரு சில நாடுகளில் மட்டும்தான் அணுமின் நிலையங்கள் அதிகமாக இருக்கின்றன. அணுசக்தி மூலமாக மின்சார உற்பத்தி செய்கிற வெகு குறைவான நாடுகள் ... உதாரணமாக பிரான்சு, ஜப்பான், அமெரிக்கா இந்த மூன்று, நான்கு நாடுகள் தான் அணுசக்தியிலிருந்து மிக அதிகமான மின்சாரம் எடுக்கிறதே தவிர, உலகில் உள்ள 220-க்கும் மேற்பட்ட நாடுகளிலே மற்ற வழிகளிலேதான் மின்சாரம் எடுக்கின்றார்கள். இந்தியாவிலேயேகூட அணுமின் நிலையங்களிலிருந்து வெறும் 2.7% மின்சாரம்தான் வருகிறது. இது கிட்டத்தட்ட ஒன்றுமே கிடையாது. இந்த 2.7% சதவீத மின்சாரம் வராத பட்சத்தில் இந்தியா தலைகீழாகப் போய்விடப் போவதில்லை. நமக்கு எந்த விதமான மாற்றமும் ஏற்படாது.

அனல்மின் நிலையங்கள் வழியாகவும், நீர்மின் நிலையங்கள் வழியாகவும் மின்சாரம் எடுக்கும் பொழுது இது சாதாரண மக்களுக்கு அல்லது சமூகத்தினுடைய எந்தப் பிரிவினருக்கும் பெரிய அளவிலே பாதிப்புகளை உருவாக்குவது இல்லை. ஆனால் அணுமின் நிலையத்திலிருந்து உருவாக்கப்படும் மின்சாரம் மிகப் பெரிய பாதிப்புகளை உண்டாக்குகிறது. அப்படிப்பட்ட அழிவுகளை எதிர்கொள்ள வேண்டிய கட்டாயத்திற்குள் நாம் தள்ளப்படுவோம். எனவே தான் அணுசக்தி வேண்டாம் என்று சொல்கிறோமே தவிர்த்து... உதாரணமாக, ஜப்பான் நாட்டிலே 52 அணுமின் நிலையங்கள் இருந்தன. ஃபுகுஷிமா விபத்திற்குப் பிறகு அத்தனையையும் மூடினார்கள். ஜப்பான் நாட்டவர் வாழ்க்கையில் எல்லா விஷயத்திற்கும் மின்சாரத்தை உபயோகிக்க கூடியவர்கள். ஆனால் அந்த 52 அணுமின் நிலையங்கள் மூடப்பட்ட நிலையிலும் ஜப்பான் நிலைகுலைந்து போகவில்லை.

இன்றைக்கு வெறும் 2 அணுமின் நிலையங்களை மட்டும் திருப்பி தொடங்கியிருக்கிறார்கள். அதற்கு ஜப்பானிய மக்கள் கடுமையாக எதிர்ப்பு தெரிவித்து வருகிறார்கள். நாங்கள் அதைத் தான் சொல்கிறோம். ஜப்பானிய மக்களாலேயே இதை எதிர்கொள்ள முடியாத சூழலில், இந்த மாதிரி ஊழலும் லஞ்சமும் அநியாயமும் அட்டூழியங்களும் நிறைந்த நமது சமுதாயத்திலே மக்களைக் கண்டுகொள்ள மாட்டார்கள். சாதாரண மக்கள் மிகப்பெரிய ஆபத்திற்குள் தள்ளிவிடப்படுவார்கள். போபாலிலே நடந்த விபத்தை நாம் பார்த்திருக்கிறோம்.

போபால் வேறு, இது வேறு இல்லையா?

வேறு வேறு விபத்துகள். ஆனால் நடந்தது என்ன? பேரிடருக்குத் தயாராக இருக்கிறோமா? அப்படி ஒரு பேரிடர் நடந்தபோது, பேரிடரை நிகழ்த்தியவருக்குத் தண்டனை கொடுத்தோமா? அவரிடம் இருந்து இழப்பீடு வாங்கினோமா? பாதிக்கப்பட்ட மக்களுக்கு உதவிகள் செய்தோமா? இப்படி நிறைய கேள்விகள் இருக்கின்றன.

நீங்கள் இந்தப் போராட்டத்தைத் தொடங்கியபோது மக்களுடைய அச்சத்தைப் போக்கிவிட வேண்டும் என்று ஒரு கோரிக்கையை வைத்தீர்கள். அதைக் கடந்து ஒரு படி மேலே போய் அணு உலையையே மூட வேண்டும் என்று சொன்னீர்கள். அச்சத்தைப் போக்க வேண்டுமா? அணு உலையை மூடவேண்டுமா?

இல்லை. தவறான கேள்வி இது. நாங்கள் அணுமின் நிலையம் வேண்டாம் என்று தான் போராடிக் கொண்டிருக்கிறோம். இப்போது அல்ல. 1980-களில் இருந்தே இந்தப் போராட்டம் தொடங்கப்பட்ட காலத்திலிருந்தே, அணுமின் நிலையம் வேண்டாம், அணுசக்தி வேண்டாம். மக்கள் அடர்த்தியாக அதிகமாக வாழக்கூடிய நாடு நமது நாடு. இந்தத் திட்டங்களால் மக்களுக்குப் பெரும் கேடுகள் விளையும். எனவே அணுமின் நிலையம் வேண்டாம் என்பதுதான் எங்களுடைய நிலைப்பாடு. போராட்டத்தை உச்சக்கட்டத்திற்குக் கொண்டுவந்து, கடந்த ஆகஸ்ட் மாதம் எங்கள் போராட்டத்தை உக்கிரமாக ஆரம்பித்த போது, தமிழக அரசு தீர்மானம் இயற்றியது. மக்களுடைய அச்சத்தைப் போக்க வேண்டும், மக்களுடைய அச்சத்தை போக்க சொன்னது, தமிழக அரசே தவிர, நாங்கள் அன்றைக்கும் சொன்னோம், இன்றைக்கும் சொல்கிறோம், நாளையும் சொல்வோம், கூடங்குளம் அணுமின் நிலையம் வேண்டாம், கல்பாக்கம் அணுமின் நிலையம் விரிவாக்கம் வேண்டாம், இந்தியாவிலேயே அணுமின் நிலையங்கள் எங்கேயும் வேண்டாம். அதுதான் எங்களுடைய தெளிவான, ஒரே தீர்க்கமான நிலைபாடு.

இந்தியா போன்ற நாட்டிற்கு, வளர்ச்சிக்கு மின்சாரம் மிக மிக அவசியமான ஒன்று. நம்முடைய மின் தேவை ஒரு புறம் மிக அதிகமாக இருக்கிறது, மின் உற்பத்தி, இரண்டையும் ஒப்பிடுகிறபோது, இடைவெளி என்பது நிரப்ப முடியாத அளவிற்கு இருக்கிறது. வேகமாக வளர்ந்து வரக்கூடிய இந்தியா போன்ற நாட்டில், அனல் மின் நிலையம், புனல்மின் நிலையங்களை மட்டும் வைத்திருந்தால் முடியாது என்று கருதித்தான் அரசாங்கம் இந்த திட்டத்தைக் கொண்டு வந்திருக்கிறது. இதை மூடியே தீர வேண்டும் என்று கேட்பது என்ன நியாயம்?

14,000 கோடி ரூபாய் செலவு செய்வதற்கு முன்பு, மக்கள் மத்தியிலே கருத்துக் கேட்பு கூட்டம் நடத்தப்பட்டு, எங்கள் மக்களுடைய ஒத்துழைப்புடன், ஆலோசனையுடன், ஆதரவுடன் அதைத் தொடங்கியிருந்தால் நாங்கள் இன்றைக்குச் சொன்ன தவறு. உள்ளூர் மக்களிடம் கருத்து கேட்கவில்லை. உள்ளூர் மக்களிடம் அனுமதி வாங்கவில்லை. தான்தோன்றித்தனமாக, ஏதேச்சாதிகாரத் தனமாக, பலவந்தமாக உள்ளே நுழைந்து, இந்தத் திட்டத்தைக் கட்டிவைத்துவிட்டு நீங்கள் இப்போது வந்து 14,000 கோடி ரூபாய் செலவு செய்துவிட்டோமே என்று கூறுவது தவறு. 2G அலைகற்றை ஊழலிலே 1 லட்சத்து 76 ஆயிரம் கோடி ரூபாய் இந்த நாட்டிற்கு இழப்பு ஏற்படுத்தி இருக்கிறார்கள். நிலக்கரி பேரத்திலே 1 லட்சத்து 86 ஆயிரம் கோடி ரூபாய் இழப்பு ஏற்படுத்தியிருக்கிறார்கள். இன்றைக்குத் தமிழகத்திலே கிரானைட் வெட்டி விற்றதிலே 40 ஆயிரம் கோடி ரூபாய் நாட்டிற்கு இழப்பு ஏற்படுத்தி இருக்கிறார்கள். பல அரசியல்வாதிகளும், அதிகாரிகளும் இவ்வளவு பெரிய நட்டங்களை உருவாக்கிக்கொண்டிருக்கும்போது, வெறும் 14,000 கோடி ரூபாயை இந்தப் பகுதியிலே உள்ள மீனவ மக்களுக்காக, விவசாயிகளுக்காக இழந்து விடுவது பெரிய இழப்பல்ல.

இன்னொரு விஷயம், இந்தக் கட்டிடங்களை, திட்டங்களை அப்படியே விட்டுவிட்டு ஓடுங்கள் என்று நாங்கள் சொல்லவில்லை. அணுசக்தி அல்லாத மாற்று வழியிலே மின்சாரத்தை உற்பத்தி செய்வோம். நிச்சயமாக முடியும் அது. இன்றைக்கு உலக நாடுகள் எல்லாம் அணுசக்தி வேண்டாம், ஜெர்மனி வேண்டாம் என்று சொல்லுகிறது. ஜப்பான் வேண்டாம் என்கின்றது. அமெரிக்காவிலே ஒரு புதிய அணுமின் நிலையம் கட்டவில்லை.

அமெரிக்காவில்தான் உலகிலேயே அதிகமான அணுமின் நிலையங்கள் இருக்கின்றன. அவை ஒன்றும் மூடப்பட்டுவிடவில்லை.

இல்லை... 1979 மூன்று மைல் தீவுகளுக்குப் பிறகு இதுவரை புதிய அணுமின் நிலையங்கள் கட்டப்படவில்லை. எத்தனையோ

ஜனாதிபதிகள் வந்து சென்றிருக்கிறார்கள். ஜார்ஜ் புஷ் ஜனாதிபதி ஆன பிறகு தான், அந்தக் கொள்கை மறுபரிசீலனை செய்யப்பட்டு தொடங்கப்பட்டது. அவரும்கூட எட்டு ஆண்டுகள், தனது ஆட்சிக் காலத்தில் ஓர் அணு உலையும் கட்டவில்லை. அதற்கு பிறகு வந்த பாரக் ஒபாமா இதுவரைக்கும் ஒன்றையும் கட்டவில்லை. இந்தத் தொழில்நுட்பத்தை வேறு நாடுகளுக்கு விற்க முயல்கிறார்கள். அமெரிக்காவிற்கு நான் அடிக்கடி போகிறவன். அமெரிக்காவிலே 12 ஆண்டுகள் வாழ்ந்தவன். அமெரிக்காவிலே எத்தனை அணுமின் நிலையங்களுக்கு எதிராக மக்கள் போராடுகிறார்கள் என்ற தகவல்கள் எனக்குத் தெரியும். அமெரிக்காவிலே புதிய அணுமின் நிலையங்கள் கட்டப்படவில்லை. அமெரிக்க கம்பெனிகள் அந்தத் தொழில்நுட்பத்தை மற்ற நாடுகளுக்கு விற்று காசு பார்க்கிறார்கள். நமது அரசியல்வாதிகளும் அதிகாரிகளும் அதிலே கிடைக்கிற கமிஷனுக்காக நம்மைக் கொல்வதற்கும் தயாராக இருக்கிறார்கள் இதுதான் உண்மை.

அமெரிக்காவில் மட்டுமல்ல 29 நாடுகளில் ஏறத்தாழ 441 அணுமின் நிலையங்கள் செயல்பட்டுக் கொண்டிருக்கின்றன. எல்லா அணு உலையையும் மூடிவிட்டார்கள் என்று சொல்ல முடியாது. இந்தியா போன்ற வளரக்கூடிய ஒரு நாட்டில், கூடங்குளம் அணுமின் நிலையம் என்பது இந்தியாவிற்கு மிக அவசியம் என்று முன்னாள் குடியரசுத் தலைவர் அப்துல் கலாம் தொடங்கி பலரும் வலியுறுத்துகிறார்கள். கூடங்குளம் அணுமின் நிலையமானது அதற்கான எல்லாப் பாதுகாப்பு அம்சங்களையும் கொண்டது, நிலநடுக்கம் ஏற்படாது, சுனாமி வந்தால்கூட அதிலே பாதிப்பு பெரிதாக இருக்காது. அதை தாங்கி நிற்கக்கூடிய ஒன்றாக இருக்குமென்று விஞ்ஞானிகள்தான் சொல்கிறார்கள். அவர்கள் சொல்கிற கருத்துகளை எல்லாம் நிராகரித்து வருகிறீர்கள். ஏன்?

இதிலே, அடிப்படை அரசியலையும் பார்க்க வேண்டும். இது வெறும் விஞ்ஞானம் மட்டுமல்ல, இது வெறும் விஞ்ஞானக் கேள்வி மட்டுமல்ல அரசியல் சம்பந்தப்பட்ட கேள்வி. இந்த விஞ்ஞானிகளும் அதிகாரிகளும் யாருக்காகப் பேசுகிறார்கள்? அவர்கள் எந்த ஒரு நிலைப்பாட்டை எடுக்கிறார்கள் என்று நாம் பார்க்க வேண்டும். இவர்கள் பேசுவது யாருக்காக? இந்த அரச கட்டமைப்பைத் தூக்கி நிறுத்துகிற வியாபாரிகளுக்காக, இந்திய முதலாளிகளுக்காக, பன்னாட்டு நிறுவனங்களுக்காக நாங்கள் பேசுவது சாதாரண மக்களுக்காக, உழைத்து வாழ்கிற, யாரையும் கொள்ளையடிக்காத, உண்மையாக வேலை செய்து, இந்த இயற்கை வாழ்வாதாரங்களைத் தங்களுடைய வாழ்வின் அடிப்படையாகக் கொண்டு வாழ்வை அமைத்துக் கொள்கிற சாதாரண மக்கள். இந்த மாதிரியான விஞ்ஞானிகள் எல்லாம்

பேசும்போது பன்னாட்டுக்காக அந்தக் கட்டமைப்புக்காகப் பேசுகிறார்கள். இந்தியாவிற்கு மின்சாரம் தேவையில்லை என்று நாங்கள் சொல்லவில்லை. இந்தியாவிற்கு வளர்ச்சி வேண்டாம் என்று நாங்கள் சொல்லவில்லை. இந்தியாவிற்கு வளர்ச்சி வேண்டும். மின்சாரம் வேண்டும். மக்களுடைய, சாதாரண மக்களுடைய வாழ்வாதாரங்களைச் சீரழிக்காமல், உழைத்து வாழக்கூடிய மக்களுக்குத் தீங்கு விளைவிக்காமல், எங்கள் எதிர்கால சந்ததியரை நசுக்கி அழிக்காமல் மின்சாரம் தயாரியுங்கள் என்று சொல்கிறோம். வழிகள் கிடையாதா? இருக்குது. எப்படி? ஜெர்மனி நம்மைவிட மிகப் பெரிய நாடு, தொழில்நுட்பத்திலே சிறந்த நாடு. அந்த நாட்டிலே என்ன சொல்றாங்க? அணுமின் நிலையங்கள் ஆபத்தானவை. அவற்றைப் படிப்படியாக முடிவிட்டு, சூரிய ஒளியின் மூலம் மின்சாரம் எடுப்போம் என்கிறார்கள்.

முன்னாள் குடியரசுத் தலைவர், ஓர் அறிவியல் நிபுணராக இருக்கக் கூடிய திரு. அப்துல் கலாம் அவர்கள் கூட, 'ஜெர்மனியை ஓர் உதாரணமாகக் காட்டி நாம் நம் அணு உலைகள் எல்லாம் கூடாது, நாம் ஜெர்மனியைப் பின்பற்ற வேண்டும் என்று சொல்வது தவறு. ஏனென்றால் ஜெர்மனி ஓர் வளர்ந்த நாடு, மின்சாரத்தை தங்கள் தேவைக்கு அதிகமாக உற்பத்தி செய்யக்கூடிய ஒரு நாடு' என்ற கருத்தைச் சொன்னதோடு மட்டுமல்லாமல், நீங்கள் கூறிய சூரிய ஒளியானாலும் சரி... அல்லது காற்றாலை மூலம் மின்சாரம் தயாரிப்பதும் நிலையான மின்சாரம் அல்ல. அதன் மூலம் பெரிய அளவில் மாற்றத்தை ஏற்படுத்த முடியாது என்றதொரு கருத்தைச் சொல்கிறார்.

டாக்டர் அப்துல் கலாமைப் பற்றிப் பேச வேண்டாம் என்று நினைத்தேன். ஆனால் நீங்கள் கேட்கிற கேள்விக்கு நான் பதில் சொல்லி ஆக வேண்டும். டாக்டர் அப்துல் கலாம் சாதாரண ஒரு விவசாயியோ, ஒரு மீனவனோ, ஒரு தலித் தொழிலாளியோ உபயோகிக்கிற மாதிரி ஏதாவது ஒரு கண்டுபிடிப்பைக் கண்டுபிடித்ததுண்டா? இன்றைக்கு நீங்கள் குறிப்பிடுகிற எந்த விஞ்ஞானியாவது, இந்தியாவிலே உள்ள ஏழைகளுக்காக ஏதாவது கண்டுபிடித்திருக்கிறார்களா? இவர்களெல்லாம் இவ்வளவு ஆய்வுகள் செய்த பிறகும் இன்றைக்கு இந்தியாவிலே 42% குழந்தைகள் ஊட்டசத்து இல்லாமல் பிறக்கிறார்கள் என்று பிரதமர்கள் சொல்கிறார்களே... இதற்கு இந்த விஞ்ஞானிகள் சொல்கிற பதில் என்ன? இந்த விஞ்ஞானிகள் எல்லாம் மக்களுக்காகச் செயல்படுபவர்கள் அல்ல. இந்த விஞ்ஞானிகள் சாதாரண மக்களைக் கண்டுகொள்ளவில்லை. இவர்கள் அரச கட்டமைப்புக்கு... அப்துல் கலாம் ஐயா Missile விடுறாரு. அந்த

Missile எதுக்கு விடுறாரு? இந்திய ராணுவத்திற்காக. பன்னாட்டிலே இருந்து ராணுவ தளவாடங்களை வாங்குவதற்காக. இவர் எப்படிச் சொல்ல முடியும்? பேரிடர் வராது . . . நிலநடுக்கம் வராது . . . சுனாமி வராது . . . எந்த விஞ்ஞானியால் உறுதியளிக்க முடியும்? ஏப்ரல் மாதம் 11ஆம் தேதி 9 ரிக்டருக்கும் அதிகமான அளவிலே நிலநடுக்கம் ஏற்பட்டது. அதை ஏன் அவர் முன்கூட்டியே சொல்லவில்லை? போன வருடம் அக்டோபர் மாதம், நவம்பர் மாதம் இங்கே வந்து சொன்னார் நிலநடுக்கமே வராது என்று. அவர் சொன்ன அடுத்த 2, 3 மாதங்களுக்குப் பிறகு நிலநடுக்கம் வந்திருக்கிறது. அதற்குப் பதில் என்ன? இந்த மாதிரி ஒரு தனிப்பட்ட விஞ்ஞானியோ ஓர் அறிவியலாளரோ யாருக்கும் எந்த உத்திரவாதமும் கொடுக்க முடியாது. ஃபுகுஷிமாவிலும் இதையேதான் சொன்னார்கள். வராது என்று. ஆனால் வந்தது.

அப்துல் கலாம் ஆகட்டும், மற்றவர்களாகட்டும் சுனாமியே வராது என்றெல்லாம் சொல்லவில்லை. அவர்கள் சொல்வது, சுனாமி போன்ற ஒரு பேரழிவு வந்தாலும்கூட நிலநடுக்கம் வந்தாலும்கூட அவற்றைத் தாங்கி நிற்கக்கூடிய அளவிற்கான அதிநவீன பாதுகாப்பு அம்சங்களை கொண்ட ஒரு கட்டமைப்பாகத் தான் கூடங்குளம் அணுமின் நிலையம் இருக்கிறது. ஃபுகுஷிமா விபத்திலே நாங்கள் பாடங்களை கற்று இருக்கின்றோம். அதில் பெற்ற படிப்பினைகளை எல்லாம் கூட அது போன்ற தவறுகள் ஏதும் நடக்காமல் பார்க்கக் கூடிய அளவிற்கு, இது மிகுந்த பாதுகாப்பு அம்சம் கொண்டது என்ற கருத்தைத்தான் அவர்கள் கூறியிருக்கிறார்கள். நீங்கள் சொல்லக்கூடிய கருத்து மட்டும் சரி . . . மற்ற விஞ்ஞானிகள் கூறிய கருத்துகள் எல்லாம் தவறா?

நாங்கள் கூறிய கருத்துகள் அறிவியல்பூர்வமாக உண்மையாகப் பேசுகிறோம். நாங்கள் யாருக்கோ எடுபிடியாக வேலை செய்கிறவர்கள் அல்ல. இதில் பின்னிப்பிணைக்கப்பட்டிருப்பது எங்களுடைய வாழ்க்கை. ஐயா அப்துல் கலாம் இங்கே வந்து உட்காரட்டும் இடிந்தகரையிலே வீடு எடுத்துக் கொடுக்கிறோம். டாக்டர் அப்துல் கலாம், டாக்டர் எம்.ஆர். ஸ்ரீனிவாசன், டாக்டர் மன்மோகன் சிங், நாராயணசாமி ஐயா . . . இவர்கள் எல்லோரும் இடிந்தகரையிலே வந்து எங்களோடு இருப்பார்களா? இருக்கட்டும், நாங்கள் வீடு free-யா கொடுக்குறோம். Free House. Free Electricity, Free Water. We take care of that. வரமாட்டாங்க. ஏனென்றால் அவர்களெல்லாம் பாதுகாப்பான இடத்திலிருந்து பேசுகிறார்கள். நாங்கள் அப்படி அல்ல. நாங்கள் இங்கே இருக்கிறோம். எங்களுடைய வாழ்வாதாரம் சீரழிக்கப்படுகிறது. இதிலே ஃபுகுஷிமா விபத்து வரும்போது, இதையே தான் TEPCO என்கிற கம்பெனி சொல்கிறது. எந்தப் பிரச்சினையும் வராது.

பாதுகாப்பாக இருக்கிறது. அந்த ஃபுகுஷிமா வந்த பிறகு கூட நம்முடைய அணுசக்தித் துறை என்ன சொன்னார்கள்? அங்கு நடந்தது வேதியல் விளைவு. ஒரு *Chemical explosion.* ஸ்ரீகுமார் பானர்ஜி என்று சொல்கிற அணுசக்தித் துறைத் தலைவர் சொன்னார். பத்திரிகைகளிலே செய்தி வந்தது. அது ஒரு *Chemical reaction.* ஒரு பெரிய விபத்து, அதன் உண்மையை ஏற்றுக்கொண்டு, ஆமாம்... இது ஒரு பெரிய விபத்து. ஆபத்து. இதே மாதிரி வரக் கூடாது என்பதற்கு நாங்கள் இன்னென்ன நடவடிக்கைகள் எடுத்திருக்கிறோம் என்று சொல்வது ஒரு வகை. இன்னொரு வகை... 'அங்கே நடந்தது ஒன்றுமே கிடையாது... சும்மா ஒண்ணும் செய்யாது' நம்மூரில் சொல்வார்களே டீக்கடையில் உட்கார்ந்து... 'ஒண்ணும் பண்ணாது' என்று, ஒண்ணும் பண்ணாது என்றால் யாருக்கு? உங்களுக்கு ஒண்ணும் பண்ணாது. ஆனால் எங்களுக்கு எல்லாம் பண்ணும். அப்போ நாங்கள்தான் கேள்விகள் கேட்கணும். நாங்கள்தான் கேள்வி கேட்கிறோம்.

சரி... நீங்கள் விஞ்ஞானியாக இருக்கலாம். இன்னொரு விஞ்ஞானி சொல்லக்கூடிய கருத்தை மறுக்கலாம். அணுசக்தி என்று வருகிற போது புகழ்பெற்ற விஞ்ஞானிகள், சர்வதேச அளவில் பேசப்படுகிற விஞ்ஞானிகள் எல்லாம், இதனால் பாதிப்பு வராது என்று அறுதி யிட்டுக் கூறுகிறார்கள், ஆனால் உங்களைச் சார்ந்தவர்கள் உலகமே அழிந்துவிடும் என்ற கருத்தைச் சொல்கிறீர்கள். அதாவது கூண்டோடு கைலாசம், அணு அணுவாகச் சாவோம் என்று நீங்கள் சொல்கிறீர்கள். அணுசக்திதான் வரம் என்று அவர்கள் சொல்கிறார்கள். ஏன் இந்த முரண்பாடு?

காரணம். இதில் பின்னி பிணைக்கப்பட்டிருக்கிற அரசியல்—ஃபுகுஷிமாவிற்கு முன்னாடி ஹிரோஷிமா நடந்தது. ஹிரோஷிமாவிலே அணுகுண்டுகளைப் போட்டதை நாம் பார்த்தோம். லட்சக்கணக்கான மக்கள் கருகி செத்ததை இந்த உலகம் பார்த்தது. அணுகுண்டு மாதிரி அல்லாமல், அணுசக்தி என்பது மெதுவாகக் கொல்கிறது. இது குண்டு வெடித்த மாத்திரத்திலே பல்லாயிரக்கணக்கான மக்கள் உடனடியாகச் சாவது இங்கே நடக்காது. அணுசக்தியைப் பொறுத்தவரை, அதிலிருந்து வரக்கூடிய கதிர்வீச்சு . . . இந்தக் கதிர்வீச்சு என்பது மிகப்பெரிய கொடுமையான விஷயம். அதில் கடுகளவும் உண்மை இல்லையென்றால், அணுமின் நிலையத்திலே வேலை பார்க்கிற அத்தனை பேரையும் அந்த வளாகத்திற்குள்ளேயே உட்கார வைக்கலாமே? ஏன் வைக்க வில்லை? 1.6கி.மீ. சுற்றளவிற்கு மனிதர்களே வாழக் கூடாது என்று ஏன் சொல்கிறோம்? அங்கே கதிர்வீச்சு வரும். இங்கே வேலை செய்கிற மக்களை 8 முதல் 10கி.மீ.க்கு அந்தப் பக்கம்

குடியமரச் செய்கிறோமே காரணம் என்ன? அங்கே கதிர்வீச்சு வரும். அணுசக்தித் துறையிலுள்ள முக்கியமான அதிகாரிகள் எல்லாம் பம்பாயிலும் தில்லியிலும் இருக்கிறார்களே ஏன்? அவர்கள் பாதுகாப்பாக இருக்க வேண்டும். சாதாரண மக்களுக்கு ஒரு நியாயம். சக்தி வாய்ந்தவர்களுக்கு ஒரு நியாயம், என்பதை ஏற்றுக்கொள்ள முடியாது. காசிநாத் பாலாஜி–லே இருந்து, இங்குள்ள சுந்தர்–ல இருந்து இங்குள்ள அத்தனை அதிகாரிகளும் இன்றிலிருந்து கூடங்குளம் அணுமின் நிலையத்தில்தான் இருக்க போகிறோம். பிரதமரும் இங்கே தான் வந்து இருக்க போகிறார். ஒத்துக்கொள்கிறோம். புதிய தலைமுறை டிவி வழியாக நான் அறிவிக்கிறேன். எங்களுடைய போராட்டத்தை நாளையே நாங்கள் நிறுத்திவிடுவோம். பிரதமரும் அணுசக்தித் துறையினுடைய அத்தனை உயர் அதிகாரிகளும் இடிந்த கரையிலோ அல்லது கூடங்குளம் அணுமின் நிலைத்திற்குள்... இல்லை அதுகூட வேண்டாம்... இடிந்தகரைக்கு வரட்டும். இடிந்தகரையில நிரந்தரமாக... வந்து ஒரு நாள் வந்துட்டு போனால் விட மாட்டோம். நிரந்தரமாக இடிந்தகரையிலேயே நாங்கள் குடியேறுகிறோம் என்று சொல்லி வந்தால், நாங்கள் போராட்டத்தை நாளையே நிறுத்திவிடுகிறோம்.

பல இடங்களிலே அணு உலைகள் இருக்கின்றன. ஒவ்வொரு அணு உலை இருக்கிற ஊரிலும் பிரதமர் வந்து தங்கினால் தான் அனுமதிப்போம் என்று சொல்வது ஒரு வாதமாகுமா?

கூடங்குளம் அணுமின் நிலையத்திலே எந்த முறைப்படியான ஏற்பாடுகளும் செய்யவில்லை. பொதுமக்களின் கருத்து கேட்கப்படவில்லை. பொதுமக்களுடைய அனுமதி வாங்கப்பட வில்லை. இந்தியாவிலேயே மிகப்பெரிய அணுமின் நிலையம் கூடங்குளம் அணுமின் நிலையம். கல்பாக்கத்திலும், கைகாவிலும் மற்ற இடங்களிலும் இருப்பவை வெறும் 220 மெகாவாட் மின்சாரம் உற்பத்தி செய்கிற சின்ன அணுமின் நிலையங்கள். அதிலும் வருகிற மின்சாரம் வெறும் 50% தான். கிட்டத்தட்ட 100, 120 மெகாவாட் மின்சாரம் தான் வருகிறது. ஆனால் இது, 1,000 மெகாவாட் மின்சாரம் வருகின்ற அணு உலைப் பூங்கா ... இது வெளிநாட்டிலிருந்து கொண்டுவரப்பட்டது. கைகாவிலும், கல்பாக்கத்திலும் உள்ளது நமது விஞ்ஞானிகளால் நிர்மானிக்கப்பட்ட indigenous technoglogy. ஆனால் இது வெளிநாட்டிடம் இருந்து கொண்டுவரப்பட்டது. மக்கள் அடர்த்தியாக, நெருக்கமாக வாழக்கூடிய பகுதியிலே இருக்கிறது. இப்படிப் பல விஷயங்கள் இதிலே இருக்கின்றன. இனி இங்கே ஒரு விபத்து நடந்தால், இதனுடைய விளைவுகள் மிகப்பெரிய அளவிலே இருக்கும். அதனால்தான் நாங்கள் சொல்கிறோம்.

ஏறத்தாழ 30 ஆண்டுகளுக்கு மேலாகச் சென்னைக்கு மிக அருகிலேயே கல்பாக்கம் நிலையம் செயல்பட்டு வருகிறது. அதனால் அப்பகுதி மக்களுக்குப் பெரிதாக எந்தப் பாதிப்பும் ஏற்பட்டது என்று சொல்ல முடியாது. கல்பாக்கத்தில் ஏற்படாத ஒரு பாதிப்பு கூடங்குளத்தில் மட்டும் நடந்துவிடும் என்று எப்படிச் சொல்கிறீர்கள்?

கல்பாக்கம் பகுதிக்கு நான் பலமுறை போயிருக்கிறேன். அங்குள்ள கடலோரக் கிராமங்களுக்குச் சென்றிருக்கிறேன். அந்த அணுமின் நிலைய வளாகத்திலே வேலை செய்கிற ஊழியர்களை நான் சந்தித்திருக்கிறேன். அந்தப் பகுதியிலே பலருக்கும் நோய்கள் இருக்கின்றன. அங்கேயுள்ள மீனவர்கள் சொல்கிறார்கள், நாங்கள் பிடிக்கிற மீன், மீன்வளம் அருகியிருக் கிறது. நாங்கள் பிடிக்கிற மீனுக்கு விலையில்லை என்று மீனவர்களே சொல்லியிருக்கிறார்கள். அப்பகுதி மக்களுக்குப் பாதிப்பில்லை என்று சொல்வதெல்லாம் முழுப் பொய். நாளை கல்பாக்கத்திலே இப்போது நடக்கிற அந்த விரிவாக்க திட்டங்கள் வந்தால், அங்கிருந்து வருகிற கதிர்வீச்சு, நிச்சயமாகச் சென்னை நகரத்தைப் பாதிக்கும். தாராபூர் அணுமின் நிலையத்தினால் மும்பை நகரத்திற்கு எந்த ஆபத்தும் இல்லையென்று சொல்லிக் கொண்டிருக்கிறது அணுசக்தித் துறை. ஆனால் போன வாரம், அணுசக்தி ஒழுங்கற்று வாரியம் திறமையாகச் செயல்படவில்லை, இந்தத் துறை கையாலாகாத துறை என்று சொல்லி மத்திய தணிக்கை குழு ஒரு அறிக்கை கொடுத்திருக்கிறது. அந்த அறிக்கையிலே சொல்லியிருக்கிறார்கள். தாராபூர் அணுமின் நிலையத்திலிருந்து தப்பி ஓடுவதற்கான சாலை வசதிகள்கூடச் செய்து தரப்படவில்லை.

நீங்கள் ஒரு புறத்தில் அணு ஆபத்து பற்றிப் பேசுகிறீர்கள் இன்னொரு புறத்தில் அரசியல் பேசுகிறீர்கள். அணு, அதனால் வரக்கூடிய அணுசக்தி, அதனால் வரக்கூடிய பாதிப்புகள் அதைப் பற்றிப் பேசுகிறபோது மக்கள் மீதான கவலை என்று புரிந்துகொள்ள முடிகின்றது. ஆனால் நீங்கள் அரசியல் பேசுகிறபோது அதற்கு வேறு ஏதேனும் உள்நோக்கம் இருக்கிறதோ? என்ற கேள்வி எழுகிறது.

MLA ஆவதற்கோ, MP ஆவதற்கோ இந்த மாதிரி ஓர் அசிங்கமான பதவியை அடைவதற்கோ இந்தப் போராட்டத்தை நானோ எனது நண்பர்களோ நடத்தவில்லை. அந்தக் கவலையோ பயமோ உங்களுக்கு வேண்டாம். நீங்கள் எங்களைப் பிடித்துக் கொண்டுபோய்த் தேர்தலில் நிற்கவிட்டாலும் நாங்கள் நிற்கப் போவது கிடையாது. அரசியல் கலப்பு இல்லாத எந்தத் துறையுமே கிடையாது. மனித வாழ்விலே உள்ள ஒவ்வொரு பொருளிலும் அரசியல் கலந்து இருக்கிறது. அந்த அரசியலை நாங்கள் சுட்டிக்

காட்டுகிறோம். உதாரணமாகக் கேரள முதல்வர் சொல்லுகிறார், *500 மெகாவாட் கூடங்குளத்தில் இருந்து எனக்குக் கட்டாயமாக வேண்டும். கேரளாவில் இருப்பது யார்?* காங்கிரஸ் கட்சி, தில்லியில் இருப்பது காங்கிரஸ் கட்சி. ஒரு தொலைபேசி அழைப்பு விடுத்து, "ஐயா மன்மோகன் சிங் அவர்களே, கூடங்குளத்திலே வருகிற மூன்றாவது நான்காவது அணுமின் நிலையங்களைக் கேரளாவிற்குள்ளே கொண்டு வையுங்கள். எங்களுக்கு மின்சாரம் தேவைப்படுகிறது" என்று ஏன் சொல்லவில்லை? இழப்புகள், பரிதாபங்கள், துன்பங்கள் எல்லாம் தமிழர்களுக்கு. இங்குள்ள மின்சாரத்தை மட்டும் அங்கு கொண்டுபோக வேண்டும் என்று உம்மன் சாண்டி சொல்வது தவறு என்று சொல்வது அரசியலா? அரசியல் அல்ல இது உண்மை!

அதைத்தான் நான் கேட்க வருகிறேன். நீங்கள் அணுசக்தி எதிர்ப்பாளரா? அல்லது தமிழ்த் தேசிய ஆதரவாளரா?

அரசியலை முழுமையாகப் புரிந்துகொண்ட அணுசக்திக்கு எதிரான போராளி. அரசியலைப் புரியாதவன் எந்தப் பிரச்சினை பற்றியும் பேச முடியாது. தமிழ்த் தேசியம் பற்றி நாங்கள் பேசுவதற்குக் காரணம், இன்றைக்குத் தமிழ்நாடு வஞ்சிக்கப்படு கிறது. கேரளாவிலிருந்து தண்ணீர் தர மறுக்கிற உம்மன் சாண்டி, இங்கிருந்து மின்சாரம் மட்டும் வேண்டும் என்று கேட்பதை ஆதரித்துக் கொண்டு, அவர்களோடு போவது மடமையிலும் மடமை என்று நாங்கள் சுட்டிக்காட்டுகிறோம்.

அணுசக்தி தமிழ்நாட்டிலிருந்தாலும் ஆபத்து, கேரளாவிலிருந்தாலும் ஆபத்து என்பதுதான் உங்களுடைய கருத்தாக இருக்க வேண்டும்.

நிச்சயமாக!

ஆனால் தமிழ்நாட்டில் இருக்கக் கூடாது கேரளத்தில் இருக்க வேண்டும் என்று சொல்கிறீர்களா?

உம்மன் சாண்டி சொல்கிறார், கேரளாவிற்குள்ளே அணுமின் நிலையம் வேண்டாம். தமிழகத்திலே, கூடங்குளத்திலே வைத்து, மின்சாரத்தைத் தயாரித்து எங்களுக்கு 500 மெகாவாட் தா... அவர் சொல்வது தவறு. அதை ஏற்றுக்கொள்ள முடியாது என்று நாங்கள் சொல்கிறோம்.

முல்லை பெரியாறு அணை விவகாரத்திலே வல்லுநர்கள் அறிஞர்கள், விஞ்ஞானிகள் 'அணை பலமாக இருக்கின்றது' என்று சொன்னவுடனே, அதைத் தமிழ்நாட்டிலே உள்ள கட்சிகள் எல்லாம் ஏற்றுக்கொள்கின்றன. ஒருவேளை நீங்களும் அதை

ஏற்கக் கூடும். ஆனால் கூடங்குளம் தொடர்பாக எந்த விஞ்ஞானி பாதுகாப்பானது என்று சொன்னாலும் நீங்கள் அதை ஏற்க மறுக்கிறீர்கள். அறிஞர்களிலே இரண்டு பார்வை என்பது சரியா..?

ஆப்பிளையும் ஆரஞ்சையும் ஒப்பிடக் கூடாது. இது இரண்டும் வேறு வேறு Variety. இந்த முல்லை பெரியாறு அணை ஒரே நாளில் உடைத்து நேராகச் சீறி சிதறி அங்கிருந்து பெரிய அளவிலே தண்ணீர் வந்து ஒன்றும் நடந்துவிடப் போவதில்லை. அங்கே கீறல் விழலாம். அதைச் சரி செய்வதற்கான கால அவகாசம் கிடைக்கும். ஆனால் அணுமின் நிலையம் அப்படி அல்ல. இங்கு சின்ன மயிரளவு ஒரு கீறல் விழுந்தாலும், உடனடியாக இது முடிவுக்கு வந்துவிடும். எனவே அந்த இரண்டையும் நாம் ஒப்பிடக் கூடாது. ஒப்பிட முடியாது என்பதைத் தான் நாங்கள் சொல்கிறோம். மக்களுடைய பாதுகாப்பு உறுதிப்படுத்தப்பட வேண்டும் என்பதிலே எந்த மாற்றுக் கருத்தும் கிடையாது. அங்கே தமிழனோ, மலையாளியோ அணையின் பகுதியிலே வாழக்கூடிய மக்களோ, அணுமின் நிலையம் அருகில் வாழக்கூடிய மக்களோ என்று நாங்கள் பிரித்துப் பார்க்கவில்லை. மக்கள் பாதுகாப்போடு வாழ வேண்டும்; மக்களுடைய வாழ்வுரிமை பாதுகாக்கப்பட வேண்டும் என்பதிலே எந்த மாற்றுக் கருத்தும் கிடையாது.

தமிழ்நாட்டிலே இருக்கக்கூடிய பிரதான கட்சிகள், ஆளுங்கட்சியான அதிமுகவும் உங்கள் கோரிக்கையை ஏற்கவில்லை. எதிர்க்கட்சியான திமுகவும் ஏற்கவில்லை, அதற்கடுத்துள்ள தேமுதிகவும் ஏற்கவில்லை. தேசியக் கட்சிகள் என்று எடுத்துக் கொண்டாலும் காங்கிரஸ், பிஜேபி- யும் ஒப்புக்கொள்ளவில்லை. இரண்டு கம்யூனிஸ்ட் கட்சிகளும் உங்களை ஆதரிக்கவில்லை. பெரிய கட்சிகளுடைய ஆதரவெல்லாம் இல்லாமல், சின்னஞ்சிறிய தமிழ்த் தேசியக் குழுக்கள் மற்றும் இதர சிறிய அரசியல் கட்சிகள், அவர்களுடைய ஆதரவு சார்ந்த போராட்ட மாக இது சுருங்கிப் போய்விட்டதா?

பெரிய கட்சிகள் நடத்தப்படுவது அந்தந்தக் கட்சிகளுடைய ஆதாயங்களுக்காக என்பது இந்திய அரசியலைப் புரிந்துகொண்ட எல்லோருக்கும் தெரியும். இங்கே மக்களும் கிடையாது. மக்கள் நலனும் கிடையாது. அந்தக் கட்சியினுடைய தலைவர் பெரிய பதவிக்கு வரவேண்டும். அந்தக் கட்சியினுடைய உறுப்பினர்கள், உறவினர்கள் எல்லோரும் கொள்ளையடிக்க வேண்டும். பெரிய பெரிய மாட மாளிகைகளைக் கட்ட வேண்டும். கூட கோபுரங்களைக் கட்ட வேண்டும். குழந்தைகளுக்கெல்லாம் கோடி கோடியாகப் பணம் சேர்த்து வைக்க வேண்டும் என்றுதான் இன்றைய இந்திய அரசியல் அசிங்கப்பட்டுக் கிடக்கிறது. எனவே அந்தப் பெரிய முக்கியக் கட்சிகள் பற்றிக் கவலைப்படுவதிலே

அர்த்தம் இல்லை. நாங்கள் அதைத்தான் சொல்லுகிறோம். 'ஆபத்தான ஆறு, ஆதரவான நூறு.' அந்த ஆபத்தான ஆறு பேரும் அவர்களுக்காக வேலை செய்கிறவர்கள். அவர்களைப் பற்றி நாங்கள் கவலைப்படுவதில்லை. நாங்கள் கணக்கிலே எடுக்கவில்லை.

ஆனால் இந்த ஆதரவான நூறு பேரும் மாற்று அரசியல், மாற்று வளர்ச்சி, மாற்று விஞ்ஞானம் பற்றிப் பேசுகிறவர்கள். எனவே நாங்கள் அவர்களோடு கைகோத்துப் போராடிக் கொண்டிருக்கிறோம். அவர்கள் எங்களுக்கு ஆதரவு தருகிறார்கள்.

நீங்கள் பேசுவதிலே ஓர் அரசியல் நெடி இருக்கிறது. பெரிய கட்சிகளைப் பகைத்துக்கொள்ளும் போக்குகூடத் தெரிகிறது. இது உங்கள் போராட்டத்திற்கு வலுச் சேர்க்குமா?

பெரிய கட்சிகள் எதுவும் எங்க கூட வரவேயில்லையே. காங்கிரஸ் கட்சி எங்களைத் தேசத்துரோகி என்று சொல்கிறது. பிஜேபி எங்களைத் தேசத்துரோகி என்று சொல்கிறது. இவர்களெல்லாம் தேச பக்தர்கள். இன்றைக்கு இந்தியாவிலேயே செய்தி பார்க்கக்கூடிய அனைவருக்கும் தெரியும். யார் தேச பக்தன், யார் தேசத்துரோகின்னு? பெரிய கட்சிகள், திராவிட முன்னேற்றக் கழகம் என்ன பண்ணுகின்றனர்? இதுவரைக்கும் எங்களுக்கு ஆதரவாக ஒரு வார்த்தை பேசவில்லை. சிபிஐ, சிபிஎம் எல்லாம் இன்னும் குழப்பத்திற்குள்தான் இருக்கிறார்கள். எங்களுக்கு இதுவரை எந்த உதவியும் அவர்கள் செய்யவில்லை. நாங்கள் எந்த உதவியும் எதிர்பார்க்கவும் இல்லை. தமிழக முதல்வர் சற்று அனுசரணையோடு பேசினார். நான் 45 நிமிடம் அவரோடு ஆங்கிலத்திலே பேசிக்கொண்டிருந்தேன். ரொம்ப அழகான தெளிவான நிலைப்பாடு எடுத்தார். ஆனால் பின்னர் என்ன நடந்தது என்று எங்களுக்குத் தெரியாது. அவர் தன்னுடைய நிலைப்பாட்டை மாற்றியிருக்கிறார். இந்த நிலைமையிலே நாங்கள் அவரிடம் இருந்தும் எந்த உதவியும் எதிர்பார்க்க முடியாது. "உங்களில் ஒருத்தியாக இருப்பேன்" என்று சொன்னார். இன்றைக்கு எங்களைக் கைவிட்டு விட்டார். நாங்கள் மக்களிடம் சொல்லுகிறோம்.

முதலமைச்சரைப் பொறுத்தவரையிலும், தமிழக அரசைப் பொறுத்த வரையிலும், உங்கள் போராட்டத்திற்கு முதலில் அனுசரணையாக இருந்து பிறகு கைவிட்டதாக எண்ணுகிறீர்களா?

முதல்வர் அணுசக்திக்கு எதிரான நிலைப்பாட்டை உடையவர் என்பது எனக்கு முன்பே தெரியும். காரணம் *USS* நிமிட்ஸ் என்ற கப்பல் சென்னைக்கு வந்தபோது அதை

எதிர்த்தார். இந்தியா – அமெரிக்கா அணுசக்தி ஒப்பந்தத்தைக் கடுமையாக எதிர்த்தார். எங்களுடைய போராட்டத்திற்கு ஓரளவு ஆதரவாக நடந்துகொண்டிருக்கும் போதே அணுசக்தியை ஆதரித்து ஒரு வார்த்தை பேசவில்லை, மாற்றுத் திட்டங்கள் பற்றிப் பேசினார். மத்திய அரசிடம் நிதியுதவி கேட்டார், திட்டங்கள் கேட்டார். இப்போதும் தன்னுடைய நிலையை மாற்றிய பின்னரும்கூட இந்தியாவிற்கும் தமிழகத்திற்கும் அணுசக்தி தான் ஒரே நிலையென்று திமுகவினுடைய நாடாளுமன்ற உறுப்பினர் கனிமொழி அவர்கள் நாடாளுமன்றத்திலே பேசியது போல இதுவரைக்கும் அவர் பேசவில்லை, ஒரு நிலைபாட்டை எடுக்கவில்லை. ஆனால் முதல்வருக்கு ஏதோ நிர்ப்பந்தம் இருக்கிறது; அல்லது முதல்வர் ஒருவேளை தான் பிரதமராகும் வாய்ப்பு கிடைத்தால், அணுசக்தி துறையை எதிர்த்து நாம் நிற்க முடியாதே என்ற கவலையாலும்கூட இந்த நிலைப்பாட்டை எடுத்திருக்கலாம். நாங்கள் என்ன சொல்லுகிறோம். நீங்கள்தான் தமிழகத்திலே இன்றைக்கு மிகப் பெரிய கட்சி, இந்த மீனவ மக்கள், இந்த விவசாய மக்கள் எல்லோருமாக வாக்களித்துத் தான் நீங்கள் இன்றைக்கு இவ்வளவு பெரிய சக்தி வாய்ந்த அரசியல் தலைவராக இருக்கிறீர்கள். இந்த மக்களுக்குப் பதில் சொல்லுங்கள். இதில் உதயகுமாரோ, வேறு எங்கள் இயக்கத்தில் இருக்கிற யாருமோ முக்கியமானவர்கள் கிடையாது. நாங்கள் எல்லாம் இந்த மக்களுடைய சேவகர்கள். நீங்கள் பதில் சொல்ல வேண்டியது இந்த மக்களுக்கு.

அணு விஞ்ஞானம் என்பது படித்தவர்களாலேயே புரிந்துகொள்ள முடியாத ஒரு சிக்கலான விஷயமாக இருக்கிறது. நீங்கள் அமெரிக்காவில் இருந்திருக்கிறீர்கள். இதைப் பற்றி ஆராய்ச்சி செய்திருக்கிறீர்கள். உங்கள் மீது மற்றவர்கள் சொல்லக்கூடிய புகாரே, இந்த எளிய மக்களை, மீனவ மக்களை, சாமானிய மக்களை நீங்கள் தவறாக வழி நடத்துகிறீர்கள். அவர்களுக்கு ஆக்கபூர்வமாக இதை எப்படி எதிர்கொள்வது என்று சொல்லாமல், அச்சத்தை, பீதியை உருவாக்கி, அவர்களுக்குத் தவறான வழியைக் காட்டிக் கொண்டிருக்கிறீர்கள் என்று சொல்லுகிறார்கள். அதற்கு உங்கள் பதில் என்ன?

ராஜஸ்தான் ராவத்பாட்டாவிலே 10,000 மக்களுக்கு அதிகமான பேர் கூடி போராட்டம் நடத்தியிருக்கிறார்கள். நான் ராவத்பாட்டாவிற்குப் போனதில்லை. ஃபத்தேகாபாத்திலே விவசாயிகள் பல்லாண்டு காலமாக போராட்டம் நடத்திக்கொண்டிருக்கிறார்கள் நான் ஃபத்தேகாபாத்திற்குப் போனதில்லை. இந்தியா முழுக்க போராட்டம் நடக்கின்றன. இந்தியாவிலுள்ள எல்லாப் போராட்டத்திற்கும் உதயகுமார்தான் காரணமோ?

கூடங்குளம் போராட்டம்?

கூடங்குளம் போராட்டத்திற்கு நான் மட்டுமே காரணமில்லை. இந்தத் துறையிலே, இந்தப் போராட்டத்திலே 25 ஆண்டுகளாக நான் எழுதிக்கொண்டும், பேசிக்கொண்டும் இருக்கிறேன். இந்த மக்களுடைய வாழ்வாதாரம் பாதிக்கப்படுவதால், இவர்கள் எதிர்கால சந்ததியினருடைய வாழ்க்கை கேள்விக்குறியாவதால் அவர்கள் கேட்கிறார்கள். மக்களைக் கண்டு ஏன் அஞ்ச வேண்டும். மக்களுக்கு நல்லது செய்கிறீர்கள் என்றால், நேரடியாக வந்து இந்தத் திட்டம் நல்ல திட்டம்; உதயகுமார் சொல்வ தெல்லாம் பொய், நீங்கள் கேட்கிற அறிக்கைகள் எல்லாம் இதோ இருக்கின்றது, தல ஆய்வு அறிக்கை, பாதுகாப்பு ஆய்வு அறிக்கை, அத்தனை அறிக்கைகளையும் தமிழிலே மொழி பெயர்த்திருக்கிறோம். நீங்கள் படியுங்கள்! உதயகுமார் ஒரு தேசத்துரோகி, புஷ்ப ராயன் ஒரு தேசத்துரோகி . . . இவர்களையெல்லாம் விரட்டியடியுங்கள் என்று சொன்னால் இந்த மக்கள் உடனடியாகச் செய்வார்கள். ஏன் செய்யவில்லை? அதனால்தான் மக்கள் எங்களை நம்புகிறார்கள்.

நீங்கள் எழுப்பிய எல்லாக் கேள்விகளுக்குமே அணுசக்தி ஒழுங்காணை வாரியம் பதில் அளித்ததோடு மட்டுமல்லாமல் நீங்கள் எழுப்பிய கேள்விகள் அடிப்படை முகாந்திரமற்றவை, அறிவியல் பூர்வமானவை அல்ல என்றுகூடச் சொல்லியிருக்கிறது. அதற்கு உங்களுடைய பதில் என்ன?

டாக்டர். முத்துநாயகம் குழுவிலே அறிக்கை கொடுத்தார்கள். அந்த அறிக்கையிலே என்ன சொல்லுகிறார்கள் என்றால், கூடங்குளம் அணுமின் நிலையம் செயல் இழக்கச் செய்யப்படு வதற்கு அருமையான திட்டம் வைத்திருக்கிறோம். அற்புதமான திட்டம். ஒருங்காற்று வாரியம் பற்றித் தணிக்கைக் குழு தந்த அறிக்கையிலே சொல்லியிருக்கிறார்கள், இந்தியாவிலே உள்ள எந்த அணுமின் நிலையத்தையும் செயல் இழக்க செய்வதற்கு இவர்களிடம் திட்டம் கிடையாது! யார் பொய் சொல்லுகிறார்கள்? மத்திய தணிக்கைக் குழு பொய் சொல்கிறதா? அல்லது முத்துநாயகம் குழு பொய் சொல்கிறதா? சொல்லுங்கள். இரண்டு பேரில் ஒருவர் பொய் சொல்கிறீர்களே..? அதிகாரம் உள்ளவர்கள் இந்தப் பாமர மக்களை, இந்தச் சாதாரண மக்களை ஏமாற்றுகிறோம்! இந்த நாட்டிலே நடக்கிறது.

மத்திய அரசு 15 பேர் கொண்ட விஞ்ஞானிகள் குழுவை அமைத்தது. அவர்கள் இந்தப் பிரச்சினையிலே உங்களோடு கலந்துரையாடினார்கள். மாநில அரசு ஒரு நால்வர் குழுவை அமைத்தது, குறிப்பாக எம்.ஆர். ஸ்ரீனிவாசன் விஞ்ஞானி தலைமையிலேகூட அந்தக் குழுவை

அமைத்தது. ஆனால் அந்த இரண்டு குழுவினரோடு எல்லாம் பேசுவதற்கு நீங்கள் தயாராக இல்லையா? அல்லது அவர்கள் சொல்கிற எந்தக் கருத்தையுமே ஒப்புக்கொள்ள மாட்டோம்... நாங்கள் சொல்வது தான் சரி என்று அதிலே உடும்புப் பிடியாக இருப்பீர்களா?

டாக்டர். முத்துநாயகம் குழுவோடு நாங்கள் பேசினோம். மூன்று முறை அந்தக் கூட்டம் நடந்தது. நாங்கள் பேசினோம். நாங்கள் கேள்விகள் கேட்டோம். ஐந்து கேள்விகளுக்கு நாங்கள் பதில் சொல்ல முடியாது என்று சொன்னார். அந்த ஐந்து கேள்விகளில் ஒன்று... "ஏன் எங்களுக்கு இழப்பீடு வாங்கித் தரவில்லை?" ஏன் ரஷ்யாவோடு இந்தியா அரசு ரகசியமாக ஒப்பந்தம் போடுகிறது. 500 ரூபாய்க்கு ஒரு பொருள் வாங்கினால்கூட 6 மாதம் இழப்பீடு தரக்கூடிய இந்த நாட்டிலே இவ்வளவு பெரிய திட்டத்தைக் கொண்டு வரும்போது, ஏன் இழப்பீடு தர மறுக்கிறார்கள் என்று கேட்டபோது அதைப் பற்றி நாங்கள் பேச முடியாது என்று சொன்னார். டாக்டர். முத்துநாயகம் தலைமையிலான குழு ஓர் அறிக்கையைத் தந்தது. நாங்கள் அதற்குப் பதில் சொன்னோம். இந்தக் கருத்து பரிமாற்றம் நடந்து கொண்டிருக்கும்போதே எங்கள் மீது ஆட்களை ஏற்பாடு செய்து தாக்குதல் நடத்தினார்கள். அந்தப் பேச்சுவார்த்தையை முறியடித்தது இந்த ஆளும் வர்க்கம். பேசுவதற்கு நாங்கள் தயாராக இருந்தோம். இன்னும் இருக்கிறோம். முத்துநாயகம் குழுவிலே இருந்தவர்கள் பெரும்பாலும் அணுசக்தித் துறையோடு தொடர்பு உள்ளவர்கள். நால்வர் குழு வந்தது. நாங்கள் அந்த நால்வர் குழுவிடம் மன்றாடினோம். முத்துநாயகம் குழு எங்களுடைய மக்களைச் சந்திக்க மறுக்கிறது. இது ஜனநாயக நாடு. இது ஒரு மக்களாட்சி நடைபெறுகிற நாடு. இந்த மக்களுக்கு எழுதப் படிக்கத் தெரியாமல் இருக்கலாம். ஆனால் அவர்களுக்கும் தங்களுடைய எதிர்காலத்தை நிர்ணயிக்கிற உரிமை இருக்கிறது. அவர்களை வந்து நீங்கள் பார்த்துப் பேசுங்கள் என்று சொன்னோம். அதில் இடம்பெற்றிருந்த திரு. விஜயராகவன் ஐயா சொன்னார், "உங்களுக்கே நாங்கள் சொல்வது புரியாது. அணுசக்தி பற்றி உங்களுக்கே சரியாகத் தெரியாது என்கிறீர்கள். நாங்கள் வந்து என்ன சொல்வது?" நாங்கள் சொன்னோம், "நீங்கள் எதுவும் சொல்ல வேண்டாம். கேளுங்கள். அவர்கள் கருத்துகளைக் கேளுங்கள். அவர்கள் இந்திய நாட்டு பிரஜைகள், குடிமக்கள். அவர்களது வாழ்வாதாரம் பாதிக்கப்படும். ஒரு மீனவனுக்குப் பதில் நான் பேச முடியாது, யாரும் பேச முடியாது. இந்த மக்களிடம் நீங்கள் வந்து பேசுங்கள்." இதைத் தான் நாங்கள் சொல்கிறோம். யார் வந்தார்கள் இதுவரைக்கும்? யாரும் வரவில்லை.

தமிழ்நாட்டிலே கடுமையான மின்வெட்டு இருக்கிறது. மின்சாரத் தட்டுப்பாடு என்பது நாளுக்கு நாள் அதிகமாகிக் கொண்டிருக்கிறது. இங்கிருக்கக் கூடிய ஐந்து மீனவ கிராம மக்கள் இதற்கு எதிர்ப்பு தெரிவிப்பீர்கள். ஆனால் வெளியிலே தமிழ்நாட்டிலே மின் பற்றாக்குறையினால் பாதிக்கப்படக் கூடியவர்கள் கூடங்குளம் அணுமின் நிலையத்தைத் திறக்க வேண்டும் என்று போராடக் கூடிய சூழ்நிலை இருக்கிறது. இந்த முரண்பாட்டை எப்படிப் பார்க்கிறீர்கள்? ஏனென்றால் அணுசக்திப் பிரச்சினை என்பது ஒரு சமூகப் பிரச்சினையாகவும் மாறியிருக்கிறது.

மின்சாரம் வேண்டும் என்று போராடிய பெரும்பாலான மக்கள், மின்சாரம் வேண்டும் என்று தான் போராடினார்களே தவிர, கூடங்குளத்தில் இருந்து தான் மின்சாரம் வேண்டும் என்று போராடவில்லை. அப்படிக் கருத்து சொன்ன ஒன்று இரண்டு இயக்கங்களை நாங்கள் போய்ப் பார்த்தோம். அவர்களிடம் சொன்னோம், நாங்களும் பாமர மக்கள், நீங்களும் உழைத்து வாழ்கிற மக்கள். மின்சாரம் வேண்டும் என்று கேட்பது உங்களுடைய உரிமை. ஆனால் கூடங்குளத்தில் இருந்துதான் மின்சாரம் வேண்டும் என்று கேட்காதீர்கள். இன்றைய நிலையிலே தமிழகம் கிட்டத்தெட்ட நேர் பாதியாகப் பிளவுபட்டிருக்கிறது. பாதிப் பேர் எங்களுக்கு ஆதரவாக, இப்படிப்பட்ட அபாயகரமான திட்டங்களிலிருந்து மின்சாரம் வேண்டாம் என்று சொல்கிறார்கள். இன்னும் கொஞ்சம் பேர் நாளைய ஆபத்தைப் பற்றிப் பார்க்க வேண்டாம். இன்றைக்கு மின்சாரம் வந்தால் போதும் என்ற நிலையில் இருக்கிறார்கள். நாங்கள் என்ன சொல்கிறோம் என்றால், இந்த மின்சாரப் பற்றாக்குறைக்குக் காரணம் நாங்கள் அல்ல. தமிழகத்தை மாற்றி மாற்றி ஆண்ட, திமுகவும் அண்ணா திமுகவும் என்ன செய்து கொண்டிருந்தார்கள்? ஏன் நீங்கள் எதிர்காலத்தைப் பற்றிச் சிந்தித்துத் திட்டமிடவில்லை என்று அவர்கள் இருவரிடமும் கேட்க வேண்டுமே தவிர அவர்கள் செய்த தவறுக்கு நாங்கள் தண்டனை அனுபவிக்க வேண்டும் என்று சொல்வது தவறு, இடைத்தேர்தலுக்கு 30 அமைச்சர்கள் போகிறார்கள். இந்தத் திட்டத்திற்கு ஒரு அமைச்சர் தான் இருக்கிறார். இதைப் பற்றி மக்கள் கேள்வி கேட்க வேண்டும். எங்களிடம் கோபப்படுவது தவறு. மார்ச் மாதம் இந்தப் போராட்டத்தை முறியடிக்கும் போது சொன்னார்கள், இவர்கள் போராட்டத்தை முடித்துவிட்டால் உடனடியாக மின்சாரம் வரும் என்று. இன்றைக்கு ஆறு மாதம் ஆகிறது. அமைச்சர் நாராயணசாமி கடன்காரனுக்கு அவதி சொல்வது போல, 10 நாளில் வருகிறது, 10 நாளில் வருகிறது, என்றார். 10 நாளில் ஒன்றும் வரவில்லை. இன்னும் அங்கிருந்து எதுவும வரப்போவது கிடையாது. ஒரு வருடத்திற்கு கூடங்குளம்

அணுமின் நிலையத்திலிருந்து எதுவும் வரப்போவது கிடையாது. இரண்டாவது அணு உலை இயங்கினால் அது மூன்று வருடங்களுக்குப் பிறகு தான் நடக்கும் என்று உள்ளேயிருக்கிற அதிகாரிகள் தகவல் சொல்கிறார்கள். எனவே மக்களை ஏமாற்ற வேண்டாம்!

தவறு. தவறில் இருந்து படிப்பினை பெறுவதுதான் விஞ்ஞானம். மீண்டும் அந்தத் தவறு நிகழாமல் தடுப்பது விஞ்ஞானம். விமான விபத்து நடக்கிறது என்பதற்காக விமானத்திலே பயணம் செய்யாமல் போகிறோமா? ரயில் விபத்து நடக்கிறது என்பதற்காக ரயிலிலே பயணம் செய்யாமல் இருக்கிறோமா? அதற்காக ரயில்களை எல்லாம் நாம் நிறுத்திவிட்டோமா? டைட்டானிக் மூழ்கிவிட்டது என்பதற்காகக் கப்பல் போக்குவரத்தே நின்றுவிட்டதா? எல்லாத் துறைகளிலும் ஏதேனும் ஓர் அம்சத்திலே ஓர் ஆபத்து இருக்கும் ஆனால் கூடங்குளம் அணுமின் நிலையம் என்று வருகிறபோது, ஆபத்து பற்றி மட்டுமே பிரச்சாரம் செய்கிறீர்கள். அது சரிதானா?

முழுக்க முழுக்கச் சரி. இதே கருத்தை டாக்டர் அப்துல் கலாம் அவர்களும், அவர் ஒரு விஞ்ஞானி, ஆனாலும் அவர் சொல்லியிருந்தார். டைட்டானிக் கப்பல் மூழ்கினால் அதில் உள்ளவர் மட்டும்தான் சாவார்கள். ரயில் விபத்து நடந்தால் ரயிலில் உள்ளவர் மட்டும் தான் சாவார்கள். விமான விபத்து நடந்தால் விமானத்தில் பயணம் செய்கிறவர்கள் மட்டும்தான் சாவார்கள் – இங்கே நடந்தால், நீங்களும் நானும் மட்டுமல்ல . . . நம் பிள்ளைகள் மட்டுமல்ல . . . நமக்கு நான்காவது, ஐந்தாவது, ஆறாவது தலைமுறை இப்படி வந்து நிற்கும். குரங்கு மாதிரி . . . அதற்கெல்லாம் பதில் சொல்ல வேண்டுமில்லையா? ஏன் செர்னோபில் விபத்து நடந்ததே . . . டாக்டர் அப்துல் கலாமைப் போய் செர்னோபிலில் உட்காரச் சொல்லுங்கள். இந்த அணுசக்தித் துறை அதிகாரிகளை 10 நாட்கள் போய் செர்னோபிலில் உட்காரச் சொல்லுங்கள். உள்ளயே போக முடியாது. ஏன் போக முடியாது? விபத்து நடந்தது எப்போது? 1986ஆம் ஆண்டு ஏப்ரல் 26. இன்றைக்கு வரை மனிதர்களை அருகே விடவில்லை. ஃபுகுஷிமாவிலே விபத்து நடந்தபோது 250கி.மீ. அந்த பக்கம் இருந்த டோக்யோ நகரிலே எல்லாரும் முகமூடி போட்டுக் கொண்டு சுற்றிக் கொண்டிருக்கிறார்கள். நான் போயிருந்தேன் ஃபுகுஷிமாவிற்கு! அந்த விபத்து நடந்த மூன்று மாதங்களுக்குப் பிறகு. ஏன் இப்படிப் பண்றோம்? எதிர்காலம் பாதிக்கப்படும். இது ஒரு சாதாரணத் தொழிற்சாலை அல்ல. தயவுசெய்து தமிழ்மக்கள் புரிந்துகொள்ள வேண்டும். தமிழ் மக்கள் ஏமாற்றப்படுகிறார்கள். இது ஏதோ கடலை மிட்டாய் கடையில் விபத்து நடந்தது. கழுவி போட்டு திருப்பி அடைச்சுரலாம்

என்பது மாதிரி சொல்கிறார்கள். தவறு! அணுமின் நிலையம் விமான விபத்து அல்ல. அணுமின் நிலையம் கப்பல் விபத்து, ரயில் விபத்து அல்ல. அடுத்த 200, 300 ஆண்டுகளுக்கு அழிக்கிற ஒரு விபத்து. எதிர்கால சந்ததியினரைக் கருவறுக்கிற விபத்து.

இந்தியாவில் மெத்தப் படித்த விஞ்ஞானிகள் யாரும் உங்கள் கருத்தை ஏற்பதாகத் தெரியவில்லை. மத்திய அரசாங்கமும் பிடிவாதமாக இருக்கிறது. மாநில அரசாங்கமும் அதற்குத் துணை போகிறது. உயர்நீதிமன்றம் ... இப்படி அடுக்கடுக்காகப் பலர், இதைப் பற்றிய விவரம் தெரிந்தவர்கள் யாருமே இந்தக் கருத்தை ஏற்பதாகத் தெரியவில்லை.

இல்லை. இல்லை ... அப்படிக் கிடையவே கிடையாது. மெத்தப் படித்தவர்கள் நிறையப் பேர் இருக்கிறார்கள். இந்த அணுசக்தி வாரியத்தினுடைய முன்னாள் தலைவர் டாக்டர் கோபால கிருஷ்ணன் இதைப் பற்றிப் பேசியிருக்கிறார். முன்னாள் கப்பல் படைத் தளபதி அட்மிரல் ராம்தாஸ் எங்களுடைய மிக நெருக்கமான பெரிய போராளி. இந்திய ராணுவத் தலைவர், ஜெனரல் வி.கே.சிங் அடுத்த வாரம் இங்கே வருகிறார். அவரும் இதற்கு எதிராகப் பேசுகிறார். எம்.ஜி. தேவசகாயம், டாக்டர் இ.ஏ.எஸ். ஷர்மா முன்னாள் Power Ministryயினுடைய செயலாளர், இப்படிப் பலரும் பேசுகிறார்கள். இந்தியாவிலுள்ள பல விஞ்ஞானிகள், பல பொறியாளர்கள், சமூக சேவகர்கள் பேசுகிறார்கள். இதை நானோ என்னுடன் சேர்ந்த நண்பர்களோ மட்டும் பேசவில்லை. அது முழுக்க முழுக்கத் தவறான கருத்து. இந்தியாவிலே நிறையப் பேர் இதற்கு எதிராகப் பேசுகிறார்கள்.

ஒரு நாட்டு நலன் கருதி வரக்கூடிய எந்தவொரு வளர்ச்சித் திட்டம் வந்தாலும், அதனால் சிலர், சில அசௌகரியங்களுக்கு ஆளாவது என்பது இயல்பு. அதை ஒப்புக்கொள்ள வேண்டும் என்ற வாதமும் சிலரால் முன் வைக்கப்படுகிறது. அதை நீங்கள் எப்படிப் பார்க்கிறீர்கள்?

நான் ஒரு காந்தியவாதி. நான் அனைவரும் அனைத்தும் பெற வேண்டும் என்று நினைக்கிறவன். இங்கேயுள்ள மீனவர்கள் எல்லாம் சாகட்டும். பெங்களூர் விமான நிலையத்திலே அரைகுறை ஆடை அணிந்த பெண்களுடைய படத்தைப் போட்டு 24 மணி நேரமும் மின்சார விளக்கு வைத்து, அதுதான் வளர்ச்சி, அந்த வளர்ச்சிக்கு இந்தியாவின் தென்கோடியில் இருக்கிற மீனவர்கள், விவசாயிகள், தலித் தொழிலாளிகள் எல்லாம் சாகட்டும் என்று சொல்வதிலே எனக்கு நம்பிக்கை கிடையாது. நாங்கள் அதை முழுமையாக, எங்களுடைய சக்திக்கு எட்டும்வரை எதிர்ப்போம்.

இந்தியா வல்லரசாவதைத் தடுக்க நினைக்கிற தேச விரோத சக்திகள், அவர்களெல்லாம் உங்களுடைய போராட்டத்தின் பின்னணியில் இருக்கிறார்கள். அவர்களிடமிருந்து உங்களுக்கு உதவி வருகிறது என்று அரசாங்கத்தில் உயர் பொறுப்பிலிருப்பவர்கள் கூட உங்கள்மீது குற்றம் சுமத்தினார்கள். அந்தக் குற்றச்சாட்டிற்கு உங்களுடைய பதில் என்ன?

நீங்களும் என்கூட வேலை செய்கிறீர்கள் என்று நான் உங்கள் மேல் குற்றச்சாட்டு சொல்லலாம். ஆதாரம் வேண்டுமில்லையா? நீங்கள் கொலைகாரன் என்று நான் சொல்லலாம் இப்போது. ஆதாரம் வேண்டுமே? என்ன ஆதாரம் வைத்துள்ளீர்கள்? நீங்கள் அரசு. இந்திய அரசு. அனைத்திலும் வல்லமை கொண்ட ஓர் அரசு. பிரதமர் மன்மோகன் சிங் சொன்னார், நான் வழக்குத் தொடுத்தேன். ஏன் பதில் சொல்லவில்லை? உண்மை இல்லை. இந்தியா வளரக் கூடாது என்று நாங்கள் விரும்பவில்லை. இந்தியாவிலே உள்ள மீனவர்களும் விவசாயிகளும் தலித் தொழிலாளிகளும் சேர்ந்து வளர வேண்டும். அதுதான் எங்களுடைய வாதம். நாங்களெல்லாம் இந்தியாக்காரர்கள் இல்லையா? நாங்களும் சேர்ந்து வளருவோம். இந்தியா வல்லரசாக வேண்டாம். இந்தியா நல்லரசாக வேண்டும். கோடி கோடியாகக் கொள்ளையடித்துக் கொண்டிருக்கிறீர்கள். இந்திய மக்களைத் திட்டமிட்டு கொள்ளையடித்துக் கொண்டிருக்கிறீர்கள். இந்திய மக்கள் இன்றைக்கு இவ்வளவு கஷ்டங்களுக்குள்ளும் பிரச்சினைகளுக்குள்ளும் இருப்பதற்குக் காரணம் இந்த 'தேச பக்தியாளர்கள்'தான்.

ஓராண்டுக்கு முன்னாள் உங்களுடைய போராட்டம் தொடங்கியபோது இருந்த வீரியம் இன்றைக்கு இல்லையென்றுகூடச் சொல்லலாம். அன்று பல்லாயிரக்கணக்கான மக்கள் இந்தப் போராட்டத்திற்கு வந்தார்கள். இன்றைக்கு உங்களுடைய போராட்டத்திற்கு ஆதரவு குறைந்திருக்கிறது என்ற தோற்றம்கூட வந்திருக்கிறது. அதுகூட மாநில அரசாங்கத்தினுடைய மனமாற்றத்திற்கு ஒரு காரணமாக இருக்கலாம்.

எங்களுடைய போராட்டம் இன்றைக்குப் பலம் அடைந்திருக் கிறது. நாங்கள் போராட்டம் தொடங்கும்போது இந்தப் பகுதியிலே உள்ள கிராம மக்கள் மட்டும் தான் ஆதரவு தந்தார்கள். ஆனால் இன்றைக்கு, சிந்திக்கிற ஒவ்வொரு இளைஞனும், சிந்திக்கிற ஒவ்வொரு தமிழக ஆணும் பெண்ணும் ஆதரவு தருகிறார்கள். எங்களுடைய போராட்டம் பலம் அடைந்திருக்கிறது.

அப்போது உங்களுடைய போராட்டம் தோற்கவில்லை என்று சொல்கிறீர்களா?

நிச்சயமாக, தோற்கவில்லை. எங்களுடைய போராட்டம் வெற்றிப் போராட்டம். எங்களுடைய போராட்டம் வென்றே தீரும். எங்களுடைய போராட்டம் இந்தியாவினுடைய சரித்திரத்தை மாற்றிப்போடும். மாற்றும். கடுகளவும் சந்தேகம் வேண்டாம். இந்திய மக்கள் விழித்துக்கொண்டார்கள். இந்திய மக்கள் சிந்திக்கிறார்கள். தமிழக மக்கள் எழுந்துவிட்டார்கள். இன்னும் நம்மை இப்படி ஏமாற்றக் கூடாது என்று சுதாகரித்துக் கொண்டு இருக்கிறார்கள். எங்களுடைய போராட்டம் இந்தியாவினுடைய எதிர்காலத்தை வளமிக்கதாக, பாதுகாப்பானதாக, சுதந்திரமானதாக வைத்திருக்க உதவும். இந்தியாவை அமெரிக்கரிடமோ ரஷ்யரிடமோ பிரான்ஸ் நாட்டினரிடமோ விற்கவிட மாட்டோம்.

கோரிக்கை வைப்பவர்களுக்கும் அதனை நிறைவேற்றுபவருக்கும் ஏதேனும் ஒரு சந்திக்கிற புள்ளி இருக்கும். ஒருவர் 10 கோரிக்கைகள் முன் வைத்தால் இரண்டு நிறைவேறினாலும் ஒப்புக்கொள்வார். போராட்டத்தை வாபஸ் பெறுவதற்குக் குறைந்தபட்ச கோரிக்கை என்றும் அதிகபட்ச கோரிக்கை என்றும் வைத்துப் போராடுவார். ஆனால் உங்களுடைய கோரிக்கை ஒற்றைக் கோரிக்கை. உங்களுடைய குறைந்தபட்ச கோரிக்கையே அணு உலையை மூடுவதாக இருக்கிறது?

நாங்கள் நடத்துகிற போராட்டம் சம்பள உயர்விற்கான போராட்டம் அல்ல. நாங்கள் நடத்துகிற போராட்டம் வேறு சலுகைகள் கேட்டு நடத்தப்படுகிற போராட்டம் அல்ல. உயிருக்காக போராடுகின்றோம். இதிலே நீங்க கொஞ்சம் உயிரை வைத்துக்கொள்ளுங்கள் நாங்கள் கொஞ்சம் வச்சுக்குறோம் என்று சொல்ல முடியாது. ஒவ்வொரு உயிரும் வேண்டும். மானத்திற்காக நடத்தப்படுகிற போராட்டம். எதிர்காலத்திற்காக நடத்தப்படுகிற போராட்டம். இதிலே எந்த சமரசத்துக்கும் இடம் கிடையாது. எப்படிச் சொல்ல முடியும்? கொஞ்சம் போல மானத்தை வைத்துக்கொள் நீ... பாக்கி எல்லாத்தையும் உருவிக் கொண்டு போகிறோம் என்று சொல்ல முடியாது அல்லவா? அது மாதிரிதான். எந்தச் சமரசத்திற்கும் இதில் இடம் இல்லை.

ஓராண்டு காலம் நீங்கள் போராட்டம் நடத்தினாலும்கூட, வன்முறை இல்லாத போராட்டம் என்றுதான் சொல்ல வேண்டும். இவ்வளவு மக்களைத் திரட்டி நடக்கிற போராட்டம் வன்முறை இல்லாமல் நடக்கின்றது. என்பது உண்மையில் பாராட்டப்பட வேண்டிய விஷயம். இந்த அளவிற்குப் பக்குவமாக இந்தப் போராட்டத்தை நடத்தத் தெரிந்த நீங்கள், தமிழ்நாடு ஒருபுறத்தில் இருளில் மூழ்கிக் கொண்டிருக்கிறது, மின்சாரம் இல்லாமல் தொழிற்சாலைகள் மூடப்படுகின்றன. தொழிலாளர்கள் தவிக்கிறார்கள். மாணவர்கள் பாதிக்கப்படுகிறார்கள். ஏன் பிற பகுதி மக்களுடைய சிரமங்களைப்

புரிந்துகொள்ள மறுக்கிறீர்கள்? என்ற கேள்வி உங்களுக்கு முன் வைக்கப்படுகிறது. இதற்கு உங்களுடைய பதில்?

இதற்கு முழுப் பொறுப்பு எங்களுடைய மக்கள். எங்களுடைய மக்கள் கோபப்படுகிறவர்கள், உணர்ச்சிவசப்படக்கூடியவர்கள் என்றெல்லாம் தவறாகப் புரிந்துகொள்ளப்பட்டவர்கள். ஒரு வருடத்திற்கும் அதிகமாக மென்முறையிலேயே அகிம்சை வழியிலே இந்தப் போராட்டத்தை நடத்திக்கொண்டிருக்கிறார்கள். பெண்களும் குழந்தைகளும் அதிகமாகப் பங்கேற்கிறார்கள். நாங்கள் மக்களாட்சியிலே, ஜனநாயகத்திலே, கருத்துப் பரிமாற்றத்திலே நம்பிக்கை உடையவர்கள் என்பதால், நாங்கள் யாரோடும் எந்த நேரத்திலும் எந்த நிலையிலும் பேசுவதற்குத் தயாராக இருக்கிறோம். மற்ற பகுதிகளிலே உள்ள மக்கள் மின்சாரம் இல்லாமல் கஷ்டப்படுவதைப் போலதான், நாங்களும் மின்சாரம் இல்லாமல் அவதிப்பட்டுக்கொண்டிருக்கிறோம். இதற்கு நாங்களும் அந்தத் தொழிற்சாலை அதிபர்களும் ஒருவருக்கொருவர் சண்டையிடுவதிலே அர்த்தம் இல்லை. இந்தப் பிரச்சினையில் இருந்து வெளியே வருவது எப்படி? மின்சாரத் தட்டுப்பாடு என்பது ஒரு பிரச்சினை. இதை நிவர்த்தி செய்வதற்கு என்னென்ன வழிகளைச் செய்ய முடியும்? எங்கள் பகுதியிலே கிராம மக்கள், குமிழ் விளக்குகள் அனைத்தையும் அகற்றிவிட்டு, குச்சி விளக்குகளைப் பொருத்தியிருக்கிறோம். இது போன்ற திட்டத்தை அரசு உடனடியாகக் கொண்டுவரலாம். எங்கள் பகுதியிலே 3000 மெகாவாட் மின்சாரம் தயாரிக்கிற காற்றாலைகள் இருக்கின்றன.

காற்றாலைகள்தான் பிரச்சினையே! ஒருபுறத்தில் காற்றாலைகள் மின்சாரத்தைத் தயாரிக்கின்றன. ஆனால் அது நிலையான மின்சாரம் இல்லையே. ஆறு மாதம் அது இயங்காது. அப்போது ஆறு மாதம் தொழிற்சாலைகள் இயங்காதே?

அதற்குத் தான் நாங்கள் என்ன சொல்லுகிறோம் என்றால், Centralized supply based electricity generation அதாவது இந்த அணுமின் நிலையங்கள் போன்ற மையப்படுத்தப்பட்ட விநியோக அடிப்படையிலான உபயோகம் தவறு. அதிகமாக திருடுவதற்கு வாய்ப்பு உருவாக்குகிற திட்டங்களைப் பெரும் முதலாளிகளும் அரசியல்வாதிகளும் அதிகாரிகளும் விரும்புகிறார்கள். காரணம் அங்கேதான் கமிஷன் அதிகமாகக் கிடைக்கும். திருட முடியும். ஆனால் நாங்கள் என்ன சொல்லுகிறோம். Decentralized Demand-based, "Decentralized" என்று சொன்னால் இடிந்தகரைக்கு எத்தனை மெகாவாட் மின்சாரம் தேவைப்படுமோ அதற்குத் தேவையான கொஞ்சம் காற்றாலைகளும் Solar Panel–களும் வைத்தாயிற்று என்றால் இந்த ஊருக்குத் தேவையான மின்சாரத்தை

இந்த ஊருக்குள்ளே தயாரிக்க முடியும். இப்படி ஆங்காங்கே செய்துவிட்டு, தொழிற்சாலைகள் அதிகமாக இருக்கிற பகுதியிலே மட்டும் அனல் மின் நிலையங்களோ, புனல் மின் நிலையங்களோ அமைத்து அங்கு தொழிற்சாலைகளை நிறுவலாம். ஐயா... இது தெரியாததோ புரியாததோ அல்ல. இங்கே நடப்பது திருடுவதற்காக. மக்கள் பணத்தைச் சுரண்டுவதற்காக. இந்திய ராணுவத்திற்கும் உலக ராணுவங்களுக்கும் அணு ஆயுதங்கள் தயாரிப்பதற்காக. ஆளும் வர்க்கத்தினுடைய வளங்களைப் பேணுவதற்காக. அதனால்தான் சாதாரண மக்களாகிய நாங்கள் இந்தக் கட்டமைப்பை எதிர்த்து போராடிக்கொண்டிருக்கிறோம். அதுதான் உண்மை.

மத்திய மாநில அரசுகள் உங்களைக் கைவிட்டுவிட்டன நீதிமன்றங் களிலும் பரிகாரம் கிடைக்கவில்லை. பெரிய கட்சிகளும் உங்களை ஆதரிக்கவில்லை. உங்கள் போராட்டத்தினுடைய எதிர்காலம் என்ன?

எங்களால் முடிந்தவரை, இயன்றவரை, எல்லா வழிகளி லும் போராடுவோம். ஓர் அநீதி நடத்தப்படும் போது, ஓர் அநியாயம் நடத்தப்படும்போது அதற்கு எதிராகக் குரல் கொடுப்பது உண்மையான மக்களுடைய கடமை. மகாத்மா காந்தி சொன்னது போல "தீய சக்தியோடு போரிட வேண்டியது நம்முடைய நிர்ப்பந்தம்; கடமை." அதனால் நாங்கள் ஒருவேளை அழிக்கப்படலாம், கொல்லப்படலாம்... அதைப் பற்றி நாங்கள் கவலைப்படவில்லை. இறுதியாக எதிர்காலத் தலைமுறைகள் இன்றைக்கு மகாத்மா காந்தியையும் நேதாஜி சுபாஷ் சந்திர போஸையும் பல சுதந்திர போராட்ட வீரர்களையும் பெருமையோடு நினைத்துப் பார்ப்பதைப் போல, இந்தப் போராளிகள் எல்லாம் நம்முடைய எதிர்காலத்திற்காக, நம்முடைய இயற்கை வளங்களைப் பாதுகாப்பதற்காக, நம்முடைய வாழ்வாதாரங்களைப் பாதுகாப்பதற்காகப் போராடி தோற்றார்கள், செத்தார்கள் என்று சொன்னாலும், அதில் கிடைக்கக்கூடிய சந்தோஷம் ஒரு பெரிய வெற்றியாக இருக்கும். நாங்கள் எதற்கும் கவலைப்படவில்லை. எங்களுடைய ஜனநாயகக் கடமையை, உரிமையை கடைசிவரை... கடைசிவரை அது சாவாக இருந்தால் சாவாக இருக்கட்டும். அதுவரை நாங்கள் போராடுவோம். எந்த நிலையிலும் யாரோடும் சமரசத்திற்கு இடமில்லை.

சந்திப்பு: மு. குணசேகரன்

புதிய தலைமுறை (தொலைக்காட்சி), செப்டம்பர் 2012

கேள்விக்கென்ன பதில்

ஒரு போராட்டம் ஒரு மனிதன். ஓட்டுமொத்த உலகத்தையே திரும்பிப் பார்க்க வைத்தது வியப்பிற்குரிய விஷயம்தான். முன்னணியில் உதயகுமார். பின்னணியில் யார்? அவரிடமே கேட்கலாம் வாருங்கள்.

தமிழகமே 14 மணி நேரம் 10 மணி நேரம் மின்வெட்டில் தவிக்கிறது. கூடங்குளம் மூலம் கிடைக்கக்கூடிய மின்சாரம் தமிழகத்திற்கு நல்ல பயன்களைக் கொடுக்கும் என்பது மக்களுடைய எதிர்பார்ப்பு.

கூடங்குளம் அணுமின் நிலையம் தான் தமிழக மின்சாரப் பற்றாக்குறைக்குப் பிரச்சினை அல்ல. கடந்த திமுக, அதிமுக அரசாங்கங்கள் மாறிமாறி ஆண்டபோது தொலைநோக்குப் பார்வையுடன் இந்தப் பிரச்சினையை அணுகாததும், இதற்கு ஒரு தீர்வு காணாததும்தான் பிரச்சினையே தவிர, கூடங்குளம் அணுமின் நிலையம் 25 ஆண்டுகளாகக் கட்டிக்கொண்டிருக்கிறார்கள். இன்னும் எத்தனை ஆண்டுகள் ஆகும் என்று தெரியாது. இங்கே உள்ளவர்கள் இதோ வருகிறது அதோ வருகிறது; காலையிலே வரும் மாலையிலே வரும் என்று சொல்கிறார்கள். ஆனால் அந்த அணுசக்தியுடைய தலைவர் டாக்டர் ஆர்.கே. சின்ஹா அடுத்த வருடம்தான் வரும் என்று கூறுகிறார். அடுத்த வருடமும் அங்கே எதுவும் வரபோவதில்லை. அப்படியானால் தமிழகத்திலே மின்சாரமே பயன்படுத்தக் கூடாதா? தமிழகத்துக்கு 4,000MW

மின்சாரம் தேவையிருக்கிறது, பற்றாக்குறை இருக்கிறது. இங்கே வருவது வெறும் இரண்டு 1,000MW அணுமின் நிலையங்கள். இந்திய அணுமின் நிலையங்களிலேயே Capacity factor என்று சொல்வது 40% தான் 50% என்று வைத்துக்கொண்டால்கூட இரண்டு உலைகளிலும் சேர்ந்து 500, 500 ஆக 1,000MW வரலாம், இந்த அணுமின் நிலையம் இயங்கத் தொடங்கும்போது, தொடங்கினால். அப்படி 1,000MW-யை வைத்துக்கொண்டு இன்னும் இரண்டு வருடங்கள் கழித்து வரும்போது இதை வைத்து எந்தப் பிரச்சினையைச் சமாளிக்க முடியும்? இதற்கு எங்கள் பகுதியிலிருக்கும் காற்றாலைகளிருந்து கிட்டத்தட்ட 3,500MW மின்சாரம் நாங்கள் தயாரித்துக்கொண்டிருக்கிறோம். மக்கள் அதைப் பயன்படுத்திக் கொண்டிருக்கிறார்கள்.

ஆனால் காற்றாலை ஆகட்டும் Solar ஆகட்டும் நீர்மின் நிலையங்கள் ஆகட்டும், இது நிரந்திரமான வாய்ப்பாக இல்லையே!

யார் கூறியது? ஜெர்மனியிலே அதற்குரிய அமைச்சரை நான் சந்தித்து இருக்கிறேன். ஹிரோஷிமாவில் நடந்த ஒரு மாநாட்டிலே நான் சந்தித்தேன். அந்தப் பெண்மணி சொல்லுகிறார், வருடத்திற்கு ஆறு மாதம் மட்டுமே சூரிய ஒளி கிடைக்கிற எங்கள் நாட்டிலேயே இதை நாங்கள் வியாபாரரீதியாக, லாபகரமாக இந்தத் தொழிலை நடத்துகிறோம். சூரிய ஒளியிலிருந்து மின்சாரம் தயாரிக்க முடியும் என்று சொல்லுகிறார்கள். செய்கிறார்கள்;

சூரிய ஒளியிலிருந்து மின்சாரம் தயாரிக்க முடியும். அதில் சந்தேக மில்லை. அதைத் தக்கவைக்கவோ தேக்கிவைக்கவோ முடியாது.

எந்த மின்சாரத்தையும் தேக்கிவைக்க முடியாது.

அப்போது நிரந்தரமான 24 மணிநேரம் தரக்கூடிய ஒரு மாற்று தேவையல்லவா?

வருடத்திற்கு 365 நாட்களிலும் சூரிய ஒளி கிடைக்கிற நமது நாட்டிலே, சூரிய ஒளியிலும், காற்றாலைகளிலும் மற்ற வழிகளிலும் மின்சாரம் தயாரிக்க முடியும். பிரச்சினை முடியுமா முடியாதா என்பதல்ல, திருட முடியுமா திருட முடியாதா என்பதுதான் பிரச்சினை.

மின்சாரம் தயாரிக்க முடியும் என்பதில் எந்த மாற்றுக் கருத்தும் கிடையாது. நிலக்கரியில் இருந்தாகட்டும், காற்றிலிருந்தாகட்டும் நீரில் இருந்தாகட்டும், நிச்சயமாகத் தயாரிக்க முடியும். ஆனால் மற்ற விஷயங்கள், நிலக்கரியைத் தவிர மற்றவை 24 மணிநேர மின்சார உற்பத்தி தருமா என்பது ஒரு கேள்வி. அதனால்தானே அணுமின் நிலையங்கள் நோக்கிப் போகிறார்கள்.

இல்லை. அணுமின் நிலையம் 24 மணிநேரம் மின்சாரம் தரப்போவதில்லை. எத்தனை அணுமின் நிலையங்களை எத்தனை நாள் பூட்டிப் போடுகிறார்கள் என்பதை அட்டவணையை எடுத்துப் பார்த்தீர்களானால் தெரியும். அங்கே நிரந்தரமாகத் தொடக்கி விட்டவுடனே முடிகிற வரைக்கும் 24 மணிநேரம் மின்சாரம் தரப்போவதில்லை. அண்மையிலே கல்பாக்கம் அணுமின் நிலையத்திலே ஒரு Transformer எரிந்து போய் 3, 4 நாட்கள் மூடிப் போட்டிருந்தார்கள். அணுமின் நிலையமும் 24 மணி நேரமும் தொடர்ந்து மின்சாரம் தந்து கொண்டிருக்காது. இதிலுள்ள பிரச்சினை என்னவென்றால் இதில் உள்ள பல்லாயிரக்கணக்கான கோடி பணத்தைப் பயன்படுத்தி, மையப்படுத்தப்பட்ட ஒரு மிகப் பெரிய திட்டத்தைத் தொடங்கும்போது அரசியல்வாதிகளுக்கும் ஆட்சியாளர்களுக்கும் அதிகாரிகளுக்கும் பெரிய அளவிலேயே திருட முடியும் என்பதுதான் உண்மையே தவிர, இங்கே பேசப்படுவது மின்சாரம் அல்ல... திருட்டு! ஆட்சி அதிகாரத்திலே உள்ளவர்களுக்கு எவ்வளவு திருட முடியும் என்பதுதான். இடிந்தகரை கிராமத்தை எடுத்துக்கொண்டால் ஒன்று இரண்டு காற்றாலைகளும் கொஞ்சம் Solar Panel களையும் வைத்து எங்கள் ஊருக்குத் தேவையான மின்சாரத்தைத் தயாரிக்க முடியும். ஒரு தலைவராக, மக்களுக்காக உண்மையோடு சிந்தித்தால் இது போன்ற திட்டங்களை அமல்படுத்த முடியும், செய்ய முடியும்.

திருநெல்வேலி, கன்னியாகுமரி மாவட்டங்களில் இருக்கிற பகுதிகளி லிருந்து வரக்கூடிய காற்று, எல்லா இடங்களிலும் கிடைக்கும் என்று சொல்ல முடியாது.

ஆம். கிடைக்காது. இந்தியாவிலே 12 பகுதிகளைத் தேர்ந் தெடுத்திருக்கிறார்கள். Wind rich areas என்று சொல்லி, எந்தப் பகுதிகளிலேயே அது கிடைக்கிறதோ அங்கே செய்வோம்.

இந்தியாவிலேயே அதிகமான காற்றாலை மின் உற்பத்தி தமிழகத்தில் தான் நடக்கிறது. நம்மிடம் அதிக சாத்தியக் கூறுகள் உள்ளன. அதை நாம் explore செய்து கொள்கிறோம். இதுமாதிரி ஒரு குறிப்பிட்ட level-க்குப் பண்ண முடியும். ஆனால் தடையற்ற மின்சாரத்தை உற்பத்தி பண்ணுவது சாத்தியமா?

இந்தியா முழுவதும் சூரிய ஒளி கிடைக்கிறது. சூரிய ஒளியிலிருந்து எடுப்போம். எங்கெங்கு அதிகமான அளவிலே தொழிற்சாலைகள் உள்ளனவோ, அந்தத் தொழிற்சாலைகள் இருக்கிற இடங்களிலேயே அனல் மின் நிலையங்களையோ வேறு எதையாவது வைத்து அவர்களுக்கு வேண்டிய மின்சாரத்தைக் கொடுப்போம். மின்சாரம் வேண்டாம் என்பது எங்களுடைய வாதம் அல்ல. வளர்ச்சி வேண்டாம் என்பது எங்களுடைய

வாதம் அல்ல. எங்களுடைய வாதம் சாதாரண மக்கள், சாமானிய மக்களுடைய வாழ்வாதாரங்களை அழித்துவிட்டு மின்சாரம் தயாரிக்க வேண்டாம். அணுமின் நிலையம் என்பது வெறும் 40 ஆண்டுகள் மட்டுமே இயங்கும். 40 ஆண்டுகளுக்குப் பிறகு அந்த அணுமின் நிலையங்களைப் பொத்திப் பாதுகாக்க வேண்டும். அந்தக் கழிவுகளை மேலாண்மை செய்ய வேண்டும். போபால் இன்னும் நாறிக்கொண்டிருக்கிறதே. 27 ஆண்டுகளுக்குப் பிறகு அந்தக் கழிவுகளைக் கைக்கொள்ளத் தெரியாமல் ஜெர்மனி கம்பெனியிடம் முறையிட்டு அவர்களும் இன்றைக்கு எங்களால் முடியாது என்று சொல்லிப் பின்வாங்கி இருக்கிறார்களே. இந்த ஒரு பிரச்சினையையே தீர்வு செய்யாத நீங்கள் எத்தனை அணுமின் நிலையங்களைக் கையாளப் போகிறீர்கள்? அண்மையிலே இந்திய அணுசக்தி ஒழுங்காற்று வாரியத்தைப் பற்றி மத்திய தகவல் தணிக்கைக் குழு ஓர் அறிக்கை வெளியிட்டிருக்கிறது. அந்த அறிக்கையிலே சொல்லுகிறார்கள், இந்தியாவிலே எந்த அணுமின் நிலையத்தையும் செயல் இழக்கச் செய்கிற திட்டமோ செயல்பாடுகளோ மத்திய அரசிடம், அணுசக்தித் துறையிடம் கிடையாது. எந்த அடிப்படையிலே நாங்கள் இதை நம்பிக்கொண்டு அமைதியாக எங்கள் குழந்தைகளை வைத்துக்கொண்டு இங்கே வாழ முடியும்?

தென்மாவட்டங்களில் இன்னும் மிகப்பெரிய ஆலைகளோ தொழிற்சாலைகளோ இல்லாதபோது, இதில் வேலைவாய்ப்புகள் கிடைத்து நான்கு பேருக்கு பிரயோஜனமே இல்லை என்று எண்ணுகிறீர்களா?

இதில் எத்தனை பேருக்கு வேலை கிடைத்திருக்கிறது? 10,000 பேருக்கு வேலை கிடைக்கும் என்று சொல்லிதான் கூடங்குளம் பகுதி மக்களை இந்த அணுசக்தித் துறை ஏமாற்றியது. எத்தனை 10,000 பேருக்கு வேலை கிடைத்தது? மண்வெட்டும் வேலைகூடக் கிடைக்கவில்லையே, அதனால்தான் மக்கள் அணுமின் நிலையத்திற்கு எதிராகத் திரும்பியிருக்கிறார்கள். அந்த மக்கள் முதலில் ஆதரித்தார்கள், காரணம், 10,000 பேருக்கு வேலை கிடைக்கும், வளர்ச்சி வரும், முன்னேற்றம் வரும் என்று. எந்த 10,000 பேருக்கும் வேலை கிடைக்கவில்லை. அங்கே வேலை பார்க்கிறவர்கள் எத்தனை பேர் இந்தப் பகுதியிலே உள்ளவர்கள் என்று அணுசக்தித் துறையிடம் கேளுங்கள். வேலை உருவாக்குவதற்குப் பல வழிகள் இருக்கின்றன. அணுமின் நிலையம் ஒரு மார்க்கம் அல்ல.

பெண்களையும் குழந்தைகளையும் வைத்து இந்தப் போராட்டம் நடத்துவது, போராட்டத்துக்கான tactics என்று நீங்கள் நினைக்கிறீர்களா?

பெண்களையும் குழந்தைகளையும் வன்முறைப் போராட்டத்திலே ஈடுபடுத்தினால் அது தவறு. மகாத்மா காந்தி நடத்திய பல போராட்டகளிலே பெண்களையும் குழந்தைகளையும் ஈடுபடுத்தி இருக்கிறார். இந்திய அரசியல் சாசனம் ஆண்களுக்கானது மட்டும்தான். ஆண்களுக்கு மட்டுமே உரிமை இருக்கிறது. பெண்கள் வீட்டில் முடங்கிக் கிடக்க வேண்டும் குழந்தைகள் பள்ளியிலேயேதான் இருக்க வேண்டும் என்று சொல்லவில்லை. அவர்களும் இந்தியக் குடிமக்கள். அவர்களுக்கும் சிந்திக்கும் திறன் இருக்கிறது. அவர்களும் போராட்டத்தில் ஈடுபடலாம். யாருடைய நிர்ப்பந்தத்தின் பெயராலும் அவர்கள் போராட்டத்தில் ஈடுபடவில்லை. எங்களுடைய பெண்களிடமும் குழந்தைகளிடமும் நீங்களே பேசித் தெரிந்துகொள்ளலாம்.

நேற்று வரை இந்தப் போராட்டத்திற்கு ஆதரவு தெரிவித்த தமிழக முதல்வர் ஜெயலலிதா இப்போது தங்களின் நிலைப்பாட்டை மாற்றி விட்டார் என்று நினைக்கிறீர்களா? அவருடைய நிலைப்பாடுகளில் உங்களுக்கு ஏதேனும் வருத்தம் இருக்கிறதா?

தமிழக முதல்வர் எங்களுக்குச் சாதகமான முடிவை அறிவித்தார் முதலிலே. சாதகமான என்றால்... ஆதரவான முடிவை. அனுசரணையான முடிவை. அவர் எதிர்கட்சித் தலைவராக இருந்தபோது USS நிமிட்ஸ் என்ற அணுசக்திக் கப்பல் சென்னை துறைமுகத்திற்கு வந்தபோது இது கதிர்வீச்சு ஆபத்து மிகுந்தது என்று எதிர்த்தார். இந்திய அமெரிக்க அணுமின் ஒப்பந்தத்தைக் கடுமையாகச் சாடினார். எங்களுடைய போராட்டம் தொடங்கிய காலகட்டத்திலே அந்த அணுமின் நிலையை ஆதரித்து ஓர் அறிக்கை வெளியிட்டவர் எங்களைச் சந்தித்துப் பேசிய பின் தனது நிலையை மாற்றிக்கொண்டார். எனவே தமிழக முதல்வர் எங்களுக்கு அனுசரணையாக ஆதரவாக இருக்கிறார் என்று நினைத்தோம். எங்களுடைய அந்தக் காலகட்டத்திலே நடந்த போராட்டங்கள் அனைத்தும் காவல் துறையினருடைய அனுமதியோடு மாவட்ட ஆட்சித் தலைவரின் அனுமதியோடுதான் நடத்தப்பட்டன. நாங்கள் அனுமதியோடுதான் போராட்டங்களை நடத்தினோம். மார்ச் மாதம் முதல்வருக்கு என்ன நிர்ப்பந்தம் வந்தது என்று தெரியவில்லை. தனது நிலைப்பாட்டை மாற்றிக்கொண்டார். நாங்கள் எங்கள் போராட்டத்தைத் தொடர்ந்தோம். இதில் மத்திய அரசு ஆதரவு தெரிவிக்கிறதா மாநில அரசு ஆறுதலாக இருக்கிறதா என்பதல்ல. நாங்கள் இந்த அணுமின் நிலையத்தை எதிர்கிறோம். எந்த அரசு ஆதரவு தந்தாலும் தராவிட்டாலும் நாங்கள் தொடர்ந்து எதிர்ப்போம்.

2007இல் இதே கூடங்குளம் அணுமின் நிலையத்தை நீங்கள் பார்வையிட்டு இது சிறப்பாகச் செயல்படுகிறது, இந்தியாவில் இப்படி ஓர் அமைப்பு இருப்பது எனக்கு மிகப்பெரிய மகிழ்ச்சி தருகிறது என்று நீங்கள் டாக்டர் அகர்வாலிடம் சொன்னதாகவும் கே.சி. புரோகித்திடம் சொன்னதாகவும் அவர்களே பதிவு பண்ணியிருக்கிறார்கள். இதை விஞ்ஞானிகள் இன்றைக்கும் சொல்கிறார்கள்.

டாக்டர் லால்மோகன், டாக்டர் பத்மதாஸ், நான் உட்பட 4 பேர் அங்கு போயிருந்தோம். எங்களை பேச்சுவார்த்தைக்கு அழைத்திருந்தார்கள். நாங்கள் பேசினோம். அந்தப் பேச்சுவார்த்தை யில் எந்த முடிவும் எட்டப்படவில்லை. நாங்கள் தொடர்ந்து பல கேள்விகளைக் கேட்டோம். அகர்வால் பதில் கூறினார். அவரால் எங்களை ஏற்றுக்கொள்ளச் செய்ய முடியவில்லை. நாங்கள் எதற்கும் சம்மதிக்கவில்லை. அருமையான மதிய உணவு தந்தார்கள். அகர்வால் நல்ல நண்பர். என்னுடைய தோளிலே கையைப் போட்டுவிட்டு, “ஏன் இவ்வளவு பயப்படுகிறீர்கள்? என்னைப் பாருங்கள் – இந்தத் துறையிலே 30 வருடங்களாக வேலை பார்க்கிறேன். எனக்கு எதுவுமே வரவில்லையே? ஏன் இப்படிப் பயப்படுகிறீர்கள்?” என்று எனக்கு ஆதரவாகப் பேசினார். இவ்வளவு உயர்ந்த அதிகாரி – இந்திய அணுசக்தித் துறைக்கே தலைவராக வரக்கூடிய ஒரு தகுதி உள்ளவர், வாய்ப்பு உள்ளவர் நம்முடன் இவ்வளவு நெருங்கிப் பழகுகிறாரே என்ற உரிமையை ஏற்று, நான் அவரது இடுப்பை அணைத்து, “ஐய்யா, நல்ல விஷயம், இருந்தாலும் நீங்கள் கவனமாக இருங்கள்” என்றேன். வெறும் ஆறு மாதங்களுக்குள்ளே அகர்வால் பம்பாயில் உள்ள ஜஸ்லோக் ஆஸ்பத்திரியில் இறந்துபோனார். அவர் இறந்துபோன செய்தியைக்கூட இந்த அணுசக்தித் துறை, ஏன் இறந்தார், எப்படி இறந்தார் என்ன சிகிச்சை அவருக்கு அழிக்கப் பட்டது என்று விபரம் தரவில்லை.

ஆகவே அணு உலையினால் கதிர்வீச்சு தாக்கப்பட்டு இறந்திருப்பாரா?

நிச்சயமாக. 30 ஆண்டுகள் அவர் பல ஆபத்திற்கு உள்ளாகி யிருக்கக் கூடும்.

அணுமின் சக்தித் துறையில் அணு உலை தொடர்பாக 30 ஆண்டுகள் Service-யுடன் வேறு யாருமே இல்லையா? இல்லை எல்லாருமே மர்மமான முறையில் மரணிக்கிறார்களா?

இதன் துவக்கத்திலிருந்து பார்த்தால் தெரியும் ராபர்ட் ஓபன் ஹைமர் என்கிற ஓர் அமெரிக்க விஞ்ஞானி தான் இதன் முன்னோடி. அவர் புற்று நோயால் இறந்தார். என்ரிகோ ஃபெர்மி என்றவர் தான் முதல் அணுமின் நிலையத்தை சிகாகோவில்

நிர்மானித்தார் அவர் புற்று நோயால் இறந்தார். மேரி கியூரி புற்று நோயால் இறந்தார். இப்படி உலகம் முழுக்க உள்ள அணுசக்தி துறை சம்மந்தப்பட்ட பெரியவர்கள் பலர் புற்று நோயால்தான் இறந்திருக்கிறார்கள். மறுக்க முடியுமா? இது வெறும் அணுமின் நிலையங்கள் மட்டும் அல்ல, அணு ஆயுதம் தயாரிக்கிற கேந்திரங்களாகவும் பயன்படுத்தப்படுகின்றன.

கூடங்குளம் பகுதி மக்கள் கடுமையாக 400 நாட்களுக்கு மேல் போராடினார்கள். அதைப் போல் கல்பாக்கம் பகுதி மக்கள் ஏன் போராடவில்லை.

கல்பாக்கத்திலே உள்ள மக்கள் போராடுகிற வாய்ப்பை ஏனோ ஏற்றுக்கொள்ளவில்லை. இன்றைக்கு கல்பாக்கம் பகுதிகளிலே போராட்டங்கள் நடக்கின்றன. அண்மையில் நம்முடைய போராட்டத்தினுடைய தாக்கத்தால் பல நிகழ்வுகள் நடந்திருக்கின்றன. டாக்டர் புகழேந்தி என்னிடம் சொன்னார். அங்கே இருக்கிற வேலையாட்கள், தொழிலாளர்கள், எங்களுடைய இந்தக் குறைந்த படிப்பை வைத்துக்கொண்டு இவ்வளவு பெரிய சம்பளம், எங்களுடைய குழந்தைகளுக்கு கேந்திரிய வித்யாலயா பள்ளிகளிலே படிக்கின்ற வாய்ப்பு கிடைக்காது என்கிறார்கள். வெகு குறைவானவர்கள்தான் வேலை பார்க்கிறார்கள். கூடங்குளம் அணுமின் நிலையத்தால் எங்கள் பகுதி மக்களுக்கு எந்த வேலை வாய்ப்பும் வரவில்லை. யாரும் அங்கு வேலைக்குச் சேரவில்லை. 10,000 பேருக்கு வேலை தருவோம் என்று சொன்னது நடக்கவில்லை என்றுதான் சொன்னேனே தவிர, அங்கே வேலை பார்க்கிறவர்கள் பெரும்பாலும் அண்டை மாநிலங்களிலே உள்ளவர்கள், வட மாநிலங்களில் உள்ளவர்கள். உயர்ந்த பதவியிலே இருக்கிறார்கள். சாதாரணப் பதவியில் வேலையிலே இருக்கக் கூடியவர்கள்தான் இங்கே அருகிலே உள்ள ஊர்களில் இருந்து கொண்டு வரப்பட்டிருக்கிறார்கள். இந்தப் பகுதியிலே உள்ளவர்கள் 30, 40 பேருக்குதான் வேலை கொடுக்கப்பட்டது.

கூடங்குளம் அணு உலைப் பணிகள் ஆரம்பிக்கப்பட்ட அதே நேரத்தில் தான் சீனாவில் இரண்டும் ஈரானில் ஒன்றுமாய் அணு உலைகள் தொடங்கி இப்போது வெற்றிகரமாக இயங்கிக்கொண்டிருக்கின்றன. இப்போது நமக்கும் அதே போல் வாய்ப்பு இருக்கிறது அல்லவா? வெற்றிகரமாக இயங்கிக்கொண்டிக்க முடியுமல்லவா?

ஈரானில் அணுமின் நிலையம் தொடங்கப்படுவதற்கு அமெரிக்கா கடுமையான எதிர்ப்பு தெரிவிக்கிறது. இஸ்ரேல் அந்த அணுமின் நிலையங்களை நாங்கள் தாக்கி அழிப்போம் என்று சொல்லுகிறார்கள் ஏன்? அணுமின் நிலையங்களிலே

வெறும் மின்சாரம் தான் தயாரிக்கப்படுகிறது, வேறு எந்தச் சுற்றுச்சூழல் கேடும் கிடையாது, யாருக்கும் எந்தப் பாதிப்பும் வராது என்றால், ஈரான் நாடும் வட கொரியா நாடும் அணுமின் நிலையம் நிறுவுவதிலே நமக்கு என்ன ஆட்சேபனை? அமெரிக்காவுக்கும் ரஷ்யாவிற்கும் மற்ற நாடுகளுக்கும் – இஸ்ரேல் போன்ற நாடுகளுக்கும் என்ன ஆட்சேபனை? இவை வெறும் அணுமின் நிலையங்கள் மட்டுமல்ல, அணு ஆயுதங்கள் தயாரிக்கும் கேந்திரங்களாகவும் இது பயன்படுத்தப்படுகின்றன. எனவேதான் கூடங்குளத்தில் நிச்சயமாக அந்த ஒரு வாய்ப்பு இருக்கிறது. International Atomic Energy Agency-யினுடைய கண்காணிப்புக்குக் கீழே வருகின்ற அணுமின் நிலையமாக இது அறிவிக்கப்பட்டாலும். அங்கு இருக்கிற புளூட்டோனியத்தை யார் எப்படிக் கையாளுகிறார்கள், இந்த புளூட்டோனியத்தில் திருட்டு நடக்குமா நடக்காதா, இது வேறு கைகளுக்கு மாற்றப்படுமா படாதா என்பதைப் பற்றியெல்லாம், யாரும் எந்த உத்திரவாதமும் தர முடியாது.

புளூட்டோனியம் என்ன பூட்டு மாதிரியா யாராவது மாற்றிக் கையாளுவதற்கு?

1974இல் நம்முடைய அணு ஆயுதப் பரிசோதனை செய்வதற்கு ஏதுவான அந்த புளூட்டோனியம் இப்படிப்பட்ட ஓர் அணுமின் நிலையத்தில் இருந்து தான் வந்தது. அதே மாதிரியான வாய்ப்புகள் இருக்கின்றன.

உங்களுடைய கருத்துப்படி வைத்துக்கொண்டாலும் அணு ஆயுதங்கள் இருப்பது இன்றைய சுற்றுப்புறச் சூழ்நிலையில், மற்ற நாடுகள் இருக்கக்கூடிய நிலைமையில் அணு ஆயுதங்கள் நம்மிடம் இருப்பதும் ஓர் பாதுகாப்பு அம்சம்தானே?

அணு ஆயுதங்கள் இருந்திருந்தால் கார்கில் போர் நடந்திருக்கக் கூடாது. இந்தியா ஒரு வல்லரசு, இந்தியா சக்தி வாய்ந்த நாடு, அவர்களிடம் அணு ஆயுதங்கள் இருக்கின்றன. எனவே நாம் அங்கே போய் வாலாட்டக் கூடாது என்று பாகிஸ்தான் விலகிச் சென்றிருக்க வேண்டும். ஆனால் அப்படி நடக்கவில்லை. அணு ஆயுதங்கள் போரை நிறுத்தும் வல்லமை கொண்டவை அல்ல. அணு ஆயுதங்களோ வேறு இது போன்ற ஆள் கொல்லும் ஆயுதங்களோ வேண்டாம் என்பதுதான் எங்களுடைய நிலைப்பாடு. மக்களுடைய பாதுகாப்பு என்பது இரு வேளை உணவு, பாதுகாப்பான தண்ணீர், கண்ணியமான கழிப்பறைகள் கொண்ட வீடு. இதை ஏற்படுத்தி விட்டு நாம் அடுத்த கட்டத்தைப் பற்றிப் பேசுவோம்.

அணு உலைகள் பற்றிய உங்களது அச்சத்தைப் போக்குவதற்கு நீங்களும் விஞ்ஞானிகளும் நேருக்கு நேராகக் கலந்து பேசிட முடியுமா? வாயப்பு உள்ளதா?

அணு உலைகளைப் பற்றிய அச்சம் ஒரு பயமல்ல. இது கற்றறிந்து, பல நூல்களைப் படித்து, பல ஊர்களுக்கு, நாடுகளுக்குச் சென்று நானாகத் தெரிந்துகொண்ட உண்மைதானே தவிர இது இன்னொருவர் சொல்லித் தந்ததோ என் மனதிலே ஏற்பட்டிருகிற ஓர் பிரமையோ மனநோயோ பயமோ அல்ல. உலகம் முழுக்க கோடிக்கணக்கான மக்கள் இதை எதிர்க்கிறார்கள்.

நாம் வெறும் சாமானிய மனிதர்கள். விஞ்ஞானிகளுக்குத் தெரிந்த அளவில் அறிவுப்பூர்வமான விஷயங்கள் நமக்குத் தெரியாது. நம்முடைய அச்சம் வந்து ஓர் சாமானிய மனிதனுக்குரிய அச்சமாக தான் இருக்கும். அந்த மாதிரி சமயத்தில் விஞ்ஞானிகள் சொல்வதைத் தான் நாம் ஏற்றுக்கொள்ள முடியும்?

அந்த விஞ்ஞானிகளுடைய பின்னணி என்ன என்பதைப் பார்ப்பது ரொம்ப முக்கியம். ஒரு விஞ்ஞானி அணுசக்தித் துறையிடம் இருந்து உதவிகள் பெற்றிருக்கிறவர், அணுசக்தித் துறையிடம் இருந்து உதவித்தொகைகள் பெற்று அவர்களுடைய திட்டங்களிலே பணியாற்றி இருக்கிற அதிகாரி, விஞ்ஞானி அத்துறையைச் சார்ந்தவராகத்தான் இருப்பார். தமிழக அரசு நியமித்த குழுவிலே திரு. எம்.ஆர். ஸ்ரீனிவாசன் நியமிக்கப்பட்ட போது நாங்கள் அதைத் தான் சொன்னோம். அணுசக்தித் துறைத் தலைவராக இருந்தவர், அணுசக்தித் துறையிலே ஓர் அங்கத்தினராக இருப்பவர், அவர் எப்படி ஓர் Independent scientist ஆக இருக்க முடியும். நமக்கு வேண்டியது நடுநிலையாளர்களான எந்தப் பக்கமும் சாராத விஞ்ஞானிகளை நியமிப்போம் என்று கேட்டோம். இப்போதுகூடச் சொல்லுகிறோம். எங்கள் தரப்பு விஞ்ஞானிகள் சொல்வதுதான் சரி என்று நாங்கள் சொல்ல வில்லை. அரசு சார்ந்த விஞ்ஞானிகள் அரசுக்காகத் தான் பேசுவார்கள். ஐயா அப்துல் கலாம் மக்களுக்காகப் பேச மாட்டார். அவர் அந்தத் துறையிலே இருந்தவர். நாட்டினுடைய குடியரசுத் தலைவராக இருந்தவர்.

அவருக்கு மக்கள்மீது அக்கறை இருக்காதா?

அவருக்கு மக்கள்மீது அக்கறை இருக்கிறதை விட அரசுத் துறை மீது தான் அக்கறை அதிகமாக இருக்க வேண்டும். காரணம் அவர் சார்ந்து இருப்பது ஓர் அரச கட்டமைப்பு.

அர்விந்த் கெஜ்ரிவாலை அழைத்து வந்து இந்தப் போராட்டத்தில் மக்கள் மத்தியில் சேர்த்தீர்கள். டாக்டர் சாந்தாவையும் அப்துல்

கலாமையும் எதிர்க்கிற நீங்கள் அவர்களுடைய கருத்துகளை எதிர்க்கிற நீங்கள், அர்விந்த் கெஜ்ரிவால் எந்தவிதமான ஓர் அறிவியல் பூர்வமான உண்மையைச் சொல்லுவார் என்று எதிர்பார்க்கிறீர்கள்?

அர்விந்த் கெஜ்ரிவால் ஒரு விஞ்ஞானியாக வரவில்லை. ஓரிரு மணிநேரம் சுற்றிப்பார்த்துவிட்டு ஓகோ ... பார் உலக அற்புதத்தைப் பார் என்று அவர் அறிக்கை கொடுக்கவில்லை. எங்களைப் பார்க்க வந்தவர் – அரசியல் ரீதியாக எங்களுடைய ஆதரவைக் கேட்க வந்தவர். அரசியல்வாதியையும் இந்த விஞ்ஞானிகளையும் சேர்த்துப் பார்க்க வேண்டாம்.

ஓர் அணையில் உடைப்பு ஏற்பட்டால் அந்த உடைப்பைச் சரி செய்ய வேண்டும் என்று யோசிப்பீர்களா? அல்லது அந்த அணையே கூடாது என்று நினைப்பீர்களா?

அந்த அணை விபத்திற்குள்ளானாலும் அந்த விபத்தைச் சரிசெய்த பிறகு, மாற்று அணை கட்டிய பிறகு, மக்களை அங்கே கொண்டு வந்து குடியேற்ற முடியும். ஆனால் அணுமின் நிலையக் கதை முழுக்க முழுக்க வேறு. இங்கே மயிரளவு விரிசல் ஏற்பட்டாலே அந்தப் பகுதி சுடுகாடாகும். மக்கள் மீண்டும் அந்தப் பகுதிக்கு வந்து உயிர் வாழ முடியாது. அங்கே யாரையும் உள்ளே அனுப்பி அதனைச் செப்பனிட முடியாது. இப்படிப் பல வித்தியாசங்கள் இருக்கின்றன.

கூடங்குளத்தைப் பொறுத்தவரை விமானத் தாக்குதல் நடந்தாலோ சுனாமி, பூகம்பம் தாக்கினாலோ அனைத்துப் பாதுகாப்பு ஏற்பாடு களும் செய்யப்பட்டிருக்கின்றன என்று ஒரு முறையல்ல 100 முறை உறுதிப்படுத்துகிறார்கள்?

இதைத் தானே ஃபுகுஷிமாவிலும் சொன்னார்கள். அமெரிக்கத் தொழில்நுட்பம், ஜப்பானிய மேலாண்மை என்ன நடந்தது? ஃபுகுஷிமா ஒன்றன் பின் ஒன்றாக வெடித்தது.

ஃபுகுஷிமா மிகப்பெரிய பழைய தொழில்நுட்பம் என்பது உங்களுக்கே தெரியும். அதேபோல் கடல் மட்டத்திலிருந்து மிக சமீபத்திலிருந்தது. மிகப் பெரிய உயரத்தில் இல்லை. ஆனால் நம்ம கூடங்குளம் கிட்டத்தட்ட சுமார் 25 அடிக்கு மேல் உள்ளது. Generator 4 வைத்திருக் கிறார்கள். அங்கு Generator ஒன்று தண்ணீருக்குள் மூழ்கிவிட்டது. இதைப் போல் நிறைய வித்தியாசங்கள் உள்ளன. அது வந்து முதல் தலைமுறையைச் சேர்ந்தது. இது தொழில்நுட்பத்திலே எவ்வளவு நவீனம் உண்டோ அந்த நவீன வகையைச் சேர்ந்தது அல்லவா?

ஒரு வாதத்திற்காக இதை ஒப்புக்கொண்டாலும், ரஷ்ய அணு உலை, கூடங்குளத்திலே நிர்மாணிக்கிற அணு உலை உலகப்

புகழ்பெற்றது, உலக உன்னதமானது என்று வைத்துக்கொள்வோம். ஏன் இழப்பீடு தரமாட்டேன் என்கிறீர்கள்? அய்யா ... உங்க அணு உலை உலகத்திலேயே சிறந்தது, 3ஆவது தலைமுறை, ஏழடுக்கு பாதுகாப்பு. ஆண்டவனே வந்தாலும் அடித்து நொறுக்க முடியாது. இழப்பீடு கொடு! இந்த அணுமின் நிலையத்திலே நாளை ஒரு விபத்து நடந்தால் யார் அங்கே முழுப் பொறுப்பு?

அது ஒரு வியாபார ஒப்பந்தம் தானே?

நீங்கள் ஒரு *Sales man*. நீங்கள் விற்கக் கூடிய பொருள் உலகத்தரம் வாய்ந்தது. உன்னதமானது. நான் என்ன கேட்கிறேன். *Warranty* கொடுங்கள்.

இழப்பீடு என்று வந்தால் ரஷ்யா கொடுப்பதா இந்தியா கொடுப்பதா என்பதுதானே தவிர, இழப்பீடு கொடுக்க மாட்டோம் என்று கூறவில்லையே.

ரஷ்ய அரசு சொல்லுகிறது. நாங்கள் எந்த இழப்பீடும் தரமாட்டோம் என்று. எங்கள் அரசோ எங்களுடைய *Atomstroyex-Port* என்கிற நிறுவனமோ எந்த இழப்பீடும் தர மாட்டோம் என்கிறார்கள்.

ஒருவேளை விபத்து நடக்காது என்பதில் உத்திரவாதமாக இருக்கிறார்களோ ... (சிரிப்பு)

அற்புதமான பேச்சு. எந்த இழப்பீடும் தரமாட்டோம். இந்திய மக்கள் தலையில்தான் கட்டுவோம். 3, 4 அணுமின் நிலையங்களுக்கு ஓர் ஒப்பந்தம் போடுகிறார்கள். அங்கேயும் இதே கட்டளையைக் கேட்கிறது ரஷிய அரசு. இழப்பீடு தருவோம் என்று சொல்லுங்கள். எத்தனை ஆண்டுகள் வேண்டுமானாலும் தருவோம். எவ்வளவு தொகை வேண்டுமானாலும் தருவோம் எங்கள் அணுமின் நிலையம் உலகத்தரம் வாய்ந்தது – சொல்லுங்கள். ஏன் ஓடுகிறீர்கள். ஏனென்றால் உள்ளே பிரச்சினை உள்ளது. ரஷ்யாவிடம் நாம் வாங்கிய ரஷ்யா மிக் 18 போர் விமானங்கள் மாதம் ஒன்றாக உடைந்து கொண்டிருக்கின்றன. *Admiral Gorshkor* வாங்க ஒப்பந்தம் போட்டிருக்கிறோம். இந்த வருடம் வரவேண்டிய கப்பல் 7 கொதிகலன்களில் 6 கொதிகலன்கள் வேலை செய்யவில்லை, அடுத்த வருடம்தான் தரமுடியும் என்கிறார்கள். ரஷிய தொழில்நுட்பத்தைப் பற்றி உலகிற்கு நன்றாகத் தெரியும்.

ரஷிய தொழில்நுட்பம் சரியில்லை – அமெரிக்க தொழில்நுட்பம் சரி எனலாமா?

அமெரிக்கத் தொழில்நுட்பத்தையும் நாங்கள் ஏற்றுக் கொள்ளவில்லை. அணுமின் நிலையம் வேண்டாம் வேண்டாம் வேண்டாம் என்று தான் நாங்கள் கதறிக் கொண்டிருக்கிறோம். அமெரிக்க அணு உலை – ஜப்பான் மேலாண்மை ஃபுகுஷிமாவைத் தடுத்து நிறுத்தவில்லை. ரஷிய தொழில்நுட்பமும் இந்திய மேலாண்மையும் எங்களுடைய எதிர்காலத்தைப் பாழடித்துவிடும். இந்தியாவைப் பாழும் குழிக்குள் தள்ளிவிடும்.

இந்தியாவிலே 40 வருடமாக 19 அணு உலைகள் உள்ளன. நீங்கள் எதிர்பார்க்கிற மாதிரி நடந்திருக்கிறதா என்ன?

எத்தனை அணுமின் நிலையங்கள் என்னென்ன விபத்துகள் நடந்திருக்கின்றன என்று என்னிடம் பட்டியல் இருக்கிறது. கல்பாக்கம் அணுமின் நிலையத்திலேயே வருடத்துக்கு 2 பிரச்சினைகள், சின்ன சின்ன விபத்துகள் நடந்துகொண்டேதான் இருக்கின்றன.

சாலையில் நடந்துபோகும் போதுகூட விபத்துகள் நடக்கும். அதைப் பெரிதுபடுத்துவது என்பது மக்களிடையே அச்சத்தை ஏற்படுத்துவதைப் போன்றதல்லவா?

சாலையிலே நடக்குற விபத்துகள் அங்கே மோதிக் கொள்கிறவர்கள் இரண்டு பேர் செத்துப் போகலாம். ஆனால் அணுமின் நிலையங்களிலே நடக்கிற விபத்துகள் செர்னோபிலிலே நாம் பார்த்துக்கொண்டிருக்கிறோம். 86ஆம் ஆண்டு நடந்த அந்த விபத்திற்குப் பிறகு இன்றளவும் மக்கள் அந்த ஊருக்குள்ளே போக முடியவில்லை. எனவே தயவுசெய்து சாலை விபத்தையும் அணுமின் விபத்தையும் ஒப்பிடக் கூடாது.

செர்னோபிலுடன் ஒப்பிடுகையில் அடிப்படையிலே அதற்கும் இதற்கும் 1,000 வித்தியாசங்கள் இருக்கிறதில்லையா?

அணுமின் நிலைய விபத்து அணுமின் நிலைய விபத்துதானே!

பாதுகாப்பு வழிமுறைகள் அதிகமாக உள்ள விஷயம் கூடங்குளம். பாதுகாப்பு ஏற்பாடுகள் ஏதுமில்லாத மிகப் பழைய தொழில்நுட்பம் எது என்று கேட்டால் செர்னோபில் என்று சொல்லலாம். நிச்சயமாக அதில் நீங்கள் முரண்பட மாட்டீர்கள்.

இல்லை. அந்த வாதமும் தவறு. அதாவது செர்னோபில் அணு உலை விபத்திற்குப் பிறகு அந்த அணுமின் நிலையத்திலே மையப் பகுதியிலே வருகின்ற Reactor Pressure Vessel அந்தக் கொதிகலன் ஒரே உருண்டையாக இருக்க வேண்டும். அதிலே எந்தப் பற்றவைப்பும் இருக்கக் கூடாது. ஆனால் இங்கே நிர்மாணிக்கப்பட்டிருக்கிற கொதிகலனிலே எட்டு இடங்களிலே

பற்றவைப்பு இருக்கின்றது. அணுசக்தித் துறை இல்லை என்று சொல்லட்டும். செய்திருக்கிறார்கள். செர்னோபில் விபத்து நடந்த பிறகும் இப்போது நிர்மாணிக்கப்படுகிற கூடங்குளம் அணுமின் நிலையம் அதிக ஆபத்து வாய்ந்ததே தவிர எந்தவிதத்திலும் பாதுகாப்பு வாய்ந்தது அல்ல.

இந்த அணு உலைகள் ரஷ்யாவில் இணைந்து செயல்பட்டது கூடங்குளத்தில் மட்டுமல்ல இதற்கு முன்பு பல வெளிநாடுகளில் இணைந்து செயல்பட்டிருக்க செய்திருக்கிறோம். இதற்கு முன் உதாரணங்கள் இருக்கின்றனவே. இது புது முயற்சியல்ல தானே.

இந்தியாவில் கட்டப்படுகிற முதல் வெளிநாட்டு அணுமின் நிலையம் கூடங்குளம். இந்தியாவிலே கட்டப்படுகிற மிகப் பெரிய அணுமின் நிலையம் கூடங்குளம். இந்தியாவிலே நிர்மாணிக்கப்படுகிற மிகப் பெரிய அணுமின் பூங்கா கூடங்குளம். மற்ற அணுமின் நிலையங்கள் எல்லாம் பெரும்பாலும் உள்ளூர் தொழில்நுட்பத்தோடு ஓரளவு வெளிநாட்டு உதவிகளோடு நிர்மாணிக்கப்பட்டவை. எல்லாமே 220, 240 MW மின்சாரம் தயாரிக்கிற அணுமின் நிலையங்கள். இவை பெரிய தாக்கங்களை உருவாக்காது. ஆனால் கூடங்குளம்தான் மிகப் பெரிய அதாவது 1,000MW மின்சாரம் தயாரிக்கிற முற்றிலும் வெளிநாடுகளிலிருந்து இறக்குமதி செய்யப்படுகிற, மக்கள் அடர்த்தியாக வாழ்கிற பகுதியிலே உருவாக்கப்படுகிற அணுமின் நிலையம்.

கல்பாக்கம்கூட மக்கள் அதிகமாக வாழ்கிற பகுதிதானே?

கல்பாக்கம் அணுமின் நிலையத்திலே வெறும் 220MW மின்சாரம் தயாரிக்கிற 2 அணுமின் நிலையங்கள் தான் இருக்கின்றன. இந்தப் பகுதி போன்று மக்கள் அங்கு அடர்த்தியாக இல்லை. 220MW மின்சாரம் தயாரிக்கிற சிறிய அணுமின் நிலையமாக இருந்தாலும்கூட அங்கே பெரிய அளவிலே பாதிப்புகள் ஏற்படுகின்றன. நான் பலமுறை அங்கே போயிருக்கிறேன். அங்கே மீனவ மக்களோடு பேசியிருக்கிறேன். அந்த கிராமங்களிலே வாழும் மக்கள், மீன்வளம் குறைந்து இருக்கிறது, பிடிக்கிற மீன்களுக்கு விலையில்லை, மக்கள் யாரும் அதனை விரும்பிச் சாப்பிடுவதில்லை என்று சொல்லியிருக்கிறார்கள். அங்கே உள்ள மீனவப் பெண்கள் எல்லாம் கழுத்துக் கழலை நோய் போன்ற தைராய்டு நோயினால் பாதிக்கப்பட்டிருப்பதை நான் பார்த்திருக்கிறேன். அங்கே புற்றுநோய் மிகப் பெரிய அளவிலே இருப்பதை நான் பார்த்திருக்கிறேன்.

ஃபுகுஷிமாவை நீங்கள் குறிப்பிடுகிறீர்கள். ஆனால் அதே ஜப்பானில் 54 அணு உலைகள் இருக்கின்றனவே?

அதே ஜப்பானில்தான் அத்தனையையும் மூடியிருக்கிறார்கள்.

உங்களுடைய போராட்டங்கள் எல்லாமே ஜனநாயக ரீதியில் அறவழியில் சட்டத்தை மதித்து நடக்கணும்னு சொல்றீங்க. நீங்கள் ஏன் இந்திய சட்டத்தை மதித்து அதற்கு ஏற்ற மாதிரி செயல்பட கூடாது?

எந்தச் சட்டத்தை நாங்கள் மதிக்கவில்லை?

மாநில அரசு நிறைய வழக்குகளை உங்கள் மேல் போட்டிருக்கிறது. அதை ஏன் நீங்கள் நியாயமாக, சட்டப்படி எதிர்கொள்ளக் கூடாது?

எங்கள் மேல் இருப்பது தேசத்துரோக வழக்குகள். நாங்கள் என்ன தேசத்துரோகம் பண்ணோம்? 1 லட்சத்து 76 ஆயிரம் கோடி திருடினோமா? 1 லட்சத்து 86 ஆயிரம் கோடி நாட்டிற்கு இழப்பு ஏற்படுத்தினோமா? நாட்டு கிரானைட் வளங்களை வெட்டி விற்றோமா? காமன்வெல்த் விளையாட்டுப் போட்டிகளிலே திருடினோமா? ஆதர்ஷ் அடுக்கு மாடியிலே ஊழல் செய்தோமா? 1880 கோடி ரூபாய் கொண்டு ஒரு தனி மனிதருக்கு மூன்று ஆண்டுகள் மருத்துவச் செலவு செய்தோமா? எந்த வழியிலே நாங்கள் நாட்டிக்குத் துரோகம் செய்தோம்? இந்த நாட்டைப் பாதுகாக்கிற மக்கள் நாங்கள். எங்கள் மீது போடப்பட்டிருக்கும் வழக்குகள் அனைத்தும் பொய் வழக்குகள்.

இதை நீதிமன்றத்திலே எதிர்கொண்டிருக்கலாமே? இந்த வாதங்களை...

நீதிமன்றத்திற்குத்தான் போகப் போகிறோம். அதைத்தான் அணுகப் போகிறோம். நீதிமன்றத்தில் கேட்பார்கள் அல்லவா 'என்ன தேசத்துரோகம் பண்ண நீ?' நானும் சரி, எங்கள் போராட்டக் குழுவில் இருக்கிற மக்களும் சரி, இங்குள்ள மீனவர்களாக இருந்தாலும் சரி, வணிகர்களாக இருந்தாலும் சரி, தலித் தொழிலாளர்களாக இருந்தாலும் சரி உண்மையாக உழைத்து வாழும் மக்கள். நாட்டைக் கொள்ளையடித்து வாழ்கிறவர்கள் அல்ல. யாருக்கும் எந்தத் துரோகமும் செய்யவில்லை. இந்த வழக்கை எங்களால் எதிர்கொள்ள முடியும்.

உங்களுடைய கடைசி நம்பிக்கை நீதிமன்றமாக இருக்கும் என்று சொல்லலாமா?

நாங்கள் மக்களைத்தான் நம்புகிறோம்.

ஏனென்றால் நீதிமன்ற தீர்ப்புகள் மாறி வரும் என்ற சந்தேகமும் உங்களுக்கு உள்ளது.

இல்லை. இந்தப் பிரச்சினைக்கு நாடாளுமன்றமோ நீதிமன்றமோ பதில் சொல்ல முடியாது. இது மக்களாட்சி

நடைபெறுகிற நாடு, இங்கு மக்களைத் தவிர மிகப் பெரிய சக்தி எதுவும் கிடையாது.

நாடாளுமன்றம் பதில் சொல்ல முடியாது, நீதிமன்றம் பதில் சொல்ல முடியாது, விஞ்ஞானிகள் பதில் சொல்ல முடியாது.

மக்கள் மன்றம்தான் பதில் சொல்ல வேண்டும்.

மக்கள் மன்றத்தால் தேர்ந்தெடுக்கப்பட்டது தானே நாடாளுமன்றம்?

இல்லையே ... நாடாளுமன்றத்தில் யார் மக்களுக்காக வேலை செய்கிறார்கள்? இன்றைக்கு நாடாளுமன்றத்திலே உள்ள எத்தனையோ பேர் கோடீஸ்வரர்கள். அவர்கள் கேள்வி கேட்பதற்கு லஞ்சம் கொடுக்க வேண்டும். அவர்கள் கேள்வி கேட்காமல் இருப்பதற்கும் லஞ்சம் கொடுக்க வேண்டும். பெரும் முதலாளிகளுடைய பாக்கெட்டில் உட்கார்ந்துகொண்டு அவர்களுக்காக வேலை செய்கிறார்கள். அர்விந்த் கெஜ்ரிவால் போன்ற பலர் சொல்கிறார்கள், இவர்கள் எல்லாம் பெரும் குற்றவாளிகள் என்று. இந்த நாடாளுமன்ற உறுப்பினர்கள் வந்திருக்கலாமே? திருநெல்வேலி நாடாளுமன்ற உறுப்பினர் எத்தனை முறை இந்த மக்களைப் பார்க்க வந்தார்? இங்குள்ள சட்டமன்ற உறுப்பினர் எத்தனை முறை இந்த மக்களைப் பார்க்க வந்தார்? அவர்கள் எல்லாம் மக்களுக்காக வேலை செய்கிறவர்கள் அல்ல. திட்ட பாதிப்பிற்கு உள்ளாகிற மக்கள் – இப்படித்தான் சொல்ல வேண்டும். உங்கள் வீட்டிற்குள் வந்து ஒரு திட்டத்தை அமல்படுத்துவதற்கு எனக்கு எந்த உரிமையும் கிடையாது. உங்கள் வீடு உங்கள் கோட்டை.

இடிந்தகரையோ கூடங்குளமோ இந்தியாவில் ஒரு பகுதிதானே? உங்கள் வீடு எங்கள் வீடு என்று எப்படிச் சொல்வது. இந்திய அரசு உருவாக்கியது மாநில அரசு உருவாக்கியது.

Project affected people என்று சொல்கிறோமல்லவா? இந்த *Project affected people* யார்? கூடங்குளம் மக்கள்தான் *Project affected people*. அவர்களுடைய அனுமதிதான் தேவையே ஒழிய இதற்காக நான் ராஜஸ்தானில் போய் அனுமதி வாங்கனுன்னு சொல்லவில்லை. எந்தப் பகுதி மக்கள் பாதிக்கப்படுகிறார்களோ அந்த மக்களைக் கேட்டுத் தான் திட்டங்கள் நிறைவேற்றப்பட வேண்டும். இதை நான் சொல்லவில்லை, பல நீதிபதிகள் சொல்லியிருக்கிறார்கள். எனவே நாங்கள் நாடாளுமன்றத்தையோ நீதிமன்றத்தையோவிட மக்கள் மன்றத்தைத்தான் நம்புகிறோம். நாங்கள் எந்த நீதிமன்றத்திலும் வழக்கு தொடுக்கவில்லை. ஆதரவு இயக்கங்கள் வழக்குத் தொடுத்து இருக்கிறார்கள். நாங்கள்

மக்களை நம்பித்தான் போராட்டத்தை நடத்திக்கொண்டு இருக்கிறோம். மக்கள்தான் நடத்துகிறார்கள்.

கூடங்குளம் போராட்டம் என்பது கூடங்குளம், இடிந்தகரை பகுதி மக்கள் மட்டுமே நடத்திக்கொண்டிருப்பது. மற்ற அரசியல் கட்சிகளிடம் ஆதரவு கேட்கிறது மூலமாக இந்தப் பிரச்சினையை அரசியலாக்க முயல்கிறீர்களா?

எந்தப் பிரச்சினையுமே அரசியல் இல்லாத பிரச்சினை கிடையாது. பிரச்சினை என்று வந்தாலே அதிலே அரசியல் இருக்கிறது. மக்களுக்காக அரசியல் நடத்துகிற தலைவர்கள் அந்த மக்களை வந்து பார்க்க வேண்டும்; ஆதரவு தெரிவிக்க வேண்டும் என்று நாங்கள் கேட்டோம். அதிலே ஆறு கட்சிகள் – காங்கிரஸ், பிஜேபி, திமுக, அதிமுக, சிபிஐ, சிபிஎம் – இந்த ஆறு கட்சிகளும் மக்களிடம் இருந்து விலகிசென்று வெகு நாட்கள் ஆகின்றன.

அந்த ஆறு கட்சிகளும்தான் இந்தியாவிலே பெரும் பகுதியில் ஆட்சியில் இருக்கிறதா?

நமது பகுதியிலே உள்ள முக்கியமான தேசிய, பிராந்திய கட்சிகள் இந்த ஆறு கட்சிகளும். மற்ற கட்சிகள் ஆதரிக்கிறார்கள். தமிழகத்திலே உள்ள பல அரசியல் கட்சித் தலைவர்கள் எங்களிடம் வந்து ஆதரவு தெரிவிக்கிறார்கள். எங்களுடனே போராட்டத்தில் கலந்துகொள்கிறார்கள். திரிணமூல் காங்கிரஸ் கட்சி அணுசக்திக்கு எதிரான நிலைப்பாட்டை எடுத்திருக்கிறது. எனவே மம்தா பானர்ஜி அவர்களை இங்கு அழைத்திருக்கிறோம். எந்தப் பிரச்சினையானாலும் அரசியல் இருக்கிறது. அதற்கு ஏற்ற மாதிரி அரசியல் தலைவர்களை அழைப்பது தவறில்லை.

செர்னோபில் சொல்கிறபோது அது PWR வகையைச் சேர்ந்தது. கூடங்குளம் வந்து VVER வகையைச் சேர்ந்தது. இரண்டுமே அடிப்படையில் வேறு வகையைச் சேர்ந்தவை. எனவே அந்தப் பயம் இங்கு தேவையில்லை, என்பதுதான் விஞ்ஞானிகளுடைய கருத்தாக இருக்கிறது.

அணுமின் நிலையம் – என்ற இந்த அடிப்படைத் தொழில்நுட்பம் ஒன்றுதான். அதிலே கன நீரை வைத்து இயக்குகிறார்களா அல்லது மென் நீரை வைத்து இயக்குகிறார்களா; கடல்நீரை வைத்து அதைக் குளிரவைக்கிறார்களா, *liquid sodium* வைத்துக் குளிரவைக்கிறார்களா என்ற வித்தியாசங்கள் உண்டு.

கனநீரை வைத்துப் பயன்படுத்துவதற்கும் நன்னீரை பயன்படுத்து வதற்கும் வித்தியாசம் இருக்கிறதல்லவா?

ஆம் வித்தியாசம் இருக்கிறது. அதை ஒன்றை மட்டும் வைத்து மிகப் பெரிய அளவிலே பேசுவதற்கு எனக்கு பாண்டித்தியம் இல்லை. அடிப்படை இதுதான். அணுசக்தி – அணுப் பிளவை ஏற்படுத்தி அதன் மூலம் மின்சாரத்தை ஏற்படுத்துவது. அடிப்படை சித்தாந்தமே தவறு. ஏனென்றால் அதன் பிறகு வரக்கூடிய கழிவுகளைப் பற்றி நாம் கவலைப்பட வேண்டியது இருக்கிறது. அதிலே விபத்து ஏற்பட்டால் என்ன செய்வது என்பதைப் பற்றிக் கவலைப்பட வேண்டியது இருக்கிறது.

கழிவுகளை 100 ஆண்டு வரை பாதுகாப்போம். அதற்கான System இருக்கிறது என்று விஞ்ஞானிகள் சொல்லியிருக்கிறார்கள். இங்கேயே நடைமுறைப் படுத்தியிருக்கிறோம் என்றும் சொல்லியிருக்கிறார்கள்.

ஜெர்மனி நாட்டிலே அஸ்ஸே என்ற ஊர். அது ஓர் உப்பு மலை. அந்த மலையிலே 300மீ பள்ளத்திலே – அந்தச் சுரங்கத்தின் உள்ளே நான் போயிருக்கிறேன். மிகப் பெரிய ஏற்பாடுகள் செய்து என்னை உள்ளே அழைத்துச் சென்றார்கள். இன்னொரு சர்வதேச குழுவினரோடு. அங்கே அந்த உப்பு மலைக்குள்ளே மிக ஆபத்தான அணுக்கழிவுகளை அவர்கள் உள்ளே வைத்துப் பூட்டிப் பாதுகாக்கிறார்கள். அங்கே இருக்கிற ஜெர்மன் அதிகாரிகள் சொன்னார்கள். இது பெரிய தலைவலியாக இருக்கிறது. 30 ஆண்டுகள் தான் நாங்கள் இதை இங்கே வைத்துப் பாதுகாக்கிறோம். அதற்குள்ளாக அந்த உப்பு மலைக்குள்ளே தண்ணீர் சுரந்து, இந்த பேரல்கள் துருப்பிடிக்கின்றன. இது உள்ளே இருந்தால் வெடிக்கிற ஆபத்து இருக்கிறது. இதை இங்கிருந்து எடுத்து வேறு எங்கே கொண்டு போவது என்று நாங்கள் கையைப் பிசைந்துகொண்டிருக்கிறோம். இது எங்கே? ஜெர்மனியிலே! அமெரிக்காவிலே யூகா மண்வுடன்ஸ் என்று ஒரு பகுதி. அங்கேதான் அவர்களுடைய பெரும்பான்மையான அணுக்கழிவுகளைப் புதைக்கிறார்கள். அந்தப் பகுதி மக்கள் எங்கள் பகுதியிலே வைக்காதே, எங்களுடைய நிலத்தடி நீர் பாதிக்கப்படுகிறது. எங்கள் மக்களுக்கு நோய்கள் வருகின்றன என்கிறார்கள். உலக நாடுகள் எல்லாம் கையைப் பிசைந்துகொண்டிருக்கிற இந்த நிலையிலே இந்தியாவில் இருப்பவர்கள் எங்களுக்குத் தெரியும் என்று சொல்வதை ஏற்றுக்கொள்ள முடியவில்லை.

அணு உலைக்கான சுற்றுச் சூழல் அனுமதி கொல்லைப்புறம் வழியாக வாங்கப்பட்டது என்று சொன்னீர்கள். இப்படி அரசாங்கத்தினுடைய ஒவ்வொரு நடவடிக்கைகளுமே தவறானது என்று சொன்னால். பின் நாம் எதைத் தான் ஏற்றுக்கொள்ள முடியும்?

ஐயா ... நாங்கள் சொல்வது எதுவுமே பொய் இல்லையே? அணுமின் நிலையம் தொடங்கப் போகிறீர்கள். அதனுடைய

நேர்காணல்கள்

சுற்றுப்புறச் சூழல் தாக்க அறிக்கை என்பது, இந்த அணுமின் நிலையத்தினால் பாதிப்புகள் என்ன, சாதகங்கள் என்ன, பாதிப்புகள் உருவாகுமா, உருவாகாதா என்ற தகவல்கள் அடங்கிய ஓர் அறிக்கை. அதை மக்களிடம் கொடுப்பதிலே என்ன பிரச்சினை? கூடங்குளம் அணுமின் நிலையத்தினுடைய சுற்றுச்சூழல் தாக்கல் அறிக்கையை மிகப் பெரிய போராட்டம் நடத்திப் போன வருடம் அக்டோபர் மாதம் பெற்றிருக்கிறோம். அங்கே உள்ள தல ஆய்வு அறிக்கை - அந்த இடத்தினுடைய சிறப்பம்சங்கள் என்ன பிரச்சினைகள் என்ன? அதன் பாதுகாப்பு அறிக்கை - இந்த அறிக்கைகளைத் தருவதிலே என்ன பிரச்சினை? நாங்கள் மத்திய தகவல் ஆணையத்திடம் சென்று முறையிட்டோம். அவர்கள் சொல்லியிருக்கிறார்கள் இந்த அறிக்கைகளை மக்களுக்குக் கொடுங்கள், மற்ற நாடுகளிலேயே மக்களுக்குக் கொடுக்கிறார்கள் ஆகவே மக்களுக்குக் கொடுங்கள் என்று சொன்ன பிறகும் தரவில்லை. அதிலே ரஷிய கம்பெனிகளுடைய தகவல்கள் இருக்கின்றனவாம்... நாங்கள் கவலைப்படுவது இந்திய மக்களுடைய உயிர்களைப் பற்றி; அவர்கள் கவலைப்படுவது ரஷிய கம்பெனியினுடைய ரகசியம் பற்றி.

இந்தியாவில் இருக்கக்கூடிய ஓர் அணு உலையைப் பற்றிய தகவல்களை வெளிப்படையாகப் பொதுமக்கள் முன்பு வைப்பது பாதுகாப்பான விஷயமா? அவர்களுடைய சந்தேகமும் நியாயமானது அல்லவா?

அதனால்தான் மத்திய தகவல் ஆணையம் சொன்னது ரகசியமாகக் காக்கப்பட வேண்டிய தகவல்களை மாற்றிவிட்டு இந்தப் பக்கத்திலிருந்து இந்தப் பக்கம்வரை இந்தக் காரணத்திற் காகத் தகவல்கள் மாற்றப்பட்டிருக்கின்றன; மறைக்கப்பட்டு இருக்கின்றன என்று குறிப்பிட்டு விட்டு மற்றக் குறிப்புகளைக் கொடுங்கள் என்று சொன்னார்கள். ஏன் தரவில்லை? உண்மை யைச் சொல்லி நன்மையைச் செய்தால், உலகம் உன்னிடம் மயங்கும். இது தமிழ்க் கவிஞர் ஒருவர் சொன்னது. நீங்க உண்மையைச் சொல்லுங்க, நன்மையைச் செய்யுங்க. ஏன் செய்ய மாட்டேன் என்கிறீர்கள்? இதற்குக் காரணம் உதயகுமாரா? நீங்களா? யோசித்துப் பாருங்கள்.

கூடங்குளம் அணுமின் நிலையம் வந்தால், அதாவது மின்சாரம் கிடைத்தால் நமக்கு நல்லது நடக்கும், மின்வெட்டு தடுக்கப்படும் என்கிற கருத்து பெருவாரியான தமிழ் மக்களிடம் இருக்கிறது.

இல்லை.

இல்லை... இருக்கிறது. அதில் சந்தேகம் இல்லை. கூடங்குளம் பற்றிய உண்மை தெரியுமா தெரியாதா என்பது உங்களுடைய

முடிவைப் பொறுத்தது. மக்களிடம், இங்கிருந்து உற்பத்தி ஆகின்ற மின்சாரம் மின்வெட்டு நேரத்தைக் குறைக்கும் என்ற எண்ணம் உள்ளது. பொதுமக்களின் எண்ணம் இப்படியிருக்கையில், அதை எப்படி மாற்றப் போகிறீர்கள்?

தமிழகத்தில் முதலில், கூடங்குளம் அணுமின் நிலையம் என்பது சாதாரணத் தொழிற்சாலை, சுவிட்ச் போட்டால் மின்சாரம் வரும். நாமும் சுபிட்சமாக சந்தோஷமாக இருக்கலாம் என்று நினைத்தார்கள். அப்புறம் தான் தெரிந்தது, எங்களுடைய மக்கள் நீண்ட நாட்களாகப் போராடுவதற்குக் காரணம் இருக்கிறது. அந்த மக்கள் ஃபுகுஷிமாவைப் பார்த்திருக்கிறார்கள். அந்த மக்களுக்கும் செர்னோபிலில் என்ன நடந்தது என்று தெரியும். அவர்கள் எதுவும் தெரியாதவர்கள் அல்ல. எங்கேயும் போராடுகிற மக்கள், திருப்பூராக இருக்கட்டும், கோவையாக இருக்கட்டும், ஈரோடாக இருக்கட்டும், எந்தப் பகுதியாக இருக்கட்டும், மின்சாரம் வேண்டும் என்றுதான் போராடுகிறார்களே தவிர, கூடங்குளம் மின்சாரம்தான் வேண்டும் என்று யாரும் போராடவில்லை. சில காங்கிரஸ்காரர்கள் அந்த மாதிரியான தோற்றத்தை உண்டாக்கினார்கள். தமிழக அரசும் மத்திய அரசும் சேர்ந்து, மிகப்பெரிய செயற்கையான மின்வெட்டைக் கொண்டு வந்து, மக்கள் மனதை மாற்ற முடியுமா என்று பார்த்தார்கள். அது தோற்றுப்போய்விட்டது. இப்போது மீண்டும் எங்களுடைய போராட்டம் ஓர் உச்சத்தை அடையும்போது, மீண்டும் ஒரு செயற்கையான மின்வெட்டைக் கொண்டு வந்தார்கள். மக்களுக்கே தெரிகிறது.

இந்த அதிகப்படியான மின்வெட்டுகூட ஒரு சதி என்று கூறுகிறீர்களா?

நிச்சயமாக! நிச்சயமாக . . . இந்த அளவிற்கு மின்சாரத் தட்டுப்பாடு இல்லை. அதுதான் உண்மை. அப்படியானால் இது நிர்வாகத் திறன் அற்ற அரசாங்கம். ஒரு நாட்டிலே 16 மணிநேரம் மின்வெட்டு ஏற்படுத்தித்தான் ஆட்சி செய்ய வேண்டும், அரசாங்கம் நடத்த வேண்டும் என்றால், நீங்கள் நிர்வாகத் திறமை இல்லாதவர்கள் என்பதை ஒத்துக்கொள்ளுங்கள்.

மீனவர்களின் பிரச்சினையைச் சொன்னீர்கள். அந்த வெப்பநீர் உள்ளே போனால் மீன் இனத்திற்கு அழிவு என்றீர்கள் ஆனால் 3^0C தான் வெப்பநிலை இருக்கிறது. 7^0C வரைக்கும் உள்ளே தண்ணீர் அனுப்ப அனுமதி கொடுக்கப்பட்டிருக்கிறது. ஆனால் கட்டுப்படுத்தப்பட்ட தண்ணீர் வந்து 3^0C தான் இருக்கிறது என்று விஞ்ஞானிகள் சொல்கிறார்கள்.

நீங்கள் அதை நம்புகிறீர்களா? 3^0, 5^0, 7^0 – விஞ்ஞானிகள் என்ன சொன்னார்கள்? போபாலில் எதுவுமே நடக்காது

என்றுதான் சொன்னார்கள் விஞ்ஞானிகள் ஃபுகுஷிமா விபத்து நடந்தபோது நம்முடைய ஸ்ரீகுமார் பானர்ஜி என்ன சொன்னார்? அது ஒரு சாதாரண Chemical Reaction... Chemical Reaction என்று சொன்னாரா இல்லையா? பயப்பட வேண்டாம் என்று சொன்னார். இது ஓர் அணுமின் விபத்து மிகப்பெரிய விபத்து 30கி.மீ சுற்றளவிலே உள்ள பல்லாயிரக்கணக்கான மக்களை நாங்கள் அப்புறப்படுத்துகிறோம் என்று ஜப்பான் அரசு சொல்கிறது. ஃபுகுஷிமாவுக்கே இப்படி நொண்டிச் சாக்கு சொல்கிறவர், இங்கே நடந்தால் என்ன சொல்வார்? ஐய்யயோ இப்படி நடக்க வேண்டும். இப்படி நடந்தால்தான் நாட்டிற்கு வள்ம் வந்து சேரும் என்று சொல்வார். இந்த மாதிரியான உண்மைக்குப் புறம்பாக மனசாட்சி இல்லாமல் பேசுவது இன்னொரு பெரிய பிரச்சினை.

எந்தவொரு உறுத்தலும் இல்லாமல், மக்கள் அழியட்டும் என்று எந்த ஓர் அரசாலும் செயல்பட முடியும் என்று நீங்கள் உண்மையிலேயே நம்புகிறீர்களா?

அப்படிச் செயல்பட மாட்டார்கள் என்பதிலே எனக்கு நம்பிக்கை இருக்கிறது. அணுசக்தித் தலைவர்களை, அதிகாரிகளை, கொலைகாரர்கள் என்றோ பாவிகள் என்றோ நாங்கள் சொல்லவில்லை. ஆனால் யார் யாருக்காக எதற்காக வாழ்ந்து கொண்டிருக்கிறோம் போராடுகிறோம் என்பதே விஷயம். வாரன் அண்டர்சன் வெள்ளைக்காரர், அமெரிக்கக்காரர். அவர் தப்பு செய்வாரா? அவர் செய்யவில்லை. வேண்டுமென்று பண்ணவில்லை. ஆனால் நடந்தது. போபால் விபத்து நடந்தது. அதற்கு யார் பொறுப்பு? வாரன் அண்டர்சனை, அர்ஜுன் சிங்கும், ராஜீவ் காந்தியும் பாதுகாப்பாக விமானத்திலே கொண்டு வெளிநாட்டிற்கு அனுப்பினார்கள். என்ன செய்திருக்க வேண்டும்? உடனடியாக மக்களுக்கு இழப்பீடு கொடுத்திருக்க வேண்டுமல்லவா? கொடுத்தார்களா? கிடையாது. 27 ஆண்டுகள் ... அந்த மாபெரும் ஆபத்தான கழிவை அப்புறப்படுத்தினார்களா? எத்தனை பிரதமர்கள் வந்து போய்விட்டார்கள்? எத்தனை முதல்வர்கள் வந்து போய்விட்டார்கள்? ஏன் பண்ணவில்லை? இப்போ இந்த மாதிரியான அதிகாரிகளை விஞ்ஞானிகளை நாங்கள் ஏன் நம்ப வேண்டுமென்று எந்த அடிப்படையிலே நீங்கள் சொல்கிறீர்கள்? இவர்கள் உலகத் தலைவர்களாயிற்றே? உலகப் புகழ்பெற்ற விஞ்ஞானிகள் ஆயிற்றே? மாற்று ஒன்றைக் கண்டுபிடி.

கூடங்குளம் பகுதி வந்து, நிலநடுக்கப் பகுதியில், நிலநடுக்க வரிசையில் zone–2–ல் தான் இருக்கிறது. அதனால் நிலநடுக்கங்கள்

ஏற்படும் வாய்ப்புகள் மிகவும் குறைவு. கிட்டத்தட்ட இல்லையென்று தான் சொன்னார்கள். அதை நீங்கள் மறுக்கப் போகிறீர்களா?

ஃபுகுஷிமாவிலே கட்டும்போதும் இதைத்தான் சொன்னார்கள். இங்கே நிலநடுக்கம் வராது.

ஜப்பானில் அதிக அளவில் நிலநடுக்கம் ஏற்படும் என்பது உங்களுக்குத் தெரியும்.

இந்தியாவிலும் கிட்டத்தட்ட அதே அளவில்தான் நிலநடுக்கம் நடந்துகொண்டிருக்கிறது. நிலநடுக்க அதிர்வுகளைப் பதிவு பண்ணக்கூடிய இணையதளத்தில் போய்ப் பார்த்தால் தெரியும்.

ஆனால் zone– ஆகப் பிரிக்கும்போது; தென் மாவட்டங்களில் இருக்கிற இந்த நிலப்பகுதி அதாவது கூடங்குளம் பகுதி zone–2–வில் வருகிறது. அதாவது safer zone–க்கு அடுத்துள்ள zoneக்கு வருகின்றது. 5 zone வரை வைத்திருக்கிறார்கள். இது நம்பர் 2இல்தான் உள்ளது, என்கிறார்கள்.

இந்த zone கதைகள் பழங்கதைகள். zone லயே வராத New Jersy நியு யார்க், நியு ஜெர்ஸி பகுதிகளிலே அண்மையிலேயே நிலநடுக்கம் நடந்துள்ளது. இந்தப் பகுதியிலும்கூட அச்சங்கோவில் நிலப்பிளவு என்பது இருக்கிறது. அண்மையிலேயே மணப்பாடு என்கிற கடலோரக் கிராமத்திலே வெப்ப நீரூற்று எழுந்தது. போன இரண்டு வாரங்களுக்கு முன்னால் தென்காசி, செங்கோட்டைப் பகுதிகளிலே லேசான நிலநடுக்கம் நடந்துள்ளது. எனவே இந்த zone கதைகளைச் சொல்லி மக்களைத் தேற்றுவதைவிட இந்த மாதிரியான ஆபத்தான திட்டங்களை ஏற்படுத்தாமல் இருப்பதுதான் சிறப்பு என்று நாங்கள் நினைக்கிறோம்.

நில அதிர்வுக்கும் நில நடுக்கத்திற்கும் வித்தியாசம் இருக்குதல்லவா? நீங்கள் சொன்ன மாதிரி இதெல்லாம் நில அதிர்வு சார்ந்த விஷயங்கள் தானே?

நில அதிர்வுகள் வருவது என்பது பின்னால் வரவிருக்கிற நிலநடுக்கத்திற்கான அறிகுறி, என்று ஒரு theory இருக்கிறது. இனிமேல் எதிர்காலத்தில் இந்த மாதிரியான பெரிய நிலநடுக்கம் வருவதற்கான முன் அறிகுறியாகக் கூட இதைக் கருதலாம். 2004ஆம் டிசம்பர் மாதம் இந்தோனேசியா அருகே நடந்த அந்த நிலநடுக்கத்திற்குப் பிறகு கடந்த மாதம் ஏப்ரல் 11ஆம் தேதி வரை எத்தனை பெரிய நிலநடுக்கங்கள் நடந்திருக்கின்றன? அப்துல் கலாம் சொன்னாரா? இந்த வருடத்தில் இத்தனை நிலநடுக்கங்கள் நடக்கும் என்று சொன்னாரா? சொல்லவில்லையே? ஏனென்றால்

சொல்ல முடியாது. இதை முன்கூட்டியே கணிக்கும் விஞ்ஞானம் நம்மிடம் இல்லை.

நிலநடுக்கத்தை முன்கூட்டியே கணிக்கும் விஞ்ஞானம் நம்மிடம் இல்லை. ஆனால் நிலநடுக்கம் அதிகமாக ஏற்படக்கூடிய பகுதி குறைவாக ஏற்படக்கூடிய பகுதிகள் என்று பிரிக்கும் விஞ்ஞானம் இருக்குதல்லவா?

இந்தப் பகுதிகளிலே வரக் கூடாது. ஆனா நாங்கள் என்ன சொல்கிறோம் என்றால் 2004லிருந்து 2012 வரை ரிக்டர் அளவுகோலில் 6-க்கும் மேற்பட்ட நிலநடுக்கங்கள் இந்தப் பகுதிகளிலே 10-க்கும் மேலாக நடந்துவிட்டன. இந்த வருடம்கூட எத்தனையோ முறை அந்தமான் நிக்கோபார் தீவுகளிலும் இந்தோனேசியாவிலும் மிகப்பெரிய 9 ரிக்டர் அளவுக்கு வரக்கூடிய நிலநடுக்கங்கள் நடந்துகொண்டிருக்கின்றன. அப்படி ஒரு நிலநடுக்கம் வரலாம். இன்னும் வரலாம். அப்படி வந்தால் சுனாமி வரலாம். சுனாமி வந்தால் அணுமின் நிலையங்கள் பாதிக்கப்படலாம்.

வரலாம் வரலாம் . . . நேரலாம் நேரலாம் என்ற அந்த ஓர் ஊகத்தின் அடிப்படையிலையே செல்வது சரியான விஷயமாக இருக்குமா?

அதற்காகத் தான் நாங்கள் என்ன சொல்கிறோம், இந்த மாதிரியான ஒரு விபத்து வந்தால் மிகப்பெரிய அழிவை உண்டாக்குகிற திட்டங்கள் வேண்டாம். மற்ற வழிகளிலே மின்சாரம் தயாரிப்போம். அனல்மின் நிலையங்கள் இருக்கின்றன. அதைக்கூடக் குறைக்க வேண்டும் என்று பேசிக்கொண் டிருக்கிறோம். காரணம், புவி வெப்பமடைதல் என்ற பிரச்சினை உள்ளது. மாற்றுவழியில் சிந்திப்போம். ஐயா, 60 ஆண்டுகளுக்கு முன்னால் வெள்ளைக்காரன் கண்டுபிடித்த அந்தத் தொழில்நுட்பத்தை கட்டிக்கொண்டு ஒப்பாரி வைப்பதற்குப் பதிலாக, நீங்கள்தான் உலகத் தலைவர்கள் ஆயிற்றே. உலகப் புகழ்பெற்ற விஞ்ஞானிகள் ஆயிற்றே. மாற்று வழி ஒன்றை ஏன் கண்டுபிடிக்க முடியவில்லை? வெள்ளைக்காரன் கண்டுபிடித்ததை 60 வருஷம் கழித்துப் பல மடங்கு செலவு செய்து கண்டுபிடிப்பது தான் ஒரே வழி; அதுதான் எனக்குத் தெரிந்த விஞ்ஞானம் என்று சொல்றது கேவலமாக இல்லையா?

கடல்மட்டத்தில் இருந்து 25 அடி உயரமாகக் கட்டப்பட்டிருப்பது உங்களுக்குப் பாதுகாப்பான ஏற்பாடாகத் தெரியவில்லையா?

கன்னியாகுமரியில் உள்ள திருவள்ளுவர் சிலை 133 அடி உயரமானது. 133 அடி உயரமான அந்தச் சிலை சுனாமி வந்தபோது தண்ணிக்குள்ளே போனது.

திருவள்ளுவர் சிலை தண்ணிக்குள்ளே போகவில்லை. படங்கள் அந்த மாதிரி காட்டியிருந்தார்கள். திருவள்ளுவர் சிலை தண்ணிக்குள்ள போகுமா என்ன?

அந்த அளவிற்கு அலை வந்தது.

133 அடிக்கு அலை வந்தது என்று சொல்கிறீர்கள்.

சரி உங்கள் கேள்விக்கு இப்படியே வருவோம். 2004ஆம் ஆண்டு சுனாமி வந்தபோது, சுனாமி என்ற வார்த்தையே எங்களுக்குத் தெரியாது. நாங்கள் அதற்கு முன் தயாரிப்பு செய்யவில்லை என்று யார் சொன்னார்கள்? மத்திய அரசு சொன்னது. இப்போது இதே அணுசக்தித் துறை என்ன சொல்கிறது? 2002ஆம் ஆண்டு கட்டுமானப் பணிகள் ஆரம்பித்தாயிற்று. First Pour of concrete என்பது 2002ஆம் வருடம். 2004ஆம் ஆண்டு சுனாமி வருகிறது. இப்போது சொல்லுகிறார்கள் நாங்கள் சுனாமிக்குச் சேர்த்துத் திட்டமிட்டோம். அது எப்படித் திட்டம் போட முடியும்? இது உண்மையா? பொய்யா?

இயல்பிலே அப்படிப் போட்டிருக்கிறார்கள். அது வந்து சுனாமி பாதுகாப்பிற்கானதாக ஆயிற்று.

25 அடி உயரம் என்பது என்ன உயரம்? 7½ மீட்டர் உயரம் என்கிறார்கள். 7½ மீட்டர் உயரம் என்றால்... சுனாமி வந்தது என்றால் 15 மீட்டர் அளவிற்கு கடல் அலை வருகிறது என்கிறார்கள்.

அந்த மாதிரி விபத்து நேர்ந்தால் அதை அணைக்கக்கூடிய Generator-கள் 4 வைத்திருக்கிறோம். அந்த Generator 30 அடி உயரத்தில் உள்ளது என்று சொல்கின்றார்கள்?

இந்த Generator கதையெல்லாம் சுனாமி அன்று கல்பாக்கத்தில் ஏன் வேலை செய்யவில்லை? சுனாமி நடந்த அடுத்த நாள் நான் கல்பாக்கம் சென்றிருந்தேன். அங்கே ஒட்டுமொத்த பிளாக் அவுட் (Blackout). அங்கே தொலைபேசிகள்கூட வேலை செய்யவில்லை. அணுசக்தித் தலைவரிடம் நீங்கள் கேளுங்கள். பத்துப் பொறியாளர்கள் அந்த அணுமின் நிலையத்தின் உள்ளே வேலை பார்த்தவர்கள் இறந்தார்கள். 60-க்கும் அதிகமானோர் டவுன்ஷிப்பில் வாழ்ந்தவர்கள் இறந்தனர். எவ்வளவு பெரிய அழிவு. அந்த ஒட்டுமொத்த இயக்கமும் ஸ்தம்பித்து நின்றது. உண்மையா? இல்லையா?

சுனாமி தண்ணீரினால் அடித்துச் செல்லப்பட்டனரா? கதிர்வீச்சினால் அடிக்கப்பட்டு போனார்களா?

சுனாமியில் வந்த தண்ணீருக்குப் பிறகு அதிலே கதிர்வீச்சு இருந்ததாகவும் அதிலுள்ள அறிஞர்கள் கண்டுபிடித்துச் சொல்லியிருக்கிறார்கள். ஆல்பா(*alpha*), பீட்டா கதிர்வீச்சுகள் இருந்தன என்று சொல்லி வி.டி. பத்மனாபன் தலைமையிலேயே ஒரு குழு அமைத்து ஆய்வுசெய்து கூறியிருக்கிறார்கள்.

கூடங்குளம் போராட்டத்திற்கு மத ரீதியான சந்தேகங்களும் எழுப்பப் படுகின்றது. இது வந்து கிறிஸ்தவர்கள் தனித்துச் செயல்படுகிறார்கள் என்கிறார்கள். இதை நீங்கள் மறுக்கப்போகிறீர்களா?

அது முற்றிலும் தவறான வாதம். இந்தப் போராட்டத்தின் பின்னணியிலே மதமோ, சாதியோ, கட்சியோ ஊரோ கிடையாது. இந்தப் பகுதியிலே உள்ள மக்கள் கிறிஸ்தவ மக்கள். ஆனால் நான் இந்து மதத்தைச் சார்ந்தவன். இந்தப் பகுதியிலே உள்ள கூடங்குளம், வைராவிக் கிணறு, விஜயாபதி போன்ற பல ஊர்களிலே இருந்து இந்து மக்களும் முஸ்லிம் மக்களும்கூட எங்கள் போராட்டத்திலே கலந்துகொள்கிறார்கள். இதற்கு எந்த மத அடையாளமோ சாதி, கட்சி, ஊர் அடையாளமோ கிடையாது. தமிழர்களாக, இந்தியர்களாக நாங்கள் நின்று போராடிக்கொண்டிருக்கிறோம்.

இந்திய அரசு, வெளிநாட்டுக்கு ஆதரவாக; பன்னாட்டு முதலாளி களுக்கு லாபம் தருவதற்காகச் செயல்படுகிறது என்று சொல்கிறீர்கள். ஆனால் இந்தப் போராட்டக் குழு மேலேயே வெளிநாட்டுக்கு ஆதரவா செயல்படுகிறார்கள் என்று கடுமையான குற்றச்சாட்டு இருக்கிறது. கிட்டத்தட்ட பிரதமரும் சொன்னார் அதை, மத்திய அமைச்சர்கூட சொன்னார். நாராயண சாமி சொன்னார்.

அதே மத்திய அமைச்சர் ராஜ்ய சபாவிலே, இந்தக் குற்றச்சாட்டுகளுக்கு எந்தவிதமான ஆதாரமும் கிடையாது என்று சொல்லியிருக்கிறார். அந்த அமைச்சர் மீது நான் வழக்கு தொடுத்திருக்கிறேன். அதற்கு எந்தவிதமான பதிலும் தரவில்லை. பிரதமர், இது போன்ற அரைவேக்காட்டு அமைச்சர்கள் சொல்வதைக் கேட்டுக்கொண்டு அவரும் பாவம் சொன்னார். அவருக்கும் நான் வக்கீல் நோட்டீஸ் அனுப்பினேன். அதற்கும் பதில் இல்லை. எந்த ஊரிலிருந்து எந்த வங்கியிலிருந்து எந்தத் தேதியில் எவ்வளவு பணம் யார் கணக்கிற்கு எப்படி வரவு வைக்கப்பட்டது என்ற ஒரு புள்ளிவிவரத்தை சொன்னதுண்டா? இவ்வளவு பெரிய அரசை நடத்துகிறீர்கள். நீங்கள் நினைத்தால் உட்கார்ந்திருந்த இடத்திலிருந்து அத்தனை தகவல்களையும் சேர்க்க முடியும். ஏன் முடியவில்லை? உண்மை இல்லை. சும்மா வெறும் பேச்சுக்கு சொல்லி இந்த மக்களுடைய போராட்டத்தை

முறியடித்துவிடலாம் என்று நினைப்பது தவறு. மக்களை மக்களாக மதிக்க வேண்டும். இந்த மக்கள் தான் நமது எஜமானர்கள் என்ற உணர்வு வேண்டும்.

எந்த போராட்டத்திற்கும் ஓர் ஆரம்பம் உண்டு. ஒரு முடிவு உண்டு. கூடங்குளம் அணு உலைக்கு எதிரான போராட்டத்தின் முடிவு எப்போது என்று நினைக்கிறீர்கள்?

கூடங்குளம் போராட்டத்திற்கு முடிவு இந்த மக்களுடைய உணர்வுகளை மதித்து, அவர்களுடைய வாழ்வுரிமைகளை, வாழ்வாதார உரிமைகளைப் பாதுகாக்கும் விதத்திலே இந்தத் திட்டம் வேண்டாம்; மக்களுக்கு எந்த விதமான கெடுதலும் தராத மாற்று வழிகளிலே மின்சாரத்தை உற்பத்தி செய்வோம். நம் நாட்டு மக்கள்தான் நமக்கு முக்கியம். அமெரிக்காவோ ரஷியாவோ பிரான்ஸ் நாடோ ... அவர்களுடைய பொருளாதாரத்தைத் தூக்கி நிறுத்துவதோ ... அந்தப் பன்னாட்டு நிறுவனங்களுக்கு லாபம் உருவாக்கிக் கொடுப்பதோ முக்கியம் அல்ல. நமது மக்கள் கேட்பது மாதிரி அவர்கள் விரும்பியதைக் கொடுப்போம். அணு உலையை மூடுவோம் என்று சொல்கிற அன்றைக்கு உடனடியாகப் போராட்டம் முடிவுக்கு வரும்.

சந்திப்பு: ஆர். ரங்கராஜ் பாண்டே

என்.டி.டி.வி – *ஹிந்து* (தொலைக்காட்சி), அக்டோபர் 2012

மக்களுக்காக

ஒரு மிகப் பெரிய போராட்டத்தைக் கையில் எடுத்திருக்கீங்க. உங்களுடைய போராட்டம் சரியான திசையில் போவதாக நினைக்கிறீர்களா?

நிச்சயமாக. நாங்க தொடக்கத்தில் இருந்தே அறவழிப் போராட்டம்தான் நடத்துவோம். எந்தத் தனியார் சொத்துகளுக்கோ பொது சொத்துகளுக்கோ சேதம் விளைவிக்க மாட்டோம். ஜாதி, மத, அரசியல் ஊர்களைக் கடந்து தமிழர்களாக, இந்தியர்களாக, நம்முடைய எதிர்கால சந்ததியர்களுக்காக, இயற்கை வாழ்வாதாரங்களை பாதுகாப்பதற்காக நடத்தப் படுகிற போராட்டம் என்ற அடிப்படையில் தொடங்கினோம். அந்த வழியிலேயே தொடர்ந்து கொண்டிருக்கிறோம்.

வெற்றி என்கிற அந்த இலக்கை நோக்கி உங்களது போராட்டம் செல்வதாக நினைக்கிறீர்களா?

நிச்சயமாக. இந்தப் பிரச்சினையைப் பொறுத்த வரைக்கும் எந்தப் போராட்டமாக இருந்தாலும் வெற்றி என்கிற இலக்கு அல்ல; நாம் நடந்து செல்கிற பாதையையே ஒரு வெற்றியாகத்தான் நாங்கள் கருதுகிறோம். நாங்கள் பல வெற்றிகளைப் பெற்றுக்கொண்டிருக்கிறோம். போராட்டத்திற்கு தினமும் ஒரு வெற்றி கிடைத்துக் கொண்டிருக்கிறது. அதுதான் போராட்டத்தன்மையே.

இப்போது போராட்டத்தில் வெற்றி என்பது மக்களோட ஆதரவால தான் அந்த ஒரு போராட்டம் வெற்றி அடைவதற்கான வாய்ப்புகள் இருக்கு. மக்கள் ஆதரவு இல்லாத எந்தப் போராட்டமும் வெற்றி

அடைந்ததாக வரலாற்றில் இல்லை. இப்போது உங்களுடைய போராட்டத்துக்கும்கூட. கூடங்குளம், இடிந்தகரை அதைச் சுற்றிய சில கிராம மக்கள் இவர்கள் மட்டுமே முழுமையான ஆதரவு தெரிவிக்கிறாங்க. இந்த மக்களின் ஆதரவு மட்டும் இந்தப் போராட்டத்தின் வெற்றிக்குப் போதுமா?

போதாது. அதாவது அப்படி எங்கள் போராட்டம் சுருங்கிப் போகவில்லை. உண்மையைச் சொல்லப் போனால் இந்தப் போராட்டம். கூடங்குளம் அணுமின் நிலையத் திட்டம் திட்டமிடப்பட்ட போதே தொடங்கப்பட்ட போராட்டம், பல தலைவர்கள் எனக்கு முன்னால் இந்தப் பிரச்சினையைக் கையில் எடுத்துப் போராடி இருக்கிறார்கள். 1998ஆம் வருடத்திலிருந்துதான் நான் இந்தப் பிரச்சினையில் நேரடியாகத் தலையிட்டுப் போராடிக் கொண்டிருக்கிறேன். 2001இலே நாங்கள் மதுரையிலே தொடங்கினோம். இந்த அணுசக்திக்கு எதிரான மக்கள் இயக்கத்தை திரு. ஓய். டேவிட் தலைமையில், அதிலிருந்து இந்தப் போராட்டத்தில் நான் முழுமையாகப் பங்கேற்று வருகிறேன். இப்போது இந்தப் பகுதியிலே அதிகமான அளவுக்கு மக்களுடைய பங்களிப்பு இருந்தாலும் இன்றைக்கு ஒட்டுமொத்த தமிழ்நாடும் இந்தப் பிரச்சினையைத் தங்கள் பிரச்சினையாக பார்க்கிறது. அதே போல இந்தியாவிலும் அணுசக்தி பற்றிய ஒரு மிகப்பெரிய விவாதத்தை இந்தப் போராட்டம் தொடங்கி இருக்கிறது.

திரு. உதயகுமார் திரும்பத் திரும்பச் சொல்லி வருகிறார் இந்தப் போராட்டத்திற்குத் தமிழகம் தழுவிய ஆதரவு இருக்கிறது என்று. தமிழக மக்கள் இந்தப் போராட்டத்திற்கு முழுமையான ஆதரவைத் தெரிவிக்கிறார்கள் என்று உதயகுமார் மட்டும்தான் சொல்லிவருகிறார். ஆனால் இந்தப் போராட்டத்திற்கு இந்த இடிந்தகரை அதைச் சுற்றி உள்ள ஐந்து கிராமங்களைத் தாண்டி ஆதரவில்லை எனும் ஒரு புரிதல் இருக்கு. அதபத்தி என்ன சொல்லவறீங்க?

எங்களுடைய எதிர்ப்பாளர்கள் எங்களுடைய போராட்டத்தை இந்த ஐந்து கிராமங்களுக்குள்ளே சுருக்கப் பார்க்கிறார்கள். ஆனால் உண்மையைச் சொல்லப்போனால் இன்றைக்குத் தமிழகம் முழுக்க எங்களுக்கு ஆதரவு இயக்கங்கள் இருக்கின்றன. போராட்டங்கள் நடந்துகொண்டிருக்கின்றன. தமிழகத்தில் ஆறு அரசியல் கட்சிகளைத் தவிர்த்த அனைத்து அரசியல் கட்சிகளும் எங்களுக்கு ஆதரவு தெரிவித்திருக்கிறார்கள். சமூக இயக்கங்கள் இயக்கத் தலைவர்கள் எங்களுக்கு ஆதரவு தெரிவித்திருக்கிறார்கள். இன்றைக்கு ஒட்டுமொத்த தமிழகம் முழுவதும் எங்களுக்கு ஆதரவு இருக்கிறது.

தமிழகத்துல ஆறு அரசியல் கட்சிகளைத் தவிர்த்த மற்ற நூறு அமைப்புகளும் உங்களுக்கு ஆதரவு தருவதாக அடிக்கடி சொல்லிட்டு வர்றீங்க. தி.மு.க, அ.தி.மு.க, தே.மு.தி.க, காங்கிரஸ், கம்யூனிஸ்ட் இயக்கங்கள் இவங்கதான் வந்து இந்த மக்கள் செல்வாக்கு மிக்க கட்சிகள். இந்தக் கட்சிகள் ஆதரவு தெரிவிக்காமல் உங்களோட போராட்டம் எந்த அளவுக்கு வெற்றி பெறும்?

இந்தக் கட்சிகளெல்லாமே அதிகாரத்திற்காக அலைகின்றன. இந்தக் கட்சிகள் அனைத்துமே ஆண்டவை அல்லது ஆண்டு கொண்டிருக்கிறவை. மக்களிடமிருந்து அந்நியப்பட்டிருக்கிறவை. எங்களோடு இருக்கிற கட்சிகளெல்லாமே மக்களோடு களத்திலே நிற்பவை. இந்த அணுசக்தி கூடங்குளம் அணுமின் நிலையப் பிரச்சினையைப் பற்றி இந்த ஆறு கட்சிகளுடைய நிலைப்பாடுகளும் தவறானவை என்பதை மக்கள் இன்றைக்குத் தெளிவாகப் புரிந்துகொண்டிருக்கிறார்கள். அதனால்தான் எங்களுடைய போராட்டத்தை எதிர்த்த, கொச்சைப் படுத்திய திராவிட முன்னேற்றக் கழகம் இன்றைக்கு எங்களுக்கு ஆதரவாகக் குரல் கொடுப்பது போன்ற ஒரு பிரமையை ஏற்படுத்திக்கொண்டிருக்கிறது. முதல்வர்கூட இன்றைக்கும் இந்தப் பிரச்சினையைப் பற்றி எந்தக் கருத்தும் கூறாமல் இருப்பது அவருக்கே ஒரு பயம் இருக்கிறது. மக்கள் மத்தியிலே இதற்கான ஆதரவு பெருகிக்கொண்டிருக்கிறது. நாம் எதிர்த்தோமானால் நமக்குப் பாதிப்பு வந்துவிடுமோ என்று அனைத்துக் கட்சிகளும் பயப்படுகின்றன.

கைதுக்கு அஞ்சி இடிந்தகரையில இருக்குறதுனால உங்களுக்குத் தெரியலயோ தெரியல. வெளியில இந்த இடிந்தகரையைத் தாண்டி திருநெல்வேலியை தாண்டி செல்லும்போது ஊர் உலகமெல்லாம் இருக்கிற அந்த மின்தட்டுப் பாடு கூடங்குளம் அணுமின் நிலையத்தை உடனடியாகத் திறக்க வேண்டும் என்கிற ஒரு மனோநிலையை மக்கள் மத்தியிலே ஏற்படுத்தியிருப்பது உதயகுமாருக்கு தெரியல என்று சொல்கிறார்களே.

இல்லை, அதை நான் ஏற்றுக்கொள்ள முடியாது. முதலிலே எங்களுடைய போராட்டம் மார்ச் மாதம் தமிழக அரசு தன்னுடைய நிலைப்பாட்டை மாற்றிய உடனே அப்படி ஒரு செயற்கை மின்வெட்டைக் கொண்டுவந்து இந்தப் போராட்டத்தை முறியடிக்க முடியுமா என்று பார்த்தார்கள் அதிலே ஓரளவு வெற்றியும் கண்டார்கள். மக்கள் மத்தியிலே இவ்வளவு மின்சார வெட்டு இருக்கும்போது கூடங்குளம் இயங்கினால் நன்றாக இருக்குமே என்று மக்கள் மத்தியிலே ஒரு சலசலப்பு ஒரு மாற்றுக்கருத்து உருவானது. ஆனால் அந்த

நேரத்திலும்கூட கோவை, ஈரோடு, திருப்பூர் போன்ற ஊர்களிலே மின்வெட்டுக்கு எதிராக நடத்தப்பட்ட போராட்டங்களில்கூட மின்சாரம் வேண்டும் என்றுதான் போராடினார்களே தவிர கூடங்குளம் மின்சாரம்தான் எங்களுக்கு வேண்டும் என்று யாரும் போராடவில்லை. இப்போது மக்களுக்குத் தெளிவாகத் தெரிகிறது. எப்போதெல்லாம் இந்தப் போராட்டம் உச்சக்கட்டத்தை அடைகிறதோ அப்போதெல்லாம் ஒரு செயற்கை மின்வெட்டு கொண்டுவந்து மக்கள் துன்புறுத்தப்படுகிறார்கள் என்பதை மக்கள் அழகாகப் புரிந்துகொண்டிருக்கிறார்கள்.

தமிழகம் தழுவிய அளவில் சென்னைய தவிர தமிழகம் அளவுல கடுமையான மின்வெட்டு சில ஊர்கள்ல 10 மணி நேரம், 14 மணிநேரம் எல்லாம் இருக்கிறது. இதை எல்லாம் அரசாங்கம் செயற்கையாக உருவாக்கியது என்று சொல்றீங்களா?

திட்டமிட்டு நடத்துகிற சதித் திட்டம்.

மின் உற்பத்தி கண்ணுக்கு எட்டிய தூரத்தில் இருக்கிற இந்த கூடங்குளத்த . . .

அது கண்ணுக்கும் எட்டல காதுக்கும் எட்டல. அங்க வந்து பாருங்க. 40 ஆண்டுகள் மின்சாரம் தயாரிப்பதற்கு 25 ஆண்டுகள் கட்டிக் கொண்டிருக்கிறார்கள். 10 நாளிலே வரும் 10 நாளிலே வரும் என்று அமைச்சர் நாராயணசாமி சொல்லிக்கொண்டிருந்தாலும் அங்கே இன்னும் இரண்டு வருடத்திற்கு எதுவும் வராது என்று அணுசக்தி துறையின் தலைவர் திரு ஆர்.கே. சின்ஹா அவர்களே சொல்லி இருக்கிறார். அது கண்ணுக்கு எட்டக்கூடிய தூரத்தில் இல்லை என்பதைத் தமிழக மக்கள் தெளிவாகப் புரிந்திருக்கிறார்கள்.

ஜனவரி மாதம் மின் உற்பத்தி துவங்கும் என்று . . .

எந்த ஜனவரி என்று சொல்லமாட்டேங்குறாங்களே? ஐயா, மார்ச் மாதம் இந்தப் போராட்டம் பற்றிய நிலைப்பாட்டைத் தமிழக அரசு மாற்றிய பிறகு பிரதமர் சொல்லி இருக்கிறார், முதல்வர் சொல்லி இருக்கிறார், அமைச்சர் நாராயணசாமி சொல்லி இருக்கிறார் 10 நாளிலே வரும், இரண்டு வாரத்திலே வரும் என்று. ஏன் வரவில்லை? வராது.

உதயகுமார் அதற்கு ஒரு காரணம், மின் உற்பத்தி தொடங்காததற்கு ஒரு காரணமாக இருக்கலாம்.

இல்லை இல்லை. அங்கே பல பிரச்சினைகள் இருக்கின்றன. தொழில்நுட்பப் பிரச்சினை இருக்கிறது அங்கே. அவர்களுடைய

இந்த மெத்தனமான போக்கு 25 ஆண்டுகளாக ஏன் காட்டணும்? 1986ஆம் ஆண்டு திட்டமிடப்பட்ட திட்டம் 2012இல் இன்னும் தத்தளித்துக்கொண்டிருப்பதற்கான காரணம் என்ன?

2001ஆம் ஆண்டுதான் அந்தப் பணிகள் எல்லாம் தீவிரமாக நடந்தன.

தொடங்குனீங்கல்ல? எத்தனை வருஷம் கட்டணும்? 11 வருஷம் ஆச்சு. ஏன் இன்னும் வேலை நடத்தல? இதில் மக்கள்மீது பழி போடுவது.

அவ்வளவு பாதுகாப்பான பலமான கட்டடம்...

அற்புதமான கட்டடம்! இன்னும் 15 வருடம் கட்டுவாங்க அவங்க. ஐயா அது ஒரு பிரச்சினை. அதாவது நான் என்ன சொல்கிறேன் என்றால் வடசென்னையிலும், வள்ளூரிலும், மேட்டூரிலும் பல மின் திட்டங்கள் தொடங்கப்பட்டு அவை முறையாக நடத்தப்படாமல் முடிக்கப்படாமல் 6 அலகுகள் என்றால் 2 அலகுகள் மட்டும் முடிக்கப்பட்டு மிகவும் மெத்தனத்தோடு இந்தத் திட்டங்கள் நடத்தப்படுகின்றன.

அதல்ல அந்தத் திட்டங்கள் எல்லாம் 2013 ஜூன், ஜூலை, ...

2011ஆம் ஆண்டு பெரும்பாலான அலகுகள் மின் உற்பத்தி தொடங்கி இருக்க வேண்டும். ஏன் செய்யல? ஒரு இடைத்தேர்தலுக்கு 32 அமைச்சர்கள் வேலை செய்கிறார்கள். ஒரு மின்சாரப் பிரச்சினை அவ்வளவு முக்கியமான பிரச்சினைக்கு ஐந்து அமைச்சர்களைப் போடுங்க. ஒரு அமைச்சர் முடியாது ஐந்து அமைச்சர்களைப் போடுங்க. இன்றைக்குள்ள நிலைமை என்ன? இருக்கக்கூடிய ஒரே அமைச்சரும் அ.தி.மு.கவுக்காக நாடாளுமன்றத் தேர்தல் வேலைகளைச் செய்துகொண்டிருக்கிறார்.

கூடங்குளம் விவகாரத்துல என்ன தாமதம் என்பது. உங்களோட...

கூடங்குளம் பிரச்சினை இல்லை நம்முடைய மின்சாரப் பிரச்சினைய பத்திப் பேசிட்டு இருக்கிறோம். மின்சாரப் பிரச்சினை இருக்கிறது. பழுதுபட்ட அனல்மின் நிலையங்களைச் சரி செய்யவில்லை. தொடங்கப்பட்ட திட்டங்களை திறம்பட நடத்த வில்லை, முடிக்கவில்லை. மின்சாரத்துறையின் அமைச்சருடைய முழுக் கவனமும் இந்தப் பிரச்சினையில் இல்லை. தமிழக அரசு இதை ஒரு பெரிய பிரச்சினை ஆகவே பார்க்கவில்லை. இந்த மின்வெட்டை வைத்து, போராட்டத்தை ஒடுக்கு முடியுமா, அணுமின் நிலையத்தைத் தொடங்க முடியுமா என்ற எதிர்மறைச் சித்தாந்தமும் செயல்பாடும்தான் நடந்துகொண்டிருக்கிறதே தவிர, நேர்மறைச் சித்தாந்தமும் செயல்பாடும் இல்லை என்று

சொல்கிறேன். தமிழக முதல்வர் சிறந்த நிர்வாகத் திறமை உள்ளவர். அதில் எந்த மாற்றுக் கருத்தும் கிடையாது. முதல்வர் என்ன செய்திருக்க வேண்டும்? ஐந்து அமைச்சர்களை போடுங்க. மின்சாரப் பிரச்சினை ஒரு பெரிய பிரச்சினையாக இருக்கிறது. மாநிலத்திற்கு தொழில் வளம் பாதிக்கப்படுகிறது, வருமானம் பாதிக்கப்படுகிறது என்றால் ஐந்து அமைச்சர்களை வைங்க. மின்சாரத் துறை அமைச்சர்களாக ஆளுக்கு ஒரு இடத்திலிருந்து வேலை செய்யட்டும். அதையெல்லாம் செய்வதைவிட்டு இருக்கக்கூடிய அமைச்சரையும் நாடாளுமன்றத் தேர்தலுக்கு அனுப்பிவிட்டு மக்களை 16 மணிநேரம் கொல்வது தமிழக அரசினுடைய மிகப் பெரிய தவறு. இது ஒரு சதித் திட்டம்.

அதுக்கு மாற்றுதான் சார் அந்தப் பிரச்சினைக்கெல்லாம் இப்படி 16 மணி நேரம் மின்வெட்டை நிவர்த்தி செய்வதற்காகத்தான் கூடங்குளம் அணுமின் நிலையத்தை உடனடியாகத் தொடங்க வேண்டும் என்பது பொது மக்களோட கருத்தா இருக்கு, அதுக்கு உதயகுமார் தடையாக இருக்கிறார்.

உதயகுமார் யாருக்கும் தடையாக இல்லை. சொல்கிறேன் கேளுங்கள். அணுமின் நிலையத்தில் இரண்டு அலகுகள் கட்டிக் கொண்டு இருக்கிறார்கள். ஒவ்வொன்றும் 1,000 மெகாவாட் மின்சாரம் தயாரிக்கக் கூடியது. ஆர்.கே. சின்ஹா அவர்கள் இப்போதுதான் சொல்லியிருக்கிறார், முதல் அலகே அடுத்த வருடம் தான் தொடங்கும் என்று. அதிலே 1,000 மெகாவாட் இருந்தாலும் இந்த அணுமின் நிலையங்களிலே உற்பத்தித் திறன் *Capacity factor* என்று சொல்வது வெறும் 40%. இது ஒருவேளை அந்நிய நாட்டிலிருந்து கொண்டுவரப்பட்டது என்பதால் 60 அல்லது 70% என்றே வைத்துக்கொள்வோம். 100% உற்பத்தி எங்கேயும் கிடையாது. அந்த அணுமின் நிலையம் சார்ந்த அதிகாரி பாலு சொன்னார் 70% என்று. சரி 70% என்று ஒப்புக்கொள்வோம். அப்படியானல் 700 மெகாவாட். இன்னொரு அணுமின் நிலையத்தினுடைய அலகு இரண்டு வருடம் கழித்துத் தான் தொடங்கும். அதிலிருந்து 700 மெகாவாட் மொத்தம் 1,400 MW. தமிழ் நாட்டினுடைய தற்போதைய பற்றாக்குறை 4,500 MW. 4500 MW இந்தப் பக்கம் தேவை. ஆனால் அங்கே வருவது 1400 MW. அதிலே மொத்தமாக நமக்குக் கிடைக்காது. ஆந்திரா, கர்நாடகா, கேரளாவிற்குப் போக, அதிலேயுள்ள செலவு, அந்த உப்பகற்றி ஆலைகளுக்கு 100 மெகாவாட் போகும். மற்ற தேவைகளுக்காக 100 மெகாவாட் செலவாகும். எல்லாம் போக தமிழ்நாட்டிற்கு வெறும் 200 மெகாவாட் முதல் 300 மெகாவாட் வரை தான் கிடைக்கும் என்பது மின்சாரத்துறையைச் சார்ந்த வல்லுநர்களுடைய கணக்கு. தமிழ் மக்களிடத்திலே கேட்கிறேன்

நான். 4,500 மெகாவாட் பற்றாக்குறை, 300 மெகாவாட் தான் வரும். எப்படிப் பதில் சொல்ல.

அடுத்தடுத்து வரவுள்ள அணு உலையினால் இன்னும் கூடுதல் மின்சாரம்தானே வரும்?

அடுத்தடுத்து எந்தக் காலம் வரும். ஐயா 1980களிலே திட்டமிட்டது 2012இல் தவழ்ந்துகொண்டிருக்கிறது.

கட்டுமான பணிகளுக்குப் பிறகு மின் உற்பத்தி தொடங்கிய பின் அடுத்து படிப்படியாக நடக்க வேண்டிய விஷயம்தானே அது.

இப்போ நாம் கட்டிக்கொண்டிருப்பது இரண்டே அணுமின் நிலையம்தான். அதுவும் இன்னும் முடியவில்லை. கேட்டால் 92.5% பணி முடிந்தது. 99.7% முடிந்தது என்று ஏதோ கணக்கு சொல்லிக் கொண்டு இருக்கிறார்கள். இது ஒட்டுமொத்த ஏமாற்று வேலை. தமிழ் மக்களே நான் சொல்லுகிறேன். அந்தக் கூடங்குளம் அணுமின் நிலையத்திலிருந்து அடுத்த 2 வருடத்திற்கு எதுவும் வராது. போராட்டம் பின் வாங்கப்பட்டு, நாங்கள் முறியடிக்கப்பட்டு, நாங்கள் கொல்லப்பட்டு, இந்தப் போராட்டம் நிறுத்தப்பட்டு – அது இயங்கினாலும்கூட 2015ஆம் ஆண்டுவரை, எழுதி வைத்துக் கொள்ளுங்கள், தமிழ்நாட்டில் உள்ள ஒவ்வொரு தமிழர் இல்லங்களிலும் இதை சுவரில் எழுதிப் போடுங்கள், உதயகுமார் சொன்னார் என்று. 2015ஆம் ஆண்டுவரை கூடங்குளம் அணுமின் நிலையத்திலிருந்து நம்முடைய மின்சாரப் பிரச்சினையைத் தீர்ப்பதற்கு எந்த உதவியும் வராது.

நீங்கள் ஏற்கனவே சொன்னீர்கள். அரசு திட்டமிட்டு இது போன்ற மின் பற்றாக்குறை இருப்பது போல் காட்டுகிறது. கூடங்குளம் அணுமின் நிலையம் வரவேண்டும். அதற்கு எதிராக மக்கள் கொந்தளித்து எழ வேண்டும் என்கிற எண்ணப் பாட்டில் அரசு இப்படிச் செய்கிறதாகக் குற்றம் சாட்டுகிறீர்கள் இது ஒரு சரியான குற்றச்சாட்டா? அரசுக்கு எதிராக அல்லவா அந்த மக்களுடைய எதிர்ப்பு கிளம்பும்? எந்தவொரு அரசும் மக்களுடைய எதிர்ப்பை சம்பாதிக்க விரும்புமா?

விரும்பாது. ஆனால் தமிழகத்திலே என்ன நடக்கிறது? திமுகவும் அதிமுகவும் மாறி மாறி ஆண்டு கொண்டிருக்கிறார்கள். இவர்களுக்குத் தெரியாதா? எத்தனை ஆண்டுகள் ஆகும் போது தமிழகத்தின் மின்சாரத் தேவை எவ்வளவு ஆகும்... அதற்கான திட்டங்கள் போட்டிருக்கிறோமா? அந்தத் திட்டங் களைத் தொடங்கி இருக்கிறோமா? மக்களுக்கு அடிப்படைத் தேவையான இந்த மின்சாரத்தைக் கொடுப்பதற்கு நாம் தயாராக

இருக்கிறோமா? ஏதேனும் இப்படித் திட்டம் போட்டார்களா? என்ன பண்ணுகிறார்கள். மழலையர் பள்ளிக் குழந்தைகள் போல, ஒருவரை ஒருவர் குற்றம்சாட்டிக் கொண்டிருக்கிறார்கள். தமிழன் நடுத்தெருவில் நிற்கிறான். அதுதான் நடந்துகொண்டிருக்கிறது தமிழ்நாட்டிலே.

அதாவது 2 கட்சிகளுடைய நிலைப்பாடுதான் இந்த மின் பற்றாக்குறைக்குக் காரணம்...

அவர்களுடைய அரசியலுக்கு இன்றைக்கு ஒட்டுமொத்த 8 கோடி தமிழ் மக்கள் பலிகடாவாக ஆகிக்கொண்டிருக்கிறார்கள்.

சரி... அதாவது இன்றைக்கு உதயகுமார் என்பவர் காவல்துறையால் தேடப்படுகிற... அவர்களுடைய பார்வையில் ஒரு குற்றவாளியாக இருக்குறீர்கள். இந்தப் பகுதி மக்கள் உங்களை அவர்களுடைய *Hero*-வாகத்தான் பார்க்கிறார்கள். அதில் ஏதும் மாற்றுக் கருத்து இல்லை. காவல்துறையில் நீங்கள் தேடப்படும் குற்றவாளி. காவல்துறை அங்கு தேடிட்டு இருக்கிறது. திரு. உதயகுமார் இங்கிருந்து நேர்காணலில் பேசிக்கொண்டிருக்கிறார். இது எப்படி சார்? மிகப் பெரிய தேடப்படுகிற குற்றவாளியான வீரப்பனை சர்வசாதாரணமாகக் காவல்துறை வந்து அவரைக் கொன்று பிடித்தது. ஆனால் பெரிய அளவிற்குக் குற்றம் என்று சொல்லாட்டியும் கூட உங்களைப் பிடிப்பதில் அவர்களுக்குப் பெரிய சிரமம் இருக்காதே. ஏன் உதயகுமாரை காவல்துறையினர் கைதுசெய்வதில் தயக்கம் காட்டுகிறார்கள்...? இது என்ன நாடகம் என்று பொதுமக்கள் யோசிக்கிறார்களே.

பிடிப்பதற்கு முன்னாடி செய்த குற்றத்தைப் பற்றிச் சிறிது பேசுவோம். உதயகுமாரோ... அவரோடு கூட இருக்கிற போராட்டக் குழுவோ இந்த நாட்டு மக்களுடைய பணத்திலிருந்து 1 லட்சத்து 76 ஆயிரம் கோடி பணத்தைக் கொள்ளையடிக்கவில்லை. இந்த நாட்டிற்கு நிலக்கரி ஊழலிலே 1 லட்சத்து 86 ஆயிரம் கோடி இழப்பு ஏற்படுத்தவில்லை. நாட்டிலுள்ள மலைகளை எல்லாம் வெட்டி விற்று எங்கள் குடும்பத்திற்குச் சொத்து சேர்க்கவில்லை. நாங்கள் காமன்வெல்த் விளையாட்டு போட்டியிலோ, ஆதர்ஷ் அடுக்குமாடியிலோ திருடவில்லை. இந்த நாட்டை நாங்கள் காட்டிக்கொடுக்கவில்லை. இப்படிச் செய்கிறவர்களெல்லாம் இன்றைக்கு அரசியல் தலைவர்களாக, ஆட்சியாளர்களாக உலா வந்துகொண்டிருக்கிறார்கள். இன்றைக்கு சோனியா காந்தியினுடைய மருமகனே 500 கோடி ரூபாய்க்குச் சொத்து சேர்த்திருக்கிறார். இதுபோல் சொத்து சேர்த்த வழக்குகள் எங்கள் மீது கிடையாது. நாங்கள் மக்கள் பணத்தைத் திருடவில்லை. மக்களைக் கொள்ளை

அடிக்கவில்லை. நாட்டைக் காட்டிக்கொடுக்கவில்லை. அதனால் நாங்கள் எந்தக் குற்றத்தையும் செய்யவில்லை. நாங்கள் செய்த குற்றம் உண்மையைச் சொல்வதுதான். அந்தக் குற்றத்திற்காகத் தேடுகிறார்கள். குற்றம் செய்து உண்மையிலேயே ஒரு நாட்டிற்கு, மக்களுக்கு இழப்பு ஏற்படுத்துபவரைத் தேடுவதற்கும் எங்களைப் போன்ற போராளிகளைத் தேடுவதற்கும் வித்தியாசம் இருக்கிறது. அதை அரசு உணர்ந்திருக்கிறது. எனவேதான் எங்களை அவ்வளவு வேகமாக விரட்டிப் பிடிக்கவில்லையே தவிர, வேறொன்று மில்லை. இன்னொரு விதத்திலே பார்க்கும்போது நாங்கள் அநாதைகளும் அல்ல. தமிழகத்திலே 8 கோடி மக்கள் என்றால்... சரியாக நேர் பாதி மக்கள் எங்கள் பின்னால் இருக்கிறார்கள்.

அப்படி என்று உதயகுமார் நினைக்கிறார்...

அப்படி என்று உதயகுமார் நினைக்கவில்லை. ஊடக நண்பர்களே உங்களுக்குத் தெரியும். செப்டம்பர் மாதம் 9ஆம் தேதி 10ஆம் தேதி இங்கே காவல்துறையினருடைய காட்டு தர்பார் கட்டவிழ்த்துவிடப்பட்டபோது ஒட்டுமொத்த தமிழகமும் கொதித்து எழுந்தது.

அது மனிதாபிமான அடிப்படையில்

இது மனிதாபிமான போராட்டமே தவிர... தமிழ்நாட்டிலே தமிழ் மக்களுடைய இயற்கை வளங்கள் பாதுகாக்கப்பட வேண்டும், எதிர்காலச் சந்ததியர் இந்த மண்ணிலே வாழ்வாங்கு வாழ வேண்டும் என்பதற்காக நாங்கள் நடத்துகிற போராட்டமே தவிர, என் குடும்பத்திற்கோ, போராட்டக் குழுவிலே உள்ள உறுப்பினர் குடும்பத்திற்கோ சொத்து சேர்த்த கூட்டம் அல்ல இது. காவல்துறையிலேயே எங்களுக்கு ஆதரவு இருக்கிறது. நாங்கள் நடத்திய பல கூட்டங்களிலே பேசி முடித்து மேடையில் இருந்து கீழே வந்தவுடன், வயதிலே குறைந்த அதிகாரிகள் முதல், வயதிலே அதிகமான அதிகாரிகள்வரை, உயர்ந்த பதவியிலே இருக்கிறவர்கள் வரை, எங்களுக்காக நீங்கள் போராடுகிறீர்கள்... விட்டுவிடாதீர்கள் என்று பல இடங்களிலே எங்களிடம் சொல்லி இருக்கிறார்கள். அதுதான் உண்மை.

அணு உலை ஆபத்தானது ஆபத்தானது என்று திரும்ப திரும்ப சொல்லுகிறாரே... அவரால் ஆபத்தில்லாத ஒரு தொழில்நுட்பத்தைச் சொல்ல முடியுமா என்ற கேள்வி எழுந்திருக்கிறது.

அணுமின் நிலையம் ஆபத்தானது என்று உதயகுமார் மட்டும் சொல்லவில்லை. இன்றைக்கு ஜப்பானிலே 52 அணுமின் நிலையங்கள் இயங்கிக்கொண்டிருந்த இடத்திலே 52 அணுமின் நிலையங்களையும் மூடிவிட்டு, வெறும் இரண்டு அணுமின்

நிலையத்தை தொடங்கி இருக்கிறார்கள். அதற்கு லட்சக்கணக்கான ஜப்பானிய மக்கள் எதிர்ப்புத் தெரிவிக்கிறார்கள். பெல்ஜியம் நாட்டிலே ஒரே வாரத்திலே ஆறு அணுமின் நிலையங்களை மூடியிருக்கிறார்கள். குவைத் நாட்டிலே ஒப்பந்தம் போடப்பட்ட நிலையத்தை, இது எங்களுக்கு வேண்டாம், இதை மூடிவிடுங்கள்...

பல நாடுகளில் அணுமின் நிலையம் தேவையில்லை என்று மூடவில்லை. யுரேனியம் பற்றாக்குறையினால் அணுமின் நிலையம் மூடப்படுகின்றன என்ற ஒரு கருத்து உண்டு.

யுரேனியம் தாராளமாக இருக்கிறது. இந்தியாவிற்கு ஆஸ்திரேலியா யுரேனியம் விற்க முடியும் என்றால், உலகத்திலே எந்த நாட்டிற்கும் விற்கும். யுரேனியம் பிரச்சினை அல்ல. அணுமின் நிலையம் ஆபத்தானது. அணுமின் நிலையத் தொழில்நுட்பமே பாதுகாப்பானது அல்ல என்ற முறையிலேதான் ஜெர்மனி, மூடிக்கொண்டு வருகிறது, மூடுவதற்கு முடிவு எடுத்திருக்கிறார்கள். பெல்ஜியம் நாட்டிலே ஆறு அணுமின் நிலையங்களை மூடி விட்டார்கள். ஜப்பானிலே வெறும் இரண்டு அணுமின் நிலையங்கள்தான் இன்றைக்கு இயங்கிக் கொண்டிருக்கின்றன.

அவை எல்லாம் மின் உற்பத்தியில் மிகை நாடுகளாகத் திகழ்கின்றன.

தவறு. மின் உற்பத்தியில் நீங்கள் எப்படி மிகை நாடாக முடியும். மின்சாரத்தை உற்பத்தி பண்ணி சாக்கிலே கட்டிவைத்து விட்டு, இன்னும் பத்து வருடங்களுக்கு எங்களுக்குத் தேவையான மின்சாரம் இருக்கிறது என்று நீங்கள் சொல்ல முடியாது. மக்கள் தொகை அதிகமாக அதிகமாக, தொழில்வளம் பெருகப் பெருக, மின்சாரத்தினுடைய தேவையும் அதிகரித்துக் கொண்டுதான் இருக்கும். ஜெர்மனிக்கும் ஜப்பானுக்கும் மின்சாரத் தேவை நம்மைவிட அதிகமாகித் தான் கொண்டிருக்கிறதே தவிர, அங்கே குறைந்து விடவும் இல்லை. அவர்கள் சேமித்து *Savings Bank*-ல் கொண்டு வைக்கவும் இல்லை. என்னவென்றால், அவர்கள் தலைவர்களாகச் சிந்திக்கிறார்கள். அவர்கள் நாட்டு மக்களுக்காக சிந்திக்கிறார்கள். ஜெர்மனியிலே வருடத்திற்கு வெறும் ஆறு மாதங்கள் மட்டுமே சூரிய ஒளி கிடைக்கிற நாட்டிலே, சூரிய ஒளியின் மூலம், காற்றாலைகளின் மூலம் தேவையான மின்சாரத்தை உற்பத்தி செய்ய முடியும். நாங்கள் அப்படியான ஒரு திட்டத்திலே இறங்கியிருக்கிறோம். அணுமின் நிலையம் வேண்டாம் என்று முடிவெடுத்திருக்கிறார்கள். இது ஒரு கொள்கை முடிவு.

தமிழகத்திலே, இந்தியாவிலே Solar மின் உற்பத்தி செய்யலாம், காற்றாலை மின் உற்பத்தி செய்யலாம் என்றெல்லாம் அடிக்கடி

சொல்கிறீர்கள். இதையெல்லாம் வைத்து நிலையான மின்சாரம் எல்லாம் பெற முடியாது என்பது விஞ்ஞானிகளுடைய கருத்தாக இருக்கிறதே?

அது தவறு, அப்படியானால் நம்முடைய ஊர்களிலே பல இடங்களில் சூரிய ஒளியினால் தெரு விளக்குகள் எரிகின்றன.

கால நிலை, பருவ நிலைக்கு ஏற்ப அது மாறுபடும். அதிலிருந்து இவ்வளவு மின்சாரம் கிடைக்கும் என்று உறுதியாகச் சொல்லி எந்த ஒரு தொழிலையும் தொடங்க முடியாது, என்ற நிலைதான் இருக்கிறது.

காற்றாலைகளைப் பொறுத்தவரைக்கும், காற்று அதிகமாக இருக்கின்ற நேரத்திலே, அதிகமான மின்சாரம் வரும். காற்று குறைவாக இருக்கிற நேரத்திலே குறைவான மின்சாரம் வரும், அது உண்மை தான். ஆனால் சூரிய ஒளியைப் பொறுத்தவரைக்கும் அப்படியல்ல. வருடத்திலே 365 நாட்களுக்கும் நமக்கு சூரிய ஒளி கிடைக்கிறது. அதிலே வேண்டிய அளவிலே ஏற்பாடுகள் செய்தால் நிச்சயமாக மின்சாரத்தை உற்பத்திசெய்ய முடியும். நாங்கள் என்ன சொல்லுகிறோம் என்றால், அது ஒரு Mixed Program. அதாவது எங்கெங்கே மின்சாரம் சூரிய ஒளியில் இருந்தும் காற்றாலையில் இருந்தும் தயாரிக்க முடியுமோ அங்கே தயாரிப்போம். எங்கே அதிக அளவிலே தொழிற்சாலைகள் இருக்கிறதோ அங்கே அனல்மின் நிலையம் வைத்து தயாரித்துக் கொள்ளலாம். இடிந்தகரை போன்ற ஓர் ஊரை எடுத்துக் கொண்டால், இங்கே ஒன்றிரண்டு காற்றாலைகளையும் ஓரிரண்டு Solar Panel-களையும் வைத்துக்கொண்டு மின்சாரம் தயாரிக்க முடியும். ஆனால் ஆளும் வர்க்கமும், அதிகாரிகளும், ஆட்சியாளர்களும் இப்படிப்பட்ட சிறிய திட்டங்களுக்கு ஆசைப்படுவதில்லை. காரணம் இந்தச் சிறிய திட்டங்களிலே பெரிதாகத் திருட முடியாது. ஐயா இங்கு பிரச்சினை மின்சாரம் இல்லை. இது திருட்டுப் பிரச்சினை. இது கமிஷன் பிரச்சினை. இது கொள்ளையடிக்கின்ற பிரச்சினை. அதுதான் உண்மை. மக்களுக்குத் தெரியும் இப்போது மாற்றுவழிகளிலே மின்சாரம் உற்பத்தி செய்ய முடியும். அதற்கான பண்டிதர்கள், தொழில்நுட்பவாதிகள், விஞ்ஞானிகள், தொழிலாளர்கள் நம்மிடம் இருக்கிறார்கள். பிரச்சினை அதுவல்ல. பிரச்சினை அதிகாரத்தை கையில் வைத்திருப்பவர்கள் இப்படிப்பட்ட 45,000 கோடி, 50,000 கோடி என்றால் 10% எடுத்துக்கொண்டால் கூட அதில் ஒரு பெரிய தொகை வரும். தன்னுடைய பேரனையும் பிரதமராக்கலாம். அதுதான் திட்டமே தவிர, மின்சாரப் பிரச்சினைக்குத் தீர்வுகள் இருக்கின்றன.

உங்கள் மீது ஒரு குற்றச்சாட்டு இருக்கிறது. வெளிநாடுகளில் இருந்து மிகப் பெரிய தொகையைப் பெற்றுக்கொண்டு, உள்ளூர் மக்களை அணு உலைக்கு எதிராகத் திசை திருப்புகிறார் உதயகுமார் என்ற குற்றசாட்டு உண்டு.

கடந்த ஒரு வருடமாக இந்தக் குற்றச்சாட்டை சொல்லிச் கொண்டிருக்கிறார்கள். ஆனால் இதுவரை ஒரு வரி அத்தாட்சி கூட இவர்கள் தந்தது கிடையாது. இவ்வளவு பெரிய இந்திய அரசு நினைத்தால் முடியாதா? எந்த நாட்டிலிருந்து, எந்த நிறுவனத்திடமிருந்து, எந்த வங்கிக் கணக்கிலே, எவ்வளவு தொகை உதயகுமாருக்கோ அல்லது உதயகுமார் மனைவிக்கோ வந்திருக்கிறது என்று யாராவது எங்கேயோவது சொல்லி யிருக்கிறார்களா?அமைச்சர் நாராயணசாமி ராஜ்ய சபாவிலே சொல்லியிருக்கிறார். எந்த ஆதாரமும் எங்களிடம் இல்லை. பிரதமர் தன்னுடைய கடமையிலே இருந்து, தகுதியில் இருந்து இறங்கி வந்து அந்தக் குற்றச்சாட்டைச் சொல்லி, நான் இருவர் மீதும் வழக்கு தொடுப்பதற்கான முயற்சியில் இறங்கினேன். யாரும் பதில் சொல்லவில்லை. மக்கள் தங்களுடைய உயிர்களுக் காக, உடமைகளுக்காக எதிர்காலத்திற்காக, இயற்கை வாழ்வாதாரங்களை அதை காப்பாற்றுவதற்காகப் போராடு கிறார்கள். இந்த அடிப்படை ஜனநாயக சித்தாந்தத்தை ஏற்றுக் கொள்ள முடியாதவர்கள் இது போன்ற வக்கிரமான, அசிங்கமான குற்றச்சாட்டுகளை சொல்லி தப்பித்துக் கொண்டிருக்கிறார்கள்.

எல்லா விஞ்ஞானிகளுமே, இந்த அணுஉலை பாதுகாப்பானது, இது எந்த ஒரு எதிர்விளைவுகளையும் ஏற்படுத்தி விடாது என்று கூறுகிறார்கள். உதயகுமார் என்ன அணு விஞ்ஞானியா?

உதயகுமார் அணு விஞ்ஞானி இல்லைதான். நாங்கள் என்ன கேட்கிறோம்? இந்த அணுமின் நிலையம் 100% பாதுகாப்பானது என்றால், உலகத் தரம் வாய்ந்தது என்றால் அதைப்பற்றியுள்ள அடிப்படைத் தகவல்களை, அறிக்கைகளை எங்களுக்குத் தாருங்கள். ஐயா ஒளிப்பதற்கு ஒன்றுமே இல்லை, மறைப்பதற்கு ஒன்றுமே இல்லை அல்லவா? அறிக்கைகளை கொடுங்கள். நாங்கள் மத்திய தகவல் ஆணையத்திடம் முறையிட்டோம். அந்தத் தகவல் ஆணையம் ஆணை பிறப்பித்து இருக்கிறது. தல ஆய்வறிக்கை, சுற்றுச்சூழல் ஆய்வறிக்கை, பாதுகாப்பு ஆய்வறிக்கை போன்றவற்றைக் கொடு. அவை மக்கள் தெரிந்து கொள்ளக்கூடிய அறிக்கைகள், ஆவணங்கள், பொது ஆவணங்கள். அந்நிய நாடுகளிலே அமெரிக்காவிலே, பிரிட்டனிலே, பிரான்ஸ், கனடா போன்ற நாட்டிலே அந்த அறிக்கைகளை மக்களிடம் கொடுக்கிறார்கள். நீ அந்த அறிக்கைகளைக் கொடு என்று சொன்ன பிறகும், ஏன் அதை ஒளித்து வைக்கிறீர்கள்?

அதையெல்லாம் தாண்டி விஞ்ஞானிகள் தரப்பிலே சொல்லப்படுவது, இது மிகவும் பாதுகாப்பானது, இந்த நாட்டில் அரசியல் சார்பில்லாத மனிதராக அப்துல் கலாமைப் பார்க்கிறோம். ஓரளவிற்கு இந்த நாட்டு மக்கள் ஏற்றுக்கொண்ட தலைவராக திரு. அப்துல் கலாம் அவர்களைப் பார்க்கிறோம். அவரே வந்து, இந்த அணு உலை மிகவும் பாதுகாப்பானது என்று கூறுகிறாரே, இதையெல்லாம் ஏற்றுக்கொண்டு திரு. உதயகுமார் போராட்டத்தைக் கைவிடலாமே, காலத்தின் கட்டாயத்தைக் கருதியாவது உதயகுமார் செய்யலாமே என்ற ஒரு கேள்வி இருக்கிறது.

ஐயா அப்துல் கலாம் ஒரு தமிழர், மீனவர், சிறுபான்மை இனத்தை சார்ந்தவர் என்ற முறையிலே அவர் மீது எனக்கு அளவுகடந்த மரியாதை உள்ளது. எப்படி உதயகுமார் அணு விஞ்ஞானி இல்லையோ அப்துல் கலாமும் அணு விஞ்ஞானி இல்லை. மக்களைச் சந்திப்பதற்காக வந்தவர் மக்களைப் பார்த்தாரா? கிடையாது. கூடங்குளம் அணுமின் நிலையத்தை 25 ஆண்டுகளாகக் கட்டிக்கொண்டு இருக்கிறார்கள் – அவர் ஓரிரு மணி நேரமே பார்த்துவிட்டு பிரமாதம் என்று சொல்லுகிறார். அவர் வருவதற்கு முன்னரே ஓர் ஆங்கிலப் பத்திரிக்கையிலே ஒரு முழுப் பக்க கட்டுரை எழுதிக்கொண்டு வருகிறார். உண்மையானவர் என்றால், சார்பற்றவர் என்றால், வந்து மக்களைப் பார்த்துப் பேசியிருக்க வேண்டும். அந்த அணுமின் நிலையத்திலே இரண்டு மூன்று நாட்கள் உட்கார்ந்து ஆய்வு செய்திருக்க வேண்டும். அதன் அடிப்படையிலே அவர் பத்திரிகைக்கான கட்டுரையை எழுதி இருக்க வேண்டும். வருவதற்கு முன்னாலே பத்திரிக்கையில் கட்டுரை வருகிறது. இங்கு வந்து ஒரே நாளிலே, ஒரே இரவிலே சொல்லுகிறார், உலகத்தரம் வாய்ந்தது என்று. என்னென்ன ஆய்வுகள் செய்தார்? பட்டியலிட்டுச் சொல்லட்டும், ஏற்றுக்கொள்கிறோம்.

அவருடைய கருத்து ஒருதலை பட்சமானதா?

நிச்சயமாக! சந்தேகத்திற்கு இடமில்லாமல் . . . இந்த அரசாங்கம் கமிஷனுக்காக நடத்தப்படுகின்ற அரசாங்கம், இந்த ஆளும் வர்க்கம் தன் லாபத்திற்காக மட்டும்தான் இந்தத் திட்டங்களைக் கொண்டுவருகின்றது என்பது தான் உண்மை. நாங்கள் தொடர்ந்து போராடிக் கொண்டிருக்கிறோம்.

உங்களுடைய போராட்டத்திற்கு மெல்ல மெல்ல மக்களுடைய செல்வாக்கு குறைந்துகொண்டு வருகிறது . . . உங்கள் கூட இருந்தவர்களே உங்களை விட்டு விலகிச் செல்ல ஆரம்பிக்கிறார்கள் . . . அதாவது இங்கேயுள்ள மக்கள் பிரதிநிதிகள், பஞ்சாயத்துத் தலைவர்கள் போன்றவர்கள். இவர்கள் எல்லாம் உங்களோடு

இருந்து உங்களுக்காகப் போராட்டத்தில் குரல் கொடுத்தவர்கள். இப்போது அவர்கள் உங்களை விட்டு மெல்ல மெல்ல விலகிச் செல்கிறார்கள்.

மக்கள் விலகவில்லை. அதிகமான மக்கள் எங்களோடு சேர்ந்து கொண்டிருக்கிறார்கள். சில தலைவர்கள், நீங்கள் சொல்வது போல் பஞ்சாயத்துத் தலைவர்கள் விலகுவதற்குக் காரணம், 500 கோடி ரூபாய் திட்டம் வருகிறது என்று தமிழக அரசும் மத்திய அரசும் சேர்ந்து அறிவித்தார்கள். இது பஞ்சாயத்து வழியாக நடத்தப்படும் என்று சொன்னவுடனே சில தலைவர்களுக்கு உமிழ்நீர் சுரந்தது. ஆகா 500 கோடி என்று சொன்னால் நமக்கு 50 கோடியாவது தருவார்கள். நமக்கு 10% என்றால்கூட அப்படியே 5 கோடியை பாக்கெட்டில் வைத்துக்கொள்ளலாம் என்று சிலர் மாறியது உண்மை. ஆனால் மக்கள் மத்தியிலே எங்களுக்கு ஆதரவு பெருகிக் கொண்டிருக்கிறது. தமிழகத்திலே மட்டுமல்ல கேரள மாநிலத்திலே பார்த்தீர்களானால், பல அரசியல் கட்சிகள் தங்கள் நிலைப்பாட்டை மாற்றி எங்களுக்கு ஆதரவு தெரிவிக்கிறார்கள். கேரள மாநிலம் முழுவதும் எங்களுக்கு ஆதரவு தெரிவிக்கிறது. ஒட்டுமொத்த இந்தியா மட்டுமல்ல ஒட்டுமொத்த உலகம் முழுவதும் எங்களுடைய போராட்டத்திற்கு ஆதரவு பெருகிக்கொண்டிருக்கிறது.

தண்ணீர் பிரச்சினைக்கு எதிராக உள்ள அச்சுனானந்தன்கூட உங்களுக்கு ஆதரவு தெரிவிக்கிறார்.

ஏதோ உடனடியாக லாபம் கிடைக்கிறவர்கள் உருமாறிப் போகலாமே தவிர உண்மையானவர்கள், தமிழர்கள், இந்தியர்கள் எங்களுக்கு ஆரவாக இருக்கிறார்கள்.

உதயகுமார் இடிந்தகரையில் உட்கார்ந்து மக்கள் ஆதரவு பெருகி விட்டது; மக்கள் ஆதரவு பெருகிவிட்டது என்கிறார். ஆனால் தமிழகம் தழுவிய அளவில் அணு உலைக்கு ஆதரவான குரல் தொடங்கிவிட்டது. ஆங்காங்கே எல்லாம் போராட்டம் நடத்த ஆரம்பித்துவிட்டார்கள். அணு உலையை உடனே திறக்க வேண்டும் என்று சொல்லிப் போராட்டம் நடத்த ஆரம்பித்துவிட்டார்கள் என்று சொல்கிறார்களே?

போராட்டத்திலே எத்தனை பேர் வந்தார்கள்? 10 பேர் 15 பேர். யார் வந்தார்கள்? காங்கிரஸ்காரர்கள் வந்தார்கள். எப்படி வந்தாங்க? 500 ரூபாயும் குடிப்பதற்கு மதுபானமும், பிரியாணியும் கொடுத்து அழைத்துவரப்பட்ட கூட்டம். அந்தக் கூட்டம் முடிவதற்கு முன்னாடியே இவர்கள் புறப்பட்டுப் போகிறார்கள்.

உங்கள் மீதும் அதே குற்றசாட்டுகள் தானே சொல்கிறார்கள்? அதாவது நீங்களும் வந்து வெளிநாட்டுப் பணத்தை வைத்து உங்கள் மக்களுக்கு அதைக் கொடுத்து, அதில் சாப்பாடு வாங்கிப் போட்டு, சமையல் செய்து போட்டு, அந்த மக்களை இங்கே திரட்டுகிறீர்கள் என்ற குற்றச்சாட்டு உங்களுக்கு எதிராகவும் உள்ளதே.

ஏனென்றால், அவர்கள் அப்படித்தான் செய்வார்கள். நடத்துங்கள் 420 நாள் ஒரு போராட்டத்தை, ஒரு பொது விஷயத்திற்காக, ஒரு நிகழ்வை 420 நாட்கள்கூட வேண்டாம்...

அங்கே தானே ஸார் ஒரு சந்தேகம் எழுகிறது. இப்படி ஒரு போராட்டத்தை இத்தனை நாட்கள் நடத்துகிறார்களே. உங்களுக்கு நிதி எங்கிருந்து வந்தது? யார் கொடுத்த பணத்தில் இந்தப் போராட்டத்தை உதயகுமார் நடத்துகிறார்?

நீங்கள் எத்தனை கோடி ரூபாயையும் கொண்டு வந்து கொடுங்கள். தன்னுடைய கணவனைப் பிரிந்த மனைவியும் குழந்தைகளும் இப்படி உண்ணாவிரத பந்தலிலே வந்து உட்காருவார்களா? கணவர் தன் குடும்பத்தை விட்டுவிட்டு இப்படிப் போராட்டத்திற்கு வருவாரா? காங்கிரஸ்காரர்களால் நடத்த முடியுமா? 50 நாட்கள் ... 50 நாள் வேண்டாம் 10 நாட்கள் ... ஒரு 10 நாட்கள் உங்களுடைய அனைத்து மத்திய அமைச்சர்களும் உலகத் தலைவர்கள் எல்லோருமாக ஒன்றுகூடி ஒரு நிகழ்வை பணம் கொடுக்காமல், மதுபானம் வாங்கித் தராமல், பிரியாணி வாங்கிக் கொடுக்காமல் ஒரு கூட்டத்தைக் கூட்டி நடத்துங்கள். நாங்கள் போராட்டத்தைக் கைவிடுகிறோம். முடியாது. அவர்கள்தான் இப்படிக் கொச்சைப்படுத்திப் பேசுகிறார்களே தவிர, மற்றபடி தமிழகத்திலே எங்காவது வீட்டுப் பெண்களோ மற்ற தொழில் செய்கிற நண்பர்களோ, எங்களுக்குக் கூடங்குளத்தைத் திறந்தால்தான் சாப்பிடுவோம் இல்லையென்றால் சாகப் போகிறோம் என்று எங்கேயாவது போராட்டம் நடந்திருக்கிறதா? கிடையாது. இது அரசியல்வாதிகளும் அவர்களுடைய கைக்கூலிகள் சிலரும் சேர்ந்து நடத்துகிற நாடகங்கள். அவற்றை எல்லாம் நாங்கள் போராட்டங்களாகவோ எதிர்ப்பாகவோ எடுத்துக்கொள்ள முடியாது.

இவ்வளவு பெரிய போராட்டம் நடத்துவதற்குப் பின்புலம் என்ன? இதற்கான நிதியெல்லாம் எங்கிருந்து வருகிறது. அப்படியென்ற கேள்வி எழுப்புகிறார்களே சிலர். எப்படிச் சமாளிக்கிறீர்கள் நீங்கள்?

பணத்தைப் பற்றி ஏற்கனவே நாம் பேசிவிட்டோம். பின்புலத்தைப் பற்றிப் பார்த்தால், நான் சினிமா நடிகன் அல்ல, என்னோடு சேர்ந்தவர்கள் சினிமா நடிகர்கள் அல்ல.

இங்குள்ள மக்கள் மத்தியில் நீங்கள் கதாநாயகன்தான் . . . அதில் மாற்றுக் கருத்து இல்லை!

நாங்கள் பார்ப்பதற்குக் கூட அழகாக இல்லை. கறுப்பா, முடியும் தாடியுமாகத்தான் இருக்கிறோம். பிச்சைக்காரன் மாதிரி இருக்கிறோம். எங்களுக்கு எந்த அரசியல் பின்புலமும் கிடையாது. நாங்கள் பெரிய மத்திய அமைச்சர்களுடைய குழந்தைகள் அல்ல. எங்கள் தாய் தந்தையர் பிரதமரோ முதல் அமைச்சரோ கிடையாது. நாங்கள் உண்மையைச் சொல்லுகிறோம், நன்மையைச் செய்கிறோம். மக்களோடு மக்களாக வந்து அவர்களோடு இருந்து, அவர்கள் சொல்லுகிற வேலையைச் செய்கிறோம். இதுதான் எங்கள் வெற்றியின் அடிப்படையே தவிர, இந்த மாதிரியான மத்திய அமைச்சர்களும் காங்கிரஸ்காரர்களும் மக்களிடம் திருடி வெளிநாடுகளில் வங்கிகளிலே ஒளித்துவைத்துப் பயந்து ஒளிந்து பதுங்கி வாழ்வது போல் நாங்கள் வாழவில்லை. நாம் பணப் பிரச்சினையை ஏற்கனவே பேசியிருக்கிறோம். பிரதமர் அவர்கள் இந்த குற்றசாட்டை, கத்துக்குட்டி அமைச்சர்கள் கூறுகிற குற்றசாட்டை ஏற்றுகொண்டு சொன்னபோது, நான் சென்னையிலே பத்திரிகையாளர் நண்பர்கள் மத்தியில் சொன்னேன், இந்தக் குற்றசாட்டு நிரூபிக்கப்பட்டால் நான் தூக்குத் தண்டனையை ஏற்பதற்குத் தயார் என்று. இப்போது உங்கள் ஊடகம் வழியாக உங்களுடைய நிகழ்ச்சி வழியாக நான் சொல்கிறேன் நான் எந்த வெளிநாட்டிடம் இருந்தோ, எந்த வெளிநாட்டு நிறுவனத்திடம் இருந்தோ, அல்லது இந்தியாவிலே உள்ள தொண்டு நிறுவனத்திடம் இருந்தோ, 1 ரூபாய் வாங்கியிருப்பதாக நிரூபிக்கப்பட்டால், நான் தூக்குத் தண்டனை ஏற்பதற்குத் தயாராக இருக்கிறேன்.

சரி. அப்படியென்றால் இந்தப் போராட்டச் செலவிற்கு என்ன செய்றீங்க?

காந்திய முறையைத் தெரிந்தவர்கள் இதைப் பற்றிக் கொஞ்சம் சிந்தித்துப் பார்த்தால் தெரியும். எளிய, இனிய வாழ்க்கை வாழ்கிறோம். நாங்கள் அநாவசியமாக ஆர்ப்பாட்டமாக கட் அவுட்டுகள் வைப்பதோ, மின் கோபுரங்கள் அமைப்பதோ கிடையாது. போராட்டத்திற்கு வருகிறவர்களுக்கு வெறும் தண்ணீர் மட்டும் கொடுக்கிறோம். ஒரு டீ கூட கொடுப்பது கிடையாது. இந்தப் போராட்டத்திற்கு வருகிற, கடந்த ஓரிரு வாரங்களாக மக்கள் அவரவர் வீடுகளை விட்டுவிட்டு இங்கே வந்து இருப்பதால், உணவு சமைத்து, கஞ்சி – சாதாரணக் கஞ்சி – கொடுக்கிறோம். அதுபோல வெஜிடபிள் பிரியாணி மாதிரியான எளிய உணவு கொடுக்கிறோம். அதுகூட

இன்றைக்கெல்லாம் கிடையாது. காரணம் அந்தக் காலகட்டம் எல்லாம் முடிந்துவிட்டது.

இன்றைக்கு வெறும் தண்ணீர் மட்டும்தான். நீங்கள் வந்து இவ்வளவு நேரம் ஆகிவிட்டது. உங்களுக்குக் கூட நாங்கள் ஒரு கப் டீ கொடுத்து கிடையாது. நாங்கள் வெளியே அதிகமாகச் சுற்றுவது கிடையாது. 5 நட்சத்திர ஹோட்டலிலே தங்குவது கிடையாது. சொத்துகள் வாங்குவது கிடையாது. எங்களுக்குப் பணத்தேவையும் குறைவு. வருகிற பணம் எங்கிருந்து வருகிறது? எங்களுடைய மீனவத் தோழர்கள் 10 நாட்களுக்கு ஒருமுறை அவர்களுடைய சம்பாத்தியத்திலே, வருமானத்திலே 10% எங்களுக்குத் தருகிறார்கள். பீடி சுற்றுகிற பெண்கள் நன்கொடை தருகிறார்கள். கடைகள் நடத்துகிற நண்பர்கள், கூடங்குளம், வைராவி கிணறு போன்ற பகுதிகளிலே கடைகள் நடத்துகிற நண்பர்கள் நன்கொடை தருகிறார்கள். நன்கொடையை வைத்துத் தான் நாங்கள் நடத்திக்கொண்டிருக்கிறோமே தவிர, யாரிடமும் கட்டாய வசூல் கிடையாது, நாங்கள் யாரையும் கட்டாயப் படுத்திப் பணம் வசூலிப்பதுமில்லை; சம்பாதிப்பதும் இல்லை.

ஆரம்பத்திலே தமிழக முதல்வர் உங்களுக்கு ஆதரவான மனநிலை யில் இருந்த மாதிரி இருந்தது. பிறகு அந்த மனநிலையில் மாற்றம் ஏற்பட்டிருக்கிறது. இந்த மாற்றத்திற்கு என்ன காரணம் என்று நினைக்கிறீர்கள்? அணுமின் நிலைய அவசியத்தை அவர்கள் புரிந்து கொண்டார்கள். அப்படி ஒரு கருத்து உள்ளது.

தமிழக முதல்வர் மீது நான் மிகுந்த மரியாதை வைத்திருக் கிறேன். அவர் 2007ஆம் ஆண்டு "USS நிமிட்ஸ்" என்ற கப்பல் சென்னைக்கு வந்தபோது அதை எதிர்த்தார்கள். இந்திய – அமெரிக்க அணுசக்தி ஒப்பந்தத்தைக் கடுமையாகச் சாடினார். நமது எம்.ஜி.ஆர் இதழிலே பல கட்டுரைகள் எழுதினார். நாங்கள் போன வருடம் செப்டம்பர் மாதம் சந்தித்த போது கிட்டத்தட்ட 45 நிமிடங்கள் என்னுடைய முகத்தைப் பார்த்து அருமையான ஆங்கிலத்திலே அற்புதமாகப் பேசினார். அவர் நடிக்கவில்லை, அவர் பொய் பேசவில்லை என்பது அவருடைய உடல் மொழியிலிருந்து அவருடைய வார்த்தைகளிலிருந்து எனக்கு நன்றாகத் தெரிந்தது. அவர் அணுசக்திக்கு எதிரானவர் என்பது எனக்கு முழுக்க எந்தவிதமான சந்தேகமும் இன்றித் தெரிந்தது. ஆனால் அவருக்கும் சில நிர்ப்பந்தங்கள் வந்திருக்கக் கூடும். அவர் ஒரு மாநிலத்தின் முதல்வர், இந்தியாவுடைய பிரதமர் அல்ல. அவருக்கு மேலே இருந்து நிர்ப்பந்தங்கள் வந்திருக்கலாம். அப்படிப் பயப்படக் கூடியவர் அல்ல அவர். யாரும் மிரட்டி அவரைப் பணிய வைக்க முடியாது. ஆனால்

காங்கிரஸ் அரசு என்ன செய்தது, என்ன சொன்னது என்று எனக்குத் தெரியாது. அல்லது, அமெரிக்க ஏகாதிபத்தியம் அவரை மிரட்டி பணியவைத்ததா என்பதும் எனக்குத் தெரியாது. இன்றையச் சூழலிலே அடுத்த நாடாளுமன்றத் தேர்தலிலே முக்கியமான காங்கிரஸ், பிஜேபி கட்சிகளுக்குப் பெரும்பான்மை நிச்சயமாகக் கிடைக்காது. அந்தச் சூழலிலே பிராந்திய கட்சிகள் ஆட்சிக்கு வருவதற்கு வாய்ப்புள்ளது. இன்றைக்கு முலாயம் சிங்கோ, நரேந்திர மோடியோ, மம்தா பானர்ஜியோ, மாயாவதியோ அமெரிக்காவின் ஆதரவைப் பெற முடியாது, தெளிவான காரணங்களுக்காக. அந்தச் சூழ்நிலையிலே செல்வி. ஜெயலலிதா அவர்களை பிரதமர் ஆக்குவதற்கு முயற்சி செய்யலாம். அப்படி வரும்போது இந்த அணுசக்தித் திட்டத்தைக் கைவிடக் கூடாது என்று நிர்ப்பந்தித்திருக்கலாம். அல்லது அணுசக்தித் துறையை எதிர்த்துக் கொண்டு ஒருவர் பிரதமர் ஆக முடியாது என்பதுதான் இன்றைய சூழ்நிலை. என்னுடைய ஊகம், தேசிய அரசியல் சூழலால், சர்வதேச அரசியல் சூழலால் அந்த நிலைப்பாடு மாறி இருக்கக் கூடும். ஆனால் முதல்வர் மீண்டும் அந்தச் சூழல்களை மீறி, மக்களுக்காக நிற்க வேண்டும் என்ற பணிவான வேண்டுகோளையும் நான் இங்கே வைக்கக் கடமைப்பட்டிருக்கிறேன்.

மக்கள் பிரச்சனைகளை முன்வைத்து போராடுகிற Communist-கள் கூட, இந்தத் திட்டத்தை ஆதரிக்கிறார்கள். உங்களுடைய போராட்டத்தை எதிர்க்கிறார்கள். பிரகாஷ் காரத் போன்றவர்கள் ஜைத்தாபூரில் உள்ள அணுமின் நிலையத்திற்கு எதிர்ப்பு தெரிவிக்கிறார்கள். இங்குள்ள கூடங்குளம் அணுமின் நிலையத்திற்கு ஆதரவு தெரிவிக்கிறார்கள். இது ஒரு வித்தியாசமான முரண்பாடாக இருக்கிறது.

பொதுவுடைமைக் கட்சிகள் குழப்பத்தின் உச்சத்திலே இருக்கிறார்கள். இந்த மின்சாரப் பிரச்சினை மட்டுமல்ல, உலகமயமாதல், தனியார்மயமாதல், தாராளமயமாதல் இப்படி எந்தப் பிரச்சினையிலும் அவர்களுக்கு ஒரு நிலைப்பாடு எடுக்க முடியவில்லை. அதுதான் உண்மை. முக்கியமான பொதுவுடைமைக் கட்சிகள் இரண்டுமே மிகப் பெரிய குழப்பத்தில் இருக்கின்றன. இப்போது கேரளத்தை எடுத்துக்கொண்டால், இந்திய பொதுவுடைமைக் கட்சி, CPI-எங்களை ஆதரிக்கிறது, கூடங்குளத்தை எதிர்க்கிறது. ஆனால் இங்குள்ள CPI நண்பர் தா. பாண்டியன் அவர்கள் வாய்க்கு வந்தபடி ஏதேதோ பேசிக்கொண்டிருக்கிறார். ஆனால் அந்தக் கட்சியிலே உள்ள நல்லகண்ணு ஐயா, தோழர் மகேந்திரன் எங்களுக்கு ஆதரவாகப் பேசிக்கொண்டிருக்கிறார்கள். நீங்கள்

சொன்னது போல, ஜைத்தாபூரை இவர்கள் எல்லோருமாக சேர்ந்து எதிர்க்கிறார்கள், கூடங்குளத்தை ஆதரிக்கிறார்கள். இப்படி களியக்காவிளைக்கு இந்தப் பக்கம் ஒரு நிலை. களியக்காவிளைக்கு அந்தப் பக்கம் இன்னொரு நிலையென்று அவர்கள் குழம்பிப் போய் இருக்கிறார்கள். உழைக்கும் மக்களுக்காக உழைப்பதுதான் பொதுவுடைமைக் கட்சியின் சித்தாந்தம் என்றால் இந்த மாதிரி குழப்பங்கள் ஏற்படத் தேவையேயில்லை. ஆனால் இன்றைக்குப் பொதுவுடைமைக் கட்சியின் *MLA*-க்களே கிரானைட் கொள்ளையிலும் கொலை செய்வதிலும் ஈடுபட்டிருக்கும்போது இந்த மாதிரி குழப்பம் வருவது தவிர்க்க முடியாதது.

அண்மையில் கூட ஓர் அசாதாரணமான சூழல் நிலவியது. அதாவது காவல்துறை தடியடி, கண்ணீர்ப் புகை குண்டு வீச்சுகள். இதற்கு முக்கியக் காரணமே, போராட்டக்காரர்கள் அத்துமீறல், போராட்டக்காரர்கள் எல்லை தாண்டும் போது, காவல்துறை வேடிக்கை பார்க்குமா?

முழுக்க முழுக்கத் தவறான கேள்வி. 423 நாட்களாக நாங்கள் போராடிக்கொண்டிருக்கிறோம். எத்தனை பேருந்துகளை எரித்தோம்? எந்தெந்த அரசு கட்டிடங்களைக் கொளுத்தினோம். யார் யாரைச் சிறை பிடித்தோம்? எந்த அதிகாரிகளைக் கொலை செய்தோம்? கிடையவே கிடையாது. மிகவும் கட்டுக் கோப்பாக . . . அன்றைய தினம் செப்டம்பர் 9ஆம் தேதி நாங்கள் முற்றுகைப் போராட்டம் என்று அறிவித்தோம். எந்த நிலையில் அறிவித்தோம்? எங்கள் உணர்வுகளைமீறி கூடங்குளம் அணுமின் நிலையத்தில் எரிபொருளை நிரப்புகிறோம் என்று சொன்னபோது, இன்னும் நாம் காந்தியப் போராட்டமாக ஊருக்குள்ளே அடங்கி இருக்கக் கூடாது. நமது எதிர்ப்பைத் தெரிவிக்க வேண்டும் என்ற அடிப்படையிலேதான் நாங்கள் முற்றுகைப் போராட்டத்தை அறிவித்தோம். மார்ச் 19ஆம் தேதியில் இருந்து நாங்கள் அந்த மாதிரியான போராட்டத்தில் ஈடுபடவில்லை. 9ஆம் தேதி நாங்கள் ஊருக்கு வெளியே வருவோம். காவல்துறையை எதிர்கொள்ள வேண்டியது வரும். 400 நாட்களுக்கு மேலாகப் போராடிக்கொண்டிருக்கிற மக்கள் கோபமாக இருக்கிறார்கள், சோர்வடைந்து இருக்கிறார்கள் மிகுந்த அழுத்தங்களுக்குள்ளாகி இருக்கிறார்கள். இந்த அழுத்தமிக்க, கோபமிக்க மக்களும், அடித்து நொறுக்கிவிடவேண்டும் என்று துடித்துக்கொண்டிருக்கிற காவல்துறையும் நேருக்கு நேர் மோதினால் நிலைமை கட்டுக்கு மீறிப் போகும். எனவே மிகவும் கஷ்டப்பட்டு, திட்டமிட்டு சிந்தித்துச் சாலை வழியாகப் போக வேண்டாம் என்று கடைசித்

தருணத்திலே நாங்கள் போராட்டத்தின் வியூகத்தை மாற்றி எங்கள் கிராமத்தின் இன்னொரு பகுதியான கடலோரத்தில் அணுமின் நிலையத்திலிருந்து 500 முதல் 700 மீட்டர் இடைவெளி விட்டு நாங்கள் அமர்ந்திருந்தோம். அப்போது காவல்துறை எங்களை எதிர்நோக்கி, சாலையிலே 3கி.மீ அந்தப் பக்கம் நின்றுகொண்டிருந்தார்கள். நாங்கள் நினைத்திருந்தால் அன்றைக்கே அணுமின் நிலையத்தினுடைய வளாகச் சுவருக்கே போயிருக்க முடியும். நாங்கள் போகவில்லை. பொறுப்போடு கட்டுப்பாடோடு நடந்துகொண்டோம். நாங்கள் ஒரு பந்தல்கூடப் போடவில்லை. அந்த வெயிலிலே குழந்தைகளை எல்லாம் வைத்துக்கொண்டு நாங்கள் உட்கார்ந்திருந்தோம். குடிக்கத் தண்ணீர்கூட எங்களுக்குக் கிடையாது. காவல்துறை அதற்கு பிறகு ஓரிரு மணி நேரம் கழித்துத் தான் வருகிறார்கள். அந்த நிலையிலும்கூட எங்கள் மக்கள் காவல்துறையினரிடம் நண்பர்கள் போல் பேசிக்கொண்டிருந்தார்கள். பிரச்சினை எப்போது ஆரம்பமாகியது? அடுத்த நாள், காலை, காவல்துறையுடைய தடியடி நடத்தப்பட்ட பிறகுதான் நிலைமை கட்டுக்கு அடங்காமல் போனது.

தடியடி நடத்துவதற்கு முன்னதாக உங்களுடைய போராட்டக்காரர்கள் அவர்களுடைய செருப்புகளைக் கழற்றி வீசியது, மண்ணை வாரி காவல்துறை மீது வீசியது?

அப்படியானால் 9ஆம் தேதியே நாங்கள் மண்ணை வாரி வீசியிருக்கணுமே? ஏன் செய்யவில்லை? 9ஆம் தேதி நாங்கள் ஒரு வலுவான கட்டத்தில் இருக்கும் போது...

காலணி வீசியது... நடந்ததா இல்லையா?

நடந்தது. தடியடி நடத்திய பிறகுதான் அது நடந்தது. திருநெல்வேலி மாவட்ட காவல்துறைக் கண்காணிப்பாளர் திரு. விஜயேந்திர பிதாரி அவர்கள், காவல்துறை தடியடியைத் தொடங்கிய பிறகு தான், எங்கள் மக்கள் இதற்கு மேல் நாம் சும்மா இருக்கக் கூடாது என்று அதுவும்கூட அதிகாரிகளைத் தாக்கவில்லை. தடுக்கதான் செய்தார்கள். எங்களைப் பற்றிச் சொன்னார்கள். நாட்டு வெடிகுண்டு வைத்திருக்கிறார்கள், அரிவாள் வைத்திருக்கிறார்கள். நாங்கள் என்ன வைத்திருந்தோம்? எங்கள் மக்கள் வெறும் கைகளோடு மண்ணை வாரி எறிந்தார்களே தவிர எந்த வெடிகுண்டும் வெடிக்கவில்லை. எந்த அரிவாளையும் எடுத்து நாங்கள் யாரையும் வெட்டவில்லை... காவல்துறை என்ன செய்தது? 20-க்கும் மேற்பட்ட படகுகளை வெட்டி வீழ்த்தினார்கள் இருசக்கர வாகனங்களை அடித்து

நொறுக்கினார்கள். ஊடக நண்பர்களுடைய கேமராக்களை அடித்து உடைத்து அவர்களை கடலுக்குள்ளே தள்ளினார்கள். அங்கே நடந்தது காவல்துறை அல்ல, அங்கு ஒரு காட்டுதர்பார் நடந்தது. ஊடகங்களே இதைப் பதிவுசெய்திருக்கின்றன.

இந்தப் பிரச்சினைக்கு பிறகு காவல்துறையால் தேடப்படும் சூழ்நிலை வரும்போது, உதயகுமார் வந்து காவல் நிலையத்தில் (சரணடையும் வார்த்தையை நீங்கள் பயன்படுத்த மாட்டேன் என்று சொன்னீர்கள்) ஆஜர் ஆவதாகச் சொன்னபோது, பரபரப்பாக எல்லா ஊடகங்களும் உங்களை நோக்கி வந்தது. திடீரென்று ஒரு மாற்றம். ஏன் காவல் நிலையத்தில் நீங்கள் ஆஜர் ஆகவில்லை. இவ்வளவு போராட்டங்களை முன்னெடுக்கும் உதயகுமார் காவல்துறையில் சரணடைவது அல்லது காவல்நிலையத்தில் ஆஜர் ஆவதற்கு அவர் பயப்படுகிறார்; பயந்த மனோநிலையால் அவர் காவல்துறையை எதிர்நோக்க பயப்படுகிறார் என்று சொல்லப்படுகிற குற்றசாட்டை எப்படி நீங்கள் பார்க்கின்றீர்கள்?

திருவள்ளுவர் சொல்லுகிறார் அஞ்சுவது அஞ்சாமை பேதமை; அஞ்சுவது அஞ்சல் அறிவார் தொழில். அஞ்ச வேண்டியதைப் பார்த்து அஞ்சித் தான் ஆகவேண்டும். இவ்வளவு பெரிய இந்த முரட்டுத்தனமான தாக்குதலுக்கு பிறகு அவர்கள் எங்களைச் சுட்டுப்பிடிப்பதற்கு உத்தரவு என்றுகூடச் சொன்னார்கள் பத்திரிகைகளிலே. அப்படி என்று வரும்போது, இந்தப் போராட்டத்தைப் பற்றி நாங்கள் பார்க்க வேண்டும், இந்த மக்களை வழிநடத்த வேண்டும், எங்கள் உயிர்களை நாங்கள் பாதுகாக்க வேண்டும். உயிருக்கு உத்திரவாதம் இல்லை. அந்த மாதிரியான சூழ்நிலையில்தான் கைதாக வேண்டாம் என்று முடிவெடுத்தோம். இதன் பின்னணியை நான் சொல்லுகிறேன். செப்டம்பர் மாதம் 10ஆம் தேதி கூடங்குளம் வைராவிகிணறு கிராமங்கள் அடித்து நொறுக்கப்பட்டன. பெண்கள் சித்திரவதைக்குள்ளாக்கப்பட்டார்கள். ஆண்கள் உயிருக்கு அஞ்சி ஓடினார்கள். இந்தச் சூழ்நிலையிலே அடுத்த நாள் காலை, 11ஆம் தேதி காலை, இடிந்தகரைக்குள்ளே ஐந்து காவல்துறை அதிகாரிகளைப் பிடித்து வைத்திருக்கிறார்கள், அவர்களை மீட்டெடுக்க நாங்கள் வருகிறோம் என்ற செய்தியை உளவுத்துறை மூலம் கசிய விட்டார்கள். கூடங்குளமும் வைராவிகிணறும் ஒழிக்கப்பட்டது போல எங்கள் ஊரான இடிந்தகரையும் பாதிக்கப்பட்டுவிடக் கூடாது. எங்களை ஓராண்டுக்கும் மேலாக, கண்போல காத்திருக்கிற மக்கள் இந்த காவல்துறை கையிலே சிக்கிவிடக் கூடாது என்கிற அடிப்படையிலேதான், நாங்கள் வந்து விடுகிறோம், எங்கள் மக்களை விட்டுவிடுங்கள் என்று அறிவிப்பு கொடுத்தோம். எங்களுடைய பெண்கள்,

இளைஞர்கள், ஊர் மக்கள் அனைவரும் எக்காரணம் கொண்டும் நீங்கள் கைதாகக் கூடாது. கைதானால் நாங்கள் தீக்குளித்து சாவோம் என்று சொல்லி, மிரட்டல் வந்தது. அந்த நேரத்தில் இளைஞர்கள் எங்களைக் குண்டுகட்டாகத் தூக்கிக் கொண்டு போய் எக்காரணம் கொண்டும் சரணடைய விடமாட்டோம் என்று சொன்னார்கள். நாங்கள் சரணடைவது கைதாவது என்ற முடிவுக்கு வந்தது காவல்துறைக்குப் பயந்து அல்ல, உயிரைக் கண்டு அஞ்சியும் அல்ல. எங்கள் மக்களைக் காப்பாற்ற வேண்டும் என்ற தார்மீக பொறுப்பு எங்களுக்கு இருந்தது. பிறகு இந்தத் தலைவர்களும் மக்களும் சொன்னபோது நிலைமையை மாற்றிக் கொண்டோம்.

திரு. உதயகுமார் அவர்கள் MP கனவில் இருக்கிறார். புதிதாகக் கட்சி தொடங்கப் போகிறார் என்றெல்லாம் பேச்சு இருக்கிறதே? நீங்கள் என்ன சொல்லுகிறீர்கள்?

எனக்கு MP பதவியும் வேண்டாம், MLA பதவியும் வேண்டாம், ஒரு பதவியும் வேண்டாம். போராட்டத்தில் நாங்கள் வெற்றி பெற வேண்டும். தமிழகம் வாழ்வாங்கு வாழவேண்டும். இந்தியா வாழ்வாங்கு வாழவேண்டும். எங்கள் சந்ததிகள் இந்த மண்ணிலே, கடலிலே தின்று விளையாடி இன்புற்றிருந்து வாழவேண்டும்.

எப்படிக் கைதாக நினைக்கும்போது மக்கள் எல்லாம் சேர்ந்து கைதாக வேண்டாம் என்று கேட்டுக்கொண்டதற்கு இணங்க நீங்கள் கைதாகவில்லையோ அதே மாதிரியாக உங்கள் பகுதி மக்கள், நீங்கள் MP ஆகவேண்டும் MLA ஆகவேண்டும். என்று ஆசையை உங்கள் முன் வைத்தால் . . ?

அந்த மக்களிடம் தெளிவாகச் சொல்லி விடுவோம். நாங்கள் இப்போது அனுபவிக்கிற பதவியே எங்களுக்குத் தாராளமாகப் போதும். மக்களுடைய நம்பிக்கையைப் பெற்று அவர்களுடைய குடும்பங்களிலே ஓர் அங்கத்தினராய் இருக்கிற இந்தப் பதவி எங்களுக்கு போதும், வேறு எந்த பதவியும் வேண்டாம். ஆனால் அரசியலிலே இருப்போம். மக்கள் பணி செய்வோம். இதுபோன்ற இயற்கையை பாதுகாக்கிற எதிர்காலத்தைப் பாதுகாக்கிற பணியை தொடர்ந்து செய்வோம். பதவிகளுக்காக, பணத்திற்காக, புகழுக்காக நாங்கள் விழ மாட்டோம்.

இதற்குக் காலம் பதில் சொல்லும். இன்னும் ஒரு கேள்வி தனிப்பட்ட முறையில் . . . இந்தப் போராட்டத்தில் இருக்கிறீர்கள். உங்கள் குடும்பத்தைப் பிரிந்து இருக்கிறீர்கள். நீங்கள் ஓர் இடம், அவர்கள் ஓர் இடம். உங்கள் மனைவி அவர்கள் எப்படி உங்கள் போராட்டத்திற்கு ஆதரவு தெரிவிக்கிறார்கள்? உங்கள் பிள்ளைகள்.

என்ன இருந்தாலும் பிள்ளைகள். அச்ச உணர்வோடு இருப்பார்கள். உங்கள் பிள்ளைகள் எப்படி இருக்கிறார்கள்?

இந்தப் போராட்டம் உச்சக்கட்டத்திலே இருந்தபோது செப்டம்பர் 10ஆம் தேதி காவல்துறையின் அடக்குமுறைக்கு பிறகு மனைவியும் குழந்தைகளும் வந்திருந்தார்கள். என்னுடைய மனைவி தைரியமான பெண். தலைமைத்துவம் உடையவர். அவர் இதைப் பற்றிக் கவலைப்படவில்லை என்று சொல்ல முடியாது. ஆனால் எதையும் எதிர்கொள்ளும் மனப்பக்குவம் உடைய பெண். குடும்பத்தை அவர்தான் நடத்திக்கொண்டு வருகிறார். குழந்தைகள் நிச்சயமாக அச்ச உணர்வில் தான் இருக்கிறார்கள். போனமுறை என்னை வந்து பார்த்தபோது என்னுடைய மூத்த மகன் "காவல்துறையிடம் நீங்கள் பிடிப்பட்டால், உங்களை விசாரிப்பார்களா?" என்று கேட்டான். நான் "ஆமாம். விசாரிப்பார்கள், கேள்விகள் கேட்பார்கள்" என்று சொன்னேன். "அடிப்பார்களா?" என்றான். "அப்பா எந்தத் தவறும் செய்யவில்லை. அடிக்க வேண்டியத் தேவையில்லை; அடிக்க மாட்டார்கள், கேள்விகள் கேட்பார்கள், உண்மையைச் சொன்னால் பிரச்சினை இல்லை" என்று சொன்னேன். "அப்படியில்லை, அடிப்பார்கள் என்று சொல்லுகிறார்கள். உங்களைக் கொன்றுவிடுவார்கள் என்று சொல்லுகிறார்கள்" என்று சொல்லிவிட்டு அவனுடைய கண்கள் பனித்தன. "எனக்கு நீங்கள் வேண்டும்" என்று என்னைக் கட்டிப் பிடித்தான். போராட்டத்திற்கு வந்தபிறகு எந்த நிலையிலும் கலங்காது இருந்த நான் அந்த நேரத்திலே சற்று நிலைகுலைந்து போனேன். ஆனால் உடனடியாக என்னுடைய முகத்தைத் திருப்பிக்கொண்டு, நான் கலங்குவதை அவன் பார்க்கக் கூடாது என்று திரும்பிக் கொண்டேன். அவன் நீண்ட தூரம் என்னைத் திரும்பிப் பார்த்துக் கையசைத்தவாறே வண்டியில் சென்றது என் மனதைவிட்டு அகலவில்லை.

ரொம்ப நன்றி. இவ்வளவு நேரமாக ஓர் இக்கட்டான சூழ்நிலையிலும் எங்களுக்கு நேரம் ஒதுக்கி நிகழ்ச்சியில் பங்கெடுத்தமைக்கு, பாலிமர் தொலைக்காட்சி நேயர்கள் சார்பாகவும், நிர்வாகம் சார்பாகவும் நெஞ்சார்ந்த நன்றியைத் தெரிவித்து கொள்கிறேன். அதே நேரத்தில் உங்கள் போராட்டம் வெற்றி பெறவும் வாழ்த்துகிறேன்.

சந்திப்பு: கண்ணன்

பாலிமர் (தொலைக்காட்சி), அக்டோபர் 14, 2012

நிலத்தை இயற்கையை எளியவர்களைக் காக்கும் போராட்டம்

தம் வாழ்வாதாரங்களைப் பாதுகாத்துக் கொள்வதற்கான கூடங்குளம் அணு உலைக் கெதிரான மக்கள் போராட்டம் தற்போது முக்கியமானதொரு கட்டத்தை எட்டியிருக்கிறது. அரசின் அடக்குமுறையை மீறி கடந்த ஒரு வருடத்திற்கும் மேலாக விடாப்பிடியான அறவழிப் போராட்டத்தில் ஈடுபட்டிருக்கும் மக்கள் மீதும் போராட்டக் குழு ஒருங்கிணைப்பாளர் சுப. உதயகுமார் மீதும் அரசும் ஊடகங்களும் கட்டவிழ்த்து விட்டிருக்கும் அவதூறுகள் நம் காலத்தின் அசாதாரணமானதொரு மக்கள் போராட்டத்தை மிக அநாகரிகமான முறையில் இழிவுபடுத்துபவை. அணு மின்நிலையங்களின் அபாயம் தொடர்பாக ஏற்கனவே நிறுவப்பட்ட உண்மைகளைக் கொஞ்சமும் வெட்கமில்லாமல் மூடிமறைத்து, இப்போராட்டத்திற்கு மக்கள் அளித்துவரும் தார்மீக ஆதரவைக் குலைத்துப் போராட்டக்காரர்களைத் தனிமைப்படுத்தும் தந்திரமான நடவடிக்கைகளில் ஈடுபட்டுள்ளது அரசு. போராட்டக் குழு எழுப்பியுள்ள கேள்வி களுக்குப் பதிலளிக்க முடியாத அரசு வளர்ச்சி என்னும் பெயரால் மக்களின் வாழ்வாதாரத்தைப் பணயம் வைத்தாவது இந்தத் திட்டத்தை நிறைவேற்ற முயல்கிறது. போராடும் மக்கள்மீது தேசத் துரோகம் உள்ளிட்ட பல்வேறு கடினமான பிரிவுகளில் வழக்குகள் பதிவுசெய்யப்பட்டுள்ளன. போராட்டக்குழுவினருக்கு அந்நிய நாடுகளி லிருந்து நிதி அளிக்கப்படுவதாகவும் ஒரு

பிரச்சாரத்தைக் கட்ட விழ்த்துவிட்டுள்ள அரசு, போராட்டக் குழு ஒருங்கிணைப்பாளர் சுப. உதயகுமாரைப் பற்றித் தனிப்பட்ட முறையில் இழிவுபடுத்தவும் தயங்கவில்லை. அவரது வீடு சோதனையிடப்பட்டது. குடும்பத்தினர் அச்சுறுத்தப்பட்டனர். அவர் மனைவி மீராவுடன் இணைந்து நடத்தும் பள்ளி நாசகார சக்திகளால் இடிக்கப்பட்டது.

இடிந்தகரை மக்களும் காவல் துறையினரால் முற்றுகையிடப்பட்டுள்ளார்கள். ஆனால் போராடும் மக்கள் தம் நிதானத்தை இழக்காமல், எதிர்ப்பாளர்களின் ஆத்திரமூட்டும் நடவடிக்கைகளுக்கு இரையாகாமல் தொடர்ந்து அறவழியில் போராட்டங்களைத் தொடர்வதன் மூலம் தமது முதிர்ச்சியை வெளிப்படுத்தியிருக்கிறார்கள்.

போராட்டக் களத்தில் இருக்கும் மக்களையும் அவர்களோடு அவர்களில் ஒருவராக வாழும் போராட்டக்குழு ஒருங்கிணைப்பாளர் சுப. உதயகுமாரையும் கடந்த 30.09.2012 அன்று இடிந்தகரையில் காலச்சுவடு பொறுப்பாசிரியர் தேவிபாரதி, ஆசிரியர் குழுவைச் சேர்ந்த ஸ்டாலின் ராஜாங்கம், உதவியாசிரியர்கள் செல்லப்பா, மண்குதிரை ஆகியோர் கொண்ட குழு சந்தித்து நீண்ட உரையாடலை நிகழ்த்தியது. அந்த மக்களில் ஒருவராக அவர்களோடு வாழும் உதயகுமார் மிக இயல்பாகவும் எளிமையாகவும் எங்களுடன் பேசினார். போராட்டம் குறித்தும் அவரது பின்னணி குறித்தும் எங்கள் குழுவினர் எழுப்பிய கேள்விகளை அனுபவங்கள் சார்ந்து எதிர்கொண்டவிதத்தில் தென்பட்ட நிதானம் வியப்பூட்டக் கூடிய அளவில் இருந்தது. அவர் ஒரு போராளி. அதே சமயத்தில் வாழ்வையும் மனிதர்களையும் இப்புவியையும் ஆழமாக நேசிப்பவர், எதிர்காலத்தின் மீது அவநம்பிக்கைகளை உருவாக்கும் தத்துவத் தேடல்களோ கோட்பாடு சார்ந்த சிக்கல்களோ அற்ற மிக அபூர்வமான ஒரு போராளி. மக்கள் மீது முழு நம்பிக்கை வைத்து அந்நம்பிக்கை காரணம் மக்களால் மிக அதிகமாக நேசிக்கப்படு கிறார். ஒரு போராளிக்கு இயல்பானவையாய் இருக்க வேண்டியவை இக்குணங்கள். இப்போது அரியவையாக மாறிவிட்டன.

கூடங்குளம் மக்களின் போராட்டம் நெருக்கடியான கட்டத்தை அடைந்திருக்கும் இத்தருணத்தில் உதயகுமாரருடன் ஆசிரியர்குழு நடத்திய நீண்ட உரையாடல்களின் சில பகுதிகள் இங்கே இடம்பெறுகின்றன.

பொறுப்பாசிரியர்

கூடங்குளம் அணு உலைக்கெதிரான மக்கள் போராட்டம் ஏறக்குறைய ஓராண்டுக்கும் மேலாக நடைபெற்றுக் கொண்டிருக்கிறது. மக்கள் உறுதியுடனும் துணிவுடனும் பங்கேற்று இந்தப் போராட்டத்தை

முன்னெடுத்துச் செல்கிறார்கள். போராட்டமும் பல்வேறு வடிவங்களில் தீவிரமடைந்துவருகிறது. அரசின் அடக்குமுறையும் அதே அளவு தீவிரமடைந்துள்ளது. போராட்டத்தின் இந்தக் கட்டத்தைப் பற்றி ஒரு போராளியாக அல்லது போராட்டக் குழுவின் ஒருங்கிணைப்பாளராக என்ன கருதுகிறீர்கள்?

மார்ச் 19 வரை ஆயிரக்கணக்கான மக்களின் பங்கேற்புடன் ஆர்ப்பாட்டம், பேரணி போன்ற போராட்ட வடிவங்களை முன்னெடுத்தோம். தமிழக அரசும் மதில்மேல் பூனையாக நின்று எங்களுக்கு ஒத்துழைத்தது. முழு ஆதரவு என்று சொல்ல முடியாவிட்டாலும் மறைமுக ஆதரவு இருந்தது. அதனால் அந்தக் கட்டம் ஓரளவு எளிதானதாக இருந்தது. எங்களுடைய அனைத்து வகையான போராட்டங்களையும் மாவட்டக் கண் காணிப்பாளரின் அனுமதி பெற்ற பின்னரே நடத்தினோம். ஒரு பக்கம் வாய்மொழியாக அனுமதி தந்து கொண்டே கடுமையான பிரிவுகளின் கீழ்ப் பல்வேறு வழக்குகளையும் காவல் துறை எங்கள்மீது பதிவுசெய்து கொண்டிருந்தது. எங்கள்மீது தேசத்துரோகக் குற்றம் சுமத்தப்பட்டது. மார்ச் 19க்குப் பின்னர் அரசு தனது நிலைப்பாட்டை மாற்றிக்கொண்டது. அது எங்களுக்கு நெருக்கடியை ஏற்படுத்தியது. அதற்குப் பிறகு போராட்டம் இக்கட்டான கட்டத்துக்குத் தள்ளப்பட்டுள்ளது. தோழர்கள் அனைவரும் கைதுசெய்யப்பட்டுச் சிறையில் அடைக்கப்பட்டிருந்தனர். அப்போதுதான் நாங்கள் காலவரையற்ற உண்ணாவிரதப் போராட்டத்தைத் தொடங்கினோம். மக்களை வெளியே அழைத்துக்கொண்டு போய்ப் போராட்டம் நடத்தும் சூழல் அப்போது இல்லை. கைதுசெய்வார்கள், தடியடி நடத்திக் கலைக்கப் பார்ப்பார்கள் என்னும் சூழலே இருந்தது. ஏற்கனவே மிக எளிதாக மக்கள் போராட்டங்களை அடக்கிவிட்டோம் என அப்போது அரசு வெற்றிவிழாவையே நடத்திவிட்டது. அமைச்சர்கள்கூட முதல்வரைப் பாராட்டினார்கள். எனவே நாங்கள் கட்டுக்கோப்பாக மக்களை ஓரிடத்தில் வைத்துப் பாதுகாக்கும் சூழ்நிலையில் இருந்தோம். எனவே எங்களது போராட்டம் உண்ணாவிரதம், தலைவர்களை அழைத்து வந்து இங்கேயே கூட்டம் நடத்துவது, மாநாடு போடுவது என்ற ரீதியில் இருந்தது. அந்தக் காலகட்டம் எங்களுக்கு மிக முக்கியமானதாக இருந்தது. ஏனெனில் உயர் நீதிமன்றத்தில் வழக்குகள் நடந்தபோது தகவல்கள் திரட்டுவது வழக்கறிஞர்களுக்கு ஆதாரங்களோடு உதவுவது போன்ற பணிகள் இருந்தன. எனவே அந்தக் காலகட்டத்தை நாங்கள் மிகவும் ஆற்றலுடன் பயன்படுத்தினோம். மக்கள் மத்தியில் பரப்புரை செய்யவும் தகவல் பரிமாற்றத்திற்கும் அந்தக் காலகட்டத்தைத் திறமையாகப் பயன்படுத்தினோம். மே

மாதம் நிறைய பெண்களைத் திரட்டி உண்ணாவிரதம் இருந்து ஒரு தாக்கத்தை உண்டுபண்ணலாம் என நினைத்தோம். ஆனால் யாரும் கண்டுகொள்ளவில்லை. அப்போது சென்னை, தில்லி போன்ற இடங்களில் உள்ள எங்கள் போராட்ட ஆதரவுக் குழுவினர் நீதிபதி ஏ. பி. ஷாவை அழைத்து நீதி விசாரணை போன்றவற்றை நடத்தினார்கள். இவை எல்லாம் மிகச் சிறப்பாக நடந்துகொண்டிருந்தன. பிறகு அணு உலைகளில் யுரேனியம் எரிபொருளை நிரப்பப்போவதாக நிர்வாகம் அறிவித்தபோது எங்களுக்கு மிகப் பெரிய நெருக்கடி ஏற்பட்டது. அப்போது நாங்கள் ஊருக்குள்ளேயே அமைதியாக இருக்கக் கூடாது, முடியாது என்னும் நிலைப்பாட்டை எடுத்தோம்.

இந்த நிலைப்பாட்டை எப்போது எடுத்தீர்கள்?

ஆகஸ்டில். ஆகஸ்ட் 30இல் உயர்நீதிமன்றத் தீர்ப்பு வந்தது. ஆனால் அதற்கு முன்னதாகவே இந்த நிலைப்பாட்டை எடுத்தோம். யுரேனியம் நிரப்புவதற்கு அணு சக்திக் கழகம் ஒரு வெள்ளிக்கிழமை ஒப்புதல் தந்தது. நாங்கள் உடனடியாக இக்கட்டுக்குள் தள்ளப்பட்டோம். அதற்கு எப்படியாவது எதிர்ப்பு தெரிவிக்க விரும்பினோம். ஏதாவது நடவடிக்கை எடுத்தாக வேண்டும் என்னும் சூழல் வந்தது. அப்போதும் எங்களுக்கு ஒரு வார அவகாசம் கிடைத்தது. சர்வதேச அணுசக்திக் கழகம் போன்ற இடங்களில் முறையிட்டோம். பின்னர் சமுதாயத் தலைவர்களை அழைத்துப் பேசினோம். நிலைமையை விளக்கினோம். எங்களுக்கு அப்போது இரண்டு வாய்ப்புகளே இருந்தன. ஒன்று பெயரளவில் ஒரு அறிக்கை அளித்துவிட்டு ஒதுங்கிவிடுவது. அதாவது நாங்கள் முடிந்த அளவு போராடினோம்; ஆனால் அரசு எங்கள் போராட்டங்களைக் கண்டுகொள்ள வில்லை எனச் சொல்லிவிட்டு ஒதுங்கிவிடுவது. அல்லது ஊருக்குள் இறங்கிப் பெரிய போராட்டமாக முன்னெடுப்பது. அது எப்படியும் முடியலாம். பெரிய கலவரம் வெடிக்கலாம். உயிரிழப்பு ஏற்படலாம். இந்த இரு முடிவுகளுக்கும் இடையில் என்ன செய்வது என்று தீர்மானிக்க வேண்டிய நிலையில் இருந்தோம். அப்போது சமநிலையாக ஒரு முடிவெடுத்தோம். என்னவெனில், வெளியே செல்வது, காவல் துறை தடுக்கும் இடத்தில் அமர்வது. முடிவு தெரியும்வரை அப்படியே உட்கார்ந்திருப்பது. இந்தத் திட்டத்திற்கு அனைவரும் ஒப்புக்கொண்டனர். ஒதுங்கிக் கொள்ளவும் கூடாது, போராட்டம் கலவரமாகவும் மாறிவிடக் கூடாது என்பதில் உறுதியாக இருந்தோம். எதிர்ப்பு அகிம்சை முறையில் இருக்க வேண்டும் என்று திட்டமிட்டோம். அதற்குச் சில எதிர்ப்புகள் கிளம்பின. மக்களை வெளியில் அழைத்துச்சென்றால் அவர்களைக் கட்டுப்படுத்த இயலாது.

மக்கள் ஒரு வருடத்திற்கும் மேலாகப் போராடி வருகிறார்கள். கோபத்தில் உள்ளார்கள். உணர்ச்சி வேகத்தில் வன்முறையில் இறங்கிவிடக் கூடாது. காவல் துறையும் பதற்றமடைந்திருக்கிறது. போராட்டம் காரணமாகக் கடந்த ஒரு வருடமாக இங்கேயே இருப்பது அவர்களுக்குக் கோபத்தை ஏற்படுத்தியிருக்கிறது. அவர்களும் கஷ்டப்படுகிறார்கள். இந்த நிலைமையில் எதுவும் மோதல் வந்துவிடக் கூடாது என்று நினைத்தோம். எனவே கொரில்லாப் போரில் பயன்படுத்தும் சில அம்சங்களை அகிம்சைப் போராட்டத்தில் பயன்படுத்துவது தவறு அல்ல என்று எண்ணினோம். மக்களைப் பாதுகாப்பதற்கு ஏதாவது செய்ய வேண்டுமென நினைத்தோம். கூடங்குளம் அணு மின்நிலைய நுழைவாயில் இங்கிருந்து ஆறு கிலோ மீட்டர் தொலைவில் உள்ளது. அங்கே செல்வதைவிடக் கடற்கரைப் பகுதியான இங்கேயே இருந்தால் அணு உலை அருகிலும் இருப்போம்; செய்தியும் எளிதாகப் பரவும் என்பதால் இங்கேயே இருக்க முடிவுசெய்தோம். காவல் துறையும் இருக்காது. எனவே மோதல் போக்கைத் தவிர்க்கலாம் என்பதால் கடற்கரையோரம் அமர்வது என்று முடிவுசெய்தோம். இந்தக் கட்டம் போராட்டத்தில் மிக முக்கியக் கட்டம். மத்திய மாநில அரசுகள் எதிராக இருக்கின்றன, மக்களைக் காக்க வேண்டிய கட்டாயம் இருக்கிறது. அறவழிப் போராட்டம் என்பதில் எக்காரணம் கொண்டும் சமரசம் கூடாது என்னும் நிலைப்பாட்டில் இருந்தோம். இப்படி எல்லா அம்சங்களையும் கணக்கிலெடுத்துக்கொண்டு செயல்படுவது சிரமமான விஷயமாக இருந்தபோதும் அதை நாங்கள் மிகவும் திறமையாகக் கையாண்டோம். அரசுதான் தோல்வியடைந்தது. அதற்குப் பின்னர் தமிழகம் முழுவதும் எங்களுக்கு ஆதரவு பெருகியுள்ளது. எங்களுக்காக மக்கள் போராடுகிறார்கள். இது இத்துடன் முடியப்போவதில்லை. மத்திய மாநில அரசுகள் இந்த மக்களை ஏறெடுத்தும் பார்க்கவில்லை. இது போன்ற சூழலில் பின்வாங்குவதற்கு வாய்ப்பு இல்லை.

அறவழிப் போராட்டம் என்ற கருத்தியல் உங்களுக்கு எப்படித் தோன்றியது? மீனவ மக்களை அறவழியில் போராடவைக்க முடியும் என எப்படி நம்பினீர்கள்? இந்தப் போராட்டம் எப்படிச் சாத்தியமானது?

நான் என்னைக் காந்தியவாதியாகப் பார்க்கிறேன். என்னுடைய தாயார் மதுரைக்கு அருகில் உள்ள கல்லுப்பட்டிக் காந்தி ஆசிரமத்தில் படித்தவர். நான் சிறுவனாக இருந்தபோது வீட்டில் மின்சாரம் கிடையாது. மாலை வேளைகளில் வீட்டில் குத்துவிளக்கு ஏற்றிவைத்து ரகுபதி ராகவ ராஜாராம் போன்ற பாடல்களைப் பாடச்சொல்வார் என் தாயார். நாங்கள் பாடுவோம். என் தந்தை அண்ணா, பெரியார்மீது ஈடுபாடு

கொண்டவர். ஆனால் அம்மாவின் தாக்கம்தான் எங்களிடம் அதிகம் இருந்தது.

உங்கள் தந்தை என்ன செய்துகொண்டிருந்தார்?

அவர் திமுகவில் முழு நேர ஊழியராக இருந்தார். திக, திமுக போன்றவற்றில் ஈடுபாடு கொண்டிருந்தார். சிறுவயதிலேயே காந்தியம், இந்திய தேசியம் எல்லாம் அறிமுகமாகியிருந்தன. அம்மா பெரிய காமராஜ் பக்தை. தாத்தா பாட்டியும் காமராஜ் பக்தர்கள். நாடார் குடும்பம் என்பதால் வீட்டில் காமராஜரின் பெரிய படம் வைத்திருப்போம்.

அம்மா என்ன செய்துகொண்டிருந்தார்?

அம்மா சமூக நல வாரியத்தில் பணியாற்றிக் கொண்டிருந்தார். அப்பா காமராஜரைத் திட்டுவார். அண்ணா, பெரியாரைப் போற்றுவார். வீட்டுக்குள்ளேயே ஆளுங்கட்சி எதிர்க்கட்சி சூழல்தான்.

இந்தச் சம்பவங்கள் எந்த ஆண்டில் நடைபெற்றன?

அறுபதுகள். எனக்கு ஏழு அல்லது எட்டு வயதிருக்கும். அந்தச் சம்பவங்கள் எனக்கு நன்றாக நினைவில் உள்ளன. அப்பாவுடன் ‘இந்தி ஒழிக’ ஸ்டிக்கர் ஒட்டப்போவோம். அம்மாவுடன் சேர்ந்து ரகுபதி ராகவ ராஜாராம் பாடுவோம். எனவே அப்போதே காந்திமீது ஆழமான பற்றும் மரியாதையும் ஏற்பட்டிருந்தது. பின்னர் அமெரிக்கா சென்றபோது அங்குக் காந்தியைப் பற்றிய வகுப்புகள் எடுத்தேன்.

அமெரிக்காவுக்கு எதற்காகச் சென்றீர்கள்?

இண்டர்நேஷனல் பீஸ் ஸ்டடிஸ் என்னும் படிப்புக்காகச் சென்றேன். சர்வதேச அமைதி குறித்த கல்வி. இளங்கலைக் கல்வியைத் தமிழ்நாட்டில்தான் பயின்றேன்.

உங்கள் ஆளுமை உருவான விதத்தையும் அது தொடர்பான பயணத்தையும் பற்றிச் சொல்லுங்கள்?

நாங்கள் வாழ்ந்தது நாகர்கோவிலில் உள்ள நாடார்களுக்கான ஒரு பகுதியில். அது காங்கிரஸ் கோட்டை. அப்பா மட்டும்தான் திமுக சார்பாளர். அப்போது அங்கே சாலையோரக் கூட்டங்கள் நடக்கும். ஒவ்வொரு கூட்டமும் வன்முறையில்தான் முடியும். யாராவது குடித்துவிட்டு வந்து டியூப்லைட்டை உடைப்பார்கள், சத்தம் போடுவார்கள். கூட்டத்தை நிறுத்து எனக் கூச்சல் போடுவார்கள். அப்போதெல்லாம் மிகவும் பதற்றமாக இருக்கும். அப்பாவை நான்தான் பாதுகாக்க வேண்டுமென

எண்ணிக்கொண்டு பார்வையாளர்கள் வரிசையில் முன்னால் போய் அமர்ந்திருப்பேன்.

அப்போது இந்தி எதிர்ப்புப் போராட்டம் தொடங்கிய காலகட்டமா?

அது முடிந்திருந்த கட்டம். அப்பா திகவுக்காக, திமுகவுக் காகத் தனி மனிதனாக நின்று போராடியதெல்லாம் நன்றாக நினைவில் உள்ளது. சாமியார்கள் யாராவது வரும்போது அப்பா கறுப்புக்கொடி காட்டப் போவார். கைதாவார். அப்பா நகர்மன்ற உறுப்பினர் ஆனார். அப்போது காங்கிரஸ்காரர்களால் தாக்கப்பட்டார். உயிரைப் பறிக்கும் அளவுக்கு ஆபத்தான பல போராட்டங்களை அவர் சந்தித்தார். அது என்னை மிகவும் பாதித்தது. அப்போதெல்லாம் அப்பாவைக் கொன்றுவிடுவார்கள் என்று நான் பயந்தேன். அப்பாவுக்கு எதிர்ப்பு இருந்தது எனத் தெரிந்ததால் ஆரம்ப கால வாழ்க்கை மிகவும் பயத்துடன் இருந்தது. ஒரு பக்கம் போராட்டத்தைப் பார்த்தே நான் வளர்ந்தேன். இன்னொரு பக்கம் தாயாரின் காந்திய வழி. வீட்டிற்குள்ளே ஜனநாயக அணுகுமுறை இருந்தது. தேர்தல் வரும்போது அப்பா அம்மாவிடம் திமுகவுக்கு ஓட்டுப்போடச் சொல்லமாட்டார். அம்மா காங்கிரஸுக்குத்தான் ஓட்டுப்போடுவேன் என்று வெளிப்படையாகச் சொல்வார். தாத்தா, பாட்டி, அம்மா அனைவருமே காங்கிரஸுக்குத்தான் ஓட்டுப்போடுவார்கள். எனவே வீட்டில் அவரவர் உரிமையை மதிக்கும் போக்கு காணப் பட்டது. வீட்டிற்குள் காமராஜர் படம் அப்படியேதான் இருந்தது. அப்பாவும் அதை எடுத்துவிட்டுப் பெரியார் படத்தை வைக்க வேண்டும் எனப் போராடவில்லை. எனவே வீட்டிற்குள் நல்ல முதிர்ச்சியான சூழல் நிலவியது. வெளியில் பிரச்சினைகள் நிலவின. தேர்தல் பிரச்சினைகளின் காரணமாக வீட்டுக் காம்பவுண்ட் சுவர் அருகிலேயே மாணிக்கம் என்னும் காங்கிரஸ்காரர் ஒருவர் அப்பாவின் மூக்கில் குத்தினார். இப்படியெல்லாம் பல சம்பவங்கள் நடந்தன. அப்பா தனி மனிதனாக வலிமையுடன் எதையும் தாங்கி நின்றார். அவர் பெயர் பரமார்த்தலிங்கம். நான் படித்தது எல்லாம் நாகர்கோவிலில்தான். தொடக்கக் கல்வியை வீட்டுக்கு அருகிலேயே உள்ள அரசுப் பள்ளியில் முடித்தேன். பிறகு தேசிகவிநாயகம் பள்ளியில் உயர்கல்வி. இளங்கலைக் கணிதம் பயோனியர் குமாரசாமி கல்லூரியில்.

அப்பா ஆவடி ஐ.சி.எஃபில் ஃபோர்மேன் ஆகவும் பயிற்சியாளராகவும் பணியாற்றினார். பின்னர் வேலையை ராஜினாமா செய்தார். நான் இன்ஜினியராக வேண்டும் என்பது அப்பாவின் விருப்பம். எனக்கு அதில் கொஞ்சமும் விருப்பம் இல்லை. பியூசியில் 83 சதவிகித மதிப்பெண்கள் பெற்றிருந்ததால்

பொறியியலில் சேர்வது கடினமாகியது. இளங்கலை அறிவியல் முடித்த பின்னர் பொறியியலில் சேரலாம் என அப்பா கூறினார். எனவே கணிதப் பாடம் எடுத்துப் படித்தேன். எனக்குப் பொறியியல் படிக்க ஆர்வமில்லை. ஆங்கில இலக்கியம் படிக்க ஆர்வம் இருந்தது. அப்பாவிடம் பேசிச் சமாதானப் படுத்திய பின்னர் கேரளப் பல்கலைக்கழகத்தில் முதுகலை ஆங்கில இலக்கியம் படித்தேன். அப்போது டாக்டர் அய்யப்பப் பணிக்கர் என்னுடைய ஆசிரியராக இருந்தார். புகழ்பெற்ற மலையாளக் கவிஞர் ஒருவரின் மாணவனாக இருந்தது பெருமைக்குரிய விஷயம். படித்து முடித்த பின்னர் எத்தியோப்பியாவில் வேலை கிடைத்தது.

வீட்டில் பொருளாதார நெருக்கடி. எனக்குத் தங்கைகள் இரண்டு பேர். நான்தான் மூத்தவன். எனவே குடும்பத்தின் வருமானத்திற்காக நான் எத்தியோப் பியாவுக்குப் போனேன். ஆறு வருடங்கள் அங்கே இருந்தேன். அது மிக அற்புதமான காலகட்டம். ஆங்கில ஆசிரியராக இருந்தேன்.

எத்தியோப்பியா செல்லும்வரை என்னிடம் கம்யூனிசத்தின் தாக்கம் அதிகமாக இருந்தது. வீட்டில் அப்பா ஸ்டாலின். லெனின் புத்தகங்கள் எல்லாம் வைத்திருந்தார். சோவியத் நாடு, ஸ்பான் போன்ற பத்திரிகைகள் நிறைய வாங்குவார். அறிவியல், அரசியல் பத்திரிகைகள் நிறையப் படிப்பேன். அதேபோல் காஞ்சி, திராவிட நாடு, விடுதலை, முரசொலி போன்ற இதழ்களும் வீட்டில் காணப்படும். அப்பா நிறையப் படிப்பார். வீடு முழுக்கப் பத்திரிகைகளாகத் தான் இருக்கும். பெரியாரின் எழுத்துக்களை அப்போதே வாசிக்க ஆரம்பித்தேன். ஸ்டாலின் பற்றிப் படித்திருந்தேன். ஸ்டாலினைப் பெரிய கதாநாயகனாகப் பார்த்தேன்.

எத்தியோப்பியாவில் ராணுவ ஆட்சியாளரான மங்கிஸ்து ஹைலமரியத்தின் ஆட்சி நடந்தது. ஸ்டாலினிச அரசாங்கம் எவ்வளவு ஒடுக்குமுறைகளைக் கையாண்டது என்று அங்கே போனபோதுதான் தெரிந்தது. கணவனுக்கும் மனைவிக்கும் இடையில் நம்பிக்கை கிடையாது. பெற்றோருக்கும் பிள்ளைகளுக்கும் இடையில் நம்பிக்கை கிடையாது. இப்படி எல்லாம் இருந்தது. என் வகுப்பில் உள்ளூர் ராணுவ வகுப்பிற்குச் செல்லாத பெண்களையும் ஆண்களையும் ராணுவத்தினர் வந்து அழைத்துச்செல்வார்கள். நம்மிடம் பெயரைச் சொல்லி மாணவர்களை அனுப்பச் சொல்வார்கள். அதன் பிறகு அந்தப் பெண்ணையோ பையனையோ பார்க்கவே முடியாது. இப்படி அழைத்துச் செல்பவர்களைச் சிறையில் அடைப்பது

போன்ற வேலைகளைச் செய்வார்கள். சிலரைக் கொலைகூடச் செய்வார்கள் எனக் கூறினார்கள். என்னை டிக்ரை என்னும் ஊரில் பணியமர்த்தினார்கள். அங்கே டிக்ரை பியூப்பிள்ஸ் லிபரேஷன் ஃப்ரண்ட் (TPLF) என்னும் கொரில்லாக் குழுவினர் அந்த அரசாங்கத்திற்கு எதிராகச் செயல்பட்டுக்கொண்டிருந்தார்கள். டிக்ரை மக்கள் தமிழர்களைப் போன்றவர்கள். தம் இனம், மொழி குறித்து மிகவும் அக்கறை கொண்டவர்கள். அம்ஹாரா என்னும் வகுப்பினர் ஆட்சி நடத்திக்கொண்டிருந்தனர். டிக்ரை மக்களுக்கு நம்மை எப்படி ஒரு அம்ஹாரா ஆளலாம், நமது இனம் மொழி கலாச்சாரம் அழிகிறது என்று ஓர் எண்ணம். டிக்ரையில் சின்னச் சின்ன ஊர்களை அரசாங்கம் பிடித்துவைத்திருந்தது. மற்ற பகுதிகள் எல்லாம் TPLFஇன் பிடியில் இருந்தன. எங்கள் ஆசிரியர்களில் அநேகர் TPLF ஆதரவாளர்களாக பள்ளியில் TPLF ஊழியர்களாக இருந்தனர். மைச்சோ என்னும் சின்னக் கிராமத்தில் நான் இருந்தேன். எங்களைச் சுற்றி TPLF கொரில்லாக்கள்தான் இருந்தனர். ராணுவத்தினர் ஐம்பது அறுபது வாகனங்கள் புடைசூழத்தான் வருவார்கள். உணவுப் பொருட்கள் போன்றவற்றை கொண்டுவருவார்கள். ஒரு நாள் ஊரில் இருப்பார்கள். மறுநாள் சென்றுவிடுவார்கள். மற்ற நாள்களில் கொரில்லாப் படையினர் ஊருக்குள் வருவார்கள். என்னுடன் பணியாற்றும் சில ஆசிரியர்கள் அவர்களுக்கு உதவுவார்கள். அப்போது அங்கு நான் மனித உரிமைகள் மீறப்படு வதைப் பார்த்தேன். குழந்தைகளை வகுப்பறைகளிலிருந்து கடத்திச் செல்வது போன்ற மனித உரிமை மீறல்கள் குறித்து நான் யுனெஸ்கோவுக்கு, ஐநாவுக்கு, அம்னஸ்டி இண்டர் நேஷனல் போன்றவற்றிற்கு எழுதுவேன். நம் கண் முன்னால் இப்படி மனித உரிமை மீறல்கள் நடக்கும்போது கண்டிப்பாக இந்த அரசாங்கத்தை நாம் அம்பலப்படுத்த வேண்டும் என முடிவெடுத்துச் செயல்பட்டேன். நான் வெளிநாட்டினன் என்பதால் என் கடிதங்களைச் சோதனைக்கு உட்படுத்த மாட்டார்கள். எனவே என்னால் எழுத முடிந்தது. கத்தோலிக்க சிஸ்டர்கள் வருவார்கள். அவர்கள் வழியாகத் தகவல்களை அனுப்புவேன். நான் மனக்கோட்டை கட்டி வைத்திருந்த கம்யூனிஸ ஆட்சி அவ்வளவு மோசமாக நடந்தது கண்டு அதிர்ச்சியாக இருந்தது.

எத்தியோப்பியாவில் அப்போது கம்யூனிஸ ஆட்சி நடந்து கொண்டிருந்ததா?

அதிபர் மங்கிஸ்து ஹைலமரியம் கம்யூனிஸ்ட். சோவியத் ஆதரவாளர். ஸ்டாலின் அபிமானி. கியூபா, கிழக்கு ஜெர்மனி

போன்ற நாடுகள் அவருக்கு உதவின. அவர் படித்ததே கிழக்கு ஜெர்மனியில்தான். நான் மைச்சோவில் இருந்தபோதே யுனெஸ்கோ கிளப் என ஒன்றைத் தொடங்கினேன். அதன் நோக்கம் சர்வதேசப் புரிந்துணர்வை மேம்படுத்துவது. மாணவர்கள் மத்தியில் சர்வதேச நாடுகளைப் பற்றியும் அவர்களின் கலாச்சாரங்களைப் பற்றியும் சொல்வது, சர்வதேசப் புரிந்துணர்வு குறித்துப் பேசுவது போன்றவற்றை மேற்கொண்டேன். அவை வெற்றிகரமாக நடந்தன. அரசாங்கத்திற்கு இந்தச் செயல்பாடு பிடிக்கவில்லை. அவர்கள் பொதுவுடைமைச் சமுதாயக் கல்வியைக் கொடுத்துவந்தார்கள். அதற்கென ஆசிரியர்களை நியமித்து மாணவர்களை மூளைச்சலவை செய்துவந்தனர். அதற்கு எதிராக எனது செயல்பாடு இருந்ததால் மோதல் உருவானது. பின்னர் அருகிலுள்ள ஊருக்கு என்னை இடம் மாற்றினார்கள். அது மாநிலத் தலைநகரான மக்கலே என்னும் ஊர்.

நீங்கள் அரசுப் பள்ளி ஆசிரியராகவா பணிபுரிந்தீர்கள்?

அங்கே எல்லாமே அரசுப் பள்ளிதான். தனியார் பள்ளிகள் கிடையாது. அங்கே சென்ற பிறகு நான் சில பயணங்களை மேற்கொண்டேன். சமாதானக் கல்வி பற்றிய மாநாடுகளில் கலந்துகொள்வதற்காக இங்கிலாந்து, பிரான்ஸ் போன்ற நாடுகளுக்குச் சென்று வந்தேன். அரசாங்கத்திற்கு என்னைப் பற்றிச் சந்தேகம் வந்தது. விசாரித்தார்கள்.

இந்த மாநாடுகளுக்கெல்லாம் நீங்கள் உங்கள் சொந்த முயற்சியில் சென்றீர்களா?

ஆம். கம்யூனிச ஆட்சி நடந்த எத்தியோப்பியாவில் யுனெஸ்கோ கிளப் மூலமாக எப்படிச் சமாதானக் கல்வியைப் பரப்பலாம் என்பது குறித்துக் கட்டுரைகள் எழுத ஆரம்பித்தேன்.

யுனெஸ்கோ மூலமாகப் போராடலாம் என்னும் கருத்து உங்களுக்கு எப்படித் தோன்றியது?

முதல் வருடத்தில் மைச்சோ பள்ளியில் இருந்தபோது இங்கிலிஷ் கிளப் ஆரம்பித்தேன். விவாதங்கள், மேடையில் பேசுவது போன்றவற்றை மாணவர்களுக்குச் சொல்லிக் கொடுக்கலாம் என்று அதைத் தொடங்கினேன். அப்போது அடிஸ் அபாபா என்னும் ஊரில் வரதராஜன் என்னும் திருநெல்வேலி நண்பர் ஒருவரது வீட்டில் ஒரு மாதம் கோடை விடுமுறைக்காகத் தங்கியிருந்தேன். அங்கே அருகில் உள்ள நூலகங்களுக்குச் செல்வேன். அப்போது இப்ரா (International Peace Research Association) என்னும் அமைப்பு குறித்துப் படித்தேன். நான்

கல்லூரியில் படித்தபோதே இந்த மாதிரி அமைப்பு ஒன்றை நடத்தியுள்ளேன். சுந்தர ராமசாமி நடத்திய *காகங்கள்* கூட்டத்திற்கு ஒருமுறை பேராசிரியர் ஜனார்த்தனன் அழைத்துச் சென்றிருந்தார். அவர்கள் எல்லோரும் பேசிக்கொண்டிருந்தார்கள். ஆனால் எனக்கு எதுவுமே புரியவில்லை. தமிழில்தான் பேசினார்கள். ஆனால் எனக்கு ஒரு வார்த்தைகூடப் புரியவில்லை. இவ்வளவுக்கும் நான் தமிழ் ஆர்வமுள்ளவன். பாரதியார், பாரதிதாசன் கவிதைகள் எல்லாம் படித்திருக்கிறேன். அண்ணா, பெரியார் எழுத்துக்களைப் படித்திருக்கிறேன். ஆனால் இவர்கள் பேசியதில் ஒரு வார்த்தைகூடப் புரியவில்லையே என வருத்தமாக இருந்தது. உடனேயே என் நண்பர்கள் அகமது கபீர், ஜெயகுமார் போன்றவர்கள் ஒன்றிணைந்து *எறும்புகள்* என ஒரு அமைப்பை உருவாக்கினோம். எறும்புகள் – "அரும்புகள் விரும்பி நடாத்தும் கரும்பு மொழித் தமிழின் இயக்கம்" என்று நடத்தினோம். இலக்கியம் சார்ந்து பல நிகழ்ச்சிகள் நடந்தன. இது வெறும் இலக்கியக் கூட்டம்தானே, நாட்டைப் பற்றிச் சிந்திக்க என்ன செய்வது என யோசித்து *நியூ இந்தியா மூவ்மெண்ட்* என்னும் அமைப்பை நடத்தினோம். இரண்டும் ஒரே நேரத்தில் நடந்தன. பங்கேற்றவர்கள் எல்லாரும் இளைஞர்கள். முஸ்லிம்கள், ஈழவர் சமுதாயத்தினர், எங்கள் பகுதியைச் சேர்ந்தவர்கள் சிலர், தலித்துகள் என அனைவரும் ஒன்று சேர்ந்து நடத்தினோம். சாதி, மதம் கடந்த அமைப்பாக அவை இருந்தன.

உங்கள் பகுதியில் அந்தச் சமயத்தில் சாதி, மதம் போன்றவற்றில் பிடிப்பு அதிகமாக இருந்ததா? அதை எப்படிக் கடந்து வந்தீர்கள்?

நாங்கள் இருந்தது நாடார்கள் பெரும்பான்மையாக வசித்த பகுதி. அதற்கடுத்து இருந்த பகுதியில் ஈழவர் சமுதாயத்தினர் பெரும்பான்மையினராக இருந்தனர். அப்பாவுக்கு எங்கள் பகுதியைவிடக் கோட்டாறின் ஈழவர் சமுதாயத்தில்தான் செல்வாக்கு அதிகம். ஏனெனில் எங்கள் பகுதி முழுவதும் காங்கிரஸ் கோட்டை. கோட்டாறில்தான் சுயமரியாதை வாசிப்புச் சாலை, திமுக நூலகம் போன்றவை இருந்தன. இந்தப் பகுதி நாஞ்சில் மனோகரன் வாழ்ந்த பகுதி. அப்பாவின் ஆதரவுத் தளம் இதுதான். எனவே அங்கேயே சாதி அடிபட்டுவிட்டது. எந்தச் சாதி மத உணர்வும் இல்லாமல் மிக இயல்பாக இருந்த குழு அது.

அடிஸ் அபாபாவின் நூலகத்தில் இப்ராவின் ஆண்டறிக்கையைப் படித்தேன். அதில் சமாதானக் கல்வி குறித்து எழுதியிருந்தார்கள். இதைத்தான் நாமும் தேடிக்கொண்டிருந்தோம் என அப்போது எனக்குத் தோன்றியது. கல்வி என்பது வெறும்

ஏட்டுச் சுரைக்காயாக இருக்கக் கூடாது, நல்ல மனிதர்களையும் அது உருவாக்க வேண்டும் என்பதில் பிடிப்பு ஏற்பட்டது. போர் என்பது மனித மனங்களில் உருவாவதால் மனித மனங்களில்தான் நாம் சமாதான அரண்களைக் கட்டி எழுப்ப வேண்டும் என்பது யுனெஸ்கோவின் தத்துவம். எனவேதான் யுனெஸ்கோ கிளப் ஆரம்பிக்கலாம் எனத் தோன்றியது. எனவே பள்ளியில் அதை ஆரம்பித்தேன். அதனால் அரசாங்கத்திற்கு நெருக்கடி ஏற்பட்டது. யுனெஸ்கோ தலைமையகத்திலிருந்து அதை மற்ற பள்ளிகளிலும் தொடங்கச் சொன்னார்கள். இவர்களுக்கு அதை ஏற்றுக்கொள்ளவும் முடியவில்லை எதிர்க்கவும் முடியவில்லை. ஏனெனில் அவர்கள் பொதுவுடைமை ஆதரவாளர்கள். நான் வகுப்பில் பேசும்போது கம்யூனிஸம் என்பது இதுவல்ல என்று விமர்சிப்பேன். கம்யூனிஸம் என்பது உரிமைகளைப் பாதுகாப்பதற்காக உருவான தத்துவம். ஆனால் முதலாளித்துவம் மக்களை ஒடுக்கியதைப் போலவே இவர்களும் ஒடுக்குகிறார்கள் என வகுப்பில் பேசுவேன். இரு பிரிவினரின் விஞ்ஞானப் புரிதலும் ஒன்றுதான். ஒன்று தனியார் முதலீடு மற்றொன்று பொது முதலீடு. ஒன்றைத் தனியார் நிறுவனங்கள் நடத்துகின்றன. மற்றொன்றைக் கம்யூனிஸ்ட் கட்சி நடத்துகிறது. இரண்டுமே ஒன்றுதான் என்னும் ரீதியிலான எனது பேச்சு அரசின் கவனத்திற்குச் சென்றது. விசாரணை நடந்தது. மோதல் போக்கு உருவானது. என்னிடம் நிறைய பேர் எச்சரித்தார்கள். சிறையில் தள்ளிவிடுவார்கள், ஏற்கனவே சிலருக்கு இப்படி நடந்துள்ளது என அவர்கள் என்னை எச்சரித்ததால் நானும் 1987இல் இந்தியா வந்துவிட்டேன்.

ஊருக்கு வந்து ஒரு வருடம் வேலை இல்லாமல் இருந்தேன். இந்து ஆசிரமங்களுக்குச் செல்ல ஆரம்பித்தேன். விவேகானந்தா கேந்திரத்தில் முழு நேர ஊழியராகச் சேர்ந்துவிடலாம், திருமணம் செய்துகொள்ள வேண்டாம் என நினைத்தேன். கன்னியாகுமரி, பெங்களூர் போன்ற இடங்களில் உள்ள விவேகானந்தா கேந்திரங்களுக்குச் சென்று தங்கினேன். உள்ளே சென்றபோதுதான் அங்கிருக்கும் ஆர்எஸ்எஸ் தாக்கம் தெரிந்தது. ஆர்எஸ்எஸ் சித்தாந்தத்திற்கும் நமக்கும் ஒத்துவராது, இதற்குள் முழு நேர ஊழியராகச் செயல்பட இயலாது என்பது புரிந்தது. அது வேறொரு வகையான ஒடுக்குதல் எனத் தோன்றியது. இங்கிலாந்தில் நான் சமாதானக் கல்வி பற்றிப் பேசிய மாநாட்டில் ஆஸ்திரேலியாவைச் சேர்ந்த பெண்மணி ஒருவர் எனக்கு அறிமுகமாகியிருந்தார். அவர் பெயர் ராபின் பர்ன்ஸ். அவர் அமெரிக்கப் பல்கலைக்கழகத்தில் ஒரு கோர்ஸில் எனக்கு சிபாரிசு செய்திருப்பதாகவும் அனுமதி கிடைத்தால்

சேரும்படியும் கேட்டுக்கொண்டார். அப்போது நான் பெங்களூர் ஆசிரமத்தில் இருந்தேன். அதுவும் பிடிக்காத சமயத்தில் இந்த வாய்ப்பு கிடைத்தது. ஆனால் எனக்கு அமெரிக்காமீது பெரிய மரியாதை கிடையாது. ஆனால் கல்வி கற்கக் கத்தோலிக்கப் பல்கலைக்கழகத்தில் வாய்ப்பு கிடைத்தபோது, போகலாம் என முடிவுசெய்து அதற்கு ஒத்துக்கொண்டேன்.

அது என்ன படிப்பு?

அது சர்வதேச உதவியுடன்கூடிய கல்வி. சமாதான ஆய்வு என்று கூறலாம். அதுவரை நான் காந்தி, விவேகானந்தர் ஆகியோர் எழுத்துக்களை விரும்பிப் படிப்பேன். காந்தியம் தொடர்பான பல புத்தகங்களைப் படித்திருந்தேன். உண்மை குறித்த அவரது தேடல் பிடித்திருந்தது. விவேகானந்தரைப் பொறுத்தவரை அவர் கன்னியாகுமரியில் இருந்த காரணத்தாலும் தேசியவாதி என்பதாலும் நல்ல பேச்சாளர் என்பதாலும் பிராமணியத்திற்கு எதிரான கருத்துகளைக் கொண்டிருந்ததாலும் அவர்மீது எனக்கு மதிப்பு இருந்தது. பதற்றமான சமயங்களில் விவேகானந்தர் பாறைக்குச் சென்று தியானம் செய்யும் வழக்கம்கூட எனக்கு இருந்தது. அந்தச் சூழலில் அமெரிக்காவில் படிப்பதற்கான வாய்ப்பு வந்ததும் சிக்காகோவில் விவேகானந்தர் உரை நிகழ்த்தியிருந்தது ஞாபகத்திற்கு வரவே அங்கே போக முடிவுசெய்தேன். அங்கே ஜான் யோடர் என்னும் பேராசிரியர் அஹிம்சை குறித்து வகுப்பு நடத்தினார். அதில் நான் சேர்ந்தேன். வகுப்புகளும் எடுத்தேன்.

காந்தியம் குறித்த பாடங்களா?

ஆமாம். காந்தியம், அஹிம்சை ஆகியவை பற்றி உலகம் முழுவதிலும் உள்ள அணுகுமுறை பற்றிய வகுப்பு அது. அதுவரை அஹிம்சை குறித்து ஆங்காங்குப் படித்திருந்தேனே ஒழிய ஒரு முறையான கல்வி எனக்கு அமையவில்லை. ஜான் யோடர் பாதிரியார். அங்கே நான் ஜெயபிரகாஷ் நாராயணன் குறித்து ஆராய்ந்தேன். 1975 நெருக்கடி நிலைக் காலகட்டத்தில் அப்பாவைக் காவல் துறையினர் துரத்திக்கொண்டிருந்தார்கள். அப்பாவைக் கைதுசெய்தார்கள். ஜெயபிரகாஷ் நாராயணனின் மாணவர் இயக்கம், முழுப் புரட்சி குறித்த அவருடைய கருத்துகள் என்னை மிகவும் பாதித்திருந்தன. ஜான் யோடருக்காக நான் ஜெயபிரகாஷ் நாராயணன் குறித்து ஒரு ஆய்வு மேற்கொண்டேன். என்னுடன் அடிக்கடி உரையாடிய பாப் ஜோஹான்சன் என்னும் பேராசிரியர் அந்த வகுப்பு முடிந்த பின்னர் என்ன செய்யப்போகிறேன் என வினவினார். டாக்டர் அம்பேத்கர் படித்த கொலம்பியப் பல்கலைக்கழகம், பென்சில்வேனியா

பல்கலைக்கழகம் போன்ற முக்கியமான பல்கலைக்கழகங்களில் எனக்கு முனைவர் பட்ட ஆய்வுக்கு அனுமதி கிடைத்திருந்தது. ஆனால் முதல் பருவத்திற்குப் பண உதவி செய்ய முடியாது என்று தெரிவிக்கிறார்கள் என அவரிடம் கூறினேன். அப்போது பாப் ஜோஹான்சன் ஹவாய் தீவில் கரோலின் ஸ்டீபென்சன் என்று தனக்கு ஒரு நண்பர் இருப்பதாகவும் அவர் வன்முறை, அஹிம்சைப் புரட்சிகள் குறித்து ஆய்வுப் பணியில் ஈடுபட்டிருப்பதாகவும் அதற்கு ஆய்வு உதவியாளர் ஒருவரைத் தேடுவதாகவும் நான் சென்றால் அது எனக்கும் அவருக்கும் உதவியாக இருக்கும் என்று தான் நினைப்பதாகவும் கூறினார். அது நல்ல வாய்ப்பு என்று எனக்குத் தோன்றியது. ஹவாய் பசிபிக் கடலில் உள்ள அருமையான தீவு. எனவே அதற்கு ஒத்துக்கொண்டேன். அங்கே அந்த அம்மையாருடன் ஒரு வருடம் வேலை செய்தேன். அப்போது உலகம் முழுவதும் நடந்த வன்முறை, அஹிம்சைப் புரட்சிகள் குறித்துப் படித்தேன். அப்போதுதான் கம்போடியப் புரட்சி, எத்தியோப்பியப் புரட்சி – அவை குறித்து ஏற்கனவே நான் எழுதிக்கொண்டிருந்தேன். அவை கடத்தப்பட்ட புரட்சிகள் என்று நான் எழுதினேன் – குறித்து விரிவாக அறிந்துகொண்டேன்.

எத்தியோப்பியப் புரட்சியாளர்கள் யார்? கம்யூனிஸத்திற்கு எதிரானவர்களா?

எத்தியோப்பியப் புரட்சியைத் தொடங்கியவர்கள் உழைக்கும் வர்க்கத்தினர். டாக்ஸி டிரைவர்கள், பள்ளி ஆசிரியர்கள், மாணவர்கள் ஆகியோர்தான் அந்தப் புரட்சியை முன்நின்று நடத்தியவர்கள்.

ஹைலே செலாசி என்னும் அமெரிக்க ஏகாதிபத்தியத்தின், இங்கிலாந்தின் அடிவருடியாக இருந்த 30 ஆண்டுகளாக அம்மக்களைச் சுரண்டிக் கொழுத்த மன்னருக்கு எதிராக நடந்த புரட்சி அது. மக்கள் பசியால் வாடியபோது அவர் இறைச்சித் துண்டுகளை அரண்மனை நாய்களுக்கு இரையாக்கியதைப் புரட்சியாளர்கள் புகைப்பட ஆதாரங்களுடன் அம்பலப்படுத்தினார்கள். தொழிலாளர்கள், கல்லூரி மாணவர்கள், சாதாரண மக்கள், அறிவுஜீவிகள் எனப் பல தரப்பினராலும் முன்னெடுக்கப்பட்ட அற்புதமான புரட்சி அது. கடைசியில் அதை ராணுவம் கைப்பற்றியது. மங்கிஸ்து ஹைலமரியம் இருவரைக் கொன்றுவிட்டு அதிகாரத்தைக் கைப்பற்றிக்கொண்டார். இது நடந்தது 1974இல்.

புரட்சி, புரட்சிக்குப் பிந்தைய அரசு, கொரில்லா இயக்கம் ஆகியவற்றையெல்லாம் நீங்கள் கூர்மையாகக் கவனித்து வந்தீர்களா?

நிச்சயமாக. மிகவும் ஆர்வத்துடன் அவற்றைக் கவனித்து வந்தேன். புரட்சி என்பது என்ன என்று அப்போதுதான் எனக்குப் புரிந்தது. அதுவரை புரட்சி என்பது மிகவும் ரொமாண்டிக்கான விஷயமாக இருந்தது. புரட்சிக்குப் பிறகு எல்லாமே ஒரே இரவில் மாறிவிடும் என நினைத்திருந்தேன். அந்தக் கற்பனை தகர்ந்தது. அது எவ்வளவு கடினமானது, துயர் நிரம்பியது எனப் புரிந்தது. மக்கள் விடுதலைக்காகத் தொடங்கப்பட்ட புரட்சி எப்படி அவர்களை அடிமைப்படுத்தப் பயன்பட்டது எனத் தெரிந்தது. ஏற்கனவே இருந்த மோசமான நிலைமையே மேல் என எண்ணும்படியான விளைவையே அந்தப் புரட்சி ஏற்படுத்தியிருந்தது.

அந்தக் கட்டத்தில்தான் எத்தியோப்பியாவில் கடுமையான உணவுப் பஞ்சம் ஏற்பட்டதா?

ஆமாம். 1985இல் மிகப் பெரிய பஞ்சம் தாக்கியது. நான் போயிருந்த சமயத்தில் எத்தியோப்பியப் புரட்சியின் 10ஆம் ஆண்டு விழாவை மங்கிஸ்து ஹைலமரியம் அரசு கொண்டாடிக் கொண்டிருந்தது. அரசு அப்போது நிலவிய பஞ்சத்தை முற்றாக மறைத்துவிட்டுக் கொண்டாட்டங்களில் ஈடுபட்டிருந்தது. பஞ்சம் வெளியே தெரிந்தால் பொதுவுடைமைப் புரட்சி தோற்றதாக ஒரு பிம்பம் உருவாகிவிடும் என்பதுதான் அதற்குக் காரணம். நான் இருந்த ஊரில் பஞ்சத்தால் பாதிக்கப்பட்ட மக்கள் உதவியை எதிர்பார்த்துக் கூட்டம் கூட்டமாகக் காத்திருப்பார்கள். ஆனால் அரசு அவர்களைப் பொருட்படுத்தவே இல்லை. இது குறித்த செய்திகளையும் மறைத்துவிட்டிருந்தார்கள். அப்போது நான் சின்னச் சின்ன ஊர்களுக்கு வண்டியில் சென்று நிலைமையை நேரில் பார்ப்பேன். இதைப் பற்றிப் பிறகு நான் வெளி உலகிற்குத் தெரியப்படுத்தினேன். ஐநாவுக்கு இந்தப் பஞ்சம் குறித்து எழுதினேன். ஐநா, யுனெஸ்கோ, அம்னஸ்டி இண்டர்நேஷனல் போன்ற அமைப்புகளுக்கு அப்போது எத்தியோப்பியாவில் நடந்துகொண்டிருந்ததைக் குறித்து எழுதினேன். இதன் விளைவுகள் மோசமாக இருக்கும் என எனக்குத் தெரிந்துதான் இருந்தது. பயமாகவும் இருந்தது. ஆனால் மனிதன் என்ற முறையில் சகமனிதர்கள் துன்புறுவதைச் சகித்துக்கொண்டு என்னால் அமைதியாக இருக்க முடியவில்லை. அரசு தனது கடமையில் தவறிவிட்டது. அரசு முழுமையாக இதை மூடிமறைக்கும் சூழலில் ஒரு மனிதனாக இதை நான் கட்டாயமாக அம்பலப்படுத்த வேண்டும் என்று நினைத்தேன். எனவே துணிவுடனும் மனப்பூர்வமாகவும் அதைச் செய்தேன். அந்தக் காலகட்டங்களில் நான் நிறைய எழுதினேன்.

குடும்பச் சூழல் காரணமாகப் பிழைப்புக்காக அயல் நாட்டுக்குப் போயிருக்கும் ஒரு சூழலில் சமூக நலனுக்காக ஏதாவது செய்வதற்கு அசாத்தியமான மன உறுதி தேவைப்படும். அது எப்படி உங்களுக்குச் சாத்தியமானது?

அது கடினமான காலகட்டம்தான். நான் எத்தியோப்பியா விற்குப் போயிருந்தபோது அங்கே இரண்டு விஷயங்கள் மிகவும் மலிவாகக் கிடைத்தன. ஒன்று மது, மற்றொன்று மாது. என்னுடன் மலையாளிகள் நால்வர் இருந்தார்கள். மாலை வீட்டுக்கு வந்தவுடன் பாருக்கு மது அருந்தச் சென்றுவிடுவார்கள். அதில் ஒருவர் திருமணமானவர். அவர் பெண்களுடன் இரவைக் கழித்துவிட்டுக் காலையில்தான் வருவார். அந்த நேரத்தில் என்னைக் காப்பாற்றியவர் விவேகானந்தர், சக்தி விரயம் குறித்த பிரக்ஞையுடன் இருந்தேன். பெரிய போராட்டமாக இருந்தது. ஏனெனில் எத்தியோப்பியப் பெண்கள் மிகவும் அழகானவர்கள். திருமணமான பெண்ணையேகூட நீங்கள் பார்த்துப் பேசி அவருக்குச் சம்மதம் எனில் அவருடன் சேர்ந்து இருக்கலாம். அது எப்படி நிகழ்ந்தது எனத் தெரியவில்லை. நம்மைப் போல் கட்டுக்கோப்பான குடும்பங்களும் அங்கே இருக்கின்றன. இல்லை என்று சொல்ல முடியாது. ஆனால் நம் ஊரைப் போல ஒரு பெண்ணைத் தூரத்திலிருந்து பார்க்க வேண்டியது இல்லை. நேரடியாகப் பார்த்துப் பேசலாம். அந்தப் பெண்ணுக்கு அதில் விருப்பமில்லையெனில் அதை வெளிப்படையாகச் சொல்லிவிடுவார். அப்படித் திறந்த மனத்துடனான சமூகம் அது. அப்போது மனசுக்குள் ஊசலாட்டம் வரும்போது நான் வீட்டில் அமர்ந்து பாரதியார் கவிதைகளைச் சத்தமாகப் படிப்பேன். திருக்குறள், விவேகானந்தர் எழுத்துக்கள் ஆகியவற்றை ஆறுதலாக வைத்திருந்தேன். உடனிருந்த இளைஞர்கள் என்னை அவர்கள் பக்கம் இழுக்க, நான் அவர்களை என் பக்கம் இழுக்க என்று நாட்கள் சென்றன. புலனடக்கம் என்பது எவ்வளவு கஷ்டமான, முக்கியமான விஷயம் என்பதை அங்கே நான் படித்தேன். மதுவை நான் தொடுவதே இல்லை. சமூக நட்பின் நிமித்தமான கூடுகைகளின் போதுகூடத் தொடுவதில்லை.

இரண்டு காரணங்களுக்காக நான் எத்தியோப்பியா சென்றேன். ஒன்று சர்வதேசச் சமூகம் குறித்து அறியும் ஆசை சிறுவயதிலேயே இருந்ததால். மற்றொன்று வீட்டிலிருந்த பொருளாதார நெருக்கடி. எனது சம்பளத்தில் முப்பது சதவிகிதம் தான் வீட்டிற்கு அனுப்ப முடியும். வங்கியில் பணியாற்றிய என் நண்பனுக்கு அனுப்புவேன். அவன் சமாளித்துக்கொள்வான். எனவே நான் பணத்தைக் குறித்துக் கவலை கொண்டது கிடையாது. அம்மாவுக்கு அவனும் ஒரு பிள்ளை மாதிரி.

மேலும் வாழ்க்கையில் பணம் முக்கியமல்ல என்பது எனக்கு அப்போதே புரிந்தது. குடும்பத்திற்குத் தேவை, அந்தக் கடமையைச் செய்கிறோம். அதற்கு மேல் நான் சிந்திக்கவில்லை. மேலும் இந்த மனித உரிமை மீறல்கள், அரசியல் நிகழ்வுகள் போன்றவற்றைப் பார்த்த பின்னர் குடும்பம் ஒரு பொருட்டாகவே மனத்தில் தோன்றவில்லை. ஆறு வருடங்களில் சம்பளம் உயர்ந்தது. நல்ல வருவாய் வாய்ப்புகளும் கைகூடின. ஆனால் அவற்றை நான் ஏற்றுக்கொள்ளவில்லை. வருமானத்தைவிடப் பாதுகாப்பு முக்கியம். மேலும் அந்த நாட்டில் அதற்கு மேல் பாதுகாப்பாக வேலைசெய்ய முடியும் என்று எனக்குத் தோன்றவில்லை. அதனால் அங்கிருந்து விலகி வந்தேன்.

ஹவாய் தீவில் எவ்வளவு நாள் இருந்தீர்கள்?

அந்தப் பெண்மணியுடன் ஒரு வருடம் வேலை செய்தேன். சர்வதேச அளவில் அஹிம்சைப் போராட்டங்கள் குறித்து ஆராய்ந்த க்ளென் பேஜ் என்னும் உலகப் புகழ்பெற்ற பேராசிரியர் அங்கிருந்தார். அவருடைய அறிமுகம் கிடைத்தது. அஹிம்சை குறித்து நிறைய பேருக்குக் கிடைக்காத மிகப் பெரிய வாய்ப்புகள் எனக்குக் கிடைத்தன.

தொடர்ந்து படித்துக்கொண்டிருந்தேன். முனைவர் பட்ட ஆய்வில் சேர கரோலின் ஸ்டீபென்சன் உதவினார். அவர் இருந்த பல்கலைக்கழகத்திலேயே முனைவர் பட்ட வகுப்பில் சேர்ந்து அவர் தந்த சம்பளத்திலேயே படிப்பது என ஏற்பாடு செய்துகொண்டேன். பேராசிரியர் க்ளென் பேஜ், கரோலின் ஸ்டீபென்சன் போன்றவர்களைப் போலவே மைக்கேல் ட்ரூ என்னும் பேராசிரியரின் அறிமுகமும் கிடைத்தது. மைக்கேல் ட்ரூ அஹிம்சை குறித்து உலக அளவில் புகழ்பெற்றவர். எங்கள் பல்கலைக்கு வருகைதரு பேராசிரியராக இருந்தார். அவரும் நானும் நெருங்கிய நண்பர்களானோம். இப்படியாக அஹிம்சை குறித்துச் சிந்திக்கக்கூடிய மிக முக்கியமான அறிஞர்களின் தொடர்பு கிடைத்தது. அப்போது என் நம்பிக்கைகள் ஆழமாக வேரூன்றத் தொடங்கின.

அஹிம்சை குறித்து அமெரிக்காவில் நடைமுறை சார்ந்த அனுபவங்கள், அதாவது போராட்டங்கள், ஏதேனும் உண்டா?

நிறைய உண்டு. நான் எம்ஏ படித்தபோது இப்படிக் கல்வி பெறுவது மட்டும் போதாது என்று ஒரு விவாதம் வந்தது. ஜில் ஸ்டர்ன்பெர்க் என்று என் வகுப்புத்தோழி ஒருவர் இருந்தார். அவர் அமெரிக்க தேசியக் கொடியை எரித்தவர். அவரைப் பல்கலைககழகத்தில் வைத்திருக்கக் கூடாது என்று வலது சாரியினர்

கூறினர், எழுதினர். அது கத்தோலிக்கப் பல்கலைக்கழகம். கத்தோலிக்கச் சர்ச்சுகளில் ஒரு பக்கம் ஏசு என்றால் மற்றொரு பக்கம் அமெரிக்கத் தேசியக் கொடி இருக்கும். அவளைக் காப்பதற்காக நாங்கள் போராட்டங்களில் ஈடுபட்டோம். வெறும் ஏட்டுச்சுரைக்காய் போன்ற கல்வியைத்தான் நீங்கள் தருகிறீர்கள். மக்கள் மத்தியில் இறங்கிப் போராடுவதற்குச் சொல்லித்தரவில்லை என்று கேட்டோம். நானும் சில நண்பர்களும் சேர்ந்து பொலிடிக்கல் ஆக்சன் கமிட்டி என்ற ஒன்றைத் தொடங்கினோம். அப்போது எல்சால்வடார், கோத்தமாலா, பெரு போன்ற நாடுகளில் அநேகப் பிரச்சினைகள் நடந்துகொண்டிருந்தன. இடதுசாரிக் குழுக்கள் வலதுசாரி அரசாங்கங்களுக்கு எதிராகப் போராடிக்கொண்டிருந்த காலகட்டம் அது. அவை ஆயுதம் தாங்கிய போராட்டங்கள். அந்த அரசுகள் மிகப் பெரிய வன்முறையை ஏவிக்கொண்டிருந்தன. நீங்கள் கத்தோலிக்கர்கள். அந்த மக்களும் கத்தோலிக்கர்கள். அவர்களுக்காகக்கூட நீங்கள் போராடுவதில்லையே என்று கேட்டு நாங்கள் போராடுவோம். சாலை மறியல் போன்ற போராட்டங்களை மேற்கொண்டோம். வெளிநாட்டு மாணவர்களை ஊருக்கு அனுப்பிவிடுவார்கள் என்பதால் என்னைப் போன்ற வெளிநாட்டு மாணவர்களைச் சாலை ஓரத்தில் அமரச்செய்துவிட்டு அமெரிக்க மாணவர்கள் போராடுவார்கள். இப்படியான போராட்டங்களை நடத்தினோம். ஹவாய் தீவில் பழங்குடி மக்கள் இருக்கிறார்கள். அமெரிக்காவில் உள்ள வெள்ளைக்காரர்கள் இந்த மக்களை அடிமைப்படுத்திக் காலனி ஆதிக்கத்தின் கீழ்க் கொண்டுவந்தார்கள்.

ஹவாய் தீவில் இருந்தவர்கள் சிவப்பிந்தியர்கள் அல்லவா?

அல்ல. இவர்கள் பாலினேஷியன்ஸ். செவ்விந்தியர்கள் அமெரிக்காவின் முக்கிய பகுதிகளில் இருந்தவர்கள். இவர்கள் ஹவாயில் இருந்தவர்கள். ஹவாய் மக்கள். பாலினேஷியன்ஸ் நம்மைப் போன்றவர்கள். சொந்த மண்ணிலேயே அகதிகளாக்கப் பட்ட மக்கள். அங்கே ஹவாய் தேசியவாத இயக்கம் மிகப் பலமாக இருந்தது. எனக்கு அது அற்புதமான வாய்ப்பு. ஜப்பானியர்கள், பிலிப்பினோக்கள், வெள்ளையர்கள் ஆகியோர் அந்தத் தீவை ஆக்கிரமித்து அங்கிருந்த பூர்வகுடிமக்களின் எண்ணிக்கையை வெறும் பத்து சதவிகிதமாகக் குறைத்து விட்டார்கள். வெள்ளையர்கள் அந்தத் தீவைக் கரும்புத் தோட்டமாக மாற்றினார்கள். இப்போது அது உலகப் புகழ்பெற்ற சுற்றுலாத் தலம். ஆனால் அந்தத் தீவின் பூர்வக்குடியினருக்கு அங்கே எந்த உரிமையும் இல்லை. அப்போது நேட்டிவ் ஹவாய்ஸ் – ஹவாயின் பூர்வ குடிகள் – ஒரு பெரிய போராட்டத்தை நடத்திக்கொண்டிருந்தார்கள். மொழி, இன அடையாளம், நிலம்

ஆகியவற்றை மீட்டெடுப்பதற்கான போராட்டம். அவர்களுடைய அனைத்துப் போராட்டங்களிலும் நான் கலந்துகொண்டேன். அது எனக்கு மிகவும் மகிழ்ச்சி தந்த விஷயம்.

அந்தப் போராட்டங்களில் முழுமூச்சாகப் பங்கேற்றேன். ஏனெனில் இந்தப் போராட்டங்களின் மூளையாகச் செயல்பட்டவர்கள் எங்களது அரசில் அறிவியல் மாணவர்கள். அவர்கள் ஜப்பான் உள்ளிட்ட பல்வேறு நாடுகளைச் சேர்ந்தவர்கள். நாங்கள் அனைவரும் ஒரு சிறிய குழுவாக ஒன்றிணைந்தோம். எல்லாப் போராட்டங்களிலும் கலந்துகொள்வோம். பல பத்திரிகைகளில் இது குறித்த புகைப்படங்கள் வெளிவந்துள்ளன. நான் இவை குறித்து எங்கள் பல்கலைக்கழகப் பத்திரிகைகளிலும் உள்ளூர்ப் பத்திரிகைகளிலும் எழுதினேன். சீனியர் ஜார்ஜ் புஷ் வந்தபோது நானும் என் நண்பர் சேரா கில்லியட்டும் எதிர்ப்பு தெரிவிக்கக் காவல்துறையிடம் அனுமதி கேட்டோம். அவர்கள் அனுமதிக்க மறுத்தனர். அவள் புத்திஸ்ட். ஜார்ஜ் புஷ்ஷைப் பார்க்க விரும்பவில்லை என்று அறிவித்து ஜார்ஜ் புஷ் பேசவிருந்த அரங்கின் எதிரே இருந்த புத்த ஆலயத்தில் கண்ணை மூடிக்கொண்டு தியானிப்போம் என அவள் கூறினாள். அதன்படி நாங்கள் தியானம் செய்தோம். அந்தப் புகைப்படங்கள் எல்லாம் பத்திரிகைகளில் வெளிவந்தன.

அந்தப் போராட்டங்களின் வடிவங்கள் எப்படி இருந்தன?

எல்லாமே அஹிம்சைப் போராட்டங்கள்தான். எந்த வன்முறையும் கிடையாது. அனைத்துமே படைப்பூக்கம் மிக்க போராட்டங்கள். எங்களுடன் அரசியல் அறிவியல் பயின்ற சிறந்த குழு இருந்தது. அது என் கல்வியின் முக்கியமான அம்சம்.

எத்தனை ஆண்டுகள் இந்தக் கல்வி தொடர்ந்தது?

ஆறு ஆண்டுகள். *1990*இலிருந்து *1996* வரை மாணவனாக இருந்தேன். இரண்டு மூன்று ஆண்டுகள் அங்கேயே விரிவுரையாளராகவும் பணிபுரிந்தேன்.

கூடங்குளம் அணு உலைக்கு எதிராகப் போராட வேண்டும் என்று உங்களைத் தூண்டியது எது? இந்தப் போராட்டத்தில் உங்கள் பங்களிப்பு எப்போது தொடங்கியது? இன்றுவரையான அதன் தொடர்ச்சி குறித்துச் சொல்லுங்கள்.

*1987*இல் எத்தியோப்பியாவிலிருந்து இந்தியா வந்தேன். வரும் வழியில் நார்வே பல்கலைக்கழகத்தில் இரண்டு மாதங்கள் படித்தேன். சோவியத் யூனியன் வழியாக வந்தபோது அங்கே இரண்டு மூன்று நாட்கள் தங்கியிருந்தேன். அப்போது

நேர்காணல்கள்

அமெரிக்காவுக்கும் சோவியத்துக்கும் கடுமையான ஆயுதப் போட்டி நடந்துகொண்டிருந்தது. அப்போதுதான் ஓய். டேவிட் ஐயா பற்றி நான் கேள்விப்பட்டேன். அப்போது நான் கூடங்குளம் அணு உலை தொடர்பாக அரசல்புரசலாகக் கேள்விப்பட்டேன். நிலம் கையகப்படுத்தல் போன்றவை நடந்துகொண்டிருந்தன. ஆனால் அது பெரிய செய்தி கிடையாது. 1988இல் அணு ஆயுதக் குறைப்பு குறித்து உலக அளவிலான ஒரு கருத்தரங்குக்காக ஐநா தலைமையகத்தில் ஏற்பாடுகள் நடந்துகொண்டிருந்தன. அப்போது இந்தியப் பெருங்கடலில் அமெரிக்கா, சோவியத் யூனியன், பிரிட்டன், பிரான்ஸ் ஆகிய நாடுகளின் தளங்கள் இருந்தன. ஐரோப்பாவில் நடக்கும் அணு ஆயுதக் குறைப்பு பற்றிப் பேசுவதைவிட நமது பகுதியில் நடக்கும் அணு ஆயுதப் போட்டி குறித்துப் பேச வேண்டும் என நினைத்தேன். ஏனெனில் அமெரிக்காவுக்கும் சோவியத்துக்கும் அணு ஆயுதப் போர் நடந்ததெனில் நம்நாடு உடனடியாகப் பாதிக்கப்படும். இந்தியப் பெருங்கடல் விஷமாகும். அதன் தாக்கங்கள், கதிர்வீச்சுகள் நம்மைப் பாதிக்கும். எனவே அது குறித்துப் பேச வேண்டும் என்று நாகர்கோவில் நண்பர்கள் அகமது கபீர், ஜெயக்குமார் போன்றவர்கள் சேர்ந்து Group for Peaceful Indian Ocean என்னும் அமைப்பை உருவாக்கினோம். கடல்தான் நமது வாழ்வாதாரம். கடல் இந்திய நாட்டின் முற்றம். எனவே கடல் குறித்து நாம் படிக்க வேண்டும் என்று அந்த அமைப்பை உருவாக்கினோம். இந்தியப் பெருங்கடல் பகுதியை அமைதிப் பிரதேசமாக்க வேண்டும் என்பதற்கான முயற்சியில் இறங்கினோம்.

இதற்கு ஆதரவு இருந்ததா?

இதற்குப் பெரிய ஆதரவு என்று எதுவும் இல்லை. துண்டுப் பிரசுரங்கள் அச்சடித்து விநியோகிப்போம். கல்லூரிகள், பள்ளிகளில் நோட்டீஸ் விநியோகிப்போம். இப்படித்தான் செயல்பட்டோம். ஊடகம் இதைக் கண்டுகொண்டதும் இல்லை, நாங்கள் அதற்கு முயன்றதுமில்லை. நான் கடல் குறித்துப் பல புத்தகங்கள் சேகரித்திருந்தேன். ஒவ்வொரு கூட்டத்திலும் ஒரு நண்பர் தான் படித்த கடல் புத்தகத்தைப் பற்றிப் பேசுவார். எங்களைத் தயாரித்துக்கொள்வதற்குத்தான் அதை நடத்தினோமே தவிர வேறு பெரிய தாக்கங்கள் ஏற்படுத்துவதற்கு அல்ல. அப்போது டேவிட் ஐயா அறிமுகமில்லை.

அப்போது அவர் என்ன மாதிரியான பணிகளை மேற்கொண்டிருந்தார்?

அணு மின்நிலையத்திற்கு எதிராக நாகர்கோவில், திருநெல்வேலி போன்ற இடங்களில் பெரிய அளவிலான பேரணிகளை நடத்திக்கொண்டிருந்தார். மீன் உணவு விஷமாகும்

என்று அப்போது நாங்கள் எங்களது ஜிபிஐஓ சார்பாக துண்டு பிரசுரம் வெளியிட்டோம். மீன் என்றால் உடனே கவனிப்பார்கள் என்னும் எண்ணத்தில் அதை வெளியிட்டோம். முதலில் அணு ஆயுதம் என்னும் தலைப்பில் தொடங்கினோம், பின்னர் அணு மின்சாரமும் அதனுடன் தொடர்பு கொண்டது என்பதால் அதையும் இணைத்துக்கொண்டோம். 1989இல் நான் அமெரிக்கா சென்றுவிட்டேன். அப்போது சோவியத் யூனியன் சிதறிக்கொண்டிருந்தது. கோர்ப்பசேவ் பதவி இழந்தார். அதன் பின்னர் கூடங்குளம் குறித்து எனக்குத் தகவலே இல்லை.

டேவிட் ஐயாவுக்கு அணு உலை குறித்த முழுமையான புரிதல் இருந்ததா? அவருடைய செயல்பாடுகள் என்னவாக இருந்தன?

வேண்டாம் அணு உலை என்னும் சிறிய நூலையும் அவரது துண்டுப்பிரசுரத்தையும் நான் படித்திருக்கிறேன். 1998இல் நான் ஊருக்கு வந்திருந்தேன். இந்தியப் பிரதமராக தேவகவுடா இருந்தபோது இந்தத் திட்டத்தை மறுபடியும் கையில் எடுக்கிறார்கள் எனத் தெரிந்தது. எனவே அசுரன் என்னும் நண்பருடன் இதற்கு எதிராக ஏதாவது செய்ய வேண்டும் என விவாதித்தேன். மறுபடியும் போராட்டத்தைத் தொடர வேண்டும் என முடிவுசெய்து 1998இல் எங்கள் வீட்டில் ஒரு கூட்டம் நடத்தினோம். அணு சக்தி எதிர்ப்புக் கூட்டம். நாகர்கோவிலைச் சேர்ந்த பீட்டர் தாஸ், அசுரன் போன்றவர்கள் கலந்து கொண்டார்கள். *தினத்தந்தி*யில் இது குறித்துச் செய்தி வெளியாகி யிருந்தது. அப்போது தான் மறுபடியும் போராட்டத்தைத் தொடங்கினோம். நான் அமெரிக்காவிலிருந்து தகவல்களைத் திரட்டி அனுப்புவது. இங்கே இந்த இயக்கத்தை நடத்துவது என்று முடிவுசெய்தோம். கூடங்குளம் பற்றிய தகவல்களை நான் சேகரித்து இங்கே அனுப்புவேன். வாஜ்பாய் பிரதமரான உடன் பிஜேபி அரசாங்கம் நாட்டுக்கு நல்லதல்ல என்பதால் அதைக் கவனமாகக் கண்காணிக்க வேண்டும் என்பதற்காகப் பிஜேபி கவர்மெண்ட் வாட்ச் என்று அமெரிக்காவில் ஓர் அமைப்பைத் தொடங்கினேன்.

நிறைய அமைப்புகளைத் தொடங்கி நடத்தியுள்ளீர்கள் அல்லவா?

இது அப்பாவிடமிருந்து வந்த நோய். அப்பா இப்படித்தான் ஏதாவது ஒரு அமைப்பைத் தொடங்குவார். உடனடியாக லட்டர் பேட், ரப்பர் ஸ்டாம்ப் போன்றவற்றைத் தயாரிப்பார். பெரிய அளவில் பிரகாசிக்கவில்லை. ஆனால் இதை அவர் கடைப்பிடித்துவந்தார். நான் பிஜேபி அரசாங்கம் குறித்து எழுதியதற்கு இந்து என். ராம் பெரிய ஆதரவு தந்தார். என்னைத் தொலைபேசியில் அழைத்துப் பேசினார். அவருடைய

பங்களிப்பு இதில் அதிகம். அவர் மூலமாக நூரானி, அஸ்கர் அலி இன்ஜினியர், ரோமிலா தாப்பர், கே.என். பணிக்கர் போன்ற பெரிய ஆளுமைகளின் ஆதரவு கிடைத்தது. அதை ஓர் ஒன்றரை வருடம் மிகச் சிறப்பாக நடத்தினோம். *Front Line*இல் கட்டுரைகள் எழுதினேன். *இந்து* ராமை அழைத்துப் பல்கலைக் கழகத்தில் கூட்டங்கள் நடத்தினோம். அஸ்கர் அலி இன்ஜினியர் போன்றவர்கள்கூட வந்திருக்கிறார்கள். பிஜேபி குறித்து இந்தியாவில் வெளிவந்த விமர்சனங்களைத் தொகுத்து ஒரு வெளியீடாகத் தினமும் எங்கள் பட்டியலில் இருப்பவர்களுக்கு மின்னஞ்சல் அனுப்புவேன். பிஜேபி அரசாங்கம் கவிழ்ந்ததும் *BJP Government Watch* என்னும் அமைப்பின் பெயரை *Communalism Watch and Governance Monitor* என்று மாற்றிக்கொண்டு செயல்பட்டோம். அதில் நான் கூடங்குளம் பற்றிய செய்திகளை விவாதித்தேன். 2001இல் ஊருக்குத் திரும்பினேன். மனைவி அங்கே சமூக நல ஊழியராக இருந்தார்.

திருமணம் அமெரிக்காவில் வைத்து நடந்ததா?

நாகர்கோவிலில் வைத்துதான் திருமணம் நடந்தது. படிப்பு முடிந்ததும் இரண்டுபேரும் அமெரிக்காவில் இரண்டு வருடங்கள் இருந்தோம். கொஞ்சம் கடன்கள் இருந்தன. அதை அடைப்பதற்கு அங்கே இருக்க வேண்டியிருந்தது. அதை அடைத்தது போக மீதியுள்ள பணத்தைக்கொண்டு ஊரில் பள்ளியொன்றைத் தொடங்கலாம் என அங்கே வைத்தே முடிவுசெய்திருந்தோம். 2001இல் திரும்பினோம். அப்போது சென்னையில் இருந்தோம். அப்போது உடல் நலம் குன்றி மதுரையிலிருந்த டேவிட் ஐயாவை அவரது வீட்டில் சந்தித்தேன். கூடங்குளம் அணு உலைக்கான வேலைகள் மீண்டும் தொடங்கி நடைபெற்றுக்கொண்டிருந்தன. அது குறித்து அப்போது அவரிடம் பேசினேன்.

இந்தக் கட்டத்தில் கூடங்குளத்தில் அணு உலை அமைப்பதற்கான வேலைகள் தீவிரமாக நடந்துகொண்டிருந்தனவா?

இல்லை. உடன்படிக்கை செய்து கட்டுமான வேலைகளைத் தொடங்கியிருந்தார்கள். டேவிட் ஐயா, நாகர்கோவிலில் டாக்டர் லால் மோகன், தூத்துக்குடியில் ஜார்ஜ் கோமஸ் ஐயா, ஜெர்மனியைச் சேர்ந்த கேப்ரியேல் டீட்ரிக் என்னும் பெண்மணி, கன்னியாகுமரியில் போஸ் போன்றவர்கள் இணைந்து 2001 நவம்பர் முதல்நாள் மதுரையில் அணு சக்திக்கெதிரான மக்கள் இயக்கத்தைத் தொடங்கினோம். அதுதான் இப்போதும் தொடர்ந்து போராடிவருகிறது. டேவிட் ஐயா தலைமை ஏற்றார். அவர் காந்தியவாதி. அஹிம்சைத் தத்துவத்தில் நம்பிக்கை கொண்டவர். எல்லாருமே பெரியவர்கள், எனவே நிதானமாகச்

செயல்பட்டார்கள். எடுத்தேன் கவிழ்த்தேன் என்னும் செயல்பாடு யாரிடமும் கிடையாது. எல்லாருமே மிகப் பொறுப்பானவர்கள். இந்த நடவடிக்கைகளும் எனக்கு மிகப் பெரிய படிப்பினைகளைப் பெற்றுத் தந்தவை.

கிறித்தவரல்லாத நீங்கள் கிறித்துவ மீனவர் மக்களின் பிரச்சினைகளைக் கையில் எடுத்துப் போராடியபோது உங்களுக்கு ஏதேனும் சங்கடங்கள் இருந்தனவா? அவற்றைச் எப்படிச் சமாளித்தீர்கள்?

அப்படியான சங்கடங்கள் எதுவும் எனக்கு ஏற்படவில்லை. அதற்கு என் பின்னணி ஒரு முக்கியமான விஷயமாக இருந்தது. அம்மா சமூக நல வாரியத்தில் பணியாற்றினார். அப்போது கிறித்தவ மதம் சார்ந்த அநேகர் வீட்டிற்கு வருவார்கள். பால்வாடி போன்ற அமைப்புகள் குறித்துப் பேசுவதற்கு ஞாயிற்றுக்கிழமைகளில்கூட வீட்டுக்கு வருவார்கள். வந்தவர்கள் அனைவருமே பிரார்த்தனை செய்வார்கள். அப்போது நான், அம்மா, சகோதரிகள் ஆகியோர் அதில் கலந்து கொள்வோம். அப்பா அதில் கலந்துகொள்ளமாட்டார். வீட்டில் கால்நடைகள் இருந்தன. அவற்றுக்கு உடல் நலம் பாதிக்கப்பட்டால் ஜெபம் செய்வார்கள். கிறித்தவ ஜெபம் எங்கள் குடும்பத்தில் முக்கிய இடம்பெற்றது. அம்மாவுடன் வேலைபார்த்தவர்களின் வீடுகளுக்குக் கிறிஸ்துமஸ் நாட்களில் செல்வோம். எனவே சிறுவயதிலேயே கிறித்தவ மதத்தின் மீது அன்பும் மரியாதையும் இருந்தது. அதை வேற்று மதமாகவே நாங்கள் பார்க்கவில்லை. வாழ்க்கையில் இதுவும் ஒரு அம்சமாகத்தான் இருந்தது. மேலும் எங்கள் வீட்டின் மற்றொரு பக்கம் இடலாக்குடி போன்ற இஸ்லாமியர் வசிக்கும் பகுதி. நூறு சதவிகித முஸ்லிம் மக்கள். மற்றொரு பக்கம் ஈழவ சமுதாயம். இந்து நாடார் இடைப்பட்ட பகுதியினர். அப்பாவின் ஆதரவுத் தளம் இந்த ஈழவர் சமுதாயமும் முஸ்லிம் சமுதாயமும்தான். முஸ்லிம்கள் திமுகவுக்கு ஆதரவாக இருந்தார்கள். காங்கிரஸுக்குப் பெரிய ஆதரவு கிடையாது. முஸ்லிம் விழாக்கள் எதுவாக இருந்தாலும் எங்களுக்குச் சாப்பாடு வரும். எங்களை அழைப்பார்கள். ஆகவே முஸ்லிம் மக்கள்மீதும் நமக்கு ஆதரவானவர்கள் என்று சிறு வயதிலேயே பிரியம் இருந்தது. அது இயற்கையாகவே அமைந்தது. எனவே கிறித்தவர், இந்து, முஸ்லிம், ஈழவர் என்ற சாதி மதப் பிரிவினைகள் எழவில்லை. ஆனால் போராட்ட அரங்குக்கு வந்தபோது நான் எனது முப்பதுகளின் இறுதியில் இருந்தேன். அதுவரை நான் எந்த மீனவக் கிராமத்துக்குள்ளும் சென்றது கிடையாது. நாடார் சமுதாயத்தில் மீனவ மக்களைப் பெரிதாக மதிக்க மாட்டார்கள். சுத்தமில்லாதவர்கள், முரடர்கள் என்றுதான் மீனவர்களை அந்தச் சமுதாயம் பார்த்தது. ஆனால் மீனவ

மக்கள் குறித்து எந்த அறிதலோ புரிதலோ எனக்கு அப்போது கிடையாது. நான் சிறுவயதில் மீன் சாப்பிடமாட்டேன். மிகச் சுத்தம் பார்ப்பேன். யார் வீட்டிலும் சாப்பிடமாட்டேன். தண்ணீர் குடிக்க மாட்டேன். என் தட்டில் வேறு யாரும் சாப்பிடக் கூடாது என்பது போன்ற நோய்கள் எல்லாம் எனக்கு இருந்தன. எனவே கடலோரக் கிராமங்களுக்குப் போனபோது முதலில் தயக்கமாக இருந்தது. அவர்களுக்கும் என் பின்னணி தெரியாது. டேவிட் ஐயான்னு சொல்லும்போது பெயரைவைத்துக் கிறித்தவர் என்பது தெரியும். ஆனால் அவர் நாடார் என்பது யாருக்கும் தெரியாது. அந்தக் கட்டத்தில் நாங்கள் ஊர்களுக்குள் சென்று அமர்ந்து பிரச்சினைகளைப் பேசுவோம். இளைஞர் குழுக்கள், மீனவர் சங்கம் இதிலெல்லாம் பேசுவோம். பிரச்சினைகள் குறித்துத்தான் பேசுவோமே தவிர சாதி, மதம் குறித்து விவாதம் வந்ததே இல்லை. நாளைடைவில் இந்த மக்கள் இயற்கையோடு இணைந்த வாழ்க்கை வாழ்வது என்னை ஈர்த்துவிட்டது. நாம் பேசும் சிந்தாந்தங்கள்போல வாழ்ந்துவரும் இந்த மக்கள்மீது ஒரு மரியாதை வந்தது. இப்போதுகூட யாரும் சாதி மதத்தைப் பார்ப்பதில்லை. எதிர்ப்பு நாடார் தரப்பிலிருந்து வந்தது. நானும் டேவிட் ஐயாவும் சென்றபோது இரண்டு மூன்றுமுறை அடிக்க வந்தார்கள். கூடங்குளத்தின் இந்து நாடார்கள்தான் எங்கள் ஊரின் வளர்ச்சியைத் தடுக்க வந்திருக்கிறீர்களா எனக் கேட்டு அடிக்க வந்தார்கள். அவர்களும் எங்களைச் சாதியைப் பார்த்து அடிக்க வரவில்லை. வளர்ச்சியைத் தடுக்க வந்ததாக நினைத்துத்தான் அடிக்க வந்தார்கள். டேவிட் ஐயா நாடார் என்பது அவர்களில் பெரும்பாலானவர்களுக்குத் தெரியும். ஆக, சாதி மதம் எந்தக் காலகட்டத்திலும் பிரச்சினையாக வந்ததில்லை. இந்தப் போராட்டம் உச்சகட்டத்தை அடைந்தபோது சிலர் என்மீது கொண்ட காழ்ப்புணர்ச்சி காரணமாக, நாடார் ஏன் இதை நடத்த வேண்டும் என்று கேள்வி எழுப்பினார்கள்.

இப்போதுகூடச் சிலர் ஏன் மீனவர்களிடமிருந்தே ஒருவர் தலைமை ஏற்க வரக் கூடாது என்று பேசுவதாக சமூகத் தளங்களில் படிக்க நேர்ந்தது.

ஆமாம். நம்முடைய ஜாதியில் ஆள் இல்லையா என்றெல்லாம் பேசினார்கள். இந்த மக்கள் அதைக் காது கொடுத்தே கேட்க வில்லை. மக்களுக்கு அது ஒரு பொருட்டாகவே தெரியவில்லை.

இந்த ஒற்றுமை எப்படிச் சாத்தியமாயிற்று? மேலும் அணு உலைக்கு எதிராக அஹிம்சைப் போராட்டம் என்பதற்கு மக்கள் எப்படிப் பழக்கமானார்கள்? ஏனெனில் சுதந்திரப் போராட்டத்திற்குப் பின்னர் இந்தியாவில் நீண்ட காலம் தாக்குப்பிடிக்கும் அறவழிப்

போராட்டம் இது. சாதாரண மக்கள் இந்தச் சித்தாந்தத்தை எப்படிப் புரிந்துகொண்டு ஒத்துழைத்தார்கள்?

இயல்பான ஒன்றாக அவர்களுக்குள் புதைந்துகிடந்ததை வெளியில் கொண்டுவந்துள்ளோம். இப்படித்தான் நான் இதைப் பார்க்கிறேன். போராட்டக் குழுவினர் பயிற்சி கொடுத்து இதைச் சாத்தியப்படுத்தவில்லை. போராடுபவர்கள் அனைவரும் கிறித்தவர்கள். பிரார்த்தனை என்பது இவர்களது வாழ்வின் முக்கிய அம்சம். கிறித்தவ மதமே அஹிம்சையை அடிப்படையாகக் கொண்டதுதான். மன்னிப்பது, விட்டுக்கொடுப்பது போன்றவை அவர்களின் மரபு சார்ந்த பழக்கம். கவிந்திருந்த தூசியைத் துடைக்க வேண்டியிருந்தது, அவ்வளவுதான். அதைக்கூட நாங்கள்தான் செய்தோம் என்று சொல்லிக்கொள்ள முடியாது.

அணுமின் நிலையத்தின் அபாயத்தைப் பற்றி டேவிட் ஐயா, லால் மோகன், ஜார்ஜ் கோமஸ் போன்றவர்கள் தொடர்ந்து பரப்புரை செய்தார்கள். மாநாடு, சிறிய கூட்டங்கள், துண்டுப் பிரசுரங்கள் விநியோகம் முதலான தொடர்ச்சி யான செயல்பாடுகள் மூலம் கதிர்வீச்சின் அபாயத்தை எடுத்துக்கூறினார்கள். முதலில் கதிர்வீச்சு என்பதை ரேடியோ லைட் என்று இங்குள்ள பெண்கள் சொல்வார்கள். ஆக, அடிப்படைத் தகவல்களைப் பற்றி மிகவும் பொறுமையாக, நிதானமாக அவர்களுக்குச் சொன்னோம். அணு உலை அபாயம் குறித்த தகவல்கள் கடலோரக் கிராமங்களில் பரவியது இப்படித்தான். போராட்டம் தொடங்கியதற்குப் பிறகுதான் அஹிம்சை பற்றிப் பேசுகிறோம். இதற்கு முன்னால் டேவிட் ஐயா, லால் மோகன் போன்றவர்கள் நடத்திய போராட்டங்களும்கூடச் சாத்வீகமானவைதான். சாலை மறியல், பேருந்துகளைத் தாக்கிச் சேதப்படுத்துவது போன்ற வழிமுறைகளை எப்போதுமே கையிலெடுத்தது இல்லை. மேதா பட்கர் போன்றவர்களை அழைத்துவந்து கூட்டங்கள் நடத்துவோம். விழிப்புணர்வு ஏற்படுத்தும்வகையில்தான் போராட்ட வடிவங்கள் இருந்தனவே தவிர அது ஒருபோதும் வன்முறைப் பாதையில் செல்லவில்லை.

இந்தப் போராட்டம் தொடங்கியபோதும் முதலிலேயே உண்ணாவிரதம் என்றுதான் தொடங்கினோம். மீனவ மக்கள் உணவருந்தாமல் இருக்கமாட்டார்கள். உடலுழைப்புகாரர்களுக்கு உணவு மிக அவசியம். விழிப்புணர்வூட்டுவதற்கான கூட்டங்கள் என்பதுதான் முதல்கட்டப் போராட்ட வடிவமாக இருந்தது. கடந்த செப்டம்பர்மாதம்தான் காலவரையற்ற உண்ணாவிரதப் போராட்டம் தொடங்கினோம். அப்போதுகூட டேவிட் ஐயா உட்பட நிறைய பேர் காலவரையற்ற உண்ணா விரதம் அறிவித்திருக்கக் கூடாது என்றுதான் சொன்னார்கள். இந்து,

இஸ்லாம், கிறித்தவம் மூன்று மதங்களிலுமே உண்ணாநோன்பு ஒரு பழக்கமாகக் கடைப்பிடிக்கப்பட்டு வந்திருக்கிறது. அறவழியை எல்லா மதங்களுமே போதித்திருக்கின்றன. ஆக ஒரு கருத்தியலுக்காகக் காந்தியம் போன்றவை குறித்துச் சொன்னோம். அவ்வளவுதான். இது உள்ளீடற்ற புரிதல் அல்ல. சமையலறைப் பக்கமே செல்லாத கணவர்கள்கூடத் தங்களைப் போராட்டத்திற்கு அனுப்பிவிட்டுச் சமையல் வேலைகளைக் கவனிப்பதாகப் பல பெண்கள் சொல்கிறார்கள். குடிப்பழக்கம் குறைந்திருக்கிறது என்றும்கூடச் சொல்கிறார்கள். எனவே அஹிம்சை என்பது கலாச்சாரத் தாக்கமாகவே இருக்கிறது. "முன்பெல்லாம் ஏதாவது தகராறு என்றால் நான் முதலில் அடித்துவிட்டுதான் பேசுவேன். ஆனால் இன்று ராதாபுரத்தில் ஒருவர் உங்களைத் தவறாகப் பேசினார். எனக்குக் கோபம் வந்தது. அடிப்பதற்காகக் கையை ஓங்கினேன், ஆனால் அது நமது வழியில்லையே என்று தோன்றியதால் அமைதியாக வந்து விட்டேன்" என்று ஒரு இளைஞர் என்னிடம் கூறினார். இதைப் போல் சிறிய சிறிய தாக்கங்கள் நிறைய. ஆக, மாற்றங்களுக்குக் காரணம் மக்கள்தானே தவிர வேறு யாருமல்ல. போதிப்பதற்கு நாங்கள் யாரும் புனிதர்கள் அல்லவே. இங்கே எந்த மாயாஜாலமும் நிகழவில்லை.

இந்தப் போராட்டத்தில் உங்கள் ஈடுபாடு குறித்து உங்கள் குடும்பத்தினர் என்னவகையான எதிர்வினையாற்றினார்கள்?

அப்பா, அம்மா இருவருமே போராளிகள். அப்பா அரசியல் களத்தில் செயல்பட்டவர். அம்மா சமூக ஆர்வலராக இருந்து பணியாற்றியவர். கொஞ்சம் கவனமாக இருந்துகொள் என்று கூறுவார்கள் அவ்வளவுதான். இருவருமே இந்தப் போராட்டத்தை முழுமையாக ஆதரிக்கிறார்கள் என்றுதான் சொல்வேன். மனைவியும் ஆதரிக்கிறார். ஹவாயில் என்னுடன் படித்துக் கொண்டிருந்தபோதே இது போன்ற போராட்டங்களில் என்னுடன் கலந்துகொண்டிருக்கிறார். நாங்கள் இருவருமே சமூகத்தின் மிக எளிய பின்னணியில் இருந்துவந்தவர்கள். எனவே நம்மைப் போன்ற மக்களுக்கு, உரிமைகளுக்காகப் போராடும் மக்களுக்கு அவர்களது உரிமையை மீட்டுத்தர உதவ வேண்டும் என்பதில் இருவரும் அழுத்தம் திருத்தமான நம்பிக்கை வைத்துள்ளோம். இந்தியாவிற்குத் திரும்பி வந்ததன் காரணமும்கூட அதுதான். மனைவியின் ஒத்துழைப்பு இல்லாமல் இந்தப் போராட்டத்தில் என்னை முழுமையாக ஈடுபடுத்திக் கொண்டிருக்கவும் முடியாது. எந்தக் கட்டத்திலும் அவர் பயப்படவோ பின்வாங்கவோ இல்லை.

அரசு இந்தப் போராட்டத்தை ஒடுக்குவதில் முனைப்போடும் தீவிரத்தோடும் இருக்கும் நிலையில் மிக உறுதியோடும் நம்பிக்கையோடு மக்களும் இப்போராட்டத்தைத் தொடர்கின்றனர். இதற்குப் பின்னணி என எதையாவது சொல்ல முடியுமா?

இந்தப் போராட்டத்தில் ஒரு பக்கம் அரசுத் தரப்பு. மற்றொரு பக்கம் சாதாரண மக்கள். அரசுத் தரப்பைப் பொறுத்தவரை இது ஒரு கொள்கை முடிவு. அந்தக் கொள்கை நாட்டின் வளர்ச்சிக்கும் முன்னேற்றத்துக்கும் அணுசக்தி அவசியம் என்ற நிலைப்பாட்டின் அடிப்படையிலானது. அவர்களுக்கு அணுசக்தியும் அணு ஆயுதமும் அவசியம். இந்தப் பக்கம் மீனவர்கள், நாடார்கள், தலித்துகள் போன்ற சாதாரண மக்கள். அதிகாரமோ படை பலமோ ஆள் பலமோ இல்லாத சாதாரண மக்கள். இதை மிகச் சரியாகச் சொல்ல வேண்டுமென்றால் காட்டு யானைக்கும் கட்டெறும்புக்கும் நடக்கும் போட்டி. காட்டு யானைத் தன் சக்தியைப் பயன்படுத்தி அச்சுறுத்த முயல்கிறது. இதற்குப் பின்னால் உள்ளவர்கள் அரசியல்வாதிகள். குறிப்பாகக் காங்கிரஸும் பிஜேபியும். இவர்களுக்கு இந்தத் திட்டத்தின் மூலம் ஆதாயம் உள்ளது. இது பல ஆயிரம் கோடிப் பணம் புரளும் திட்டம். இதில் கிடைக்கும் தரகுத் தொகையை வைத்து இன்னும் இரு தலைமுறைகளுக்கு அரசியல் நடத்தும் அளவுக்குப் பணம் சம்பாதிக்கலாம். காங்கிரஸ் கட்சியின் ஈடுபாட்டுக்கு அதுதான் காரணம். எல்லா ஒப்பந்தங்களிலும் இதுதான் நடக்கிறது. இங்கே இருக்கும் உள்ளூர்த் திருடர்கள் தங்கள் திருட்டை மறைக்க இதற்கு ஆதரவு தெரிவிக்கிறார்கள். அதிகாரவர்க்கத்திற்கும் கமிஷன் கிடைக்கும். அமெரிக்கா, ரஷ்யா, ஆஸ்திரேலியா போன்ற நாடுகளுடன் ஒப்பந்தங்கள் போடப்படுகின்றன. அணு ஆயுதத் தொழில்நுட்பம், யுரேனியம் போன்ற பல வியாபாரங்கள் நடக்கின்றன. அணு சக்தித் துறைக்கும் லாபம் இருக்கிறது. அனைவருமே வளர்ச்சி மனோபாவம் கொண்ட விஞ்ஞானிகள். இந்த அணு விஞ்ஞானிகள் நாட்டு மக்களுக்குப் பயன்படுவதுபோல் ஒரு பென்சில் கூடக் கண்டுபிடித்ததில்லை. இவர்களுக்கு மகிழ்ச்சியான வாழ்க்கை, அதிகார வர்க்கமாக இருப்பதால் கிடைக்கும் அனுகூலம் ஆகியவைதான் முக்கியம். தேசியப் பாதுகாப்பு இவர்கள் கையில்தான் இருக்கிறது என்பது போன்ற மயக்கத்தைத் தோற்றுவிக்கிறார்கள். எல்லாருமே தங்கள் சொந்த லாபத்திற்காகச் செயல்படுகிறார்கள். எல்லாருக்குமே அதிகாரம் இருக்கிறது. எல்லோருமே சக்தி படைத்தவர்கள். இப்படிப் பல அமைப்புகள், குழுக்கள்.

இந்தப் பக்கம் சாதாரண மக்கள். தங்கள் வாழ்வுக்காக, வாழ்வாதாரத்திற்காகப் போராடக்கூடிய மக்கள். இந்த இரண்டு

சக்திகளுக்கும் சம்பந்தமே இல்லை. உலக அளவில் பல தனி நபர்கள், மனித உரிமை அமைப்புகள் இந்தப் போராட்டத்திற்கு ஆதரவு தருகிறார்கள். ஆனால் அந்த ஆதரவு பெரிய அளவில் பலம் பொருந்தியதாக இல்லை. உலகமெங்கிலுமிருந்து எங்களுக்கு 500, 600 கடிதங்கள் வந்துள்ளன. இந்த அளவில்தான் அந்த ஆதரவு உள்ளது. எனவே ஆற்றல் அளவில் பெரிய வித்தியாசம் நிலவுகிறது. ஆயுதங்களை ஏந்தியோ நேரடியாக மோதியோ இவர்களை வெற்றி கொள்வது சாத்தியமல்ல. நமது ஆன்ம பலத்தைத்தான் பயன்படுத்த வேண்டியதுள்ளது. நமது நியாயத்தைத்தான் மறுபடியும் மறுபடியும் சொல்ல வேண்டியதுள்ளது.

இது மிகப் பெரிய கடினமான போராட்டம். உள்துறை அமைச்சகத்தின் மூலம் எங்கள் வீடுகளைச் சோதனையிடுவதற்கு அவர்களுக்கு அதிகாரம் இருக்கிறது. ஆனால் நாம் நாராயணசாமி வீட்டிற்குப் போய் எதுவும் செய்துவிட முடியாது. அவர்கள் அனைத்து ஆயுதங்களையும் எங்களுக்கெதிராகப் பயன்படுத்து கிறார்கள். தொடர்ந்து எங்களை அவதூறு செய்கிறார்கள். வெளி நாட்டுப் பணம், அந்நிய சூழ்ச்சி என என்னவெல்லாமோ சொல்லிப் பார்க்கிறார்கள். எங்கள் பள்ளிக்கூடத்தை உடைத்தார்கள். வழக்குகள் போட்டார்கள். தேசத் துரோகி என்றார்கள். சிறையில் அடைத்தார்கள். வன்முறையைப் பிரயோகித்துப் பார்த்தார்கள். இவ்வளவுக்குப் பிறகும் எளிய மனிதர்களைக்கொண்ட இந்தக் கூட்டத்தை அவர்களால் சிதைக்க முடியவில்லை. காரணம் இது நியாயமான உண்மையான போராட்டம். ஆகவே இந்தப் பக்கம் இருப்பது தனி ஆற்றல். அந்தப் பக்கம் இருப்பது குழு ஆற்றல். மடத்தனமான தசை பலமும் ஆன்ம பலமும் போட்டிபோடுகின்றன.

அரசு நினைத்தால் எந்த நேரத்திலும் இப்போராட்டத்தை முறியடிக்க முடியும். நிச்சயமாக முடியும். அந்த நிலைமையில்தான் இப்போது இங்கே இருந்து கொண்டிருக்கிறோம். எங்களுடைய அத்தனை நடவடிக்கைகளையும் குடிமைச் சமுதாயம் பார்த்துக் கொண்டிருக்கிறது. அந்த ஒரே ஒரு பயத்தில்தான் அரசுத் தரப்பில் சிறிது பின்வாங்கி நிற்கிறார்கள். ராணுவத்தைக் கொண்டுவரலாம். குண்டு போட்டுக் கூடக் கொல்ல முயலலாம். அவர்களது எந்த நடவடிக்கையையும் தடுக்கக்கூடிய நிலைமையில் நாங்கள் இப்போது இல்லை.

அப்படிப்பட்ட விபரீதம் எதுவும் நடக்கும் என எதிர்பார்க்கிறீர்களா?

என்கவுண்டரில் கொன்றுவிடுவார்கள், கவனமாக இருங்கள் என நிறைய பேர் கூறினார்கள். சுட்டுத்தள்ள உத்தரவு என்று சில பத்திரிகைகளில் செய்தியாக வெளியிட்டிருந்தார்கள்.

ஆனால் அதற்கெல்லாம் பயப்படவில்லை. எல்லாரும் எப்படியும் ஒரு நாள் சாகத்தான் போகிறோம். பிரதமராக இருந்தாலும் சாகத்தான் வேண்டும். அதனால் இறப்பதைக் குறித்த கவலை இங்கு இருக்கும் யாரிடமும் இல்லை. பத்தாம் தேதி நடந்த கலவரத்தில்கூட யாரும் உயிருக்காக ஓடித் தப்பிக்க முயலவில்லை. அப்படிப்பட்ட கூட்டமல்ல இது.

இங்கு வரும் ஆணாக இருந்தாலும் பெண்ணாக இருந்தாலும் எந்தச் சாதி மக்களாக இருந்தாலும் அவர்கள் தங்கள் உரிமைக்காக, வாழ்வுக்காக, எதிர் காலத்திற்காகப் போராடுகிறார்கள். எதிர்காலத்திற்காக மட்டும் என்றுகூடச் சொல்ல முடியாது. இந்திய ஜனநாயகத்திற்காகவும் போராடுகிறோம். இந்திய ஜனநாயகத்தைக் காப்பாற்றுவதற்கான போராட்டம். உலகமயமாக்கலுக்கு எதிரான, பன்னாட்டு நிறுவனங்களிடமிருந்து நம்மைப் பாதுகாக்கும் போராட்டம். எனவே இந்தப் போராட்டத்திற்குப் பல அவசியமான கூறுகள் இருக்கின்றன. எனவே மக்கள் அனைத்தையும் ஒட்டுமொத்தமாகப் பார்க்கிறார்கள். நியாயத்திற்காகப் போராடுகிறார்கள். எதிர்காலத்திற்காகப் போராடுகிறார்கள். இது தலைமுறைகளுக்காக நடத்தப்படும் போராட்டம். எனவே இறப்பதற்கும் தயாராகத்தான் இருக்கிறோம். ஆனால் அவர்கள் யாரும் இறப்பதற்குத் தயாராக இல்லை. அதுதான் முக்கியமான வித்தியாசம். அவர்களுக்குப் பணம்தான் குறிக்கோள். ஆனால் அணு உலைக்கு எதிராகப் போராடும் மக்கள் இறப்பதற்குத் தயாராக இருப்பவர்கள்.

அரசு தற்காலிக நலன்களை மட்டும் கருத்தில் கொண்டு செயல்படுகிறது. ஆனால் நாங்கள் எதிர் காலத்திற்காகப் போராடுகிறோம். அரசு அதிகாரத்திற்காகப் போராடுகிறது. நாங்கள் புவிக் கோளத்தைக் காப்பதற்காகப் போராடுகிறோம். இயற்கையும் இறையருளும் போராடுவோர் பக்கம்தான் உள்ளன. போராடும் மக்கள் கடவுள் நம்பிக்கை உள்ளவர்கள். இது கடவுள் படைத்த பூமி. இதைப் பாதுகாக்கப் போராடுகிறோம் என்று சொல்கிறார்கள். எனவே நாம் இயற்கையைப் பாதுகாக்க, எளியவர்களைப் பாதுகாக்கப் போராடுகிறோம். இதன் அடிப்படையில் போராடுவோரின் சக்தி அரசைவிடப் பெரிய சக்தி. பார்ப்பதற்கு அரசு பலம் பொருந்திய சக்தியாகத் தென்படலாம் ஆனால் போராடுவோர்தான் இறுதியில் வெல்வர். நிச்சயமாக இந்தப் போராட்டம் வெற்றிபெறப்போகிறது. அதில் எந்த மாற்றுக் கருத்தும் கிடையாது.

இதற்கு உகந்ததுபோல் அரசியல் சூழல்களும் புறச் சூழல்களும் இருக்கின்றன. உதாரணமாகச் சொல்ல வேண்டுமானால், ஜப்பான் புகுஷிமா விபத்துக்குப் பிறகு ஜப்பானில்

ஏற்பட்டிருக்கும் விழிப்புணர்வு. ஜப்பான்தான் அணு ஆயுதத்தாலும் அணு சக்தியாலும் பாதிக்கப்பட்ட ஒரே நாடு. 52 அணு மின்நிலையங்கள் இயங்கிக்கொண்டிருந்த அந்த நாட்டில் தற்போது வெறும் இரண்டே அணு மின்நிலையங்கள்தாம் செயல்படுகின்றன. ஜெர்மனி, பெல்ஜியம் போன்ற பல நாடுகளில் அணு உலைகளைத் தொடர்ந்து மூடிக்கொண்டிருக்கிறார்கள். நியாயத்தைச் சொல்வதால்தான் அவர்களும் யோசித்துச் செயல்பட வேண்டியதிருக்கிறது. அரசுத் தரப்பினரும் தாங்கள் தவறுக்கு மேல் தவறுசெய்துகொண்டிருப்பதை உணர்கிறார்கள். சில காவல் துறை அதிகாரிகளேகூட நீங்கள் நியாயத்திற்காகத்தான் போராடுகிறீர்கள் என்று எங்களிடம் சொல்கிறார்கள். பெரும்பாலானவர்கள் போராட்டத்தைப் புரிந்துகொள்கிறார்கள். இது இயற்கையை, எதிர்காலத்தைப் பாதுகாப்பதற்கான போராட்டம் என்று விளங்கிக்கொள்கிறார்கள். யாரும் கொல்லப்பட்டுவிடக் கூடாது என்பதற்காகத்தான் எந்த வன்முறையிலும் இறங்காமல் கட்டுக்கோப்புடன் போராடிக் கொண்டிருக்கிறோம். அப்படியும்கூட இரண்டு உயிர்களை இழந்துள்ளோம். அரசாங்கம் ராணுவத்தை உள்ளே அனுப்பி எல்லாவற்றையும் துவம்சம் செய்து முடிக்க வேண்டுமெனில் முடிக்கலாம். அதற்கும் நாங்கள் தயாராகத்தான் இருக்கிறோம். ஆனால் பிரச்சினை அத்துடன் நிறைவுபெறாது. அப்பாவை இழந்த மகன், கணவனை இழந்த மனைவி போன்றவர்கள் அமைதியாக இருக்கமாட்டார்கள். போராடிக்கொண்டுதான் இருப்பார்கள்.

ஒருவேளை மக்கள் வன்முறையைக் கையிலெடுத்தால் உங்களின் நிலைப்பாடு என்னவாக இருக்கும்?

மக்கள் இதுவரை வன்முறைப் பாதையைத் தேர்ந்தெடுக்க வில்லை.

காந்தி அஹிம்சைப் போராட்டத்தை வழிநடத்தியபோது சௌரிசௌரா போன்ற சம்பவங்களில் மக்கள் வன்முறையைக் கையில் எடுத்தார்கள். அத்தகைய சம்பவங்களின்போது காந்தி உண்ணாவிரதம் இருந்து மக்களை வன்முறையிலிருந்து வெளியே வரச் செய்து அறவழியை மீட்டெடுத்துள்ளார். ஒருவேளை இங்கும் மக்கள் வன்முறையைக் கையில் எடுக்க நேர்ந்தால் உங்கள் நிலைப்பாடு என்னவாக இருக்கும்?

இது நல்ல கேள்வி. அதைப் போன்ற தர்மசங்கடமான நிலைமையில்தான் தற்போது இருக்கிறோம். அரசு புரிதல் உள்ளதாக இருந்தால் இந்தச் சூழ்நிலையில் சுமூகமான

பேச்சுவார்த்தை நடத்திச் சிக்கலைத் தீர்க்கலாம். அதுதான் அவர்களுக்கும் மக்களுக்கும் நல்லது. போன வாரம் ஆலோசனைக் கூட்டத்தில் ஒரு பெரியவர், இப்படிப் போராடிக்கொண்டிருந்தால் வேலைக்காகாது. பதினைந்து பேருந்துகளை எரித்தால் தான் அரசாங்கம் நம்மைத் திரும்பிப் பார்க்கும் என்றார். என் பையன், அப்பா இவ்வளவு நாள் நீங்கள் போராடிக்கொண்டிருந்தீர்கள். ஆனால் அரசு கண்டுகொள்ளவே இல்லை. ஆனால் அன்று கலவரம் வெடித்தபோதுதான் அனைத்துத் தரப்பினரும் திரும்பிப் பார்த்தார்கள் என்றான். வன்முறையைத்தான் எல்லாரும் பெரிதாக நினைக்கிறார்கள் என்றான். அவன் சொன்னது என்னைச் சிந்திக்கவைத்தது.

இங்குள்ள இளைஞர்கள்கூடச் சொல்கிறார்கள் உல்பா தீவிரவாதிகளோ மாவோயிஸ்டுகளோ யாரையாவது கடத்திச் சென்றால்தான் அரசு அவர்களுடன் பேச்சு வார்த்தை நடத்துகிறது. அவர்களிடம் மண்டியிடுகிறது. ஆனால் நாம் அறவழியில் போராடினால் நீ பாட்டுக்குப் போராடு; நான் யுரேனியத்தை நிரப்புகிறேன் என்று செயல்படுகிறது எனக் கூறுகிறார்கள். ஆக இந்த மாதிரியான வன்முறைப் போராட்டங்களுக்குத்தான் அரசு மதிப்பு கொடுக்கிறது என இளைஞர்கள் நினைக்கிறார்கள். இது துரதிர்ஷ்டவசமான நிலைப்பாடு. அரசு அறவழிப் போராட்டங்களுக்கு முக்கியத்துவம் கொடுத்தால் அவற்றுக்குச் சமூக மதிப்பு கூடும். ஆனால் உலகின் அனைத்து அரசுகளும் இதற்கு நேர் எதிரிடையாகச் செயல்படுகின்றன. இங்கும் சிலர் வன்முறை வழியில் இந்தப் போராட்டத்தை முன்னெடுத்துச் செல்ல வேண்டும் எனக் கூறுகின்றனர். இந்தக் கட்டத்தில்தான் நாம் அதிகப் பொறுமை காக்க வேண்டும் என்று அவர்களிடம் தெரிவித்தேன்.

இப்போது நாங்கள் வன்முறையைக் கையிலெடுப்பது மிகவும் எளிது. மக்கள் மத்தியில் பெருங்கோபம் இருக்கிறது. ஒரு வருடம் போராடியும் அரசு கண்டுகொள்ள வில்லையே என்னும் வெறுப்பு இருக்கிறது. எனவே வன்முறையைத் தொடங்கிவிடலாம். ஆனால் அப்படி வன்முறையைக் கையிலெடுத்தால் அரசுத் தரப்புக்குத் தான் அது சாதகம். மக்கள் வன்முறையில் இறங்கியதால் வேறு வழியில்லாத சூழலில் அரசும் வன்முறையில் இறங்க வேண்டியதாகி விட்டது எனக் கூறி அனைத்து வன்முறைகளையும் அரங்கேற்றிவிட்டு எளிதாகத் தப்பித்துக்கொள்ளும். எனவே அவர்கள் தங்கள் வன்முறையை நியாயப்படுத்திக்கொள்ள நாமே வழிசெய்ததுபோல் ஆகிவிடும். நம்மிடம் இருப்பது வெறும் உடல் பலம்தான். மிஞ்சிப்போனால் கத்தியையோ கம்பையோ எடுத்துக் குத்தலாம். அது அரச வன்முறைக்கு ஈடாகாது. மேலும்

நேர்காணல்கள்

உலகம் முழுவதும் நமக்கு ஆதரவு இருப்பதற்குக் காரணம் நாம் மேற்கொள்ளும் இந்த அமைதிப் போராட்டம்தான். மிகப் பெரிய வன்முறைக் கும்பலை ஆயுதமற்ற எளியவர்கள் திடத்துடன் எதிர்கொள்வதால்தான் நம்மீது அனுதாபம் வருகிறது. நமக்கு ஆதரவு கிடைக்கிறது. எனவே இப்படித்தான் நாம் தொடர்ந்து போக வேண்டும் எனத் தெரிவித்தேன். நாம் அறவழியில் தொடர்ந்து போராடினால்தான் உலக சமூகத்தின் ஆதரவு நமக்கு இருக்கும் என்று நான் சொல்லிக்கொண்டிருக்கிறேன். இதுவரை அப்படித்தான் சென்றுகொண்டிருக்கிறது. ஒருவேளை அரசு மிகப் பெரிய வன்முறையைக் கட்டவிழ்த்துவிட்டால் போராட்டக் குழுவுக்கு மக்கள்மீது இருக்கும் பிடி தளர்ந்துபோகும். அதன் பின் நடக்கும் விளைவுகளை முன்தீர்மானிக்க முடியாது. அரசாங்கம் இவர்களை அடித்தால் இவர்கள் அணு மின்நிலையத்திற்குள் போய் அடிக்கலாம். அங்கு வேலைபார்ப்பவர்களை அடிக்கப் போகலாம். அடுத்த 40 வருடங்கள் அவர்கள் அங்கே வேலை செய்ய வேண்டுமே. எப்போதும் இதேபோல் 10 ஆயிரம் போலீசாரை வைத்துக்கொண்டு அணு மின்நிலையத்தை இயக்க முடியாதே. உள்ளூர் மக்களின் உதவியுடன்தான் இதைப் போன்ற திட்டங் களைச் செயல்படுத்த முடியும். ரஷ்யாவிலிருந்து ராணுவம் வந்து இதை இயக்க முடியாது. ஏனெனில் அணு மின்நிலையத்தில் பணியாற்றுபவர்கள் சமூகமாக வாழ்க்கை நடத்த உள்ளூர் மக்களின் ஒத்துழைப்பு வேண்டும். அவர்களின் இயல்பான வாழ்க்கைக்கு வெளி உலகினரின் தொடர்பு மிக அவசியம். அரசாங்கம் இப்போது எடுக்கும் மோசமான நடவடிக்கைகள் ஒருபோதும் அணு மின்நிலையத்திற்கு உதவுவதாக அமையாது.

அணு மின்நிலையத்திற்கு மிகப் பெரிய எதிரிக் கூட்டத்தை இப்போது தமிழக அரசு உருவாக்கியுள்ளது. வீடு வீடாகத் தட்டி அங்குள்ள பெண்களிடம் வீட்டுக்காரரை எங்கே என்று கேட்கும்போது அவர் இல்லை எனப் பதிலளித்தால் நீங்கள் யாருடன் படுத்து உறங்குகிறீர்கள் என்ற அநாகரிக மான கேள்வி எழுப்பும்போது எங்களுக்கு ஆதரவு பெருகு கிறது. போலீஸ்காரர்கள் மாதக்கணக்காக இங்கே இருந்து கொண்டிருக்கும்போது அவர்களுடைய மனைவிகள் யார்யாருடன் படுத்து உறங்குகிறார்கள் என்று நாங்களும் கேட்க முடியும். ஆனால் கேட்கவில்லை என்று ஒரு பெண்மணி கூறினார். இந்த மாதிரியான கீழ்த்தரமான நடவடிக்கைகளால் கூடங்குளத்தை ஒட்டுமொத்தமாக அணு உலைக்கு எதிராகத் தமிழக அரசு மாற்றியிருக்கிறது. மணப்பாட்டில் அந்தோணி ஜானைக் கொலைசெய்ததாலும் இடிந்தகரையில் சகாயத்தை விமானத்தை ஓட்டிக் கொலைசெய்ததாலும் மக்களிடம்

கோபமும் வெறுப்பும் அதிகமாகியுள்ளன. இதனால் அவர்கள் அணு உலைக்கு எதிரானவர்களாகத் தான் ஆகியிருக்கிறார்களே தவிர ஆதரவானவர்களாக மாறவில்லை.

ஒட்டுமொத்தத் தமிழகமே இந்தப் போராட்டத்திற்கு ஆதரவு வழங்குகிறது. கோவை, மதுரை, சென்னை உள்ளிட்ட பல பகுதிகளிலும் உள்ள இளைஞர்கள் அரசின் இந்த நடவடிக்கைகளைப் பார்க்கிறார்கள். அணு உலை வரும்போது அதைச் செயல்படுத்த அரசு எவ்வளவு மோசமான நடவடிக்கைகளிலும் இறங்கும் என்பதை உணர்கிறார்கள். இந்த அரசு பன்னாட்டு நிறுவனங் களின் நலன்களைப் பாதுகாப்பதற்காகவே இருக்கிறது என முடிவுசெய்துகொள்கிறார்கள். எதிர்காலத்தில் காவல் துறையினர் ரஷ்யாவிடமிருந்து கட்டளை பெற்றுத் தாக்கும் நிலைமை வரும், எதிர்கால வாழ்வில் நமது அடிப்படை உரிமைகளே மறுக்கப்படும் என்பதை உணர்ந்துகொள்கிறார்கள். அதனால்தான் பேச்சுவார்த்தை நடத்துவோம் என்று நாங்கள் மறுபடியும் மறுபடியும் சொல்கிறோம். பேச்சுவார்த்தை எனில் அரசு சொல்வதை அப்படியே ஏற்றுக்கொள்ள வேண்டும் என்ற நிலையில் அது இருக்கக் கூடாது.

இனியன் தலைமையிலான குழு வந்தபோது நாங்கள் மன்றாடிக் கேட்டோம். நீங்கள் எங்கள் மக்களிடம் வந்து அவர்கள் சொல்வதைக் கேளுங்கள் என்றோம். அந்தக் குழுவில் இருந்த விஜயராகவன், ஸ்ரீனிவாசன் என்னும் அதிகாரிகள் இருவருக்கும் இந்தக் கருத்தியலே புரியவில்லை. அவர்கள் மறுபடியும் மறுபடியும் தாங்கள் சொன்னால் மக்களுக்குப் புரியாது என்றுதான் கூறினார்கள். நீங்கள் பேசவே வேண்டாம், வந்து கேளுங்கள் என்றுதான் நாங்கள் சொன்னோம். விஜயராகவன் பெரிய அதிகாரியாக இருந்தவர், எம்.ஆர். ஸ்ரீனிவாசன் அணு சக்தித் துறையின் தலைவராக இருந்தவர். அவர்கள் இருவருக்கும் கேட்பது என்னும் கருத்தியலே புரியவில்லை. சாதாரண மீனவனுக்கும் நாடாருக்கும் தலித்துக்கும் என்ன பேசத் தெரியும் என்று அவர்கள் நினைத்தார்கள். அந்த ஆளுமைச் சித்தாந்தத்தோடுதான் இதைப் பார்த்தார்கள். சோ ராமசாமி, சுப்பிரமணிய சாமி போன்ற பார்ப்பனர்கள் எல்லாம் இதைக் கடுமையாக எதிர்ப்பதற்குக் காரணமே இன வெறிதான், சாதி வெறிதான். மீனவப் பயலுக்கு என்ன தெரியும் அணு மின்சாரம் பற்றி, நாங்கள் எடுக்கும் முடிவை நீ வழிநடத்த வேண்டுமே தவிர நீயாகச் சிந்தித்து எங்களைக் கேள்விகேட்க முடியாது. உனக்குச் சிந்திக்கத் தெரியாது. இப்படிப்பட்ட சித்தாந்தம் சமூகத்தில் மீண்டும் தலைதூக்குகிறது. அதனால் அந்த வழியாகவும் இந்தப் போராட்டத்தைப் பார்த்தாக வேண்டும். தயவுதாட்சணியமின்றி

இந்தப் போராட்டத்தை முறியடிக்க வேண்டும், உதயகுமார்மீது கடும் நடவடிக்கை எடுக்க வேண்டும் என்று சோ ராமசாமி சொல்கிறார். இவர் பாசிஸவாதி. இதன் பின்னணியில் பிராமணீயம் மீண்டும் தலைதூக்குகிறது. இப்படிப்பட்ட கட்டமைப்பில்தான் நாம் வாழ்ந்துகொண்டிருக்கிறோம். அதனால்தான் இந்தப் போராட்டம் முக்கியமான போராட்டம் என்று சொல்கிறோம். அதனால்தான் பேச்சு வார்த்தை நடத்தச் சொல்கிறோம். பேச்சுவார்த்தை என்னும் பெயரில் அரசு சொல்வதை மட்டும் நாங்கள் கேட்க வேண்டும் என்று இருக்கக் கூடாது. நாங்கள் பேசுவதையும் அரசு கேட்க வேண்டும்.

நாட்டுக்கு மின்சாரம் தேவை, வளர்ச்சி தேவை என்பதில் எந்த மாற்றுக் கருத்தும் கிடையாது. ஆனால் அதன் பேரில் நொடிந்து ஓடிந்துகிடக்கும் பன்னாட்டுப் பொருளாதாரத்தைத் தூக்கிநிறுத்துவதற்காக உலக நாடுகள் எல்லாம் கைவிட்டிருக்கும் தொழில்நுட்பத்தை எங்கள்மீது திணிப்பதை நாங்கள் ஏற்றுக் கொள்ள முடியாது. அதற்குப் பதிலாக மாற்று வழிகளில் மின்சாரம் கொண்டு வருவதற்கு நாங்கள் உதவுகிறோம். இதை முதலமைச்சரிடம் கூறினோம். பத்தாயிரம் பேரைத் திரட்டிக்கொண்டு நத்தம் விஸ்வநாதன் நாடாளுமன்றத் தேர்தல் பணிகளில் மூழ்கியிருக்கிறார். பதினாறு மணி நேரம் மின்வெட்டு. அலுவலகத்திலிருந்து இதை முறைப்படுத்த வேண்டிய அமைச்சர் இடைத்தேர்தல் வேலைகளில் இறங்கி ஊர் ஊராகச் சென்றுகொண்டிருக்கிறார். மின்சாரம் குறித்துப் பேசுவதற்குப் பொறுப்பான அமைச்சர் அவர். அவரும் அலுவலகத்தில் இருப்பதில்லை. ஒரு சட்டமன்றத் தொகுதிக்கான தேர்தலுக்கு 32 அமைச்சர்கள் வேலைபார்க்கிறார்கள். இதுதான் நிலைமை. அரசு தன் நடைமுறையை மாற்றிக் கொள்ளட்டும். எங்கள் பகுதியிலுள்ள கூட்டப்புளி, பெருமணல், கூடங்குளம், வைராவிக்கிணறு, இடிந்தகரை, கூத்தங்குளி போன்ற ஆறு கிராமங்களிலும் குண்டு பல்புகளை மாற்றிவிட்டுச் குச்சி விளக்குகளைப் பொருத்தினோம். எட்டாயிரம் விளக்குகள்வரை எங்கள் சொந்தச் செலவில் வாங்கிக்கொடுத்துள்ளோம். எந்த அரசு மானியமும் கிடையாது. சூரிய சக்தி மின்சாரம் குறித்து யோசியுங்கள். ஒவ்வொரு வீட்டிலும் ஒரு விளக்கு ஒரு மின்விசிறிக்கு சூரியத் தகடு பொருத்துங்கள். மின்சாரம் இல்லாவிட்டால்கூட மக்கள் வீட்டில் நிம்மதியாகப் படுத்து உறங்கலாம். அந்த மாதிரி பிரச்சாரத்தைக் கொண்டுவாருங்கள். முதலமைச்சர் நிலைப் பாட்டை மாற்றிக்கொள்வதுவரை அணு சக்தியைப் பற்றி வாயைத் திறக்கவே இல்லை. 45 நிமிடங்கள் முதலமைச்சரிடம் நான்தான் பேசினேன். அழகான ஆங்கிலத்தில் என் கண்ணைப்

பார்த்துப் பேசினார். எரிசக்திக் கொள்கையை மாற்ற வேண்டும் மேடம் என நான் சொன்னபோது, சிறிது யோசித்துவிட்டு, 'I cannot do it over night' என்றார். ஏன் 'நான்' என்று கூறினார் என எனக்குத் தெரியவில்லை. அவர் முதலமைச்சர்தான். ஆனாலும் 'I cannot do it' என்றார். நான் கூறியதை எல்லாம் பொறுமையாகக் கேட்டார். எனக்குப் பெரிய நம்பிக்கை இருந்தது. இவர் நமது நிலைப் பாட்டைத்தான் எடுத்திருக்கிறார். அதுதான் உண்மையும் கூட. இந்திய அமெரிக்க அணு சக்தி ஒப்பந்தத்தை எதிர்த்தார். அமெரிக்கக் கப்பலைச் சென்னைத் துறைமுகத்திற்குள் அனுமதிப்பதை எதிர்த்தார். 'உங்களில் ஒருத்தியாக இருப்பேன்' என்று கூறினார். மார்ச் 2012 வரை அணு சக்தியை ஆதரித்து அவர் ஒருவார்த்தைகூடப் பேசவில்லை. இப்போதுகூடப் பட்டும்படாமலும்தான் பேசுகிறாரே ஒழிய, முழுமூச்சாக இறங்கி இதுதான் ஒரே வழி என்று சொன்னதே இல்லை. அதனால்தான் நாங்கள் பேச்சுவார்த்தை நடத்த அழைக்கிறோம்.

பேச்சுவார்த்தையில் எங்களுக்கு வேண்டிய அடிப்படைத் தகவல்கள் அனைத்தும் தரப்பட வேண்டும். Site Evaluation Report, Safety Analysis Report, அணு உலைத் தொழில்நுட்பத்தின் செயல்திறன் அறிக்கை, Emergency Preparedness Plan இந்த மாதிரி தகவல்களை எங்களுக்குத் தர வேண்டும். முழு உண்மையையும் மேசையில் எடுத்துவையுங்கள் நாங்கள் படிக்கிறோம். மனப்பூர்வமாக மனம்விட்டுப் பேசுவோம். முத்துநாயகம் குழுவில் இருந்த பெரும்பாலானவர்கள் அணு சக்தித் துறையில் பணம் பெற்றவர்கள். அணு சக்தித் துறையுடன் சம்பந்தப்பட்டவர்கள். முத்துநாயகம் அந்தக் குழுவின் தலைவராக இருந்தாலும் அணு சக்தித் துறையைச் சேர்ந்தவர். டாக்டர் சாந்தா அணு சக்தித் துறையிடம் பணம் பெறுபவர். அதனால்தான் அணு சக்திக்கும் புற்றுநோய்க்கும் சம்பந்தம் இல்லை என்று கூறினார். அதனால் இந்த மாதிரியான நபர்கள் வேண்டாம். அரசியல் அதிகாரத்தோடு தொடர்பற்ற சுதந்திரமான விஞ்ஞானிகளை இரு தரப்பிலிருந்தும் வைத்துப் பேசுவோம். அணுசக்தி குறித்த முழு உண்மையைச் சொல்வோம். கூடங்குளத்தில் ஒரு அணுசக்திப் பூங்கா, கல்பாக்கத்தில் ஒரு அணுசக்திப் பூங்கா, ஆந்திர மாநிலம் ஸ்ரீகாகுளம் மாவட்டத்தில் அமெரிக்க உதவியுடன் ஒரு அணுசக்திப் பூங்கா, மேற்கு வங்காளம் ஹரிப்பூரில் ரஷ்ய உதவியுடன் ஒரு அணுசக்திப் பூங்கா, மகாராஷ்டிரம் மாநிலம் ஜெய்தாபூரில் பிரெஞ்சு உதவியுடன் ஒரு அணுசக்திப் பூங்கா, குஜராத்தில் அமெரிக்க உதவியுடன் ஒரு அணுசக்தி பூங்கா, ஒரிசாவில் ஒரு அணுசக்திப் பூங்கா

என இவ்வளவு அணு மின்நிலையங்கள் வரும்போது நாட்டின் மக்கள்தொகையில் மூன்றில் ஒரு பகுதியினர் – கிட்டத்தட்ட 40 கோடி மக்கள் – கடலோரத்திலிருந்து 50 கிலோ மீட்டர் தூரத்தில் வாழக்கூடிய அடர்த்தியான நாட்டில் கதிர்வீச்சு, புகை, கதிர்வீச்சுக் கழிவுகள், கதிர்வீச்சுத் தண்ணீர் ஆகியவற்றால் இவ்வளவு மக்கள் பாதிப்புக்குள்ளாகும்போது என்னென்ன விளைவுகள் ஏற்படும், எவ்வளவு பேருக்கு என்னென்ன நோய்கள் வரும், அவை எத்தனை தலைமுறைகளைப் பாதிக்கும்? இதைப் பற்றி யாராவது பேசுகிறார்களா?

நம் நாட்டில் பிறக்கும் குழந்தைகளில் 42 சதவிகிதக் குழந்தைகள் நோஞ்சான்களாக, ஊட்டச்சத்து இல்லாத குழந்தைகளாகப் பிறக்கின்றன என்று பிரதமர் மன்மோகன் சிங் சிறிதுகூடக் கூச்சமின்றிக் கூறுகிறார். இந்த நிலைமைக்கு வெட்கப்பட வேண்டாமா? வல்லரசு என்கிறீர்கள், ஏவுகணை, அணுகுண்டு தயாரிக்கிறீர்கள். ஆனால் 42 சதவிகிதக் குழந்தைகள் ஊட்டச்சத்துக் குறைபாடோடு பிறக்கின்றன. அரசே 42 சதவிகிதம் என்று கூறினால் உண்மைநிலை 80 சதவிகிதமாக இருக்கும். வயிற்றில் ஊட்டச்சத்து இல்லாத குழந்தைகளைச் சுமந்துகொண்டு, நோஞ்சான் பிள்ளைகளைப் பெற்றுக்கொண்டு கடலோர மக்கள் வாழும்போது கடல் உணவு நஞ்சாகிவிட்டால் என்ன ஆகும்? உணவுப் பாதுகாப்பு என்ன ஆகும்? மக்களுக்கு வேண்டியது வெறும் சோறு மாத்திரமல்ல. நம் மக்களுக்கு முக்கியமான உணவு மீன். உணவுப் பாதுகாப்பும் ஊட்டச்சத்துப் பாதுகாப்பும் என்னவாகும்? இந்திய மக்களுக்காகச் சிந்திப்பதாக இருந்தால் பிரதமர் இவற்றை எல்லாம் யோசிக்க வேண்டும். ஆனால் நீங்கள் யாருக்கு வேலைசெய்கிறீர்கள்? உங்களுக்கு வேண்டியது பதவி, நாற்காலி.

பேச்சுவார்த்தை என்று வந்தால் எல்லாவற்றையும் பேசுவோம். இயற்கை ஆதாரங்களிலிருந்து மின்சாரம் எடுப்பது குறித்த திட்டங்களைக் குறித்து யோசிப்போம். ஆனால் இப்படியான பரந்துபட்ட முழு அளவிலான பேச்சுவார்த்தைக்கு அவர்கள் தயாராக இல்லை. நடப்பது அனைத்துமே உள்ளீடற்ற தட்டையான பேச்சுவார்த்தைகள். முத்துநாயகம் வருவார். நாங்கள் கேட்கும் கேள்விக்குப் பட்டும்படாமலும் பதில் சொல்வார். ஐந்து கேள்விகளுக்குப் பதிலே சொல்லமாட்டார். மற்ற கேள்விகளுக்குத் தொட்டும் தொடாமலும் சொல்வார். செயலிழப்பு குறித்து நாங்கள் கேள்வி கேட்டோம். மிகச் சரியான திட்டம் உள்ளது என்றார். இந்தியாவின் மிகப் பெரிய அணு உலை இதுதான் ஆயிரம் மெகாவாட். மற்றவை எல்லாம் 220, 250 மெகாவாட்தான். அதிகபட்சம் 500 மெகாவாட்தான். ஆக

இவ்வளவு பெரிய அணு உலையைச் செயலிழக்கச் செய்வதற்கு என்ன திட்டம் உள்ளது எனக் கேட்டபோது மிகச் சரியான திட்டம் உள்ளது என்றார். இரண்டு வாரத்திற்கு முன்னர், அணுசக்தி ஒழுங்குமுறைக் கழகம் குறித்து சிஏஜி அறிக்கை ஒன்று வருகிறது. அணுசக்தி ஒழுங்குமுறை ஆணையம் திறம்படச் செயல்படவில்லை என்று அது கூறுகிறது. 30 வருடங்கள் இயங்கினாலும் மக்களின் அடிப்படைப் பாதுகாப்பு நடவடிக்கைகளைக்கூட மேற்கொள்ளவில்லை என்று அந்த அறிக்கை தெரிவிக்கிறது. நாட்டில் இருக்கும் எக்ஸ்ரே நிறுவனங்களைக்கூட இவர்கள் இன்னும் முறைப்படுத்தவில்லை. இந்தியாவில் உள்ள எந்த அணு உலையையும் செயலிழக்கச்செய்ய இவர்களிடம் எந்தத் திட்டமும் கிடையாது; தொழில்நுட்பமும் கிடையாது. ஆனால் முத்துநாயகம் எங்களிடம் முழுப்பொய்யைச் சொல்லிச் சென்றார். இவர்களை நம்பி எப்படிப் பேச்சுவார்த்தை நடத்துவது? இனியன் குழுவில் எம்.ஆர்.ஸ்ரீனிவாசன் இருக்கிறார். மக்களிடம் பேச்சுவார்த்தை நடத்தும் குழுவில் எப்படி அவர் இருக்க முடியும்? எம்.ஆர். ஸ்ரீனிவாசன் அணுசக்தித் துறையின் தலைவர், அதன் உறுப்பினர். இந்த இடத்தைக் கண்டுபிடித்ததே அவர்தான். அவர் எப்படி இங்குப் பிரச்சினை இருக்கிறது என்று கூறுவார்?

எங்கள் அறிவியல் நிபுணர் குழுவினர் அருமையான அறிக்கை அளித்துள்ளார்கள். அதில் அவர்கள் பல குறைபாடுகளைச் சுட்டிக்காட்டியிருக்கிறார்கள். இங்குப் பாறையின் தடிமன் குறைவாக இருக்கிறது. பூமிக்குள் வெற்றிடங்கள் இருக்கின்றன. கடலுக்குள் இரண்டு வண்டல் மண் குவியல்கள் இருக்கின்றன. சிறு நில அதிர்வு வந்தால்கூட அதில் நிலச்சரிவு ஏற்பட்டுச் சுனாமி வருவதற்கான வாய்ப்புகள் அதிகம். மணப்பாட்டில் ஒரு வெப்ப நீரூற்று திடீரென ஏற்பட்டது. அதற்குக் காரணம் அச்சங்கோயில் நிலப்பிளவு. அதனால் பாதிப்பு வர வாய்ப்புள்ளது. இப்படிப் பல விஷயங்களைத் தெரிவிக்கிறார்கள். 2004இலிருந்து இப்போதுவரை இந்தோனேஷியா, அந்தமான் நிக்கோபார் பகுதிகளில் ரிக்டர் அளவுகோலில் ஆறு புள்ளிகளுக்கு மேல் பதிவான மிகப் பெரிய நில அதிர்வுகள் எட்டு முதல் பத்து இருக்கும். இவை அனைத்துமே நம்மைப் பாதிக்கும் விஷயங்கள். இவை குறித்த அரசு எந்தவிதமான விளக்கமும் தருவதில்லை. இந்த ஏப்ரல் மாதத்தில் ஏற்பட்ட நில அதிர்வை ஒட்டிச் சுனாமி வந்திருந்தால் கூடங்குளம் நிச்சயம் காலி ஆகியிருக்கும். இப்படி இருக்கும்போது இவர்களைக் கேட்டால் அனைத்தையும் திட்டம் போட்டுத்தான் செயல்படுத்தியுள்ளோம் என்கிறார்கள். முதல் சுனாமி வந்தது 2004இல். கூடங்குளத்தில் முதல் அணு

உலைக்குக் கான்கிரீட் போட்டது 2001இல். சுனாமி வந்தபோது மத்திய அரசு சுனாமி என்னும் வார்த்தையையே அப்போதுதான் கேள்விப் பட்டோம் என்றது. இப்போது கேட்டால் 2001இலேயே திட்டம் போட்டுச் செயல்படுத்தினோம் என்கிறார்கள். சுனாமியால் பாதிக்கப்படக் கூடாது என்பதற்காக 25 அடி உயரத்தில் தடுப்புச் சுவர் கட்டியுள்ளார்களாம். கன்னியாகுமரி திருவள்ளுவர் சிலையின் உயரம் 133 அடி. சுனாமியின் போது அதைவிட அதிக உயரமான அலைகள் எழும்பின. இவர்கள் 25 அடி உயரத்தில் கட்டிவைத்துக்கொண்டு பாதுகாப்பாக உள்ளது என்கிறார்கள். இப்படிப்பட்ட பொய்யான விஞ்ஞானம் இல்லாமல் முழு உண்மையையும் விவாதிக்ககூடிய பேச்சு வார்த்தையை நடத்தினால் தான் இப்பிரச்சினையில் ஒரு தீர்வை எட்ட முடியும். இது கூடங்குளத்தை மட்டும் மையப்படுத்தியதாக இல்லாமல் ஒட்டுமொத்த இந்தியாவுக்கு அணு சக்தி தேவையா என்பது போன்ற தேசிய அளவிலான விவாதம் நடந்தால்தான் இந்தப் பிரச்சினைக்குத் தீர்வுகாண இயலும்.

நீங்கள் எப்படி இடிந்தகரைக்குக் குடிபெயர்ந்து வந்தீர்கள்? போராளிகள் மக்களுடன் மக்களாகக் கலந்து வாழ்வது உலக அளவில் நடைமுறையில் உள்ளது. உங்களுக்கு அந்த எண்ணம் எப்படி ஏற்பட்டது?

கடந்த வருடம் செப்டம்பர் 11ஆம் தேதி உண்ணாவிரதம் எனத் திட்டமிட்டிருந்தோம். எனவே செப்டம்பர் 10ஆம் தேதி கன்னியாகுமரி மாவட்டக் கடலோரக் கிராமங்களில் நண்பர்களுடன் இணைந்து உண்ணாவிரதத்திற்கு வரச் சொல்லி மக்களுக்கு அழைப்பு விடுத்துக்கொண்டிருந்தோம். அப்போது இடிந்தகரைப் பங்குத் தந்தை ஜெயக்குமார் தொலைபேசியில் பேசினார். 'இங்குப் போலீசைக் குவிக்கிறார்கள். உங்களை ஊருக்குள் வரவிடாமல் செய்துவிடுவார்கள். எனவே விரைவில் வந்துவிடுங்கள்' என்றார். எனவே உடனடியாக ராதாபுரம் வழியாக உள்ளே வந்துவிட்டோம். வந்து இந்தக் கோயிலில்தான் படுத்திருந்தேன். பின்னர் போராட்டத்தை ஆரம்பித்தோம். தொடர்ந்து இங்கேயே இருக்க வேண்டிய சூழல் ஏற்பட்டது. வெளியில் படுப்பது பாதுகாப்பாக இருக்காது என்பதால் இந்த வீட்டிற்குள் வந்தேன். அப்படித்தான் இந்த வீட்டில் குடியேறினேன். திட்டம் போட்டு வரவில்லை. பின்னர் மை.பா., ராயன், முகிலன் போன்ற நண்பர்கள் ஒவ்வொருவராக வந்து இப்போது எல்லோரும் இங்கேயே இருக்கிறோம். அப்போது போராட்டக் குழுவை ஒருங்கிணைத்தோம். போராட்டம் நடைபெற்ற சூழலில் வீட்டிற்குப் போக முடியாத நிலை. இடையில் சின்ன இடைவெளி கிடைத்தபோது வீட்டிற்குச்

சென்றுவந்தேன். மறுபடி அக்டோபரில் உண்ணாநிலைப் போராட்டம், முற்றுகைப் போராட்டம் என்று தொடர்ந்து வந்தன. அப்போதெல்லாம் வீட்டிற்குப் போக முடியாது. அப்படியே சென்றாலும் காவல்துறையினரின் நெருக்கடி இருந்தது. எனவே இங்கேயே இருந்தேன். போராளிகள் மக்களுடன் மக்களாக இருந்து போராட வேண்டும் அதுதான் உண்மையான கல்வி என்றார் மாவோ. நான் எத்தனையோ பல்கலைக்கழகங்களில் பெற்ற பல கல்விகளைவிட இந்த மக்களிடம் பழகியதில் கிடைத்த கல்விதான் உண்மையான கல்வி.

இந்தப் பயிற்சி உங்கள் ஆளுமையில் ஏதாவது தாக்கத்தை ஏற்படுத்தியிருக்கிறதா?

நிச்சயமாக. இங்கு வந்து சேர்ந்த பிறகுதான் கேட்பது என்றால் என்ன என்பதை உணர்ந்தேன். அமெரிக்காவில் வெறுமனே கேட்பது என்பது அல்லாமல் கூர்ந்து கவனிப்பது, உள்வாங்கிகொள்வது ஆகியவை குறித்த கல்வி கிடைத்தது. ஆனால் இங்கே வந்த பின்னர்தான் அதை நடைமுறையில் உணர்ந்தேன். இங்கே வந்த பின்னர்தான் கவனிக்கும் திறன் அதிகரித்தது. கல்லூரிப் பேராசிரியர்களிடமிருந்து கிடைக்காத அனுபவ ஞானமும் விஞ்ஞானமும் இந்த மக்களிடமிருந்து கிடைத்தன. இது எவ்வளவு முக்கியம் என்பதை இப்போது நான் உணர்கிறேன். இவர்களிடம் பழகிய பின்னர்தான் நான் மீன் சாப்பிடத் தொடங்கினேன். அதுவரை எனக்கு மீன் நாற்றமே பிடிக்காது. இப்போது அவர்களுடன் சேர்ந்து மீன் சாப்பிடுகிறேன்.

மீன் உணவு எப்படி இருக்கிறது?

சில மீன்கள் நன்றாகவே இருக்கின்றன. ஆகவே மக்களிடம் கிடைத்த கல்வி உண்மையிலேயே அற்புதமான கல்வி. எனவே என் மனைவியிடம்கூடக் குழந்தைகளுக்குப் புத்தகங்களின் மீது நாட்டம் ஏற்படுத்துவது மட்டும் போதும், பிற விஷயங்களை அவர்கள் மக்களைப் பார்த்துத்தான் படிக்க முடியும் என்று சொல்வேன்.

நீங்கள் குடும்பத்தை விட்டு இப்படிப் போராட வந்தது குறித்து உங்கள் மனைவி என்ன கருதுகிறார்?

அவருக்கு கஷ்டமாகத்தான் இருக்கிறது. நெருக்கடிக் காலங்களில் மாதத்திற்கு ஒருமுறை மனைவி, பிள்ளைகள், அப்பா, அம்மா அனைவரும் வருவார்கள். பேசிக்கொண்டிருப்போம். நாங்கள் மிக நெருக்கமான தம்பதி. எல்லா விஷயங்களையும்

இருவரும் கலந்து பேசித்தான் முடிவெடுப்போம். ஒருவரையொருவர் கட்டுப்படுத்தவோ கட்டுக்குள்வைக்கவோ முயல்வதில்லை. இப்போது அடிக்கடிப் பேசிக்கொள்ள முடியாது. தொலைபேசி உரையாடல்களைப் பதிவுசெய்கிறார்கள். நேரில் வரும்போது தனியாகப் பேசிக்கொள்ளச் சந்தர்ப்பங்கள் அமைவதில்லை. எல்லோர் முன்னிலையிலும் தான் பேசிக்கொள்கிறோம். பிள்ளைகள் இருவரும் என்னுடன் இருக்கும் அருமையான தருணங்களைத் தவறவிட்டிருப்பதுபோல் உணர்கிறார்கள். பிள்ளைகள் இருவரும் என்னுடன்தான் படுத்து உறங்குவார்கள். ஏனெனில் நான்தான் வீட்டின் கதை சொல்லி. அவர்களுக்கு நான்தான் கதை சொல்லுவேன். கொஞ்சம் வளர்ந்ததும் சுயசரிதைகள் கேட்பார்கள். நெல்சன் மண்டேலா, மால்கம் எக்ஸ், மார்ட்டின் லூதர் கிங் போன்றோர்களின் வாழ்க்கை வரலாற்றை அவர்களுக்குச் சொல்வேன். படுக்கையில் படுத்திருக்கும்போது உறங்குவதற்கு முன்னர் இது ஒரு சடங்குபோல் நடக்கும். ஒரு நாள் ஒரு குறிப்பிட்ட பகுதிவரை முடித்துவிட்டு அடுத்த நாள் அதிலிருந்து தொடருவோம். இப்போது அதைப் போன்ற நடைமுறைகள் இல்லை. பிள்ளைகள் இருவரும் என்னை மிகவும் தேடுகிறார்கள். மனைவி வீட்டு நிர்வாகம், பள்ளி நிர்வாகம் ஆகியவற்றைக் கவனிப்பதுடன் எங்களுடைய அப்பா அம்மாக்களையும் கவனித்துக்கொள்கிறார். அது ஒரு சுமைதான். ஆனால் அனைத்தையும் சமாளித்துக்கொள்கிறார்.

உங்கள் போராட்டத்திற்குப் பல்வேறு தரப்புகளிலிருந்து ஆதரவு கிடைத்துவருகிறது. அவற்றை எப்படிப் பார்க்கிறீர்கள், எப்படிப் பயன்படுத்திக்கொள்கிறீர்கள், அவற்றிடமிருந்து எவ்வளவு இடைவெளியுடன் இருக்கிறீர்கள்? அரசியல்வாதிகள் குறித்தும் அரசியல் குறித்தும் உங்களது நிலைப்பாடு என்ன?

போராட்டம் தொடங்கிய பிறகு தமிழகத்தின் அனைத்து அரசியல் கட்சிகளும் இதில் ஒரு நிலைப்பாடு எடுத்திருக்கின்றன. அது பெரிய வெற்றி. எல்லாத் தலைவர்களையும் நாங்கள் அணுகினோம். சிலரை அணுக முடியவில்லை. காங்கிரஸ், பிஜேபி போன்ற கட்சிகள் அணு உலை ஆதரவு நிலைப்பாடு எடுத்திருக்கிறார்கள். திமுக ஆதரவுதான். கனிமொழியின் நாடாளுமன்ற உரையிலேயே அணு உலை ஆதரவு கருத்துகள் இருந்தன. அது காலச்சுவடிலேயே வெளியிடப்பட்டது. நான்கூட அதற்கு எதிர்வினை எழுதினேன். அதிமுகவைப் பொறுத்தவரை ஆதரவுதான். சிபிஐ, சிபிஎம் கட்சியினர் கொஞ்சம் குழப்பமான நிலையில் இருக்கிறார்கள். சில அணு உலைகளை ஆதரிக்கிறார்கள். சிலவற்றை எதிர்க்கிறார்கள்.

கூடங்குளம் அணு உலை ரஷ்யா உதவியுடன் வருவதால் ஆதரிக்கிறார்கள். "ஆபத்தான ஆறு ஆதரவான நூறு" என்று தெரிவித்தோம். அதனால் இதைப் பற்றி நாம் கவலைப்படத் தேவையில்லை. மக்களுக்காகப் பாடுபடும் அமைப்பினர் எல்லாம் அணு உலைக்கு எதிரான போராட்டத்திற்கு ஆதரவாக இருக்கிறார்கள். நாங்கள் எந்த அரசியல் கட்சியையோ அரசியல் தலைவரையோ சித்தாந்தத்தையோ முன்னிலைப்படுத்தவில்லை. அனைத்துப் பிரிவினருடன் சீரான உறவு வைத்திருக்கிறோம். அனைத்துத் தலைவர்களும் வருகிறார்கள். அவர்களுக்குள் கருத்து வேறுபாடுகள் உள்ளன. ஆனால் அவர்கள் அதை வெளியில் காட்டிக்கொள்வதில்லை. சென்னையில் ஒரு மாநாடு நடந்தபோது பெரும்பாலான தலைவர்கள் வந்தார்கள். கடந்த வாரம் ஆலோசனைக்கூட்டம் நடத்தினோம். பெரும்பாலான கட்சிகளின் பிரதிநிதிகளும் சில கட்சிகளின் தலைவர்களும் வந்திருந்தார்கள். எந்த அரசியல் கட்சியும் இந்தப் போராட்டத்தை முன்னெடுத்து நடத்த வரவில்லை. நாங்களும் கேட்கவில்லை. மக்கள் போராடுகிறார்கள். மத்திய அரசும் மாநில அரசும் கண்டு கொள்ளாத இந்தச் சூழலில் என்ன செய்யலாம் என்று கேட்டோம். சட்டமன்றத்தை முற்றுகையிடலாம் என்று சொன்னார்கள். அப்படித்தான் இந்தப் போராட்டத்தை நடத்திக்கொண்டிருக்கிறோம்.

தனிப்பட்ட முறையில் எனக்கு அரசியல் ஆசை கிடையாது. அதனால் நாங்கள் முதலமைச்சரிடம் பேசியபோது எங்களுக்கு அரசியலில் ஆர்வம் இல்லை என்று தெரிவித்தோம். பின்னணியி லிருந்து திமுக தூண்டிவிட்டதைப் போன்ற தோற்றத்தை முதலில் அதிமுக வட்டத்தில் ஏற்படுத்தினார்கள். எனவே நாங்கள் முதலமைச்சரிடமே கூறினோம். அப்பா திமுககாரர். ஆனால் நான் திமுககாரனல்ல. திமுக ஆட்சி நடத்திய காலத்திலும் அணு உலையை எதிர்த்திருக்கிறோம் என்றெல்லாம் தெரிவித்துப் போராட்ட வரலாற்றை 31 பக்கங்களில் தொகுத்து முதலமைச்சரிடம் கொடுத்தோம். அதனால் எங்களுக்கு எந்த அரசியல் கட்சியின் பின்னணியும் கிடையாது என்றோம். அவர் படிக்கிறேன் என்று அதை வாங்கினார். ஆனால் நாங்கள் நிச்சயமாக அரசியல் பேசுகிறோம். நாங்கள் இப்போது செய்து கொண்டிருப்பது அரசியலின் உச்சக்கட்டம். வளர்ச்சி குறித்த, மக்களின் அடிப்படை வசதி குறித்த அரசியலை நாங்கள் பேசுகிறோம். அந்த அரசியலில்தான் நானும் நண்பர்களும் தீவிரமாக இருந்தோம், இருக்கிறோம், இருப்போம். ஆனால் ஒரு அரசியல் கட்சியிடம் எங்கள் மூளையை அடகு வைப்பது போன்ற நிலைப்பாடு எங்களிடம் இல்லை.

அர்விந்த் கெஜ்ரிவால் வந்திருந்தபோது தன்னுடைய அமைப்பில் சேருங்கள் என்று கேட்டார். நாங்கள் வாக்குவங்கி அரசியலுக்குள் நுழைய விரும்பவில்லை. அதனால் நாங்கள் யோசித்துதான் பதில் சொல்ல முடியும் என்றோம். இப்போதுகூட எந்த அரசியல் பதவிக்குள்ளும் செல்லும் எண்ணம் எனக்கோ நண்பர்களுக்கோ இல்லவே இல்லை. மாற்று அரசியலுக்கான தேவை இருக்கிறது என்பதில் உளப்பூர்வமான நம்பிக்கை இருக்கிறது. ஜெயபிரகாஷ் நாராயணன் போன்ற தேசியத் தலைவர் நடத்தினால் நன்றாக இருக்கலாம். தமிழகத்தைப் பொறுத்தவரை பச்சைத் தமிழ்த் தேசியம் என்று ஒரு கட்டுரைகூட எழுதினேன். தமிழகத்தின் இயற்கையைப் பாதுகாப்பது போன்ற ஓர் அரசியல் கட்டாயம் நமக்கு வேண்டும். ஆனால் அதை மலையாளிகளுக்கோ சிங்களர்களுக்கோ எதிரானதாக நடத்த முடியும் என்று நான் நினைக்க வில்லை. ஏனெனில் எப்படியும் அந்த மக்களுடன் நாம் வாழ்ந்துதான் தீர வேண்டும். அது சிக்கலான விஷயம். ஆனால் அதை எல்லாம் இப்போது பேசும் நிலையில் இல்லை. போராட்டக் களத்திற்குள் நிற்கும்போது அதைப் போன்ற தத்துவார்த்த விவாதங்களுக்குள் போக முடியாது. அதனால் அதைக் கொஞ்சம் தள்ளிவைத்திருக்கிறோம். ஆனால் இந்தப் போராட்டம் நிச்சயமாக வெற்றிபெறும் என உறுதியாக நம்புகிறோம். அப்படி ஒரு நிலைமை வரும்போது இந்த மாதிரியான குரலற்ற, சக்தியற்ற மக்களுக்காக என்னென்ன வழிகளில் உழைக்க முடியுமோ அப்படி எல்லாம் உழைப்போம் என்ற எண்ணத்தைத் தவிர வேறு எந்த அரசியல் எண்ணமோ ஆசையோ இல்லை. நிச்சயமாகச் சட்டமன்ற உறுப்பினராக வேண்டும், நாடாளுமன்ற உறுப்பினராக வேண்டும், கொள்ளை அடிக்க வேண்டும் என்ற எண்ணம் கடுகளவும் கிடையாது.

***காலச்சுவடில்* கனிமொழி உரைக்கு எதிர்வினை எழுதியிருந்தீர்கள், உங்களது கட்டுரை ஒன்றைப் பிரசுரித்திருந்தோம். *காலச்சுவடின்* செயல்பாடுகளை எப்படிப் பார்க்கிறீர்கள்?**

காலச்சுவடு முக்கியமான பத்திரிகை. சுந்தர ராமசாமி காலத்திலேயே அவருடன் தொடர்பில் இருந்திருக்கிறேன். பலமுறை அவரது வீட்டு வரவேற்பறையில் அவரும் நானும் மட்டும் உரையாடியிருக்கிறோம். அப்போது நான் ஆங்கிலத்தில் தான் எழுதுவேன். இப்போதுகூட ஆங்கிலத்தில் எழுதுவது எளிதாக இருக்கிறது. அவரைப் பார்த்து உரையாடிய அனைத்துச் சந்தர்ப்பங்களிலும் என்னைத் தமிழில் எழுத ஊக்கப்படுத்தினார். என்னை ஒரு எழுத்தாளனாக நான் பார்த்ததே இல்லை. 'ஏன் தமிழில் எழுத வேண்டும் என நினைக்கிறீர்கள்?' எனக் கேட்டபோது, 'மக்களிடம் உங்கள்

கருத்துகளைக் கொண்டுசேர்ப்பதற்கு இதுதான் உதவும். ஆங்கிலம் வெளிநாடுகளில், வெளிமாநிலங்களில் பேசுவதற்குத்தான் பயன்படும்' என்று சொன்னார். கண்ணன் பின்னர்தான் அறிமுகமானார். *காலச்சுவடில்* என்னை எழுதவைத்திருக்கிறார். அதில் எழுதுவதற்கு நமக்கு ஏதாவது இருக்கிறதா என்று நான் எண்ணியதுண்டு. நாகர்கோவிலில் *காலச்சுவடு* அலுவலகத்துக்கு எதிரே உள்ள வீட்டில்தான் பூதை சொ. அண்ணாமலை என்று ஒருவர் இருந்தார். வலது கம்யூனிஸ்ட் தோழர். நான் பள்ளி மாணவனாக இருந்த போது *கைவிளக்கு* என்று ஒரு பத்திரிகை நடத்திக்கொண்டிருந்தார். அவருடைய மனைவியும் என் அம்மாவும் ஒன்றாக வேலைபார்த்தார்கள். அவர் *கைவிளக்கு* பத்திரிகையில் எழுதச் சொல்வார். நான் அதில் சின்னச் சின்னக் கதைகள் கட்டுரைகள் எழுதியிருக்கிறேன். எனக்கு எழுதும் திறமை அல்லது பொறுமை இருக்கிறது என்று காட்டியது அவர்தான். *காலச்சுவடில்* ஒன்றிரண்டுதான் எழுதியுள்ளேன். பெரிதாக ஒன்றும் எழுதவில்லை. ஆனால் கண்ணன் சிறந்த நண்பர். நீண்ட காலமாகத் தெரியும். கண்ணனுடைய மனைவியும் என் மனைவியும் நண்பர்கள். இப்போதும் அந்தக் குடும்ப நட்பு உள்ளது. கனிமொழியின் நாடாளுமன்ற உரைக்கு அவர்தான் என்னை எதிர்வினை எழுதச் சொன்னார். அந்தக் கட்டுரை பிரசுரமான உடன் நூலகச் சந்தாவை அரசாங்கம் ரத்துசெய்தது. அவர் செயலாளராக இருந்தபோது ரோட்டரி கிளப்பில் என்னை கூடங்குளம் பற்றி உரை நிகழ்த்த அழைத்துள்ளார். *காலச்சுவடில்* நான் அதிகமாக எழுதியதில்லை. ஆனால் அதைத் தொடர்ந்து படிக்கிறேன்.

ஏஷியா நெட்டுக்கு அளித்திருந்த நேர்காணலில் நீதிமன்றங்களைப் பொருட்படுத்தவில்லை என்று சொல்லியிருந்தீர்கள். நமது அரசியலமைப்பு குறித்து என்ன நினைக்கிறீர்கள்?

நீதிமன்றங்களைப் பொருட்படுத்தவில்லை எனக் கூறவில்லை. நீதிமன்றங்களுக்கு நாங்கள் செல்லவில்லை என்று கூறியிருந்தேன். நீதிமன்றத்தைவிட நாடாளுமன்றத்தைவிட மக்கள் மன்றம்தான் இப்பிரச்சினையில் முடிவெடுக்க முடியும். ஏனெனில் உச்ச நீதிமன்ற நீதிபதிக்கு நமது ஊரின் தாக்கம் பற்றி என்ன தெரியும்? பெரும்பாலான நீதிபதிகளுக்கு விஞ்ஞானப் பின்னணியே கிடையாது. உச்ச நீதிமன்றத்திற்குக்கூடப் பூவுலகின் நண்பர்கள் போன்ற எங்கள் தோழமை இயக்க நண்பர்கள்தான் செல்கிறார்கள். நீதிமன்றங்கள் என்ன செய்கின்றன என்றால் அரசைச் சாடுவதுபோல் இரண்டு மூன்று கருத்துகளைச் சொல்கின்றன. மக்கள் மத்தியில் ஒரு நம்பகத்தன்மையை உருவாக்க முயல்வது; பின்னர் அரசாங்கம் தரும் தவறான

அறிக்கைகளை வைத்துக் கொண்டு தீர்ப்பு சொல்வது என்பதை வாடிக்கையாக வைத்துள்ளார்கள். அணுசக்தி ஒழுங்குமுறை ஆணையம் கொடுத்த அறிக்கை, தமிழ்நாடு மாசுக்கட்டுப்பாட்டு வாரியம் கொடுத்த அறிக்கை போன்றவற்றை வைத்துத் தீர்ப்பு சொல்கிறார்கள்.

இந்திய அரசியலமைப்புச் சட்டத்தின் மீதான உங்கள் விமர்சனங்கள் என்ன?

ஆளும் வர்க்கத்தினரால் ஆளும் வர்க்கத்தினருக்காக நடத்தப்படும் ஆட்சி. மற்ற மக்களுக்கு இதில் எந்த முன்னுரிமையும் இல்லை என்றுதான் நான் நினைக்கிறேன். ஏனெனில் பெரும்பாலான திட்டங்களில் ஏழைகள் முதலில் இறக்கிறார்கள். நட்டம் ஏழைகளுக்கு லாபம் பணக்காரர்களுக்கு. இறப்பு என்று வரும்போது ஏழை முதலில் சாகிறான் பணக்காரன் பின்னர்தான் இறக்கிறான். இதுதான் எல்லாப் பேரிடர்களிலும் நிகழ்கிறது. எங்கேயாவது பத்து எம்பிக்கள் இறந்துள்ளார்களா? சினிமா தியேட்டர் தீவிபத்தாக இருக்கட்டும். பள்ளிக் கூடத் தீவிபத்தாக இருக்கட்டும் பட்டாசுத் தொழிற்சாலை விபத்தாக இருக்கட்டும் ஏழைகள்தான் இறக்கிறார்கள். இப்படியான வேறுபாடுகள் இன்றும் இருக்கத்தான் செய்கின்றன.

ஊழல் ஒரு பெரிய பிரச்சினை. நிர்வாகத்திறனின்மை. ஆட்சிகள் மாறிக்கொண்டே இருக்கின்றன. ஆனால் மக்களின் பிரச்சினைகள் ஒருபோதும் மாறாமல் அப்படியே இருக்கின்றன. மின்சாரம் குறித்த எதிர்காலச் சிந்தனை எதுவும் அரசுக்குக் கிடையாது. இன்று எவ்வளவு திருடுவது என்பதுதான் அவர்களின் நோக்கமாக உள்ளது. தொலைநோக்குப் பார்வை என்பது அரசிடம் துளிகூட இல்லை. ஆனால் நமது கலாச்சாரத்தில் தொலைநோக்குப் பார்வை என்பது இருக்கிறது. எதிர்காலம் குறித்து மிக ஆழமாகச் சிந்திக்கும் சமுதாயம் தமிழ்ச் சமுதாயம். ஆனால் அரசியல் தலைவர்கள் மத்தியில் கடுகளவும் எதிர்காலச் சிந்தனை இல்லை. தங்களைப் பற்றி மட்டும் சிந்திக்கிறார்கள். எதிர்காலச் சிந்தனையின்மை, வாழ்வுரிமைகளைப் பற்றிக் கவலைப்படாமை, அடித்தட்டு மக்களைப் பற்றிக் கடுகளவும் சிந்திக்காமை, சுயநலம் இவைதான் அவர்களது அடையாளம். அதிலும் முக்கியமாகப் பொது வாழ்க்கைக்கு வருவதே சுயநலத்துடன்தான். பழைய காலத்தில் மக்கள் பொது வாழ்க்கைக்குச் சேவைசெய்ய மட்டும்தான் வந்தார்கள். இப்போது மக்களுக்கு அந்தக் கருத்தியலே புரியவில்லை. அதனால்தான் எங்களைச் சந்தேகப்படுகிறார்கள். இவன் அமெரிக்காவில் படித்தவன் வேலையை எல்லாம் விட்டுவிட்டு இதற்கு வருகிறான்

என்றால் இவனுக்கு ஏதோ ஆதாயம் இருக்கிறது என்று நினைக்கிறார்கள். ஆனால் உண்மை அப்படி இல்லை. காந்தி எந்த ஆதாயத்தை எதிர்பார்த்து வந்தார்? தன்னலமற்ற பொது வாழ்வு என்னும் கருத்தியலைக் குழி தோண்டிப் புதைத்துவிட்டார்கள். மேலும் நமக்கென்ன என்னும் சுயநலமான மனோபாவமும் அதிகரித்துவிட்டது. தன் கண் முன்னே நடக்கும் தீமைகளை மாற்றியமைக்கத் தேவைப்படும் மன உறுதி மனிதர்களிடம் இல்லை. ஜேபி கூறியது போன்ற முழுப்புரட்சிதான் தேவை.

காந்தி பற்றி உங்களுக்கு ஏதாவது விமர்சனங்கள் இருக்கின்றனவா?

வர்ணாசிரமக் கொள்கைகளை வேரோடு பிடுங்கி எறிய வேண்டும் என்று பேசாதது குறித்த வருத்தம் உண்டு. ஆளும் கட்டமைப்பை இன்னும் வலிமையுடன் சாடியிருக்கலாம் என்னும் வருத்தம் உண்டு. தன் கீழே உள்ளவர்களை வளரவிடாமல் செய்த சூழ்நிலைக்குக் காரணமானவர் என்ற வருத்தம் உண்டு. அம்பேத்கர், சுபாஷ் சந்திர போஸ் போன்றவர்களை இன்னும் கொஞ்சம் நேர்மறையுடன் கையாண்டிருக்கலாம். இவற்றைத் தவிர மற்ற விஷயங்களில் நான் காந்தியை உண்மையாக மதிக்கிறேன், நம்புகிறேன். காந்தி மாபெரும் தலைவர் என்பதில் மாற்றுக் கருத்து இல்லை. காந்தியைப் போன்ற பெண்ணியவாதியோ தலித் விடுதலைத் தலைவரோ இல்லை என்பது என்னுடைய நிலை. அம்பேத்கர் இருந்தார் என்பது உண்மைதான். ஆனால் அவரது அணுகுமுறையும் காந்தியின் அணுகுமுறையும் வித்தியாசமாக இருந்தன. காந்தி தவறாகப் புரிந்துகொள்ளப்பட்டார். 'நீ பிராமணனின் கோயிலுக்குப் போய் மல்லுகட்டுவதைவிட நீயே ஒரு கோயிலைக் கட்டு' என்றார். அது கொஞ்சம் வித்தியாசமான அணுகுமுறை. அதைக் கொஞ்சம் தைரியத்துடன் படைப்புத் திறனுடன்தான் வெளிப்படுத்தியிருக்க முடியும்.

மையப்படுத்தப்பட்ட மின்சார விநியோகம் என்பதை எப்படிப் பார்க்கிறீர்கள்?

காலனியாதிக்கத் தத்துவமும் சிந்தனையும்தான் மின்சார உற்பத்தியிலும் இருக்கிறது. விநியோகத்தின் அடிப்படையிலான மின் உற்பத்தி. அமெரிக்காவில் இந்த மாதிரி செயல்படுகிறது. மின்சாரம் உற்பத்தி செய்துகொண்டேயிருப்பார்கள். நுகர்வோர் உபயோகித்துக்கொண்டேயிருக்க வேண்டும். உற்பத்தியாளருக்கு வருமானம், நுகர்வோருக்கு வளமான வாழ்வு. நுகர்வோருக்குத்தான் எந்தவிதமான கட்டுப்பாடும் இருக்கக் கூடாதே. கழிப்பறையில் ஐம்பது விளக்குகள் ஒளிர்ந்துகொண்டிருக்கும். யாருமே இல்லாத அறையில்கூட விளக்குகள் எரிந்துகொண்டிருக்கும். இப்படிப்பட்ட வாழ்க்கை முறை நமது கலாச்சாரத்திற்கு ஒத்துவராதே! இன்று

அமெரிக்காவுக்குமே அது முடியாது என்பது மாதிரியான நிலைமை உள்ளது. இந்தத் தங்கு தடைகள் எதுவும் இல்லாத ஆற்றல் பயன்பாடுதான் புவி வெப்பமடைதல் போன்றவற்றை உருவாக்குகின்றன என்பதை இப்போது உணர்ந்துள்ளோம். அமெரிக்கர்களே தங்கள் அணுகுமுறையை மாற்ற வேண்டும் என அங்குள்ள இளைஞர்கள் பேசிக்கொண்டிருக்கும்போது, நாம் அப்படிப்பட்ட விநியோகத்தின் அடிப்படையிலான மின் உற்பத்தியை மேற்கொள்வது தவறான அணுகு முறை. ஆனால் இந்த மாதிரியான பெரிய மின் உற்பத்தித் திட்டங்களை நமது அரசாங்கங்கள் விரும்புகின்றன என்றால் இங்குதான் அதிகம் கொள்ளையடிக்க முடியும். 15,000 கோடிக்கு 10 சதவிகிதம் என்று வைத்துப் பார்த்தால்கூட ஒரு பெரிய தொகை அரசியல்வாதிகளுக்கும் அதிகாரிகளுக்கும் கிடைத்துவிடுகிறது. மையப்படுத்தப்படாத தேவை அடிப்படையிலான மின் உற்பத்திதான் சரியானது. இடிந்தகரையை எடுத்துக்கொண்டால் இரண்டு காற்றாலைகள், பத்து இருபது சூரியத் தகடுகளையும் வைத்து மின் தேவையைச் சமாளித்துக்கொள்ளலாம். ஆனால் இதில் பணத்தைக் கொள்ளையடிக்க முடியாது என்பதால் அரசாங்கம் விரும்புவதில்லை. ஆனால் மக்களுக்கு இது நல்லது. நமது பணத்தை யாரும் கொள்ளயடிக்க முடியாது. உள்ளாட்சிக் கட்டுப்பாட்டில் இருக்கும். மின் உற்பத்தி, பகிர்மானம், லாபம் எல்லாம் ஊரைச் சார்ந்து இருக்கும்போது செயல்பாடும் சிறப்பாக இருக்கும். வீடுகள் தோறும் சூரியத் தகடுகள் மூலம் மின்சாரம் பெறுவதற்கு வகைசெய்துகொள்ளலாம். பெரிய தொழிற்சாலை இருக்கும் இடங்களில் அனல் மின்நிலையம் வைத்துக்கொள்ளலாம். அப்படிச் செய்து இந்தப் பிரச்சினையைத் தீர்க்க முடியும். ஏன் தீர்க்க முயலவில்லை என்றால், ஒன்று காலனியாதிக்கச் சிந்தனை, மற்றொன்று திருட வாய்ப்பின்மை. மன்மோகனோ ஜெயலலிதாவோ கருணாநிதியோ கூடங்குளம் பிரச்சினையை மக்கள் பிரச்சினையாக நினைத்துத் தீர்வுகாண முயன்றால் முடியும். ஆனால் அவர்கள் நோக்கம் அதுவல்ல. அவர்களின் குறிக்கோள் வேறு. அவ்வளவுதான்.

சந்திப்பு: **தேவிபாரதி, ஸ்டாலின் ராஜாங்கம்,**
செல்லப்பா, மண்குதிரை

தொகுப்பு: **செல்லப்பா**

***காலச்சுவடு*, நவம்பர் 2012**

மக்களிடமிருந்து கற்றேன்

அரசின் அனைத்து வகை அழுத்தங்களையும் நெருக்கடிகளையும் தந்திரோபாயங்களையும் கடந்து இடிந்தகரை கிராமத்தில் கூடங்குளம் அணு உலைக்கு எதிரானப் போராட்டம் 500 நாட்களைக் கடந்த நிலையில், அணுசக்திக்கு எதிரான மக்கள் இயக்கத்தின் தலைவர் சுப. உதயகுமாரை *தமிழ் ஆழி* இதழுக்காகச் சந்தித்தோம். உதயகுமாரோடு அணு உலைக்கு எதிராகப் போராடுகிற போராளிகளான புஸ்பராயன், மில்டன், முகிலன் ஆகியோரும் இருந்தனர். மக்களோடு கலந்து வாழுகிற போராளியின் எளிமையோடும் உற்சாகத்தோடும் ஆர்ப்பாட்டங்கள் எதுவுமில்லாத இயல்புடனும் நம்மை வரவேற்றார் அவர். வார்த்தை அலங்காரம் இல்லாமல், தன்னை முன்னிலைப்படுத்தாமல் மக்களை முன்னிலைப்படுத்தி, மக்கள் நலனை அடிப்படையாகக் கொண்டிருக்கிற உதயகுமார் போன்ற நல்ல மனிதர்களைக் காண்பது மிக அரிது.

உங்களின் இளமைக் காலம் பற்றிக் கொஞ்சம் சொல்லுங்கள்.

காதல் திருமணம் செய்துகொண்டவர்கள் எங்கள் பெற்றோர். அப்பா தி.கவிலும் தி.மு.கவிலும் இருந்தவர். அம்மா காமராஜ் பக்தர். வீட்டில் காஞ்சி, முரசொலி பத்திரிகைகளும் வரும், காமராஜ் படமும் மாட்டியிருக்கும். அப்படியொரு ஜனநாயகச் சூழலில்தான் நான் வளர்ந்தேன். 1981இல் நாகர்கோயிலில் மேல்நிலைக் கல்வி படித்தேன்.

நீங்கள் தமிழ்வழிக் கல்வியில் படித்து வளர்ந்தவர். இன்று நடைமுறைப்படுத்தப்படுகிற ஆங்கிலவழிக் கல்வி குறித்த உங்களின் பார்வை என்ன?

தாய்மொழியில் கல்வி கற்பதே சரியான வழி. ஆங்கிலத்தில் படித்தால்தான் அறிவாளானாக வருவான் என்பதில் எனக்கு நம்பிக்கையில்லை. நானும் ஓர் ஆங்கிலவழிக் கல்வி பள்ளிதான் நடத்திவருகிறேன். பொதுவாக ஆங்கிலப் பள்ளிகளை நகரத்திலும் அதனை ஒட்டியும் தொடங்குவார்கள். நாங்கள் கிராமத்தில் தொடங்கி ஆங்கிலம், நவீன அறிவியல் பாடங்களைக் கிராமத்து மாணவர்களுக்குக் கற்பித்து வருகிறோம். எங்கள் பள்ளியில் ஆங்கிலத்தில் தான் பேச வேண்டும் என்று கட்டாயப்படுத்துவது எல்லாம் கிடையாது. மிகச்சிறந்த தமிழாசிரியரைப் பணியில் அமர்த்தி மாணவர்களுக்குத் தமிழும் கற்றுக்கொடுக்கிறோம். உலகமொழியாக ஆங்கிலம் மாறியிருக்கிற சூழலில் ஆங்கிலமும் முக்கியம் என்றே எனக்குப் படுகிறது. ஏனெனில் ஆங்கிலப் புலமை இல்லாமல் சிலர் இழக்கும் வாய்ப்புகள் ஏராளம். எங்கள் பள்ளியில் கூடவே இந்தியும் கற்றுத்தருகிறோம். தெருத்தெருவாகப் பசை தடவி 'இந்தி ஒழிக' போஸ்டர் ஒட்டி, இந்தி எதிர்ப்புப் போராட்டத்தில் நான் கலந்துகொண்டதே எனது முதல் போராட்ட அனுபவம் என்றாலும் நான் நினைப்பது ஐரோப்பாவைப் போல ஒவ்வொருவரும் குறைந்தது ஐந்து மொழிகளையாவது தெரிந்திருக்க வேண்டும். அதிக மொழி தெரிவதன் மூலம் பல சன்னல்கள் திறக்கும். பலவிதமான இலக்கியங்கள், அறிவியல் விஷயங்களை அறிந்துகொள்ள முடியும் என்று நினைக்கிறேன்.

எப்போதிருந்து போராட்ட வாழ்க்கைத் தொடங்கியது? உங்களது போராட்ட வழிமுறைகள் எப்படிப்பட்டவை? அதன் பின்புலங்கள், படிப்பினைகள் இவற்றைப் பற்றிச் சொல்ல முடியுமா?

நான் மாணவர் காலத்திலிருந்தே நிறைய போராட்டங்களில் கலந்துகொண்டிருக்கிறேன். அமெரிக்காவில் இருக்கும்போது தென்னமெரிக்க மக்கள் நடத்திய உரிமைக்கான பல போராட்டங் கள், ஹவாய்த் தீவில் பூர்வகுடி மக்களின் போராட்டங்களிலும் கலந்துகொண்டிருக்கிறேன். இந்தியாவில் இருக்கும் போதும் பல போராட்டங்களில் கலந்துகொண்டிருக்கிறேன். அப்போ தெல்லாம் ஒரு பார்வையாளனாக, பங்கேற்பாளனாக மட்டுமே இருந்திருக்கிறேன். இப்படி ஒரு போராட்டத்தை முன்னெடுப்போம் என்று அப்போது நினைப்போ திட்டமோ இருந்ததில்லை. ஆனால் இப்போது திரும்பிப் பார்க்கிறபோது அந்தப் போராட்டங்கள் எனக்கு உள்ளூரப் படிப்பினைகளைத் தந்திருக்கிறது என நினைக்கிறேன். என்னை மகத்தான போராளியாக ஒருபோதும் கருதியதில்லை. சிலர் அப்படி நினைக்கையில் அது சங்கடத்தைத் தருகிறது. தமிழகச் சூழலில், அரசியல் குடும்பத்தில் பிறந்ததால் பெரியார், அண்ணா போன்றவர்களின் சிந்தனைகளை

வாசிக்க வாய்ப்பு கிடைத்தது. 1970களில் அப்பா அவசரகால சட்டத்தினால் துன்புற்றபோது, ஜெயபிரகாஷ் நாராயணனின் இயக்கத்தின் உருவாக்கம், மொரார்ஜி தேசாய் தலைமையில் உருவான அரசு சூழல் ஆகியவற்றைக் கவனித்து வளர்ந்ததால் அதன் தாக்கம் நிறையவே இருந்தது. தொடர்ந்து வெளிநாடுகளில் இருந்தபோது, பல அரசியல் சிந்தனையாளர்களின் நூல்கள் வாசிக்கக் கிடைத்தன. அந்தக் காலகட்டத்தில் இடதுசாரி, முற்போக்குச் சிந்தனைகள் இருந்ததால் அதையொட்டிய நூல்களைத் தேடி வாசித்தேன். நாளை ஒரு போராட்டத்தை நடத்திச்செல்வோம் என்ற ரீதியில் வாசித்ததல்ல. ஆனால் அவை எல்லாம் இன்றைய போராட்டத்திற்குப் பெரும் உந்துதலைத் தருகின்றன. அந்த வாழ்க்கைச் சூழலை எனக்குக் கிடைத்த வரப்பிரசாதமாகவே பார்க்கிறேன்.

கூடங்குளம் அணு உலை எதிர்ப்புப் போராட்டத்தில் மக்களிடமிருந்து கற்றுக்கொண்டவை பெற்றுக்கொண்டவை என்னென்ன?

நிறைய இருக்கிறது. முதலில் நான் கற்றுக்கொண்டது கேட்கும் திறன். நாம் எப்போது சிறப்பாக இயங்க முடியும் என்றால் மற்றவர்கள் கூறும் கருத்துகள் நம் கருத்துகளைப் போல முக்கியமானவை என்று கருதும்போதுதான்; மற்றவர்கள் பகிர்வதில் இருக்கும் உண்மையைக் கண்டுகொள்வதிலிருந்துதான்; குறிப்பாகப் பெண்கள், இளைஞர்களின் குரல்களை. பெரும்பாலும் இவர்களுக்கு என்ன தெரியும் எனப் பலரும் நினைத்துப் புறக்கணிப்பதுண்டு, அதிலும் குழந்தைகளின் குரல்களை எவரும் கடுகளவும் மதிப்பதில்லை. இப்படிப் பாரம்பரியமாகப் புறக்கணிக்கப்பட்ட எளிய மக்களின் குரல்களைக் கவனமாகக் கேட்கத் தொடங்கினேன். அது வாழ்க்கையில் மறக்க முடியாத மிகப்பெரும் படிப்பினைகளைத் தந்தது. யாரிடமிருந்து அற்புதமான கருத்து வருமென்று தெரியாது. அதனால் அவர்களிடமிருந்து எல்லாவற்றையும் கேட்டுக் கொண்டேன். தங்கள் கருத்துகளைக் கேட்டு மதிப்பளிக்கிறான் இவன் என்பதே மக்களுக்கு நம்பிக்கையைத் தந்தது. ஒரு மீனவனுக்கு என்ன தெரியும் என்று நினைக்காமல், நாங்கள் படித்திருக்கிறோம் எங்கள் பேச்சைக் கேளுங்கள் எனும் தட்டைத் தன்மை இல்லாமல் எல்லோரும் அமர்ந்து ஒவ்வொருவரின் கருத்துகளையும் சடங்காக அன்றி உண்மையான அக்கறையோடு கேட்டு அறிந்து ஜனநாயகரீதியில் இந்தப் போராட்டத்தை வடிவமைத்தோம். தலைவர் சொல்வதை மற்றவர்கள் கேட்டு நடத்தல் எனும் முறையைப் போலில்லாமல், உங்களுக்கான வேலைகளைச் செய்ய வந்திருக்கிறோம், உங்களுக்குப் புதிதாகச் சொல்லித்தர வரவில்லை என்பதாக அணுகும் விதத்தைத் தொடக்கம் முதலே

நானும் போராட்டக் குழுவின் எல்லா நண்பர்களும் கவனமாக வளர்த்தெடுத்ததால் மக்கள் எங்களைத் தலைவர்களாகப் பார்க்கவில்லை. வேலைக்காரனாகவும் பார்க்கவில்லை. தங்கள் வீட்டில் ஒருவராக எங்களைப் பார்க்கிறார்கள். எழுதப்படிக்கத் தெரியாதவர்களிடம் கற்றுக்கொள்ள என்ன இருக்கிறது என நினைப்பது மாபெரும் தவறு. எழுதப்படிக்க தெரியாத மீனவர் கடலருகே நின்றுகொண்டு எங்கிருந்து காற்றடிக்கும், எப்போது மழைவரும் என்று சரியாகச் சொல்லிவிடுகிறார். முனைவர் பட்டம் பெற்ற எனக்கு அதுபற்றி ஒன்றுமே தெரியாது.

சமூகத்திலும், குடும்ப அமைப்பிலும் ஜனநாயகமில்லாத சூழல்தான் நிலவிவருகிறது. இச்சூழலில் இம்மாதிரியான ஜனநாயக ரீதியான போராட்டம் அம்மக்களிடம் தனிப்பட்ட ரீதியில் என்னவிதமான மாற்றத்தைத் தந்திருக்கிறது?

பெரும் மாற்றத்தைத் தந்திருக்கிறது. இப்போராட்டத்தின் தொடக்கத்திலிருந்தே இரண்டு பிரதான விஷயங்களை நீங்கள் பார்க்கமுடியும். ஒன்று அகிம்சை. மற்றொன்று ஜனநாயகம். இவை அவர்கள் மனதில் ஆழமாகப் பதிந்திருக்கிறது. நாங்கள் போராட்டம் குறித்து முடிவெடுக்கக் கூடிய கூட்டத்தில் பெண்கள் பங்குபெற வேண்டும் எனத் தொடக்கத்திலேயே வலியுறுத்தினோம். மீனவ சமூகத்திலும் சரி, நாடார் சமூகத்திலும் சரி ஊர் கூட்டம், பஞ்சாயத்துகளில் பெண்களை ஈடுபட வைப்பதில்லை. தொடக்கத்தில் எதிர்ப்புகள் வந்தன. ஆனால் நாங்கள் அதில் உறுதியாக இருந்தோம். வெளியூர்களுக்குத் தூதுக்குழு அனுப்புவதில் பெண்களும் பங்கேற்க வேண்டும் என்று சொன்னபோதும் எதிர்ப்பு வந்தது. வெளியூர்க்காரர்கள் "உங்கள் ஊரில் ஆண்களே இல்லையா" எனச் சொல்லுவார்கள் அதனால் வேண்டாம் என்றார்கள். அதையும் மீறி அவர்களையும் அனுப்பிவைத்தோம். இன்று இடிந்தகரைப் பெண்கள் போபால் சென்று விருதும், ரூ. 50,000 பரிசும் வாங்கிவந்திருக்கிறார்கள். கேரளா, மேற்கு வங்காளம் போன்ற மாநிலங்களுக்குச் சென்று வருகிறார்கள். அந்தளவு தனிப்பட்ட முறையில் மாற்றத்திற்கு நகர்ந்திருக்கிறார்கள். இன்று பல வீடுகளில் பெண்கள் போராட்டத்திலிருக்க ஆண்கள் சமைக்கிறார்கள். மீன் பிடித்து கணவன் வரும்போது பெண்கள் சமைத்து தயாராக இருக்க வேண்டும் என்கிற மனநிலை மாறி, ஆண்கள் மீன் பிடித்து வந்தபின் வீட்டில் சமைக்கவும் செய்கிறார்கள். குடிப்பழக்கம் பெருமளவு குறைந்திருக்கிறது. பெண்களை, பெண் குழந்தைகளை வெளியூர்களுக்கும் அனுப்பும் மனநிலை உருவாகியிருக்கிறது. பெண்களை மதிப்பதில் முடிவெடுக்கும் அமைப்புகளில் மாற்றம் வந்திருக்கிறது. அதேபோல அகிம்சை. கணவன் குடித்துவந்து

பெண்களை அடிப்பது, சின்ன பிரச்சினை என்றாலும் கைகலப்பில் முடிவது போன்றவை பெரும்பாலும் விலக்கப்பட்டிருக்கிறது. முன்னர் இடிந்தகரை பகுதியில் மீனவர்களுக்குள் பிரச்சினைகள் வந்தால் அது உடனே கைகலப்பில் முடிந்துவிடும். கடந்த ஒன்றரை வருடத்தில் ஊர் இரண்டுபடும் விஷயங்களைக்கூட உட்கார்ந்து பேசி முடிவெடுக்கிறார்கள். கன்னியாகுமரி, திருநெல்வேலி, தூத்துகுடி மாவட்ட மீனவர்கள் பிரச்சினைகளுக்குக்கூட இடிந்தகரைத் தலைவர்களை அழைத்துப் பேசவைக்கிறார்கள். இவை எல்லாமே ஊர் மக்கள் சொல்பவை. இந்தப் பண்புகள் எல்லாமே அவர்களிடமே இருந்தவைதான், போராட்டம் புதிதாகச் சொல்லித்தந்தவை என்று சொல்லமாட்டேன். ஏனெனில் அவர்கள் கிறித்துவர்கள். ஒரு கன்னத்தில் அறைந்தால் மறுகன்னத்தைக் காட்டச் சொல்லுவதை எல்லாம் அறிந்தவர்கள். படிந்திருந்த மாசை அகற்றி உள்ளே இருந்தவற்றைப் போராட்டம் துலங்க வைத்திருக்கிறது. உலகம் முழுதும் நடக்கும் போராட்டக் குணங்களின் தன்மை ஒன்றுதான். மற்றபடி இந்த மாற்றத்தின் முழு உரிமை மக்களுடையதுதான்.

பொதுவாக, சமூகத்தில் அடிக்கடி நிகழும் மோதல்களுக்குச் சாதி, மதம், பொருளாதாரச் சிக்கல்கள் காரணமாயிருக்கின்றன. தென்மாவட்டங்களும் இதற்கு விதிவிலக்கல்ல. அம்மாதிரியான சூழலில் இம்மக்களை எப்படி ஒருங்கிணைத்தீர்கள்?

அதற்கும் மக்கள்தான் காரணம். இதை நான் அரசியல் ரீதியாகத் தூய்மையானவனாகக் காட்டிக்கொள்ள சொல்ல வில்லை. உண்மையாக உணர்ந்து உளப் பூர்வமாகச் சொல்கிறேன். போராட்டத்தில் என்னுடைய பங்களிப்பு என்றால் கடந்த பதினைந்து ஆண்டுகளாக இப்பிரச்சினையை மக்களிடம் எடுத்துச்சென்றது; ஆங்காங்கே சின்னச்சின்னதாக நிகழ்வுகள் நடத்தியது தவிர வேறு எந்தப் பெருமையுமில்லை. பெருமைக்கு முழுமுதற் காரணம் கடலோர மக்கள்தான். தொடக்கத்தில் ஒய். டேவிட் அய்யா தலைமையில் டாக்டர் லால்மோகன், ஜார்ஜ் கோமஸ், நான் ஆகியோர் கூடங்குளம் எதிர்ப்புப் போராட்டத்தைத் தொடக்கினோம். இதில் ஒய். டேவிட், டாக்டர் லால்மோகன், நான் ஆகியோர் நாடார்கள் என்பது மக்களுக்கும் தெரியும். நாங்கள் யாரும் சாதிக் கண்ணாடி போட்டுக்கொண்டு வரவில்லை. அதேபோல இங்கிருக்கும் மக்களும் வந்திருப்பது நாடாரா மீனவரா என்றெல்லாம் பார்க்கவில்லை; கேட்கவில்லை; அதற்கான தேவையும் எழவில்லை. கூடங்குளம் அணுவுலையால் வாழ்வாதாரம் சிதைக்கப்படப் போகிறது. அதைப் பாதுக்காக்க வேண்டும் என்றுதான் ஒருங்கிணைந்தார்கள். அதேபோல நாடார்கள் மிகுந்திருக்கும் கூடங்குளம், செட்டிகுளம் ஊர்களில்

நாங்கள் நாடார்கள் என்பதால் ஆதரிக்கவில்லை. எதிர்க்கத்தான் செய்தார்கள். அடிக்கத்தான் வந்தார்கள்.

1920க்கு முன் இந்தியாவில் நடந்த தேர்தலில் இந்துக்கள் பெரும்பான்மையாயிருக்கும் தொகுதிகளில் முஸ்லிம் வேட்பாளர் வெற்றிபெறுவதும், முஸ்லிம்கள் பெரும்பான்மையாயிருக்கும் தொகுதிகளில் இந்து வேட்பாளர் வெற்றிபெறுவதும் சாதாரண மாக நடந்தது. பாலகங்காதர திலகர், ஜின்னா போன்றவர்கள் அரசியலுக்குள் மதத்தைக் கொண்டுவந்ததால் வந்த விளைவே யன்றி இந்திய அளவில் மக்களுக்குள் அடிப்படையாக மதப் பாகுபாடு இல்லை என்பது சரித்திரப்பூர்வமான உண்மை. தமிழகத்தை எடுத்துக்கொண்டால் சாதியைச் சொல்லி இழிவாகத் திட்டிக்கொள்வது போன்றவை இருந்தாலும், மதம், சாதியத்தை மக்கள்மீது திணித்துப் பிரித்தாள்வது தலைவர்களாலும், இயங்கங்களாலுமே உருவாகிறது. என்னை எடுத்துக்கொண்டால் நான் இந்து மதத்துக்காரன், நாடார் சாதிக்காரன் என்று அனைவருக்குமே தெரியும். ஆனால் அதை அவர்கள் ஒரு பொருட்டாகவே எடுத்துக்கொள்ளவில்லை. என் கூடப் பிறந்தவர்களைவிட இங்கிருக்கும் மக்கள் என்னைப் பத்திரமாகப் பாதுகாக்கிறார்கள். தங்கள் தலைமைத்துவத்திற்கு எதிராக வந்துவிடுவோமோ என்று பயந்த சிலரும், இந்த சாதியில் பிறந்து பெரியளவில் வளர முடியவில்லையே நம்மால் முக்கியத்துவம் பெற முடியவில்லையே என்று நினைத்த சிலரும், யாரிவர்கள், இவர்கள் பின்னணி என்ன என்று கேட்டதையும், கத்தோலிக்க கிறித்துவத் திருச்சபையில் சிலர் இந்தப் போராட்டத்தை முன்னெடுக்க நம்ம சாதிக்காரர்கள் இல்லையா என்று கேள்வியெழுப்பியதையும் மக்கள் எவரும் கண்டுகொள்ளக்கூட இல்லை. சாதியத்திற்கும் மதத்திற்கும் மிக அண்மையில் கிடைத்த சம்மட்டி அடியாகத்தான் இதைப் பார்க்க வேண்டியிருக்கிறது.

சரத்குமார் போன்றவர்கள் சாதிப் பின்புலத்தைப் பயன்படுத்தி கூடங்குளம் அணு உலை எதிர்ப்புப் போராட்டத்திற்கு எதிராகப் புறப்படுவது பற்றி . . .

இது அரச பயங்கரவாதம். ஆளும் வர்க்கத்தின் ஆயுதம். எப்போதெல்லாம் தன் கட்டமைப்பிற்கு ஆபத்து வருகிறதோ அப்போதெல்லாம் சாதி, மதச் சண்டையைத் தூண்டிவிட்டுத் தன் அதிகாரத்தைத் தக்கவைத்துக்கொள்ளும். தர்மபுரியிலும், தேவர் – தலித் பிரச்சினையிலும் அதுதான் நடந்தது. இங்கே போராட்டத்தை முடக்க முடியவில்லை. மதம், சாதி, அரசியல், கட்சி கடந்து மக்கள் ஒற்றுமையாக இருக்கிறார்கள். இவர்களைப் பிரிப்பதற்கு ஒரே

ஆயுதம் சாதி. சாதி அடிப்படையில் மக்களைப் பிரித்துவிட்டால் போராட்டத்தை ஒடுக்கிவிடலாம் என்று நினைக்கிறார்கள். அது நடக்கவில்லை. நடக்கவும் நடக்காது. ஏனெனில் மக்கள் தெளிவாக இருக்கிறார்கள். இந்த சினிமா நடிகரின் பின்னணி எல்லோருக்கும் தெரியும். தனிமனித ஒழுக்கமில்லாதவர். கட்டிய மனைவியை, பிள்ளையை நடுத்தெருவில் விட்டுவிட்டு ஓடியவர். அதைப் போல் பணத்திற்காகப் பலகட்சிகள் மாறுகிறவர். இப்பவும் இந்த விஷயத்தில் உண்மையாக இல்லை. ஈமு கோழி விளம்பரத்தில் நடித்ததைப் போல இன்னொரு விளம்பரத்தில் நடிக்கிறார். அதற்கான கூலியை அவர் வாங்கிவிட்டார் என்பது மக்களுக்குத் தெரியும். இவரைத் தன் சமூகத்தின் தலைவராக அம்மக்கள் அங்கீகரிக்கவில்லை. சட்டசபைத் தேர்தலின் போது வீசிய அலையில் இவர் ஒட்டிக்கொண்டு சட்டமன்ற உறுப்பினர் ஆகிவிட்டார். இவருக்கும் சமத்துவம் என்பதற்கும் சம்பந்தமே இல்லை. இவரை மக்களும் ஒரு பொருட்டாக மதிப்பதில்லை. நாங்களும் பொருட்படுத்துவதில்லை.

பொதுவாக இந்தச் சமூகத்தில் நிகழும் சாதி, மத பிரிவினைகளைக் கடந்து கூடங்குளம் போராட்டத்தின் மூலம் மக்கள் நிகழ்த்திய சமூக நல்லிணக்க நெகிழ்வான தருணங்கள் இருக்கின்றனவா?

நிறைய இருக்கின்றன. கடந்த ஒன்றரை ஆண்டுகள் இங்கு வெறும் அணுவுலை எதிர்ப்புப் போராட்டம் மட்டும் நடக்கவில்லை. இது இந்திய ஜனநாயகத்தைப் பாதுகாப்பதற்கான போராட்டம். மக்கள் எவ்வளவு தெளிவாக, ஆழமான அறிவோடு, அற்புதமாக இருக்கிறார்கள் என்பதைப் படம்பிடித்துக் காட்டுகிற போராட்டம். அண்மையில் கேரளாவிலிருந்து இஸ்லாமிய மாணவர் அமைப்பிலிருந்து எங்கள் போராட்டத்திற்கு ஆதரவு தெரிவிப்பதற்காக வந்திருந்தபோது அம்மாணவர்கள் தொழுகை நடத்த வேண்டும் எங்கு நடத்தலாம் என்று கேட்டபோது போராட்ட மக்கள் தேவாலயத்திற்குள்ளே அழைத்துச் சென்றார்கள். அதனுள்ளே அவர்கள் தொழுகை நடத்தினார்கள். அதைப் பார்க்க ரொம்ப நெகிழ்ச்சியாக இருந்தது. கிறித்துவத்திற்கும், இஸ்லாத்திற்கும் பல ஒற்றுமைகள் இருந்தாலும் மாதா கோயிலில் இஸ்லாமியர்கள் தொழுகை நடத்தியதை நான் அப்போதுதான் முதன்முதலாகப் பார்த்தேன். அது இங்கு நடந்திருக்கிறது. அதேபோல மாதாகோயில் மேடையில் ஐயப்பன் பஜனை நடந்திருக்கிறது. இடிந்தகரை கிராமம் ஒரு அற்புதமான கிராமம். பிள்ளையார் கோயிலுக்கு எதிரே மாதா கோயில் இருக்கிறது. இங்கு பெரும்பான்மை கிறிஸ்துவர்கள் இருந்தாலும், ஐம்பது இந்துக் குடும்பங்கள் இருக்கின்றன. பிள்ளையார் கோயிலுக்கு போய்விட்டு மாதா கோயிலுக்கு வருவார்கள்.

அதேபோல மாதா கோவிலுக்குப் போய்விட்டு வந்து பிள்ளையார் கோயிலில் சுண்டல் வாங்கிச் சாப்பிடுவார்கள். இடிந்தகரை பற்றி வெளி உலகத்திற்கு தெரியாத விஷயம் மதநல்லிணக்கம். இந்து, கிறிஸ்துவ மதங்களுக்குள் ஒருவருக்கொருவர் பெண் எடுப்பதும், பெண் கொடுப்பதும் மிகச் சாதாரணமாக நிகழக்கூடியது. அதில் சிலர் மதம் மாறுவர் பலர் மாறாமல் அவரவர் மதத்திலேயே இருப்பர்.

சமூக நல்லிணக்கம் பேசும் சூழலில் இதைப் பற்றியும் பேச வேண்டும் என நினைக்கிறேன். இப்போது தர்மபுரியில் தலித் மக்கள் மீது நடத்திய வன்தாக்குதலையும், அதனையொட்டி தலித் மக்களுக்கு எதிராக மற்ற சாதிகளை ராமதாஸ் முன்னின்று ஒருங்கிணைப்பதையும், கோவை மணிகண்டன் போன்றோர் உறுதுணையாக இருப்பதையும் நீங்கள் எப்படிப் பார்க்கிறீர்கள்?

இதை நான் மிகக் கடுமையாக எதிர்க்கிறேன். இது அசிங்கம், அருவருப்பானது. மனித இனத்திற்கே எதிரான செயல் இது. அடக்கப்பட்ட, ஒடுக்கப்பட்ட சமுதாயம் தங்கள் கடுமையான உழைப்பால் பாடுபட்டு பொருளாதார மேம்பாட்டுக்கு வரும் போது வன்முறையால் திட்டமிட்டு அழித்தொழிப்பது மிகக் கொடுமையான குற்றம். இதற்குக் காதல் திருமணம் தான் காரணம் என்பதை ஏற்க முடியாது. பாரதியார் சொன்னது போல...

நாடகத்தில் காவியத்தில்
காதல் என்றால்
நாட்டினர்தாம் வியப்பெய்தி
நன்றாம் என்பர்;
ஊடகத்தே வீட்டினுள்ளே
கிணற்றோரத்தே
ஊரினிலே காதல் என்றால்
உறுமுகின்றார்;
பாடைகட்டி அதைக் கொல்ல
வழி செய்கின்றார்;
பாரினிலே காதலென்னும்
பயிரை மாய்க்க
மூடரெலாம் பொறாமையினால்
விதிகள் செய்து
முறைதவறி இடர் எய்திக்
கெடுக்கின்றாரே.

உங்கள் பார்வையில், இன்றைய சுற்றுச்சூழல் பிரச்சினைகளில் எதிராக இருப்பது அரசா, குடிமைச் சமூகமா?

இரண்டுமேதான். பிளாஸ்டிக் உபயோகப்படுத்தாதீர்கள் என்று அரசு சொல்கிறது. மக்களோ அதைத் தயார் செய்வதைத்

தடை செய் என்கிறார்கள். அரசு மக்களிடமும், மக்கள் அரசிடமும் மாறி, மாறி கேட்டுக்கொள்கிறார்கள். அரசும் மக்களும் பொறுப்பற்று இருக்கும் அழுக்குக் கலாச்சாரம் தான் இங்கு நிலவுகிறது.

இதில் தனியார் நிறுவனங்கள், பன்னாட்டு நிறுவனங்களின் பங்கு பற்றி . . .

பன்னாட்டு நிறுவனங்கள் எதையாவது செய்து பணப்பையை நிரப்பிக்கொள்ளத்தான் துடிக்கும். இங்கிருக்கும் நிறுவனங்களின் தன்மையும் அந்த நிலையில்தான் இருக்கிறது. லஞ்சலாவணிய அரசுக் கட்டமைப்பு, தன் பொறுப்பை மற்றவர்கள் மேல் தள்ளிவிடுகிற பொறுப்பற்ற குடிமைச் சமூகம் இந்த இரண்டிற்கும் இடையில் புகுந்து ஊர் ரெண்டுபட்டால் கூத்தாடிக்குக் கொண்டாட்டம் என்பதுபோல நிறுவனங்கள் கொள்ளையடிக்கின்றன.

காந்தியம் பேசுகிற, காந்தியத்தை அடையாளமாக முன்னிறுத்துகிற நாடு இன்னபிற காந்திய முகத்தோடு இருப்பதாகச் சொல்லிக்கொள்கிற நாட்டின் அரசு காந்தியின் கிராமப் பொருளாதாரத்தைப் புறக்கணித்து கூடங்குளம் மாதிரியான மக்கள் அழிப்புப் பெருந்திட்டங்களைச் செயல்முறைப்படுத்துவது, காடுகளை அழித்து மண்ணின் மக்களை வெளியேற்றி அதைப் பன்னாட்டு நிறுவனங்களுக்குத் தாரை வார்ப்பது போன்றவற்றின் மூலம் அடித்தட்டு மக்களுக்கும் அரசுக்கும் மோதல் நிகழ வகை செய்கிறது. போராட்டக் களத்தில் நிற்கும் நீங்கள் இதை எப்படிப் பார்க்கிறீர்கள்?

காந்தியை மனிதராகப் பார்க்காமல் ஒரு தலைவராக அவரைப் புனிதராக்கி கடவுளாக்கி விட்டனர். காந்தி சொன்ன பல அரசியல் கருத்துகள் உலகம் முழுவதும் கொண்டாடப்படு கின்றன. அவற்றை இந்தியாவில் செய்தால் மரியாதையில்லை. மாவோயிஸ்ட்டுகள் கலெக்டரைக் கடத்திக்கொண்டு சென்றால் பேச்சுவார்த்தைகள் நடத்த பரபரப்பாகிறது அரசு. காந்திய வழியில் 500 நாட்களுக்கு மேல் போராடுகிற மக்களைக் கண்டு கொள்ள மறுக்கிறது.

போராடுகிற மக்களின் உரிமைகளை மதிக்காமல் வன்முறையை ஏவுகிற ஒடுக்குமுறை அரசாக இருக்கிறபோது, மாவோயிஸ்ட்டுகளைப் போன்ற தீவிரமான போராட்ட வழிமுறைக்கும் செல்ல முடியாத நிலையில் அமைதிவழிப் போராட்டம் எந்த வகையில் இலக்குகளை அடையுமென்று கருதுகிறீர்கள்?

ஒரு குடும்பத்தில் தன்னில் சரிபாதியான மனைவியைத் தினம் குடித்துவந்து அடிக்கிற முரட்டுக் கணவன் இருக்கிறான்.

அந்த மனைவி என்ன செய்வாள்? திருப்பி அடிக்கிற வலு இருந்தும் அது தீர்வாகாது, பக்கத்து வீட்டினரை அடிக்கச்சொன்னால் அது வேறு விளைவுகளை ஏற்படுத்தும். கத்தி போன்ற ஆயுதங்களைச் சேகரித்து வைத்து பிரயோகித்தால் எதிர்கால வாழ்க்கையை ஒன்றுமில்லாமல் ஆக்கிவிடும். அவள் அவனோடு ஒத்துழைக்காமல் இருக்கும் வழிமுறையைத்தான் தேர்ந்தெடுப்பாள். அவனோடு பேசாமல், சமைக்காமல், உடன் உறங்காமல் அவன் தவறுகளை அவனுக்கு உணர்த்தும் விதமாகவே அவளும் குழந்தைகளும் போராட வேண்டியிருக்கிறது. அவனது நடத்தையைச் சுட்டிக் காட்டுகிற மாதிரியான வழிமுறையைத்தான் பின்பற்ற வேண்டியிருக்கிறது. அதுபோலத்தான் நாங்களும் இந்த நாட்டின் தவறான முடிவுகளை அரசமைப்பு ஏற்றுக்கொள்ளும்வரை அதை அவர்களுக்கு உணர்த்தும் விதமான போராட்டங்களை முன்னெடுக்க வேண்டியிருக்கிறது. அதைத் தவிர வேறு வழியில்லை. அரசாங்கத்தோடு ஆயுதங்களுடன் போட்டி போட முடியாது. உலக நாடுகளில் உள்ள அதிநவீன ஆயுதங்களை அரசு வாங்கி வைத்திருக்கிறது. அதற்குச் சமமாக வர முடியாது. அதற்கு ஒரே மாற்று வழி அரசின் குற்றத்தைச் சுட்டிக்காட்டுவதும் துன்புறுவதும் தான். அது ஒன்றுதான் ஆயுதம். வேறெந்த ஆயுதமும் கிடையாது. அதைத்தான் நாங்கள் செய்கிறோம். மாவோயிஸ்டுகளுக்கு சூழல் மாறுபட்டு இருக்கலாம். இந்தப் பிரச்சினையில் இதுதான் வழியென்று நாங்கள் நம்புகிறோம். நாளையே அரசபடைகள் இங்கே வரலாம். இங்கே பலரைச் சுட்டுக்கொல்லலாம். நாங்கள் அனைவரும் கைதுசெய்யப்படலாம். எங்களை சிறையில் அடைக்கலாம். எப்படி அந்தக் குடிகாரக் கணவனைத் தெரு முழுவதும் காறித்துப்புமோ எப்படி நிந்திக்குமோ அதுபோல, உலக நாடுகள் மத்தியில் இந்தியா தலைகுனிய வேண்டியது வரும். அப்போது அதுதன் தவறுகளை உணரும். இதுதான் ஒரே வழி.

எளிய மனிதர்களின் இந்த நீண்ட போராட்டத்திற்கு இந்தியாவில் போராடி வருகிற மக்களின் ஆதரவும் அது தருகிற நம்பிக்கையும் எப்படி இருக்கிறது?

மேற்கத்திய முறையைப் போல வாழ்க்கையை வெற்றி, தோல்வி என்று நான் வரையறுத்துப் பார்க்கவில்லை. ஒரு விஷயத்தில் நாம் எடுக்கிற ஒவ்வொரு முயற்சியையும் வெற்றியாகத்தான் பார்க்க வேண்டும். குளத்தில் எறிகிற ஒரு கல் அதற்கான அதிர்வலைகளை, விளைவுகளை உருவாக்குகிறது. 500 நாட்களைக் கடந்து அணு உலை எதிர்ப்புப் போராட்டம் இங்கு நடைபெறுவது மிகப்பெரிய வெற்றி. கூடங்குளம் அணுவுலையை மூடி சாவியைக் கையில் கொடுத்தால்தான் வெற்றி என்று நான்

பார்க்கவில்லை. வாழ்க்கை அப்படிப்பட்டது அல்ல. அந்த மாதிரியான அளவுகோல்களைப் பயன்படுத்தாமல் பார்க்கிற போது, இது ஒரு மிகப்பெரிய வெற்றிப் போராட்டம். எங்கே நீதிக்காக, உரிமைக்காக ஒரு குரல் எழும்புகிறதோ அதுவே வெற்றிதான். அதன் தாக்கங்கள் நிச்சயமாக இருக்கும். அந்தப் போராட்டத்தைப் பார்க்கிற குழந்தையொன்று இது போல நாமும் குரலெழுப்ப வேண்டுமென்று நினைத்தால் அது பெரிய வெற்றி. அந்த வெற்றியை நாம் கணக்கிட முடியாது. போராடுகிற மக்களைக் காவல்துறையினர் அடித்து விரட்டுகிறார்கள். காவல்துறையினர் மக்களைத் தாக்குவதை யாரும் பதிவு செய்யாமல் விடலாம். ஆனால் அதைச் சிறுவர்கள் பார்த்துக்கொண்டிருப்பார்கள். அது அவர்கள் மனதில் பதிந்துவிடும். போராட்டத்தில் மக்கள் தாக்கப்படுவதைப் பார்க்கிற சிறுவர்களின் மனதில் பதிவாகிற எண்ணம் கூட வெற்றிதான். இந்தப் போராட்டத்தின் தாக்கம் மிகப்பெரியது. இந்திய அளவில் பெரும் தாக்கத்தை இப்போராட்டம் தந்துள்ளது. அந்த அளவில் இது மிகப்பெரும் வெற்றிதான். கழிவுகள் கொண்டுவரப்படும் என்றவுடன் கோலாரில் போராட்டம் நடந்தது. எங்கிருந்து வந்தது அந்தத் தூண்டுதல்? அது கூடங்குளம் போராட்டம் தந்த தாக்கம்தான். இங்கே போராட்டம் நடந்ததால்தான் கோலாரில் அந்த எழுச்சி வந்தது. இந்தத் தாக்கம் நீண்டுகொண்டே செல்லும். அதனால்தான் சொல்கிறேன் இதில் நடைபெறுகிற ஒவ்வொரு நிகழ்வும் வெற்றிதான்.

போராட்டக் களங்களில் அதிகம் கேட்கப்படாத பெண்கள் மற்றும் குழந்தைகள் குரல்கள் கூடங்குளம் போராட்டத்தில் ஓங்கி ஒலித்தது என்ன மாதிரியான மாற்றத்தைக் கொடுத்திருக்கிறது?

இப்போராட்டத்தை எதிர்க்கும் சிலர் குற்றச்சாட்டாக வைப்பது பெண்களையும் குழந்தைகளையும் முன்னிறுத்திப் போராட்டம் நடத்துகிறார்கள். இந்திய அரசியல் சாசன சட்டத்தில் எங்கும் பெண்களும், குழந்தைகளும் போராடக் கூடாது என்று குறிப்பிடப்படவில்லை. காந்தி நடத்திய பல போராட்டங்களில் பெண்கள் பெருமளவு கலந்து கொண்டிருக்கிறார்கள். ஹிட்லருக்கு எதிரான வெற்றிப் போராட்டத்தில் பெண்களின் பங்கு கணிசமானது. போராடிய ஆண்களைச் சிறையில் அடைத்ததும் யூதர்களைத் திருமணம் செய்துகொண்ட ஜெர்மானியப் பெண்கள் மென்முறையில் போராடித் தங்கள் கணவர்களை வெளியே கொண்டுவந்தனர். கடற்கரை சமுதாயத்தைப் பொறுத்தவரை ஆண்களின் அதிகாரமே ஓங்கியிருக்கும். சில ஆண்கள் குடித்துவிட்டு வருவதும், எடுத்தேன் கவிழ்த்தேன் என்று செயல்படுவதுமாக இருந்தனர். பெண்கள்

இவையெதையும் செய்வதில்லை. பெண்களிடம் சாதகமான அம்சங்கள் நிறைய இருக்கின்றன. அதனால் அவர்கள்தான் இந்தப் போராட்டத்தை முன்னின்று நடத்த வேண்டும் என்று தொடர்ந்து வலியுறுத்தியதை ஆண்களும் ஏற்றுக்கொண்டார்கள். இன்றும் போராட்டத்தில் பெண்கள் முன்செல்ல, ஆண்கள் பின்னேதான் வருவார்கள். அதுபோல குழந்தைகளுக்கும் போராடுவதற்கான முழு உரிமைகள் இருக்கின்றன. ஏனென்றால் எங்களின் எதிர்காலத்தை நிர்மூலமாக்கி எங்களை நிரந்தர நோயுற்றவர்களாக்கி விடாதே என்று குரல் எழுப்பும் தகுதி குழந்தைகளுக்குத்தான் அதிகமாக இருக்கிறது. இந்த முறை, இந்தியா முழுமைக்கும் மட்டுமல்ல உலகம் முழுமைக்கும் போராட்டத்திற்கான முறைமையாக மாற்றப்பட்ட வேண்டிய தேவை இருக்கிறது.

மக்களின் அச்சத்தைப் போக்கி அணுவுலையைத் திறக்க வேண்டும் என்று ஒரு சாராரும், அதெல்லாம் அவசியமில்லை எப்படியாவது அணுவுலையைத் திறக்க வேண்டும் என்று மறுசாராரும், அச்சத்தைப் போக்கினாலும் அணுவுலையை திறக்கக் கூடாது என்று போராடுகிற மக்களும் சொல்லி வருகின்றனர். இந்தச் சூழலில் அணு உலையை மூடுவதைத் தவிர வேறு சாத்தியமான வழிமுறைகள் உங்கள் வசமிருக்கின்றனவா? உதாரணமாகப் பாதுகாப்பு முறைகளைச் செய்துவிட்டுத் திறப்பது போன்றவை.

நச்சுப்பாம்பை நடு வீட்டில் வைத்துவிட்டு அதோடு படுத்துக்கொள் என்றால் எப்படி . . ? அச்சத்தைப் போக்கினாலும் பாம்பு பாம்புதான்; அதன் நச்சுத்தன்மை நஞ்சுதான். அதனால் வரும் ஆபத்து ஆபத்துதான். இதன் பின்னால் இருப்பது பன்னாட்டு வர்த்தகம். பிரான்ஸ், ரஷ்யா, அமெரிக்கா போன்ற நாடுகளுக்கு விற்பதற்கு வேறு எதுவுமில்லை. அதனால் எதையாவது விற்று அவற்றிற்கு தன் நாட்டுப் பொருளாதாரத்தை வீழ்ந்துவிடாமல் பார்த்துக்கொள்ள வேண்டும். இங்குள்ள அரசியல்வாதிகளுக்கும் அதிகாரிகளுக்கும் லஞ்சம் கிடைத்தால் போதும். விற்றே ஆகவேண்டியதில் அவர்களும் கமிஷனுக்காக இவர்களும் என்றிருக்க, நேரிடையான பாதிப்பு என்னவோ மக்களுக்குத் தான். அதனால் அச்சத்தைப் போக்குவது, பாதுகாப்பு கொடுக்கிறோம் என்பதெல்லாம் இல்லை. மக்களுக்குப் பாதிப்பு வருகிறது அதனால் எதிர்க்கிறோம். இதில் மின்சாரம், வளர்ச்சி ஆகியவை தேவை. அதை மாற்று வழியில் அடைய முடியும். தீர்வுகளை காலனி ஆதிக்க நாட்டின் அடிமையாகச் சிந்திக்காமல் ஒரு நாட்டின் தலைவராகச் சிந்திக்க வேண்டுகிறோம். இயற்கையை அழிக்காமல், மக்களுக்குப் பாதிப்பு தராத வகையில் படைப்பாக்கத் திறனோடு ஒரு நாட்டின் தலைவராகச் சிந்தித்துத்தான்

மின்சார வளர்ச்சியைப் பெருக்க வேண்டும். ஏன் அமெரிக்கா போன்ற நாடுகளுக்கு நாம் காலனி அடிமையைப் போல மாற வேண்டும்? சூரிய ஒளி, காற்றாலை போன்றவற்றால் மின்சாரம் தயாரிப்போம். நிறைய விஞ்ஞானிகள்தான் இங்கே இருக்கிறார்களே. தோல்விகரமான விஞ்ஞானத்தைப் பயன்படுத்தி அதிகாரிகளுக்கும் அரசியல்வாதிகளுக்கும் லஞ்சம் கிடைக்கிறது என்பதற்காக மக்களைக் காவுகொடுக்க முடியாது. இங்கே உரிமையாளர்கள் மக்கள்தான். மன்மோகன் சிங்கோ சோனியாவோ அத்வானியோ மோடியோ அல்ல.

உலக அளவில் இம்மாதிரியான மக்கள் போராட்டத்தால் மூடப்பட்ட அல்லது முடக்கப்பட்ட அணு உலைகள் பற்றிச் சொல்லுங்களேன்.

நிறைய இருக்கின்றன. ஆஸ்திரியாவில் ஸ்வெட்டன்தோர்ஃப் அணு உலை திறப்பதற்கு ஒருநாள் முன்னர் மக்கள் எதிர்ப்பால் மூடப்பட்டது. அமெரிக்காவில் சோர்காம் அணு உலையில் அணு எரிபொருளை எடுத்துவிட்டுப் பிறகு எரிவாயு மின் உலையாக மாற்றியிருக்கிறார்கள். உலகம் முழுக்க இதுமாதிரி கைவிடப்பட்ட அணுமின் திட்டங்களின் பட்டியல் என்னிடம் இருக்கிறது.

கூடங்குளத்தில் அணு உலையை உடனே திறக்க வேண்டும் என்று காங்கிரஸ், இந்துத்துவ அமைப்புகள் சில போராட்டங்களை நெல்லை மற்றும் பல பகுதிகளில் நடத்தின. கூடங்குளம் அணு உலைக் கழிவு கோலார் தங்க வயலில் புதைக்கப்படும் என்று அரசு தெரிவித்தவுடன் கர்நாடகாவில் பாஜக, காங்கிரஸ் கட்சிகள் எல்லாம் ஓரணியில் நின்று எதிர்க்கின்றன. இந்த முரண்பாட்டை எப்படிப் பார்க்கிறீர்கள்?

இந்துத்துவாவாதிகள் குழப்பவாதிகள். குழம்பிப் போயிருக் கிறார்கள். ஜனசங், அகிலபாரத இந்துசபா ஆகியவற்றின் பழைய தேர்தல் அறிக்கையை எடுத்துப் பார்த்தீர்களானால் அதில் "இந்தியா வல்லரசாக வேண்டும். அதற்கு அணு ஆயுதங்கள் வேண்டும்" என்று குறிப்பிட்டிருப்பார்கள். அணு உலையின் பின்விளைவு பற்றியோ பாகிஸ்தான் போன்ற நாடுகளில் குண்டு வீசினால் அதன் பாதிப்பு நமக்கும் நேரடியாக இருக்குமென்கிற விஞ்ஞானப்பூர்வமான அடிப்படை அறிவோ அவர்களுக்குக் கிடையாது. அவர்களுக்குக் கனவு இந்தியா வல்லரசாக வேண்டும். மேற்குலகைப் பார்த்து நாமும் வல்லரசாக வேண்டும் என்கிற, இந்த நினைப்பே தாழ்வு மனப்பான்மையிலிருந்து வருகிற அரசியல் சித்தாந்தம். இந்த அரசியல் சிந்தாந்தம்தான் போக்ரானில் அணு ஆயுத சோதனை நடத்தியபோது அந்த மண்ணை எடுத்து நெற்றியில் பூச வைத்தது. அதனால் வருகிற

விளைவுகள் குறித்த அறிவில்லை. அது எவ்வளவு பெரிய ஆபத்து என்று தெரியாமலே பாதி இந்தியா கொண்டாடியது. பிற்பாடுதான் அது மனிதனின் மூளை வரை சென்று பாதிப்பு ஏற்படுத்தக்கூடியது என்று தெரிந்துகொண்டது. இந்துத்துவாவாதிகள் குழப்பவாதிகள். அவர்களின் கூற்றை ஒரு பொருட்டாக எடுத்துக்கொள்ள வேண்டியதில்லை. இப்போது கோலாரில் அணுக்கழிவுகள் பாதுகாக்கப்படும் என்றதும் அங்கிருக்கும் காங்கிரஸ், பாஜக, அதிமுக வரை எதிர்ப்பதன் மூலம் அந்தக் கழிவுகளை கூடங்குளத்திலேயே வைக்கச் சொல்கின்றனர். இவர்கள் தானாகவே அம்பலப்பட்டு நிற்கின்றனர். காங்கிரசைப் பொறுத்தவரை அது ராஜீவ்காந்தி கொண்டுவந்த திட்டம். எரிசக்தி சுதந்திரம் என்கிற இவர்களது திட்டத்தில் பணம் சேர்ப்பது தவிர வேறெதுவுமில்லை. நாடு விடுதலையாகி 65வருடங்கள் ஆயிற்று. இன்னும் எல்லோருக்கும் கழிவறை வசதி செய்துதர வக்கில்லை. ரயில் பாதையருகே மலம் கழிக்க வேண்டிய சூழலில் வாழும் பெண்கள் ரயில் வரும்போது அவமானத்தோடு எழுந்து நின்று, ரயில் சென்றதும் மலம் கழித்துச் செல்லும் அவலத்திற்குத் தீர்வு கொடுக்க முடியாதவர்கள் எரிசக்தி சுதந்திரம் பற்றிப் பேசுகிறார்கள். இந்த அணு உலையால் எரிசக்தியும் கிடைக்கப்போவதில்லை, மின்சாரமும் கிடைக்கப்போவதில்லை. அவர்களுக்குக் கிடைக்கப்போகும் இன்றைய கமிஷனுக்காக இத்தனை வேடம் போடுகிறார்கள்.

தமிழகத்தில் கடுமையான மின்வெட்டு நிலவுகிற இச்சூழல் கூடங்குளம் அணு உலை எதிர்ப்புப் போராட்டத்திற்கான ஆதரவைத் தடுத்திருப்பதாக நினைக்கிறீர்களா?

தொடக்கத்தில் அது நடந்தது. மார்ச் மாதத்தில் அரசு திட்டமிட்டுக் கடுமையான மின்வெட்டை ஏற்படுத்தி, “கூடங்குளத்தை திறந்தால் அது சரியாகிவிடும்” என்பது போன்ற தோற்றத்தை உருவாக்கியது. அப்போதும் மக்கள் மின்சாரம் வேண்டும் என்றுதான் போராடினார்களே தவிர கூடங்குளம் அணு உலை மின்சாரம் வேண்டுமென்று சொல்லவில்லை. ஒரு சில கைக்கூலிகள் அப்படியான விஷமப் பிரச்சாரம் செய்த போதும் கூடங்குளம் அணு உலைப் போராட்டப் பெண்கள் திருப்பூர், ஈரோடு தொழிலதிபர்களை நேரிடையாகச் சந்தித்து, “உங்களுக்கு மின்சாரம் தேவை. அதற்காக, எங்களின் வாழ்வாதாரத்தைச் சிதைக்கும் விதமான கோரிக்கையை முன்வைக்காதீர்கள்” என்று கேட்டுக்கொண்டதும் அவர்களின் நிலைப்பாடு மாறியது. மின்வெட்டு என்பதே மத்திய, மாநில அரசுகள் திட்டமிட்டுச் செயற்கையாக உருவாக்குகிற, மக்களைத் துன்புறுத்துகிற ஒரு நடவடிக்கை என்பதை மக்கள் புரிந்துள்ளார்கள். மாநில, மத்திய

அரசுகள் மீண்டும் அம்மாதிரியான சூழலை உருவாக்கியபோது மக்கள் இன்னும் தெளிவாக விழித்துக்கொண்டார்கள். எப்படியென்றால் மத்திய அரசு கூடங்குளத்திலிருந்து 500 மெகாவாட் மின்சாரம்தான் தருவேன் என்பதும் ஜெயலலிதா 1000 மெகாவாட் மின்சாரமும் வேண்டும் என்பதுமான அறிக்கையிலிருந்து தமிழக மின்பற்றாக்குறையான 4000 மெகாவாட் பிரச்சினை தீராது என்ற உண்மையை மக்கள் புரிந்துகொண்டனர்.

பல்வேறு அமைப்புகள் இப்போராட்டத்திற்கு ஆதரவு தெரிவித்து வருகின்றன. குறிப்பாக ஒடுக்கப்பட்ட மக்களின் அமைப்புகள் தொடர்ந்து உங்களுக்கு ஆதரவு தருகிறது. ஒடுக்கப்பட்ட மக்களுக்கான பிரச்சினைகளுக்கு நீங்களும் மக்களும் ஆதரவு தருவீர்களா? உதாரணமாக சாதிய வன்கொடுமைக்கு எதிராக?

கண்டிப்பாக... போபால் பிரச்சினையாகட்டும், கலெக்டரைக் கடத்திச் சென்றபோதும் எங்கள் கருத்துகளைத் தெளிவாக முன்வைத்தோம். அதேபோல சில்லறை வணிகத்தில் அந்நிய முதலீடு கொண்டுவந்ததை எதிர்த்தும், ஈழ இனப்படுகொலை எதிர்ப்புப் போராட்டங்களில் தொடர்ந்து பங்கெடுத்தும் வருகிறோம். நாங்கள் ஒரு அரசியல் கட்சி அல்ல. எங்களை அரசியல் தலைவர்களாக ஒருபோதும் சொல்லிக்கொண்டதில்லை. இது கூடங்குளம் அணு உலைக்கு எதிரான மக்கள் இயக்கம். அதனால் அதற்குரிய சில எல்லைகள் இருக்கின்றன. தமிழகத்தில் சாதியப் பிரச்சினை என்பது ரொம்ப சிக்கலான விஷயம். எங்களின் போராட்டத்திற்கு ஆதரவு தரும் தலைவர்கள் பிளவுற்று நிற்பது பெரும் வருத்தத்தைத் தருகிறது. இதில் அதிகாரப்பூர்வமாக ஏதும் சொன்னால் ஏற்கனவே குழம்பியிருப்பது மேலும் சிக்கலாகிப் போகும். எங்கள் பார்வை தெளிவாக இருக்கிறது.

காவல்துறையின் அடக்குமுறை மிகுந்த நாளில் அரவிந்த் கெஜ்ரிவால் இங்கு வந்து உங்களைச் சந்தித்து ஆதரவு தெரிவித்தார். அவர் இப்போது புதிதாக அரசியல் கட்சி ஆரம்பித்திருக்கிறார். அவருக்கு உங்களின் ஆதரவு இருக்குமா?

அரவிந்த் கெஜ்ரிவால் வந்திருந்தபோது நாங்கள் கூத்தங்குழியில் இருந்தோம். அங்கு வந்து சந்தித்தார். அப்போது அவரது கட்சியின் நிறுவன உறுப்பினராக இருக்குமாறு கேட்டார். தமிழர்களின் அரசியல் தளம் இன்று முக்கியமான காலகட்டத்தில் இருக்கிறது. தொடர்ந்து இந்திய அரசு தமிழர்களைப் புறக்கணிக்கிறது. மாற்றான் தாய் மனப்பான்மையோடு நடத்துகிறது. ஒட்டுமொத்த இந்தியாவும் எங்களைச் சந்தேகக் கண்கொண்டு பார்க்கிறது. இந்த நிலையில் தமிழ்த் தேசியம் பேசக்கூடிய, முற்போக்கு

சிந்தனை கொண்ட இயக்கங்களெல்லாம் சேர்ந்து செயல்பட மாட்டார்களா, சேர முடியாதா என்பதே எங்கள் எண்ணம். அவர்களோடு இணைந்து நாங்கள் தமிழர் உரிமைகளை, வாழ்வாதாரங்களை மீட்டெடுக்க, செயல்பட முயல்கிறோம். இந்தச் சூழலில் வட இந்திய ஆதரவோடு தொடங்கப்படும் உங்கள் கட்சி எங்கள் மக்களுக்கும் பயன் தராது என்று மறுத்தேன். மக்களும் ஏற்றுக்கொள்ள மாட்டார்கள் என்றோம். இங்கிருக்கும் மாற்றுத் தலைவர்களும் ஏற்கனவே இங்கேயிருக்கிற மாநிலக் கட்சித் தலைவர்கள் போல தான் செயல்படுவார்கள் என்று சொன்னார். அவர் சொன்னது உண்மையாகக்கூட இருக்கலாம். ஆனால் இங்கிருக்கும் சூழல் வேறு. இருந்தாலும் யோசிக்கிறோம் என்று சொல்லி அனுப்பினோம். அவர் நல்ல மனிதர். நல்ல விஷயங்கள் செய்ய வேண்டும் என்று நினைக்கிறார். அதற்கான தேவையும் இருக்கத்தான் செய்கிறது. அவர் இப்போதுதான் கட்சியின் பெயர் அறிவித்திருக்கிறார். அரசியலில் சேரவோ கட்சி நடத்தவோ எங்களில் யாருக்கும் விருப்பமில்லை. அதற்காக அரசியலைப் புறக்கணிக்கவும் முடியாது. தற்போதைய நிலையில் எங்களைப் பொறுத்தவரையில் தமிழ்மக்களின் எதிர்காலம், எதிர்நோக்கியுள்ள பிரச்சினைகளை மையப்படுத்தியே செயல்படுகிறோம்.

பசுமைத் தமிழ்த் தேசியம் குறித்து நீங்கள் எழுதியிருக்கிறீர்கள். தமிழ்த் தேசிய கருத்தியல் மறுவரைவு செய்யப்படுகிற காலகட்டமிது. முற்போக்கான, மாற்று அரசியலை முன்வைக்க வேண்டிய தேவை இருக்கிறதென்று பலரும் தற்போது பேசுகிறார்கள். இந்த நேரத்தில் உங்களைப் பொறுத்தவரை தமிழ்த் தேசிய மாற்று அரசியல் எப்படியிருக்க வேண்டுமென்று வரையறுக்கிறீர்கள்?

இப்போது தமிழ்த் தேசியத்தின் பெயரால் போலி கோஷங் களும் வெற்று வார்த்தைகளும் வீண் பேச்சுக்களும்தான் நடைபெறுகின்றன. நான் எந்த அமைப்பையும் தலைவரையும் குறிப்பிட்டுச் சொல்லவில்லை. தமிழ் மக்களுடைய அடிப்படைப் பிரச்சினைகளைப் பற்றி யாரும் பேசவில்லை. கோலாரில் அணுக் கழிவுகளைப் பாதுகாக்கப் போகிறோம் என்ற ஒரு அறிவிப்பு வந்தவுடனேயே கர்நாடகாவில் எல்லாக் கட்சிகளும் ஒன்றிணைந்து எதிர்த்தன; வெற்றிகண்டன. தமிழகத்தில் அணு உலை உள்ளிட்ட பல திட்டங்களால் தமிழர் நிலத்தை, நீரை, காற்றை, கடலை அழிக்கின்ற செயல்கள் நடக்கின்றன. அவற்றை எதிர்த்து ஒன்றிணைந்து இங்கே போராடவில்லை. வெறும் வார்த்தை ஜாலங்களைப் பேசி மக்களைத் திசைதிருப்புவதற்காகப் பேசுவதை தமிழ்த் தேசியம் என்று ஏற்றுக்கொள்ள முடியாது. திமுக, அதிமுக போன்ற திராவிடக் கட்சிகள் வாய் வார்த்தைகளால்

அதைத் தான் செய்தார்கள். வாய் வார்த்தைகளால் பந்தல் கட்டக் கூடிய அதே அசிங்கமான தவறுகளைத் தமிழ்த் தேசியம் பேசக் கூடிய அமைப்புகளும் திரும்பவும் செய்தால் தமிழ் மக்களை இன்னும் தொடர்ந்து ஏமாற்றுவதாகத்தான் பொருள் ஆகும். ஈழப் பிரச்சினையின் போது இவர்களின் திட்டவட்டமான பங்களிப்பென்பது எதுவுமே இல்லை. வெறும் வார்த்தைகளைப் பயன்படுத்தி ஈழ மக்களுக்குத் துரோகம்தான் செய்திருக்கிறோமே தவிர, இங்குள்ளவர்கள் கடுகளவும் அம்மக்களுக்கு உதவவில்லை. இங்குள்ள மக்களையும் ஏமாற்றித் தன்னை முன்னிலைப்படுத்துவதையும், தனது இயக்கத்துக்கு அரசியல் அதிகாரத்தை பெறுவதையும் நாம் எதிர்க்கிறோம். தமிழ்த் தேசியம் என்பது தமிழர்களின் தேசியம் என்பதை மக்கள் மத்தியில் தெளிவாகச் சொல்ல வேண்டும். தமிழர்களின் நல்வாழ்வை, நலத்தை, எதிர்காலத்தை முன்னிறுத்தக் கூடியது என்பதைத் தெளிவுபடுத்த வேண்டும். இந்தியா முழுவதும் அணு உலைகள் அமைத்தாலும் கேரளாவில் ஒன்றுகூட அமைக்க முடியாது. ஆனால் தமிழகத்தில் கூடங்குளம், கல்பாக்கம், தேனியில் நியூட்ரினோ சோதனை போன்ற எவ்வளவு ஆபத்தான திட்டங்களையும் கொண்டுவர முடிகிறது. கேட்க நாதியில்லை. கோலார் பிரச்சினையை எடுத்துக்கொண்டால் அம்மாநில முதல்வர் ஷெட்டர், “அனுமதிக்கவே முடியாது” என்கிறார். அம்மாநில காங்கிரஸ் தலைவர் வீரப்ப மொய்லியும் அனுமதிக்க மறுக்கிறார். இங்கு என்ன நடக்கிறது? அந்த அம்மாவைப் பார்க்க மாட்டேன். இந்த ஐயாவிடம் பேசமாட்டேன் என்ற அரசியல்தான் நடக்கிறது. தமிழக மக்களிடையே சாதி, மத மோதல்களை உருவாக்கி, சினிமா மாயைகளில் சிக்கவைத்து, வார்த்தை ஜாலங்களால் முடக்கி, அவர்களைச் சிந்திக்கவிடாமல் செய்கிறார்கள். அவர்களை அம்பலப்படுத்தி வீட்டுக்கு அனுப்புவதுதான் தமிழ்த் தேசியம்.

ஒரு காலத்தில் மாநில சுயாட்சி குறித்த பேச்சாவது இங்கிருந்தது. இன்றோ எல்லா அதிகாரங்களும் மத்தியில் குவித்து வைக்கப்பட்டிருக்கிறது. அதனால் மக்கள் விரோதத் திட்டங்களை மத்திய அரசால் தடையற்று நிறைவேற்ற முடிகிறது. தமிழ்த் தேசிய அரசியல் இதை எப்படிக் கையாள வேண்டும் என்று நினைக்கிறீர்கள்?

மாநிலத்தில் சுயாட்சி மத்தியில் கூட்டாட்சி என்றார்கள். ஆனால் மத்திய அரசு மாநில அரசுக்கு ஊராட்சி மன்ற அதிகாரம் போன்ற ஒன்றைக்கூடக் கொடுக்கவில்லை. கட்சிக்குள்ளேயே குடும்பத்தினர் தான் அதிகாரத்தை வைத்திருக்கிறார்கள். தமிழ்த் தேசியம் என்பது தமிழகத்தை வெட்டி எடுத்துக்கொண்டு போவதல்ல. தமிழ்த் தேசியம்

பேசினாலும் கேரள, கர்நாடக மக்களோடு இணக்கமாகத்தான் வாழ வேண்டும். அது வெறுப்பின் அடிப்படையில் வருவதல்ல; சமத்துவத்தின் அடிப்படையில் வருவது. தமிழகக் கனிமங்களை வெட்டி கேரளத்திற்குக் கொண்டு சென்று அதிக லாபத்திற்கு விற்பதைக் கண்டு கொள்ளாமல் இருப்பதையும், ஆபத்தான திட்டங்களை நம்மீது சுமத்துவதையும் நாம் கேள்வி கேட்டு எதிர்க்கிறோம். இந்திய தேசியம் இப்போது ஒருவழிச் சாலையாக இருக்கிறது. இங்கிருந்து விளைகிற தானியங்கள், காய்கறி, உணவுப் பொருட்கள், பூ வகைகள், நெய்வேலி மின்சாரம் எல்லாமும் வெளி மாநிலங்களுக்குப் போகலாம் ஆனால், அங்கிருக்கும் தண்ணீர் மட்டும் இங்கு வராது. பரஸ்பர மரியாதையுடன், சமத்துவமாக நடத்துகிற அமைப்பை உருவாக்குவோம். ஒருவழிப் பாதையாக இல்லாமல் இருவழிப் பாதையாக மாற்றுவோம். இருபது கி.மீ. தொலைவில் இருக்கும் ஒருவரைக் கொன்றால் இரண்டாயிரம் கி.மீ. தொலைவுக்குச் சென்று முறையிடுகிறோம். அங்கிருப்பவர்களுக்கு நம் பிரச்சினையே தெரியவில்லை. இந்த மாதிரியான அமைப்புகள் இந்தியாவின் ஒற்றுமைக்கு உகந்ததல்ல. என்னைப் பொறுத்தவரையில் இந்தியாவைக் கூறுபோட்டுத் துண்டாக உடைத்துக் கொண்டு போக வேண்டுமென்று கேட்க வில்லை. உலகம் முழுவதும் இன்றைக்கு இணைந்து வாழும் கருத்துகளே தேவைப்படுகின்றன. அதற்கு அதிகாரத்தைப் பரவலாக்கி மிக முக்கியமான அதிகாரத்தை மட்டும் மத்தியில் வைத்து, அதிலும் ஜனநாயகத் தன்மையைக் கடைப்பிடிக்க வேண்டும். அப்படி நடந்தால் மட்டுமே இந்தியா ஒன்றாக இருக்கும். இல்லையென்றால் இந்தியாவின் எதிர்காலம் குறுகிய காலம்தான்.

இந்த அமைப்பின் நீண்ட கால செயல்திட்டத்தில் அரசியல் கட்சியாக மாறுவதற்கு வாய்ப்பிருக்கிறதா?

நாங்கள் செய்வது அரசியல். உண்மையான அரசியல். மேடையில் முழங்குபவர்கள், வாக்குப் பொறுக்கிகள் செய்வதைப் போல் அல்லாமல் மக்களோடு மக்களாகப் பழகி, அவர்களின் கருத்துகளை உள்வாங்கி, அவர்களிடம் சித்தாந்தங்களைச் செலுத்தி, அதைக் கருத்து பரப்பல் செய்து ஒரு உன்னதமான அரசியலைச் செய்து வருகிறோம். இதை நாங்கள் உயிரோடு வாழ்கிற வரை செய்வோம். இதனை மூலதனமாக்கி அசிங்கமான அரசியலுக்குள் நானோ, என்னுடன் இருப்பவர்களோ தூக்கி நிறுத்தி அடையாளங்களை, அதிகாரத்தைத் தேடமாட்டோம். வாக்கு அரசியலுக்குள் ஒருபோதும் போகமாட்டோம். எம்.எல்.ஏ. ஆவதை அலங்காரமாக நாங்கள் பார்க்கவில்லை

அசிங்கமாகத்தான் பார்க்கிறோம். எங்களைத் தேடிவந்தாலும் அதை உதறியெறியும் மனநிலையில்தான் இருக்கிறோம். இறுதிவரை மக்களுக்கான நேரிடையான களஅரசியலில் தொடர்ந்து போராடுவோம்.

எளிய மக்களின் வாழ்வாதாரங்களுக்காக, உரிமைகளுக்காக அறவழி யில் போராட்டத்தைக் கொண்டுசெல்கிற உங்கள் மீதும் உங்களின் தோழர்கள் மீதும் அரசு தேச துரோக வழக்கு பதிந்திருப்பதையும், வெளிப்படையாக உங்களைத் தேச துரோகி என்று சொல்வதையும் எப்படிப் பார்க்கிறீர்கள்?

மிகவும் பெருமையாகப் பார்க்கிறேன். மன்மோகன் சிங் போன்றவர்கள் பிரதமராகவும், சொத்து குவிப்பு வழக்கிலிருப்பவர்கள் முதல்வராகவும், அயோக்கியர்கள் மத்திய அமைச்சர்களாகவும், பெண் பொறுக்கிகள் பலர் தலைவர் களாகவும் முக்கியமானவர்களாகவும் இருக்கும் நாட்டில் நான் தலைவராக இருந்தால்தான் கவலைப்பட வேண்டும். பகத்சிங்கை, காந்தியைத் தேசத் துரோகியாகப் பார்த்த நாட்டில் எங்களையும் தேசத் துரோகிகளாக பார்ப்பதற்கு நன்றி சொல்ல வேண்டும். நாங்கள் செய்யும் இந்தப் பணிகளைத் தேசத்துரோகம் என்று சொன்னால் அதை நாங்கள் தூக்கு மேடையேற்றும் வரை செய்யத் தயாராக இருக்கிறோம்.

சந்திப்பு: யோ. திருவள்ளுவர்
எழுத்து வடிவம்: **விஷ்ணுபுரம் சரவணன்**

தமிழ் ஆழி, ஜனவரி 2013

நாடாளுமன்றத் தேர்தல்:
உருவாகும் புதிய கூட்டணி

எப்பொழுது வேண்டுமானாலும் கைது செய்யத் தயாராக இருக்கும் காவல்துறை ஒரு புறம். தேசத் துரோகி என்ற கண்டனக் குரல்கள் மறுபுறம். இதற்கு மத்தியில் பெரும்பாலான ஊடகங்களால் கடந்த ஆண்டின் தலைசிறந்த மனிதராகத் தேர்ந்தெடுக்கப்பட்டிருக்கிறார். முனைவர் சுப. உதயகுமார். ஒன்றரை ஆண்டுகளைத் தாண்டியும் நடைபெறும் கூடங்குளம் அணு உலை எதிர்ப்புப் போராட்டத்தின் ஒருங்கிணைப்பாளர். வருகின்ற நாடாளுமன்றத் தேர்தலில் அணு உலை எதிர்ப்பு உள்ளிட்ட ஒருமித்த கருத்துடைய கட்சிகளை ஒருங்கிணைத்து ஒரு புதிய கூட்டணியை உருவாக்கும் முயற்சியில் ஈடுபட்டிருப்பதாகத் தகவல் வந்ததையடுத்து அவரைச் சந்தித்தோம். இனி அவருடனான உரையாடல்.

மத்திய, மாநில அரசுகள் முற்றிலும் கைவிட்டுவிட்ட நிலையில் எந்த நம்பிக்கையில் இன்னும் எதை நோக்கித் தொடர்ந்து போராடிக்கொண்டிருக்கிறீர்கள்?

நாங்கள் போராட்டக் களத்திற்கு வரும்போது மத்திய மாநில அரசுகளை நம்பி வரவில்லை. மக்களை நம்பித்தான், மக்கள் அழைத்துத்தான் போராட்டக் களத்திற்கு வந்தோம். கூடங்குளம் அணுமின் நிலையத்திற்கு எதிராக நானும், என்னைப் போன்ற ஏராளமான தோழர்களும் பல ஆண்டுகளாகப் போராடிக்கொண்டிருந்தோம். ஒரு

கட்டத்தில் மக்கள் தாங்களாகவே முன் வந்து நாங்கள் இந்தப் போராட்டத்தை வலுப்படுத்த நினைக்கிறோம் என்று கூறியபோது அவர்களோடு இணைந்து போராட்டத்தைத் தொடர்கிறோம். ஆக மக்களை நம்பித்தான் இந்தப் போராட்டமே தவிர மத்திய, மாநில அரசுகளை நம்பி அல்ல. மட்டுமல்ல, மக்களுக்காகத்தான் அரசு. அதை நாங்கள் நன்றாகவே புரிந்துகொண்டிருக்கிறோம்.

வேறு வழியே இல்லை. ஆரம்பத்தில் மாநில அரசு இந்தப் போராட்டத் திற்கு ஆதரவு தெரிவித்தது. அதனால் தீவிரமடைந்த போராட்டம் இப்போது மாநில அரசும் கைவிட்டுவிட்ட நிலையில் புலிவாலைப் பிடித்த கதையாக ஆகிவிட்டது. எப்படிப் போராட்டத்தை முடித்துக் கொள்வது என்று போராட்டக் குழுவினருக்குத் தெரியவில்லை என்று வரும் விமர்சனங்களுக்கு உங்களின் பதில் என்ன?

நாங்கள் போராட்டத்தைத் தொடங்கியபோது மத்திய, மாநில அரசுகளை எதிர்த்துத்தான் போராட்டத்தை தொடங்கினோம். போராட்டம் தொடங்கிய ஓரிரு நாட்களில் அ.தி.மு.க. அரசு ஒரு கோரிக்கையை வைத்தது அணுமின் நிலையத்திற்கு ஆதரவாகச் செயல்படும்படி அதை நாங்கள் முற்றிலும் நிராகரித்தோம். அதன்பின் செப்டம்பர் மாதம் நடைபெற்ற 12 நாள் தொடர் உண்ணாவிரதத்தின் அடிப்படையில் தமிழக முதலமைச்சர் எங்களைப் பேச்சுவார்த்தைக்கு அழைத்தார். எங்களுக்கு ஆதரவும் தெரிவித்தார். அதன்பின் தமிழக அரசுதான் தன்னுடைய நிலைப்பாட்டை மாற்றிக்கொண்டதே தவிர, நாங்கள் உறுதியாகத்தான் இருக்கிறோம். அ.தி.முக. அரசைப் பொறுத்தவரை அவர்கள் தங்களின் அரசியல் லாபத்திற்காக எங்களைப் பயன்படுத்திக் கொண்டார்கள் என்பதே உண்மை. ஆனால் தமிழக முதலமைச்சரோடு பேச்சுவார்த்தை நடத்திய போது அவர் எங்களுக்கு ஆதரவாக இருப்பார் என்றே நம்பத் தோன்றியது. காரணம், அமெரிக்காவுடனான அணுசக்தி ஒப்பந்தத்தை எதிர்த்தது, யு.எஸ்.எஸ். நிமிட்ஸ் கப்பல் சென்னை வந்தபோது எதிர்த்தது போன்ற விவகாரத்தின் அடிப்படையில் அவர் கொள்கை ரீதியிலான நிலைப்பாடு எடுத்திருந்தார் என்று நினைத்திருந்தோம். ஆனால் அப்படியல்ல என்பதைப் புரிந்துகொண்டோம். தங்கள் அரசியல் லாபங்களுக்காக எங்களை விட்டுப் பிடித்தது தமிழக அரசு என்பதுதான் உண்மை.

ஒருவேளை உச்சநீதிமன்றம், கூடங்குளம் அணு உலையைத் திறப்பதற்கு அனுமதி அளித்துவிட்டால் அதன் பிறகு உங்கள் போராட்டத்தின் நிலை என்னவாக இருக்கும்? அப்படித் தொடர்ந்து போராடினாலும் அதனால் என்ன பலன் கிடைக்கும் என்று நம்புகிறீர்கள்?

இந்தப் பிரச்சினைக்குத் தீர்வு மக்கள் மன்றத்தில்தான் எடுக்கப்பட வேண்டும். அதனால்தான் அணுசக்திக்கு எதிரான மக்கள் இயக்கம் நீதிமன்றத்தை நாடவில்லை என்பதை முதலில் தெளிவுபடுத்திவிடுகிறேன். எங்களை ஆதரிக்கும் அமைப்பைச் சேர்ந்தவர்கள் நீதிமன்றத்தை நாடியிருக்கிறார்கள். நாங்கள் அவர்களிடமும் தெளிவாகச் சொல்லியிருக்கிறோம். நீதிமன்றம் ஒருவேளை அணு உலை இயங்க அனுமதித்தாலும், நாங்கள் தொடர்ந்து அதை எதிர்த்துப் போராடிக் கொண்டுதான் இருப்போம் என்பதை மிகத் தெளிவாகவே சொல்லியிருக்கிறோம். காரணம், இது மக்களின் பிரச்சினை, மக்களால் மட்டுமே தீர்வு காண இயலும்.

தொடர்ந்து உங்கள் மீது ஏராளமான வழக்குகள் இருக்கும் நிலையில் கூடத் தமிழக அரசு உங்களைக் கைது செய்யாமல் இருப்பது ஜெயலலிதாவின் பெருந்தன்மை என்று நினைக்கிறீர்களா?

நிச்சயமாக இல்லை. தமிழக அரசு மீனவ மக்களைக் கண்டும், சிறுபான்மை மக்களைக் கண்டும் அஞ்சுகிறது. எங்களைத் தொட்டு விளையாடினால் அதன் விளைவு மோசமானதாக இருக்கும் என்பது அவர்களுக்கு நன்றாகவே தெரியும். காரணம், நாங்கள் தனிமனிதர்கள் அல்லர். இந்த மக்களின் சேவகர்கள். எங்களின் சுயலாபத்திற்காக நாங்கள் போராடவில்லை என்பது தமிழக அரசுக்கு நன்றாகவே தெரியும். அவர்களின் அரசியல் காரணங்களுக்காக இன்னும் எங்களைக் கைது செய்யாமல் இருக்கலாமே தவிர நற்சிந்தனை ஏதும் இதில் நிச்சயம் இல்லை.

அணு உலை என்பது உலகளாவிய பிரச்சினை என்றால் அதைத் தமிழ்த் தேசியப் பிரச்சினையாகச் சுருக்கிப் பார்ப்பது எந்தவிதத்தில் சரி என்ற ஒரு கருத்து முன்வைக்கப்படுகிறது. இந்தப் பிரச்சினையை நீங்கள் தமிழ்த் தேசியப் பிரச்சினையாகச் சுருக்கிப் பார்ப்பதாக எழும் குற்றச்சாட்டுகளுக்கு உங்களின் பதில்?

நாங்கள் சுருக்கிப் பார்க்கவில்லை. அணுசக்தி அற்ற ஓர் இந்தியாவை, ஓர் உலகத்தை உருவாக்க வேண்டும் என்பதுதான் எங்களின் விருப்பம். அணுசக்திக்கு எதிரான மக்கள் இயக்கங்களின் தேசியக் கூட்டமைப்பு (National Alliance of Antinuclear Movements) என்ற அமைப்பை நிறுவி நாங்கள் தேசிய அளவில் இந்தப் பிரச்சினையைக் கொண்டு சென்றிருக்கிறோம்.

கூடங்குளம், கல்பாக்கம் அணு உலைகளைப் பொறுத்தவரை அவை தமிழ்நாட்டில்தான் இருக்கின்றன. எனவே அந்த மக்களிடம் அது பற்றி விழிப்புணர்வு ஏற்படுத்த நாங்கள் தமிழில்தான் பேசியாக வேண்டும். இந்த அணு உலை விவகாரத்தில் தமிழக

மக்கள் எப்படி வஞ்சிக்கப்படுகிறார்கள் என்பதையும் நாங்கள் சொல்லத்தான் வேண்டியிருக்கிறது. காரணம், கூடங்குளம் அணு உலையில் உற்பத்தியாகும் மின்சாரத்தில் 500 மெகாவாட்டைக் கேரளாவிற்குத் தர வேண்டும் என்று கேட்கும் கேரள முதல்வர், கேரளாவில் அணு உலை அமைக்கச் சம்மதிப்பாரா? அதே போல் தமிழக அணு உலைகளில் உற்பத்தியாகும் மின்சாரத்தில் தங்களுக்கும் பங்கு கேட்கும் கர்நாடக அரசும் மத்திய அமைச்சர் வீரப்பமொய்லி உள்ளிட்ட அங்குள்ள அரசியல்வாதிகளும் கோலார் தங்க வயலில் அணு உலைக் கழிவுகளைப் புதைக்க ஏன் எதிர்ப்புத் தெரிவிக்கின்றனர்? ஆக தமிழகமும் தமிழர்களும் இந்தப் பிரச்சினையில் எந்த அளவிற்கு வஞ்சிக்கப்படுகின்றனர் என்பதற்கு இவையெல்லாம்தான் சான்றுகள். இதை நாங்கள் சொல்வதால் எங்களைத் தமிழ்த் தேசியவாதிகள் என்று சுருக்கிப் பார்ப்பது தவறு. இன்னொரு முக்கியமான விஷயம்... அணு உலைப் பிரச்சினையைப் பரந்துப்பட்ட தமிழக, இந்திய அரசியல் பின்னணியில் பார்ப்பது தவறல்ல.

தமிழ்த் தேசியக் கட்சிகள் உங்களுக்கு ஆதரவு அளித்தாலும்கூட அரசியல் ரீதியாக அவர்கள் ஓரணியில் நிற்காமல் இருப்பது பலவீனம் என்று நினைக்கிறீர்களா?

நிச்சயமாக. இது மிகப்பெரிய சாபக்கேடு என்றே நினைக்கின் றோம். தமிழ் மக்களுக்காக உழைக்கின்ற பல்வேறு கட்சிகளும் அதன் தலைவர்களும் பிரிந்து நிற்பதால்தான் நாம் இன்று தி.மு.க., அ.தி.மு.க என்ற இரண்டு கட்சிகளிடமும் மாட்டிக்கொண்டு நிற்கின்றோம். இந்த இரண்டு கட்சிகளையும் தமிழகத்தைவிட்டு அகற்றுவது தமிழினத்தின் எதிர்காலத் தேவையாக இருக்கிறது. ஆனால் இந்த மாற்றுக் கட்சிகள் பிரிந்து நிற்பது தி.மு.க., அ.தி.மு.க.விற்குச் சாதகமாக இருக்கிறது.

அணு உலை எதிர்ப்பு உள்ளிட்ட பல்வேறு விவகாரங்களில் ஒருமித்த கருத்துடைய கட்சிகளை ஒருங்கிணைத்து ஒரு மாற்றணி அமைக்கும் முயற்சி நடைபெறுவது உண்மையா?

நாங்கள் பல மாதங்களுக்கு முன்பாகவே பேச ஆரம்பித் தோம். 'ஆபத்தான ஆறு... ஆதரவான நூறு' என்று. தி.மு.க., அ.தி.மு.க., காங்கிரஸ், பா.ஜ.க., இந்திய கம்யூனிஸ்ட் மற்றும் மார்க்ஸிய கம்யூனிஸ்ட் ஆகிய கட்சிகள் எங்கள் போராட்டத்தை அவமதிக்கிறார்கள். மக்களின் நலன் சார்ந்து சிந்திக்க மறுத்துவிட்டார்கள் என்ற வகையில் அவர்களை ஆபத்தான ஆறு என்றும், எங்களை ஆதரிக்கிற கட்சிகள் மற்றும் இயக்கங் களை ஆதரவான நூறு என்றும் கூறி வருகிறோம். இந்த

ஆதரவான நூறு கட்சிகளும் இயக்கங்களும் இணைந்து தமிழ் மக்களுக்குத் தேவையான நல்லதைச் செய்ய வேண்டும். என்பதுதான் எங்கள் விருப்பம். ஆசைக் கனவு. அது தொடர்பாக எங்கள் கருத்துகளையும் நாங்கள் தெரிவித்துவருகிறோம். அதை அந்தக் கட்சிகள், இயக்கங்களின் தலைவர்களிடமும் சொல்லிக் கொண்டுதான் வருகிறோம்.

நாடாளுமன்றத் தேர்தலுக்கு இன்னும் ஒரு வருடம் 4 மாதங்களே உள்ளே நிலையில் இந்தக் கட்சிகளை ஒருங்கிணைத்து ஒரு புதிய அணியை உருவாக்கும் முயற்சியில் நீங்கள் ஈடுபட்டிருப்பதாகவும், குறைந்தபட்சம் நெல்லை, தூத்துக்குடி, கன்னியாகுமரி ஆகிய மாவட்டங்களில் மட்டுமாவது அணுசக்திக்கு எதிரான மக்கள் இயக்கத்தின் ஆதரவாளர்கள் தேர்தலில் நிற்க இருப்பதாகவும் தகவல்கள் வெளியாகின்றனவே?

அணுசக்திக்கு எதிரான மக்கள் இயக்கம் ஓர் அரசியல் இயக்கம் அல்ல. போராட்டத்தை ஒருங்கிணைக்கும் நானோ புஷ்பராயனோ மை.பா.வோ முகிலனோ மில்டனோ யாருக்குமே கட்சி ஆரம்பிக்க வேண்டும் என்ற ஆசையோ தேர்தலில் நின்று பதவிகளைப் பெற வேண்டும் என்ற எண்ணமோ துளியும் கிடையாது. ஆனால் எங்களைச் சந்திக்கும் மக்கள், குறிப்பாக மீனவ மக்கள் தங்களின் பிரச்சினைகளுக்குத் தீர்வு காண நம்முடைய பிரதிநிதிகள் நாடாளுமன்ற, சட்டமன்ற உறுப்பினர் களாக இருந்தால் நன்றாக இருக்கும் என்ற தங்களின் கருத்து களை எங்களிடம் சொல்லுகிறார்கள். நாங்களும் எங்களை ஆதரிக்கும் கட்சிகளிடமும் இயக்கங்களிடமும் இதைப் பற்றிப் பேசிக்கொண்டிருக்கிறோம். இன்றைய தேதியில் இது இந்த அளவிற்குத்தான் உள்ளது.

அறவழியில் போராடுவதாகச் சொல்லிக்கொண்டு அணு உலையில் மூன்று பேர் மரணம், நான்கு பேர் மரணம் என்றெல்லாம் பேசுவது சரியா . . . இது என்னவிதமான அறம் என்ற ஒரு கேள்வி அணு உலை ஆதரவாளர்களால் முன்வைக்கப்படுகிறது. இதற்கான உங்களின் பதில் என்ன?

இதற்குப் பதில் சொல்ல வேண்டிய முழுப் பொறுப்பும், மத்திய, மாநில அரசுகளுக்குத்தான் உண்டு. நாங்கள் தொடக்கத்தில் இருந்தே கூடங்குளம் அணு உலை பற்றிய விவரங்களைக் கேட்டு வருகிறோம். தர மறுக்கிறார்கள். மத்திய தகவல் ஆணையம் அதைப் பற்றிய விவரங்களைக் கொடுங்கள் என்று கூறிய பிறகும் தர மறுக்கிறார்கள். இங்கே அணு உலையைப் பற்றி அ . . . ஆ . . . தெரியாத ஒரு மத்திய அமைச்சர் அவ்வப்போது வால்வில் கசிவு

என்று கூறுவதும், சிறிய பழுது என்றும், நாளையே மின்சாரம் உற்பத்தி செய்யப்படும் என்று கூறுவதும்தான் பிரச்சினைகளுக்குக் காரணம். அணுசக்தித் துறையும் அதன் அமைச்சரும் பேச மறுக்கிறார்கள். உள்ளூர் அதிகாரிகளாவது பேசுவார்கள் என்று பார்த்தால் அவர்களும் பேச மறுக்கிறார்கள். இப்படி எந்தத் தகவலுமே இவர்கள் சொல்ல மறுப்பதுதான் மக்கள் மத்தியில் அச்சத்தை ஏற்படுத்துகிறது. வதந்திகளைப் பரப்புகிறார்கள்.

கரூரில் உங்கள் பெயரில் ஒரு என்.ஜி.ஓ. இருப்பதாகவும் அதற்காக வரும் பணத்தை நீங்கள் கூடங்குளம் போராட்டத்திற்குப் பயன்படுத்துவதாகவும் வரும் குற்றச்சாட்டுக்களுக்குப் பதில்..?

(பலமாகச் சிரிக்கிறார்.) கரூரிலா..? (என்று கேட்டுவிட்டு) இது எனக்குப் புதிய செய்தி. சாக்கர் என்ற பெயரில் ஒரு டிரஸ்ட்டை மட்டும்தான் நான் தொடங்கினேன். அதற்குக் காரணம் ஒரு பள்ளிக்கூடம் நடத்த வேண்டும் என்ற என் ஆசைதான். சாக்கர் டிரஸ்ட் எங்கள் பள்ளியை மட்டும்தான் நிர்வகிக்கிறது. அதைத் தாண்டி வேறு எதுவும் செய்வதில்லை. சுனாமி நேரத்தில் மட்டும் சில வேலைகளைச் செய்தோம். அதுவும்கூடக் கல்வி தொடர்பான பணிகள்தான். சாக்கர் டிரஸ்ட் தொடங்கிய காலத்திலிருந்து அதன் வரவு செலவு கணக்குகள் தெளிவாகத் தணிக்கை செய்யப்படுகின்றன. இது தவிர Peoples Movements againt Cancer Trust என்ற பெயரில் நண்பர்கள் இணைந்து அறக்கட்டளை ஒன்றைத் தொடங்கினார்கள். அதில் என்னை நிர்வாகியாக நியமித்தார்கள். ஆனால் அதுவும் இப்போது செயல்படவில்லை. இதைத் தாண்டி எனக்கு வேறெந்த டிரஸ்ட்டோடும் எந்தவித உரிமையும் இல்லை.

வெளிநாட்டிலிருந்து பணம் பெற்றுக்கொண்டார் உதயகுமார், உதயகுமார் ஒரு தேசத் துரோகி என்றெல்லாம் உங்கள்மீது கடுமையான விமர்சனங்கள் வைக்கப்படும் சூழலில் அமெரிக்காவி லேயே இருந்திருக்கலாம் என்று என்றைக்காவது நினைத்ததுண்டா?

இல்லவே இல்லை. அமெரிக்காவில் நானும் என் மனைவியும் கை நிறைய ஊதியத்துடன் வேலை பார்த்து வந்தது உண்மைதான். அப்போது நாங்கள் வசித்த மினியாபுலிஸ் நகரில் ஒரு விவாதம். மோனோ ரயில் திட்டம் தேவையா, இல்லையா என்று. நான் அப்போது நினைப்பேன். கோடிக்கணக்கான மக்கள் உண்ண உணவின்றி, அடிப்படை உரிமைகள் இன்றிப் போராடிக் கொண்டிருக்கும்போது இப்படி எல்லாம் ஒரு விவாதம் தேவையா என்று நினைத்ததுண்டு. அப்போதே நானும் என் மனைவியும் ஒரு விஷயத்தில் தெளிவாக இருந்தோம். இந்தியா செல்ல வேண்டும்.

அங்கே சேவை செய்ய வேண்டும் என்று. ஆனால் இதுபோன்ற ஒரு மிகப்பெரிய போராட்டத்தை ஒருங்கிணைப்பேன் என்றெல்லாம் நினைத்ததில்லை. ஒரு பள்ளிக்கூடம் தொடங்க வேண்டும், அதுவும் கிராமப்புற ஏழைக் குழந்தைகளுக்குத் தரமான கல்வி அளிக்கப்பட வேண்டும் என்னும் குறிக்கோளோடு. அப்படித் தொடங்கப்பட்ட பள்ளிக்கூடம் இன்றும் பல்வேறு போராட்டங்களுக்கு மத்தியில் கிராமப்புற மாணவர்களுக்குக் கல்வி அளித்துக்கொண்டிருக்கிறது என்பது உள்ளபடியே மகிழ்ச்சி அளிக்கும் ஒரு விஷயம்.

இடிந்தகரை மட்டுமே இந்தியா என்று நினைக்கிறார் உதயகுமார் என்ற குற்றச்சாட்டிற்கு . . .

(கேள்வியை முடிக்கும் முன்பே தொடங்கிவிடுகிறார்.) இடிந்தகரையும் இந்தியாவில்தான் இருக்கிறது என்பதை அவர்கள் புரிந்துகொள்ள மறுக்கிறார்கள். விமான நிலையங்களில் அரைகுறை ஆடையுடன் வைக்கப்பட்டிருக்கும் பெண்களின் ஆபாச விளம்பரப் பலகைகளுக்கு மின்சாரம் அளிப்பதற்காக எங்கள் குழந்தைகளின் வாழ்வைப் பறிக்க அரசு நினைத்தால் அதை நாங்கள் அனுமதிக்க முடியாது.

இந்தப் போராட்டத்தினால் உங்கள் குடும்ப வாழ்க்கையில் ஏற்பட்டிருக்கும் இழப்புகள் என்ன? அதை எப்படி ஈடு செய்கிறீர்கள்?

நிச்சயமாக நிறையவே இழப்புகள் ஏற்பட்டிருக்கின்றன. இங்கிருக்கும் போராளிகள் அனைவருக்குமே அது போன்ற இழப்புகள் ஏற்படத்தான் செய்கின்றன. சமீபத்தில் முகிலன் மனைவியின் தாத்தா மரணமடைந்துவிட்டார். ஆனால் அவரால் செல்ல இயலவில்லை. அதேபோல் புஷ்பராயனின் மாமனார் சமீபத்தில் மரணமடைந்தபோதும் அவரால் செல்ல இயலவில்லை. இதுபோல் அனைவரும் ஏதோ ஒரு வகையில் குடும்ப வாழ்க்கையில் இழப்புகளைச் சந்தித்துக் கொண்டுதான் இருக்கிறோம். என்னுடைய பெற்றோர் முதுமையிலும்கூடக் கடுமையான நெருக்கடிகளைச் சந்தித்தனர். என் மனைவிக்கும் கடுமையான சோதனைகள். அப்போது சில நேரம் குற்ற உணர்ச்சி மேலோங்கும். நம்முடைய போராட்டத்தால் இவர்கள் சிரமப்படுகிறார்களே என்று. ஆனால் இந்த மக்கள் எங்கள்மீது வைத்திருக்கும் பாசமும் நம்பிக்கையும் அந்த இழப்புகளை ஈடு செய்யும் அருமருந்து. அதனால் எந்தச் சூழ்நிலையிலும் நாங்கள் பின்வாங்கப் போவதில்லை. என்ன வந்தாலும் நாங்கள் இந்த மக்களோடுதான் நிற்போம்.

கடந்த ஆண்டிற்கான சிறந்த மனிதராகப் பெரும்பாலான ஊடகங்கள் உங்களைத் தேர்ந்தெடுத்தபோது எப்படி உணர்ந்தீர்கள்?

அதைத் தனிப்பட்ட உதயகுமாருக்கான பாராட்டாக நான் நினைக்கவில்லை. ஒட்டுமொத்த போராட்டத்திற்கும் கிடைத்த அங்கீகாரமாகத்தான் நினைக்கின்றேன். இங்கே நான் மட்டும் தனியாக எதையும் சாதித்துவிடவில்லை. நான் முன்பே சொன்னது போல புஷ்பராயன், முகிலன், மை.பா. ஜேசுராஜ், மில்டன் என்று ஒரு நீண்ட பட்டியலே இருக்கிறது. இங்கே ஒவ்வொருவரும் போராளிகளாக மாறியதே இந்தப் போராட்டத்திற்கான காரணம். நான் அதை ஒருங்கிணைத்தவர்களில் ஒருவன் என்ற முறையில் என் பெயர் அங்கே முன் மொழியப்பட்டதாகவே நினைக்கிறேன்.

இறுதியாகச் சொல்லுங்கள்... எல்லாவற்றிற்கும் தொடக்கம் என்று ஒன்றிருந்தால் முடிவும் நிச்சயம் உண்டு. இந்தப் போராட்டத்தின் முடிவுதான் என்ன?

கூடங்குளம் அணு உலை நிச்சயம் திறக்கப்படப் போவதில்லை. காரணம் அங்கு ஏராளமான பிரச்சினைகள் உள்ளன. இது உலகத்தின் தலை சிறந்த அணு உலை என்று கூறிக் கொண்டிருந்த அமைச்சர் நாராயணசாமி, அங்கு வால்வில் கசிவு என்று வாய்திறந்தபோதே எங்களுக்குத் தெரியும் அது ஓடாது என்று. மட்டுமல்ல, இந்திய அணுமின் கழகத்தின் தலைவர் எஸ்.கே. ஜெயின் ஜப்பானுக்கு ஓடினார். கூடங்குளம் அணுமின் நிலையத்தின் தலைவராக இருந்த அகர்வால் இறந்து போனதைத் தொடர்ந்து, அந்த இடத்திற்கு வந்த காசிநாத் பாலாஜி திடீரென்று இடமாற்றம் செய்யப்பட்டார். பின்னர் அந்த இடத்திற்குச் சாதாரணப் பொறியாளராக இருந்த தென்காசியைச் சேர்ந்த சுந்தர் என்பவர் நியமிக்கப்பட்டார். அப்போதே எங்களுக்குத் தெரியும், இது திட்டமிட்ட சதி என்று. கூடங்குளம் அணு உலை உலகத்தரம் வாய்ந்தது என்றெல்லாம் பேசிய அப்துல் கலாம், முத்துநாயகம் கமிட்டி போன்றோர் அமைதியாக இருப்பதும், பிரதமர் திடீரென 3 மற்றும் 4ஆவது அணு உலைகளுக்கு யார் இழப்பீடு தருவது என்று பேசியதும் பல்வேறு சந்தேகங்களை எழுப்புகின்றன. ஆனால் இந்திய அணுசக்தி ஒழுங்காற்று வாரியம் தாங்கள் பதில் சொல்ல வேண்டிவரும் என்பதாலும், இங்கே முழுமையான பாதுகாப்பிற்கு உத்தரவாதம் தரவேண்டியிருக்கும் என்பதாலும் சில விஷயங்களில் போராடிக்கொண்டிருக்கிறார்கள். உள்ளே ஒரு கயிறு இழுக்கும் போட்டியே நடக்கிறது. நாம் பேசிக்கொண்டிருக்கும் இந்தச் சமயம் ஹைட்ரோ டெஸ்ட்

என்று சொல்லக்கூடிய முழுமையான பரிசோதனையை மீண்டும் செய்ய அனுமதி அளித்துள்ளது அணுசக்தி ஒழுங்காற்று வாரியம்.

அப்படியென்றால் ஏற்கெனவே செய்தது தோல்வி என்றுதான் அர்த்தம். அதை அவர்களும் ஒத்துக்கொள்கிறார்கள். ஏற்கெனவே செய்த சோதனையில் சரியான அளவீடுகள் கிடைக்கவில்லை என்றும், இப்போது 280 டிகிரி அளவிற்கு அணு உலையைச் சூடாக்கி, அதன் பின்னர் சோதனை செய்து அந்த அளவீடுகளை அணுசக்தி ஒழுங்காற்று வாரியத்திடம் அளிக்க இருப்பதாகவும் சொல்கிறார்கள். இவை அனைத்துமே நாட்களைக் கடத்தும் முயற்சிகள். நாடாளுமன்றத்தேர்தல்வரை எதுவும் நடக்காது. தற்போது மற்றொரு பிரச்சினை உருவாகி யுள்ளது. கூடங்குளம் அணு உலைக்கு உபகரணங்கள் வழங்கி யிருக்கிற ஜியோபோடால்ஸ்க் நிறுவனம் ரஷிய அரசால் மிகப்பெரிய ஆய்வுக்குட்படுத்தப்பட்டுள்ளது. இந்த நிறுவனம் தரம் குறைந்த உலோகங்களைப் பயன்படுத்தி உபகரணங்கள் தயாரித்துள்ளதாக ஆய்வு செய்யப்பட்டுள்ளது. இதனிடையே ரோசாட்டம் என்கிற ரஷ்ய அணுமின் கழகம் மிகப்பெரிய நஷ்டத்துடன் இயங்கிக்கொண்டிருக்கிறது என்கிற தகவலும் வந்துள்ளது. தற்போது கூடுதலாக 4,000 கோடி ரூபாய் கூடங்குளம் அணுமின் நிலையத்திற்காகச் செலவிடப்பட்டிருப்பதாக அரசு சொல்லுகிறது. இந்திய அரசு நம்முடைய வரிப்பணத்தில் ரஷ்ய அணுமின் கழகத்தைத் தூக்கிநிறுத்த 4,000 கோடி ரூபாய் அதிகம் செலவு செய்திருக்கிறதோ என்றுகூட எண்ணத் தோன்றுகிறது. இதற்கு என்ன காரணம்? இப்படிப் பல ரகசியங்கள் இதில் புதைந்துள்ளன. ஒருவேளை கட்டாயமாக இயக்கத்தான் செய்வோம் என்று இயக்கினால் அதனால் வரும் இழப்புகளுக்கு தி.மு.க. – காங்கிரஸ், அ.இ.அ.தி.மு.க. கட்சிகளும் அரசுகளும் கண்டிப்பாகப் பதில் சொல்ல வேண்டும் என்றார் உறுதியாக.

சந்திப்பு: **செந்தில்**

புதிய தரிசனம், பிப்ரவரி16 – 28, 2013

கருணாநிதி அரசியலுக்கு நாங்கள் ஊறுகாயா?

"வருகிற நாடாளுமன்றத் தேர்தலை எங்களது போராட்டத்துக்கான அடுத்தகட்டக் களமாகவும் ஆயுதமாகவும் பயன்படுத்தத் திட்டமிட்டு இருக்கிறோம். மக்களை ஏளனமாக நடத்தும் அரசியல் கட்சிகளுக்கு வாக்குச் சீட்டு மூலம் பதில் கொடுக்கத் தயாராகி வருகிறோம். எங்களின் இந்த இறுதிக்கட்ட யுத்தம் வாக்கு வங்கி அரசியல் நடத்தும் பல கட்சிகளுக்கு நிச்சயமாக ஒரு பாடமாக அமையும்." ஆவேசமாக ஆரம்பிக்கிறார் கூடங்குளம் அணு உலைக்கு எதிரான போராட்டக் குழுவின் ஒருங்கிணைப்பாளரான சுப. உதயகுமாரன்.

'கூடங்குளம் போராட்டக் குழுவினருடன் அரசாங்கம் பேச்சுவார்த்தை நடத்த வேண்டும்' என்று தி.மு.க. தலைவர் கருணாநிதி வெளியிட்ட அறிக்கை, கூடங்குளம் விவகாரத்தைத் தமிழ் நாட்டு அரசியல் விவகாரங்களில் ஒன்றாக மாற்றி விட்டது. கடந்த 7ஆம் தேதி, தமிழகம் முழுவதும் இருந்து வந்த மாணவர்கள் சுப. உதயகுமாரனைச் சந்தித்து ஆலோசனை நடத்தி இருக்கும் நிலையில், அவரைச் சந்தித்துப் பேசினோம்.

அரசியல் கட்சிகளைச் சேர்ந்தவர்கள் சமீபகாலமாக உங்களிடம் பேச்சுவார்த்தை நடத்தி வருவதாகக் கூறப்படுகிறதே?

நாங்கள் அரசியல் கட்சிகளை முழுமையாக நம்பத் தயாராக இல்லை. ஆபத்தான ஆறு கட்சிகள்

என்று சில கட்சிகளை அடையாளம் கண்டுள்ளோம். காங்கிரஸும் பாரதிய ஜனதாவும் தங்களுடைய அதிகாரத்தை நிலைநாட்டவும் தங்கள் சுயலாபத்துக்காகவுமே கட்சி நடத்துகின்றன. மார்க்சிஸ்ட் கம்யூனிஸ்ட் கட்சி, மக்களைப் பற்றிச் சிந்திப்பதே கிடையாது. உலகமயமாக்கல், முதலாளித்துவம் என எந்தப் பிரச்சினை பற்றியும் கேள்வி எழுப்பாதவர்கள், எங்கள் மக்களின் உணர்வு களை மட்டும் மதிக்கவா போகிறார்கள்? இந்திய கம்யூனிஸ்ட் கட்சியில், தமிழ் உணர்வாளர்கள் இருக்கின்றனர். ஆனால், அந்தக் கட்சி தா. பாண்டியனிடம் அடகு வைக்கப்பட்டு இருக்கிறது. தி.மு.க.வைப் பொறுத்தவரை அணு உலை பற்றிச் சிந்திப்பது கிடையாது. கனிமொழி எம்.பி. ஆனதும் தனது பேச்சில் அமெரிக்காவுடனான அணுசக்தி ஒப்பந்தத்தை வானளாவப் புகழ்ந்தார். பிரதமரையும் சோனியாவையும் உச்சி குளிர வைத்தார். அ.தி.மு.க.வும் அரசியலுக்காக எங்களுக்கு எதிராகச் செயல்படுகிறது. முதல்வர் ஜெயலலிதாவுக்கு அணுசக்தியின் தீமை குறித்துத் தெரிந்திருந்தும், நியாயமான எங்களின் போராட்டத்தை ஆதரிக்கத் தவறிவிட்டார். இந்தக் கட்சிகள் எல்லாம் அணு உலையைவிட ஆபத்தானவை என்பதே என்னுடைய கருத்து.

இரண்டு நாட்களுக்கு முன்பு கருணாநிதி வெளியிட்ட அறிக்கை உங்களுக்கு ஆதரவாகத்தானே இருக்கிறது?

கருணாநிதியின் அறிக்கையை எங்களுக்குச் சாதகமானதாக நாங்கள் ஏற்க முடியாது. திடீரென அவருக்கு இந்த ஞானோதயம் ஏன் ஏற்பட்டது என்பதைப் புரிந்துகொள்ள முடியவில்லை. எங்கள் போராட்டம் தமிழகம் முழுவதும் பேசப்படும் நிலையை அடைந்துள்ளது. அதனால், தமிழினத் தலைவர் என்று சொல்லிக்கொள்ளும் அவருக்கு இதில் ஒரு நிலைப்பாடு எடுக்க வேண்டிய கட்டாயம். அதனால், போராடும் மக்களுக்கு ஆதரவாக இருப்பதுபோல் காட்டிக்கொள்ள முயல்கிறார். எங்களது போராட்டத்தை அவரது அரசியலுக்கு ஊறுகாயாகத் தொட்டுக்கொள்ளப் பார்க்கிறார். எங்களுக்கு ஆதரவாக அவரோ தூத்துக்குடி தொகுதியில் போட்டியிடும் திட்டத்தில் இருப்பதாகச் சொல்லப்படும் அவருடைய மகள் கனிமொழியோ இங்கே வந்து எங்களுடன் உட்காரட்டும். இடிந்தகரையில் அவருக்காக நாங்கள் தனியாக ஒரு வீட்டையே தருகிறோம். அதற்கு அவர் தயாரா?

காங்கிரஸ்?

தி.மு.க.வும் காங்கிரஸும் ஈழ விவகாரத்தில் தமிழ் மக்களிடம் வெட்கித் தலைகுனிந்து நிற்கின்றன. அதனால் இரண்டு கட்சிகளையும் தமிழர் விரோதச் சக்தியாகவே பார்க்கிறோம்.

தே.மு.தி.க. உங்கள் போராட்டத்துக்கு ஆதரவாக இருந்ததே?

அந்தக் கட்சியை நாங்கள் பெரிதாகக் கண்டுகொள்ள வில்லை. அவர்களுடைய கொள்கை, கோட்பாடு என்ன என்பது அவர்களுக்கே தெரியவில்லை. மக்களுக்கும் புரியவில்லை. தேசியம் வேறு; திராவிடம் வேறு. எப்படி இரண்டையும் சேர்த்து முன்னேற்றப் போகிறார்களோ? மின் தட்டுப்பாட்டுப் பிரச்சினைக்குத் தீர்வு காண ஃபார்முலா இருப்பதாக விஜயகாந்த் சொல்கிறார். ஆனால், அதை ஆட்சிக்கு வந்தால்தான் சொல்வாராம். ஒருமுறை விஜயகாந்த் இடிந்தகரை கிராமத்துக்கு வந்தார். எதையோ பேசினார். அவர் என்ன பேசினார் என்பது எங்களில் ஒருவருக்கும் புரியவில்லை. பிறகு அவரது கட்சியைச் சேர்ந்த எம்.எல்.ஏ.வான மைக்கேல் ராயப்பனை அனுப்பினார். அவர் இரண்டு நாட்கள் எங்களுடன் இருந்தார். இப்போது அவரே விஜயகாந்த் பக்கம் இல்லை. எல்லாம் கொடுமை.

அரசியலில் நீங்கள் நேரடியாகக் களம் இறங்குவீர்களா அல்லது ஏதாவது கட்சியை ஆதரிப்பீர்களா?

அதை நான் மட்டுமே முடிவுசெய்ய முடியாது. எங்கள் மக்களும் சமுதாயத் தலைவர்களும் சேர்ந்து எடுக்கும் முடிவு. ஆனால் ஒன்றை மட்டும் உறுதியாகச் சொல்ல முடியும். காங்கிரஸைத் தமிழகத்தில் இருந்து துடைத்து எறிவது மட்டுமே எங்கள் லட்சியம். அவர்களுடன் கூட்டணி சேரும் கட்சிகளும் எங்களின் எதிரிகளே. காங்கிரஸ் என்பது எந்த வடிவில் வந்தாலும் தமிழகத்தில் ஊடுருவ அனுமதிக்க மாட்டோம். காலத்தை அவதானித்து அடுத்த முடிவை அறிவிப்போம்.

சந்திப்பு: **ஆண்டனிராஜ்**

ஜூனியர் விகடன், 14.4.13

வாசகர் கேள்விகள் . . .

உங்கள் அடுத்த நடவடிக்கை அரசியலா?

எஸ். ரகுபதி, குரோம்பேட்டை.

இப்போதே நாங்கள் அரசியலில்தான் இருக்கிறோம். மக்களின் வாழ்வுரிமைகளை, வாழ்வாதார உரிமைகளை, வருங்காலச் சந்ததிகளைக் காக்கும் அரசியலைவிட மேலான அரசியல் வேறென்ன இருக்கிறது?

ஏதோ ஒரு நாட்டுக்குச் சென்று நீங்கள் வாழ்வதற்கு உங்களுக்கு அனுமதி அளித்தால், எந்த நாட்டைத் தேர்வு செய்வீர்கள், ஏன்?

க. நாராயணன், செய்யாறு.

நார்வே. இயற்கையும் இனிமையும் ஜனநாயகமும் சமூக நீதியும் போற்றப்படும் நாடு. 1987ஆம் ஆண்டு நான் அங்கே படித்தபோது அப்போதைய பிரதமரின் கணவர் ஆஸ்லோ பல்கலைக்கழக வகுப்பில் எனக்கு ஆசிரியராக இருந்தார். வெளியுறவுத் துறை அமைச்சரோடு மெட்ரோ ரயிலில் அரட்டை அடித்தபடியே பயணம் செய்ய முடிந்தது. அங்கு இருக்கும் ஒரே பிரச்சினை என்னவென்றால், கோடைக் காலத்தில் இருட்டே வராது. குளிர் காலத்தில் சூரியனே வராது. அதனால் என்ன, அங்குதான் ஈழத் தமிழர்கள் நிறையப் பேர் இருக்கிறார்களே ... அது போதாதா?

நீங்கள் வேண்டுமானால் நேரடியாக அரசுசாரா தன்னார்வத் தொண்டு நிறுவனங்களுடன் (என்.ஜி.ஓ.) தொடர்பு வைத்திருக்காமல் இருக்கலாம். ஆனால், கூடங்குளம் போராட்டத்துக்கு ஆதரவு அளிப்பதில்

கணிசமானோர் அரசுசாரா தன்னார்வத் தொண்டு நிறுவனத்தினராக இருக்கிறார்களே ..?

ம. ராஜா, கோயம்புத்தூர்.

எங்கள் போராட்டத்துக்கு எந்த உள்நாட்டு, வெளிநாட்டுத் தொண்டு நிறுவனமும் பணமோ பொருட்களோ வேறுவிதமான உதவிகளோ அளிக்கவில்லை. நாங்களும் பெற முயலவில்லை. போராடும் மீனவ மக்கள், விவசாயிகள், வர்த்தகர்கள், பெண்கள் தரும் நன்கொடையில்தான் போராட்டம் நடக்கிறது. மக்கள் பணியில் ஈடுபட்டிருக்கும் பல தொண்டு நிறுவனங்கள் கூடங்குளம் போராட்டத்துக்கு ஆதரவாகச் சிந்திப்பதில், அவர்கள் பகுதிகளில் அணுசக்திக்கு எதிராகப் பரப்புரை செய்வதில் என்ன தவறு இருக்க முடியும்?

போராட்டத்தை வாபஸ் வாங்க வைக்க மறைமுகமான பேரங்கள் எவையும் வந்தனவா?

எஸ். ராதாகிருஷ்ணன், திண்டிவனம்.

விரும்பிய நாட்டுக்குச் சென்று பெருவாழ்வு வாழ ஆவன செய்வதாக ஒரு நண்பர் மூலம் ஆசை காட்டப்பட்டது. 'என்ன வேண்டும் என்ற கேட்டுச் சொல்லுங்கள் ... நாங்கள் ஏற்பாடு செய்கிறோம்' என்று பலர் என் பெற்றோரிடமும் மனைவியிடமும் சென்று கேட்டார்கள். தூது வந்தவர்கள் விரும்பாத பதிலைத் 'தூ'வென்று வீட்டாரே சொல்லி அனுப்பிவிட்டதால், நான் தலையிட வேண்டியநிலை எழவில்லை!

நீங்கள் இடிந்தகரை மக்களுக்காகப் போராடுவது நல்ல விஷயம். இதேபோல் தமிழகத்தின் பிற பகுதி மக்களும் மின்வெட்டு, ஊழல், ஆற்றுமணல் கொள்ளை என்று பலப்பல விதங்களில் பாதிக்கப்பட்டிருக்கிறார்கள். ஒவ்வொரு பகுதியிலும் இப்படியான போராட்டங்களை முன்னெடுக்க வேண்டிய அவசியம் இருப்பதை உணர்கிறீர்களா?

இரா. அரி, கண்ணமங்கலம்.

தங்களின் வாழ்வுரிமைகளும் வாழ்வாதார உரிமைகளும் வருங்காலச் சந்ததிகளும் பாதிக்கப்படும் அபாயத்தை உணர்ந்த எங்கள் பகுதி மீனவ மக்களும் மற்றவர்களும் போராடுகிறார்கள். நானும் நண்பர்களும் அவர்கள் சேவகர்களாகப் பணியாற்றுகிறோம். எங்கெல்லாம் மேற்கண்ட ஆபத்து எழுகிறதோ அங்கெல்லாம் மக்கள் தன்னெழுச்சியோடு முனைப்பாகப் போராடியே தீர வேண்டும். அப்படியான தருணங்களில் அவர்களுக்காக ஆதரவுக் குரல்களும் கரங்களும் இயல்பாகவே எழும்!

அணு உலை பாதிப்பு உண்டாக்கும் என்பது உண்மைதான், ஏற்றுக்கொள்கிறேன். ஆனால், வளர்ச்சி கொடுக்கும் வசதிகளை அனுபவிக்க, ஏதோ ஒரு வகையில் இழப்பு இருக்கத்தானே செய்யும். இப்போது நீங்களே கடைக்கோடி கிராமத்தில் அமர்ந்துகொண்டு சமூக வலைத்தளங்கள் மூலம் பிரசாரங்கள் செய்துவருகிறீர்கள். அந்த இணைய இணைப்புகளுக்காக ஆழ்கடல் கேபிள்களைப் பதிப்பதால் கடல் சூழல் மாசுபடத்தானே செய்கிறது?

கே. கலைவாணி, திருத்தணி.

கற்காலத்துக்குத் திரும்பச் செல்ல முடியாது என்பதை நானும் உணர்ந்தே இருக்கிறேன். எனவே, இழப்புகளை நம்மால் முடிந்தவரை குறைத்து, நீடித்த நிலைத்த வளர்ச்சியை அடைய முயலலாமே? 'கடலில் கேபிள் போடுவதா, அணுக்கழிவைக் கொட்டுவதா?' என்றால், கேபிள் போடுவோம் என்பதுதான் என் கட்சி. வாழ்க்கையின் விளிம்பு நிலையில் நின்று உழலும் மீனவர்கள், விவசாயிகள், தலித் தொழிலாளர்கள் போன்றோர் இழப்புகளைச் சந்திக்க வேண்டும், டாட்டாகளும் மிட்டல்களும் அம்பானிகளும் கோடிகோடியாகக் கொள்ளையடிக்க வேண்டும் என்பதற்காக மேற்கொள்ளப்படும் சுற்றுச்சூழல் சீர்கேடுகளை அனுமதிக்கவே முடியாது. ஏனெனில், சொற்ப ஆயிரங்களில் இருக்கும் பணக்காரர்களுக்காகக் கோடிக்கணக்கான மக்களின் நலனை நாம் விட்டுக்கொடுக்க முடியாது!

இந்தியாவில் பாலிதீன் பயன்பாடு அதிகம், அணைகள் ஏகம், மணல் வளம் சகட்டுமேனிக்குக் கொள்ளை அடிக்கப்படுகிறது, காற்று மாசுபடுதல் அதீதம், காடுகள் அழிக்கப்படுகின்றன. திரும்பிய திக்கெல்லாம் இயற்கை வளங்கள் சூறையாடப்படுகின்றன அல்லது மாசுபடுத்தப்படுகின்றன. இந்த நிலையில், அதி அவசரமாக இயற்கையின் எந்த வளத்தைப் பாதுகாக்க நாம் போராட வேண்டும், ஏன்?"

இரா. பாலசுப்ரமணியன், கொடுங்காலூர்.

நாம் வாழும் பகுதியின் இயற்கை வளங்கள் பற்றிய முழுத் தகவல்களை நாம் தெரிந்துகொள்ள வேண்டும். நமது பகுதியில் நடக்கும் இயற்கை வாழ்வாதாரச் சிதைப்பை, சீரழிப்பை, திருட்டை, வியாபாரத்தைத் தடுத்துநிறுத்த அணிதிரள வேண்டும். அரசியல் கட்சிகளின், அரசியல்வாதிகளின் இயற்கைப் பாதுகாப்புக் கொள்கைகள் குறித்துக் கேள்விகள் எழுப்ப வேண்டும். அதிகாரி களின் இயற்கைப் பாதுகாப்பு நடவடிக்கைகளைக் கண்ணும் கருத்துமாகக் கவனிக்க வேண்டும். தகவல் அறியும் உரிமைச் சட்டம், பொதுநல வழக்கு, கருத்தரங்குகள், துண்டுப் பிரசுர விநியோகம், பொதுக் கூட்டங்கள், போராட்டங்கள் எனப்

பல வழிகளில் தொடர்ந்து உழைக்க வேண்டும். பெண்கள், இளையோர், குழந்தைகள் மத்தியில் பரப்புரை செய்ய வேண்டும். இது நம் அனைவரின் தலையாய கடமையாகும்!

இடிந்தகரை பெண்களும் போராட்டக் களத்தில் மிகவும் தீவிரமாக நிற்கிறார்கள். அவர்களுக்குள் அந்தத் தீவிரத்தை எப்படி உண்டாக்கினீர்கள்?

எஸ். ஏழுமலை, திருச்சி—3.

அவர்கள்தான் என்னையும் நண்பர்களையும் தீவிரமிக்கவர்களாக மாற்றியிருக்கிறார்கள்!

அருந்ததி ராய், மேதா பட்கர் போன்றவர்களுடன் உங்கள் அமைப்புக்குத் தொடர்பு இருக்கிறதா? போராட்டத் திசைகுறித்த தகவல் தொடர்பு உரையாடல்கள் உங்களிடையே நிகழுமா?

வா. இரவிச்சந்திரன், கோவிலூர்.

இருவரோடும் மிக நெருங்கிய தொடர்பு இருக்கிறது. 2003ஆம் ஆண்டு முதல் மேதா பட்கர் அவர்களை நாகர்கோவில் பொதுக்கூட்டம், கூடங்குளம் மாநாடு, இடிந்தகரைப் போராட்டம் எனப் பலமுறை அழைத்து வந்திருக்கிறோம். அமெரிக்காவில் இருந்தபோதே அருந்ததி எனக்குப் பரிச்சயம். அவரும் எங்கள் போராட்டத்தின் போக்கைக் கவனித்தபடிதான் இருக்கிறார்!

வேறுபட்ட சிந்தனைகொண்ட மனிதர்களை, சுயநல எண்ணம் மிகுந்தவர்களை இந்தப் போராட்டத்தின் பொருட்டு எப்படி உங்களால் ஒருங்கிணைக்க முடிந்தது, அதன் ரகசியம் என்ன?

அந்தோணிசாமி பாட்ரி, ஃபேஸ்புக்.

கோஷ்டி சண்டைக்கும் வேஷ்டிக் கிழிப்புக்கும் பெயர்போன வேறு யாரிடமோ கேட்க வேண்டிய கேள்வியை எனக்கு அனுப்பி விட்டீர்களோ? எங்கள் மீனவர்கள், விவசாயிகள் வர்த்தகர்கள், பெண்கள், இளைஞர்கள், குழந்தைகள் அனைவரும் ஒருமித்த சிந்தனையுடன் பொதுநல எண்ணம் மிகுந்தவர்களாக, சாதி, மதம், ஊர், தொழில், அரசியல் கடந்த ஒருதாய் வயிற்றுப் பிள்ளைகளாகப் போராடிக்கொண்டிருக்கிறோம். இது ஒன்றிணைந்து வந்த தமிழர் கூட்டம்; யாராலும் ஒருங்கிணைக்கப்பட்டது அல்ல!

உங்கள் போராட்டத்தின் முடிவு என்னவாக இருக்கும்? உங்கள் மனதில் ஒரு எண்ணம் இருக்குமே, அதைச் சொல்லுங்கள்...

க. அருளாளன், ஆரணி.

உண்மையைச் சொல்லட்டுமா? கூடங்குளம் அணுமின் நிலையம் நிரந்தரமாக இழுத்து மூடப்படும். இது உறுதி!

அணுசக்தியின் முக்கியத்துவம் பற்றி நாடாளுமன்றத்தில் பேசிய கனிமொழி கூட, கூடங்குளம் அணு உலை குறித்து வாய்திறக்க மறுக்கிறாரே?

வி. ராமன், திருத்தணி.

'இந்திய – அமெரிக்க அணுசக்தி ஒப்பந்தம்தான் இந்தியாவின் மீட்சிக்கு ஒரே வழி' என்று 2007ஆம் ஆண்டு தனது நாடாளுமன்றக் கன்னிப்பேச்சில் காரசாரமாக ஆங்கிலத்தில் வெளுத்து வாங்கினார் திருமதி கனிமொழி. *காலச்சுவடு* மொழிபெயர்த்து வெளியிட்ட அந்தப் பேச்சுக்கு நான் எதிர்வினை எழுதினேன். அதன் காரணமாகவும் அந்த இதழின் நூலக சந்தா அப்போதைய கலைஞர் அரசால் உடனடியாக நிறுத்தப்பட்டது. இந்தியாவின் எரிசக்திக் கொள்கை, அணுசக்தித் திட்டம்பற்றி எல்லாம் ஆழமான புரிதலும் அரசியல் தெளிவும் கொள்கை நிலைப்பாடும் உள்ளவர்களுடன் அதைப் பற்றி விவாதிக்கலாம். ஆனால், சுயநலவாதிகளான, பிழைப்புவாதிகளான, சந்தர்ப்பவாதிகளான நமது அரசியல்வாதிகள் பெரும்பாலானோருக்குப் பணம், பதவி, பட்டம் கிடைக்கும் என்றால் வாய் திறப்பார்கள். எதுவும் கிடைக்காது என்றால், வாய் திறக்க மறுப்பார்கள்!

நடுநிசியில் சாலையில் நடந்து வந்தாலே ஓர் இளைஞனைக் கைது செய்யும் நம் தமிழகக் காவல்துறை. ஆனால், எண்ணற்ற வழக்குகள் உங்கள்மீது பதிவுசெய்யப்பட்டும் உங்களை மட்டும் இத்தனை மாதங்களாகச் சுதந்திரமாக நடமாட விட்டிருப்பதன் மர்மம் என்ன?

பிடல் சேகுவேரா, ராசிபுரம்.

எங்கே சுதந்திரமாக நடமாடவிட்டிருக்கிறார்கள்? நாங்கள் இடிந்தகரையில் திறந்தவெளிச் சிறைச்சாலையில் வைக்கப்பட்டிருக்கிறோம். குடும்பக் காரணங்களால் இங்கிருந்து வெளியே சென்ற எங்கள் போராட்டக் குழு உறுப்பினர் திரு. எம்.டி. கணேசன் 2013 மார்ச் 22 அன்று காவல்துறையால் கைதுசெய்யப்பட்டு, பாளைச் சிறையில் அடைக்கப்பட்டிருக்கிறார். நூற்றுக்கணக்கானோர் மருத்துவச் சிகிச்சைக்காகக்கூட ஊருக்கு வெளியே போக முடியாமல் இருக்கிறார்கள்.

மண்ணைக் காக்க, மக்களைக் காக்க அறவழியில், வன்முறையின்றி, யாரையும் எந்த விதத்திலும் துன்புறுத்தாமல் போராடும் 2,27,000 பேர்மீது 350க்கும் அதிகமான வழக்குகள் போடப்பட்டிருக்கின்றன. முன்னணியினர்மீது தேசத்துரோக வழக்குகள் 20, தேசத்தின் மீது போர் தொடுத்த வழக்குகள் 20 எனச் சுமத்தப்பட்டுள்ளன. மாவோயிஸ்ட்டுகள்மீதுகூட இவ்வளவு வழக்குகள் கிடையாது. இத்தனை பெரிய, ஆபத்தான,

பயங்கரமான குற்றவாளிகளைப் பிடிக்கக் காவல்துறை தயங்குவது நியாயம்தானே?

உண்மை என்ன தெரியுமா? ஒண்ட வந்த பிடாரி, ஊர்ப் பிடாரிகளைப் பகைத்துக்கொண்டு நீண்ட நாள் கதையை ஓட்ட முடியாது என்ற அச்சமே காரணம்!

தமிழகத்தில் சென்னை தவிர்த்த பிற பகுதிகளில் நிலவும் 16 மணிநேர மின்வெட்டுபற்றித் தங்களுக்குக் கவலை இல்லையா?

மு. அழகரசன், முத்துநாயக்கன்பட்டி.

நிச்சயமாகக் கவலை இருக்கிறது. எனவேதான் தமிழக முதல்வரின் பல்வேறு மாற்று மின் திட்டங்களை, மத்திய அரசிடம் அவர் வைத்த கோரிக்கைகளை ஆதரித்துப் பல்வேறு போராட்டங்கள் நடத்தினோம். கூட்டப்புளி, பெருமணல், கூடங்குளம், வைராவிக்கிணறு, இடிந்தகரை, கூத்தங்குழி போன்ற எங்கள் கிராமங்களில் குமிழ் விளக்குகளை மாற்றிவிட்டு, மின்சாரம் சேமிக்கும் குச்சி விளக்குகளைப் பொருத்தினோம். சூரிய சக்தியை எங்கள் பகுதியில் அதிகம் பயன்படுத்த முயல்கிறோம். கூடங்குளம் திட்டத்தைக் காற்றாலைகள், கடல் அலை ஆலைகள், சூரிய ஒளி ஆலைகள் கொண்ட மாதிரி எரிசக்திப் பூங்காவாக மாற்றக் கோருகிறோம்!

கூடங்குளம் மக்களின் மனநிலையைத் தமிழகப் பொதுமக்கள் புரிந்துகொண்டிருக்கிறார்களா?

த. சூரியதாஸ், சிலட்டூர்.

நிச்சயமாக! கூலிக்கு மாரடிக்கிற ஒரு சிறு கூட்டத்தைத் தவிர, எங்காவது தமிழ் மக்கள் 'கூடங்குளம் அணுமின் நிலையத்தைத் திற' என்று போராடுகிறார்களா? இல்லையே! கோவை, ஈரோடு, திருப்பூர் பகுதிகளில் உள்ள சிறு, குறு தொழிலதிபர்களும் தொழிலாளர்களும் ஆரம்பக் கட்டத்தில், 'கூடங்குளம் மின்சாரம் வேண்டும்' என்று குரல் கொடுத்தார்கள். எங்கள் போராட்டப் பெண்கள் அவர்களை நேரில் சந்தித்து, 'உங்களது வாழ்வாதாரத்துக்காகப் போராடும் நீங்கள், எங்கள் வாழ்வாதாரத்தை அழிக்க வேண்டுவது முறையா?' என்ற ஓர் அறவழிக் கருத்துப் பரிமாற்றத்தில் ஈடுபட்டார்கள். அந்த மனித நேய மேஜிக் அற்புதமாக வேலை செய்தது. அன்றைய தினம் முதல் அந்தக் கொங்குநாட்டுப் பெருமக்கள் 'மின்சாரம் வேண்டும்' என்றுதான் போராடினார்கள்.

தமிழகத்தின் மின் பற்றாக்குறை சுமார் 4,000 மெகாவாட். இறந்து பிறந்த குழந்தையான கூடங்குளம் அணுமின் நிலையம்

ஒருவேளை எழுந்து நடக்கிறது என்றே வைத்துக்கொள்வோம். மற்ற அணுமின் நிலையங்கள்போல 40 முதல் 50 சதவிகிதம் மின்சாரத்தை உற்பத்தி செய்யும். அணுமின் நிலையத்தை ஓட்டுவதற்கு வேண்டிய மின்சாரத்தை எடுத்த பிறகு; கேரளா, கர்நாடகா, ஆந்திரா, மத்தியத் தொகுப்பு அனைவருக்கும் அவரவர் பங்கைக் கொடுத்த பிறகு; மின் கடத்தலின்போது ஏற்படும் இழப்பு போக, தமிழகத்துக்கு 300 மெகாவாட் மின்சாரம் கிடைப்பதே அரிது. நமது மின்சாரப் பிரச்சினைக்குக் கூடங்குளம் ஒரு தீர்வே அல்ல. இதெல்லாம் தெரியாத, புரியாத முட்டாள்கள் அல்ல தமிழர்கள்!

அப்துல் கலாம் . .?

சதீஷ் குமார், ஃபேஸ்புக்.

மனிதநேயத்தோடு சிந்திக்கலாம்!

கார் கொடுத்தால் போய்விடுகிறார்கள், கரன்சி கொடுத்தால் போய் விடுகிறார்கள், பதவி கொடுத்தால் போய்விடுகிறார்கள். ஆனால், நீங்கள் மட்டும் சொன்னதையே சொல்லிக்கொண்டு பிடிவாதமாகப் போராடி வருகிறீர்களே, இதனால் உங்களுக்கு என்னதான் லாபம்?"

வே. சித்திரவேலு, கருப்பம்புலம்.

என் குழந்தைகள், நம் குழந்தைகள் நோயற்றும் குறைவற்ற செல்வத்தோடும் வாழ்வார்களே, அதுதான் லாபம்! சாகும்போது இந்த மண்ணுக்கும் மக்களுக்கும் நம்மால் முடிந்ததை உண்மை யாகச் செய்தோம் என்ற பேரானந்தத்தைப் பெறலாமே, அந்தத் திருப்தி தரும் நிறைவுதான் லாபம்!

நீங்கள் ஓர் ஆசிரியர். நீங்கள் சொல்லுங்கள், நம்முடைய கல்விமுறை சரிதானா? ஏன் தாய்மொழி வழிக்கல்வியை மறுக்கிறார்கள்? நம் கல்வித் துறையில் என்ன மாற்றம் நிகழ வேண்டும்?

நாசரேத் விஜய், கோவை.

சாராய வியாபாரம் செய்யும் கல்வித்தந்தை, வழிப்பறி நடத்தும் கல்வி நிறுவனம், வட்டிக்குக் கடன் கொடுக்கும் ஆசிரியர்கள் இவர்கள் எல்லாம் சேர்ந்து நடத்தும் கல்விமுறை எப்படி வெற்றி பெறும்? முழுமையாகத் தோல்வி அடைந்திருக் கிறது. தாய்மொழி வழிக் கல்வி மட்டுமே அதைத் தூக்கி நிறுத்தி விடும் என்று நினைப்பது தவறு. குறைந்தது ஐந்து மொழிகள்மீது பற்றையும் புத்தகங்கள்மீது காதலையும் அறிவின்மீது தேடலையும் உருவாக்கும் பள்ளிகள், கல்லூரிகள், கல்வியாளர்களே இன்றைய உடனடித் தேவை!

கூடங்குளம் அணு உலை விஷயத்தில் இலங்கையும் எதிர்ப்புத் தெரிவிக்கிறது. அப்படி எனில், சந்தர்ப்பம் அமைந்தால் அந்த நாட்டு அரசோடு இணைந்து போராடுவீர்களா?

மு. அழகரசன், முத்துநாயக்கன்பட்டி.

தமிழர்களை இனப்படுகொலை செய்த, இஸ்லாமியர்களைக் கொடுமைப்படுத்துகிற இலங்கை அரசோடு நிச்சயமாக இணைந்து போராட மாட்டோம். சிங்களப் பேரினவாதத்துக்கு அடிமையாகாத, ஈழத் தமிழர்களை, ஈழ இஸ்லாமியர்களை மனிதர்களாக நடத்தும், மனிதநேயம் கொண்ட சிங்கள மக்களோடு கைகோப்பதில் எந்தச் சுணக்கமும் இல்லை!

நீங்கள் நாடாளுமன்றத் தேர்தலில் பங்கு பெற்று உங்கள் குரலை அங்கும் ஒலிக்கச் செய்யலாமே, என்ன தயக்கம்?

தமிழ்வேல் திருப்பதி, ஃபேஸ்புக்

நாடாளுமன்றத்தில் குரல்கள் ஒலிக்கும் அழகை, ஒலிப்பதற்காக வாங்கும் கிம்பளத்தை, ஒலித்தவுடன் பீறிட்டுக் கிளம்பும் சமூகப் புரட்சிகளை எல்லாம்தான் கண் குளிரப் பார்த்துக் கொண்டிருக்கிறோமே! 'ஆளும்' மன்றங்களை நான் நம்பவில்லை; ஆட்கள் மன்றத்தைத்தான் நம்புகிறேன்!

நீங்கள் பல நாடுகளில் வசித்திருக்கிறீர்கள். அந்த அனுபவத்தில் சொல்லுங்கள், இந்தியா குறித்த எந்த விஷயம் உங்களை மிகவும் அச்சுறுத்துகிறது? எந்த விஷயம் பெருமிதம் கொள்ளச் செய்கிறது?

நித்யா ஜெயச்சந்திரன், ஃபேஸ்புக்.

இந்திய அரசியல்வாதிகள். அரசியல்வாத இந்தியர்கள்!

கூடங்குளம் அணு உலைக்கு எதிரான உங்கள் போராட்டத்துக்குப் பாதகமாக உச்ச நீதிமன்றம் தீர்ப்பளித்து இருக்கிறது. இனி, உங்கள் வியூகம் என்ன?

எம். நாகராஜன், பொள்ளாச்சி.

கூடங்குளம், கல்பாக்கம், நியூட்ரினோ போன்ற மக்களின் வாழ்வாதாரங்களை, வருங்காலத்தை அச்சுறுத்தும் திட்டங்களுக்கு நீதிமன்றங்களிலோ நாடாளுமன்றங்களிலோ தீர்வு காண முடியாது. மக்கள் மன்றங்களில்தான் விடை காண வேண்டும் என்பதில் நாங்கள் உறுதியாக இருக்கிறோம். அதனால்தான் அணு சக்திக்கு எதிரான மக்கள் இயக்கம், எந்த நீதிமன்றத்தையும் அணுகவில்லை. சுவாமி விவேகானந்தர் குறிப்பிடும் மூன்று அம்சங்களான தூய்மை, பொறுமை, உறுதி ஆகியவற்றுடன் தொடர்ந்து மக்கள் மன்றத்தில் பணியாற்றுவோம். Slow and steady wins the race என்ற பழமொழி இன்றும் செயல்பாட்டில்தான் இருக்கிறது!

இதுவரை அணு உலை விபத்தால் மொத்தம் 50 பேர் மட்டுமே இறந்திருப்பதாக அணு அமைப்புகளின் அறிக்கை சொல்கிறது. சமீபகால உதாரணமாக நீங்கள் சுட்டிக்காட்டும் ஜப்பானின் ஃபுகுஷிமா விபத்தில் ஓர் உயிரிழப்புகூட இல்லை என்கிறார்கள். அணு உலை விபத்தால் பல லட்சம் மக்கள் உயிர் இழந்திருக்கிறார்கள் என்று பிரசாரம் செய்கிறீர்களே, அதற்கான ஆதாரங்களை அடுக்க முடியுமா?

கபிலன், ஃபேஸ்புக்.

அணு உலை விபத்துகளால் நேரடியாகக் கொல்லப்பட்டவர்கள் எண்ணிக்கை குறைவு என்பது எல்லோருக்கும் தெரியும். மறைமுகமாகக் கொல்லப்பட்டவர்கள், கொல்லப்படுகிறவர்கள், இன்னும் கொல்லப்பட இருப்பவர்களின் எண்ணிக்கையை எந்த விஞ்ஞானமும் எந்த விஞ்ஞானியும் கணக்கிட முடியாது. விபத்துக்கு உள்ளாகாத நிலையிலும் அணு உலை ஆபத்தானது என்பதுதான் எங்கள் வாதம். செர்னோஃபில், ஃபுகுஷிமா விபத்துகளால் ஏற்பட்டுள்ள பாதிப்புகள் பற்றி ஐ.நா., உலக சுகாதார நிறுவனத்தின் பல அறிக்கைகளே உள்ளன. தயவுகூர்ந்து நீங்கள் அவற்றைப் படித்து நிதர்சனம் உணருங்கள்!

உங்கள் போராட்டங்களில் ஏன் கம்யூனிஸ்ட் இயக்கங்களை அனுமதிக்க மறுக்கிறீர்கள்?

பாலாஜி, தஞ்சாவூர்

இது தவறான தகவல். உண்மையான பொதுவுடைமைவாதிகள் அதிகம் கலந்துகொள்ளும் போராட்டம் எங்கள் போராட்டம். பல மார்க்சிஸ்ட், லெனினிஸ்ட் இயக்கங்கள், சோஷலிஸ்ட் கட்சிகள் தொடர்ந்து கலந்துகொள்கின்றன, களமாடுகின்றன. சி.பி.ஐ. கட்சியைச் சேர்ந்த நல்லகண்ணு அய்யா, தோழர் சி. மகேந்திரன் கலந்துகொண்டிருக்கிறார்கள். சி.பி.எம். கட்சியின் சட்டமன்ற உறுப்பினர்கள், எழுத்தாளர்கள் கலந்துகொண்டார்கள். பிரான்ஸ், அமெரிக்கா ஆகிய நாடுகளுடனான அணுசக்தி ஒப்பந்தங்களை எதிர்க்கும் பெரிய கம்யூனிஸ்ட் கட்சிகள், ரஷ்யா என்றதும் பழைய நினைப்பில் பதுங்குவதுதான் பிரச்சினை!”

உங்கள் போராட்டத்தை வளர்த்தெடுக்க ஊடகங்களின் உதவி எந்த அளவுக்கு இருந்தது? இப்போது எந்த அளவுக்கு இருக்கிறது?

மா. மதிவாணன், திருவாரூர்.

அச்சு ஊடகங்களும் தொலைக்காட்சி ஊடகங்களும் உண்மையாக, உறுதியாகத் தமது கடமையைச் செய்தன, செய்கின்றன.

சாதாரண மக்களாகிய எங்களின் உண்மைத்தன்மையை, வாழ்வாதாரத்துக்காக நாங்கள் போராடுவதை அவர்கள் அறிந்திருக்கிறார்கள். தொடர்ந்து நியாயமாகவே செயல்படுகிறார்கள். சில நாளிதழ்கள், தொலைக்காட்சி ஊடகங்கள் எங்களைக் கடுமையாக எதிர்க்கின்றன. அதனால் அவற்றின் நம்பகத்தன்மை தான் குறைந்திருக்கிறது!

பெட்ரோல், நிலக்கரி, அணு உலை என்று எல்லா எரிசக்திகளும் சுற்றுச்சூழலுக்குக் கேடு விளைவிப்பவை என்றால், எதுதான் தீங்கு விளைவிக்காத மாற்று எரிபொருள்? அதன் பயன்பாடு தமிழகத்தில் சாத்தியமா?

கி. சிவநாராயணன், மைசூர்.

காற்றும் கடல் அலையும் கதிரவன் ஒளியும் கழிவுகளும் என எத்தனையோ வழிகள் இருக்கின்றன. மையப்படுத்தப்படாத, தேவையின் அடிப்படையில் இயங்கும் (decentralized and demand based) சிறு சிறு மின் நிலையங்களை நாடெங்கும் அமைப்பதுதான் நமக்கும் இயற்கைக்கும் எதிர்காலத்துக்கும் நன்மை பயக்கும். மையப்படுத்தப்பட்ட, விநியோகத்தின் அடிப்படையில் இயங்கும் (centralized and supply based) மெகா மின்நிலையங்கள் ஊழலின் ஊற்றுக் கண்களாக, அழிவின் ஆதாரங்களாக விளங்கும். கூடங்குளம், இடிந்தகரை பகுதிக்கு ஒருமுறை வாருங்கள்; மேற்கண்ட இரண்டுக்குமே எடுத்துக்காட்டுகளைப் பார்ப்பீர்கள்!

துரதிருஷ்டவசமாகப் பிரதான அரசியல் கட்சிகள் எல்லாமே அணுவுலை தேவை என்று சொல்கின்றனவே? இதன் பின்னணி அரசியல் என்ன?

மெ. திலிப், சிதம்பரம்.

இது முழு உண்மையல்ல சகோதரா! மேற்கு வங்காள மாநிலம் புர்பா மேதினிப்பூர் மாவட்டம் ஹரிப்பூர் என்னும் இடத்தில் வர இருந்த கூடங்குளம் போன்ற ரஷ்ய அணு உலைப் பூங்கா திட்டத்தை, திரிணமுல் காங்கிரஸ் கட்சி கடுமையாக எதிர்த்து முற்றிலுமாகத் தடுத்து நிறுத்தியிருக்கிறது. அதேபோல, மகாராஷ்டிர மாநிலம் ரத்னகிரி மாவட்டத்தில் திட்டமிடப்பட்டுள்ள பிரெஞ்சு அணு உலையை சிவசேனா கட்சியும் சி.பி.ஐ., சி.பி.எம். போன்ற கட்சிகளும் கடுமையாக எதிர்க்கின்றன. கூடங்குளம் அணுக்கழிவு கர்நாடக மாநிலம் கோலார் சுரங்கங்களில் புதைக்கப்படும் என்று மத்திய அரசு அறிவித்ததும் காங்கிரஸ், பாரதிய ஜனதா போன்ற 'தேச பக்தர்கள்' அதைக் கடுமையாக எதிர்த்துப் போராடினர். தேசத் துரோகிகளான எங்களை இரும்புக் கரம்கொண்டு

அடக்க வேண்டும் எனத் தமிழக மத்திய அமைச்சர் திரு. ஜி.கே. வாசன் கொக்கரித்துக்கொண்டிருக்கும்போது, கர்நாடக மத்திய அமைச்சர் திரு. வீரப்பமொய்லி அந்த மாநில மக்களின் நலனுக்காக வாதிட்டுக்கொண்டிருந்தார். ‘அணு சக்திதான் இந்திய எதிர்காலத்தின் ஒரே வழி’ என்று கூறித் திரியும் பிரதமர், தனது காங்கிரஸ் கட்சி ஆளும் கேரள மாநிலத்தில் ஓர் அணுமின் நிலையம் அமைப்பதற்கான அறிவிப்பை வெளியிடட்டுமே பார்ப்போம்! ஊருக்கு இளைத்த தமிழன் பிள்ளையார் கோயில் ஆண்டியாக்கப்படுகிறான். இதுதான் நிதர்சனம்!

கடற்கரைப் பகுதிகளில் கடந்த 200 ஆண்டுகளாக பாதிரியார்களாலும் தேவாலயங்களாலும் செய்ய முடியாத ஒரு சீர்திருத்தத்தை இரண்டே ஆண்டுகளில் உங்களால் சாதிக்க முடிந்தது எப்படி?”

பி. கேசவன், சென்னை–91.

மனதுக்கு உகந்தவரின் நிறைகளை மிகைப்படுத்துவதும், குறைகளைக் கண்டுகொள்ளாமல் இருப்பதும், அவர் செய்யாத விஷயங்களைச் சாதனைகள் எனப் போற்றுவதும், செய்த சிறு செயல்களை அற்புதங்கள் என்று புளகாங்கிதமடைவதும் தமிழராகிய நமக்கே உரித்தான தனிநபர் துதியின் அம்சங்கள். சீர்திருத்தம் செய்ய வந்த தேவதூதன் அல்ல நான்; மகாகவி பாரதியார் சொன்னதுபோல, எனக்குத் தொழில் எழுத்து, கவிதை, நாட்டுக்கு உழைத்தல், அவ்வளவுதான்!

ஓர் அரசாங்கம் என்பது அனைத்து மக்களின் நலன் சார்ந்துதானே செயல்பட வேண்டும். அப்படி இருக்கும்போது, நீங்கள் குறிப்பிட்ட பகுதி மக்களுக்காக ஒட்டுமொத்தமாக அரசை எதிர்ப்பது என்ன நியாயம்?

புகழ்மணி, ஃபேஸ்புக்.

சரி, உங்கள் போக்கிலேயே வருகிறேன். நம் தமிழக அரசாங்கம் தமிழர்களின் நலன் சார்ந்துதானே இயங்க வேண்டும். இப்போது தமிழக மீனவ மக்களின் நலனை மட்டும் விவாதத்துக்கு எடுத்துக்கொள்வோம். சுமார் 600 தமிழக மீனவர்கள் இதுவரை சிங்கள ராணுவத்தால் கொல்லப்பட்டிருக்கிறார்கள். ஆயிரக் கணக்கானோர் ஊனமுற்றிருக்கிறார்கள் கல்பாக்கம், கூடங்குளம் அணுமின் நிலையங்களால், ஏராளமான அனல் மின் நிலையங் களால், உண்டுறை இல்லங்களால், உல்லாச விடுதிகளால், லட்சக்கணக்கான மீனவர்கள் தொழில் இழப்பு, வருமான இழப்பு, நோய் நொடி எனத் துன்புறுவார்கள். இதுதான் அரசாங்கத்தின் மீனவர் நலன் சார்ந்த செயல்பாடா? தமிழகக் கடற்கரையோரம் முழுக்க வசிக்கும் மீனவர்களின் உயிருக்கே இந்த அளவுதான்

மதிப்பு என்றால், இடிந்தகரை என்ற சிறு நிலப்பகுதியில் வசிக்கும் மக்களின் நலனுக்கு என்ன மரியாதை இருந்துவிட முடியும்? கூடங்குளம் பகுதி மக்களுக்கு 500 கோடி ரூபாயில் ஊருக்கு வெளியே வீடு கட்டித் தருவார்களாம், நான்கு வழிச்சாலை அமைப்பார்களாம், உயர்தர மருத்துவமனை கட்டுவார்களாம். 'தின்று விளையாடி இன்புற்றிருப்பவன்' வாயில் மண்ணை வாரிப் போட்டுவிட்டு, ஓடுவதற்கு ரோடும் ஆசுவாசப்படுத்த ஆஸ்பத்திரியும் தருவது ஏற்றுக்கொள்ளத்தக்கதா? அதனால்தான் போராடுகிறோம்!

மீனவர், பீடித் தொழிலாளர்கள் முதலியோர் அளிக்கும் நன்கொடை மூலம் நீங்கள் பெற்றதாகக் கூறும் பணம்: ரூ. 25,17,991. உங்கள் போராட்டங்களுக்கான மொத்தச் செலவு: ரூ.17,64,233. ஆனால், நீங்கள் அளித்த புள்ளிவிவரங்களின்படி, இடிந்தகரையில் தோராய மாக 1,332 குடும்பங்கள் இருக்கலாம். ஆக, நீங்கள் வசூலித்த நன்கொடை 1332 x 200 = 2,66,400 என்பதாக இருக்க வேண்டும். ஆனால், நீங்கள் வசூல் கணக்கு காட்டியிருப்பது ரூ. 25,17,991, வித்தியாசமான 22,51,591 எங்கிருந்து வந்தது, யார் கொடுத்தது?

கபிலன், ஃபேஸ்புக்.

எங்கள் போராட்டம் சுமார் 10,000 பேர் வசிக்கும் இடிந்தகரை கிராம மக்கள் மட்டும் நடத்தும் போராட்டம் அல்ல; தமிழகம், கேரளம் முழுவதிலும் இருந்து பல்வேறு தரப்பு மக்கள் வருகிறார்கள். அவர்கள் நன்கொடை தருகிறார்கள். பள்ளிக் குழந்தைகள்கூட நிதி திரட்டிக்கொண்டு வருகிறார்கள். எங்கள் பகுதி மீனவர்கள் தேவைக்கு ஏற்ப அவ்வப்போது தங்கள் வருமானத்தில் ஒரு பகுதியைப் போராட்டத்துக்குத் தருகிறார்கள். எங்கள் போராட்டக் கணக்கை ஒரு குழு மேலாண்மை செய்து வருகிறது. அவர்கள் 50 பேர் கொண்ட ஊர் கமிட்டிக்கும் பல்வேறு ஊர்களிலிருந்து வரும் சமுதாயத் தலைவர்களுக்கும் கணக்குக் காட்டுகிறார்கள்.

நீங்கள் எங்களிடம் கணக்குக் கேட்பதை நான் வரவேற்கிறேன் கபிலன். பதில் சொல்ல நாங்கள் கடமைப்பட்டிருக்கிறோம். அதுபோல் கூடங்குளம் அணுமின் நிலையத் திட்டத்தில் ரூ. 4,000 கோடி அதிகம் செலவு ஆகிவிட்டது என்று திடீரெனச் சொல்கிறார்களே. இயங்காத திட்டத்தில் எப்படி இவ்வளவு கூடுதல் செலவு குதித்து வந்தது? மக்கள் பணத்தில் சுமார் 18,000 கோடி ரூபாயைப் பாழும் ரஷ்யக் கிணற்றுக்குள் போட்டும், ஒரு பல்ப் எரிக்கும் அளவுக்குக்கூட மின்சாரம் இன்னும் வரவில்லையே? அவர்களிடம் கணக்குக் கேட்டீர்களா, கேட்பீர்களா?

ரஷ்யாவின் VVER 1,000 ரியாக்டர் என்பது அமெரிக்காவின் GE நிறுவனத்தின் Advanced boiling water reactor–க்கு இணையானது. இந்த இரு தொழில்நுட்பங்களுக்கு இடையில்தான் உலக அளவில் போட்டி நிலவுகிறது. இந்தியா நிறைய அணு உலைகளை நிறுவியிருக்கும் நாடு. ஆகையால், ஒரு VVER 1,000 வெற்றிபெற்றால், உலகச் சந்தையில் அமெரிக்காவின் அணு உலை வியாபாரம் பாதிக்கப்படும் என்பதாலேயே உதயகுமாரன் மூலம் அணு உலைத் தரகு வேலை பார்க்கப்படுகிறது என்கிறேன் நான். இந்தச் சந்தேகத்துக்கு உங்கள் விளக்கம் என்ன?

மகேஷ், கோயம்புத்தூர்.

ரஷ்யா, அமெரிக்கா, கனடா, பிரான்ஸ், தென் கொரியா போன்ற அணு உலை வியாபாரம் செய்யும் நாடுகள் மத்தியில் போட்டி இருக்கலாம். ஆனால், நாங்கள் அனைத்து நாட்டு அணு உலைகளையும் எதிர்க்கிறோம். இந்தியாவுக்கு மேற்கண்ட கிழக்கிந்திய கம்பெனிகளும் வேண்டாம். இவர்கள் விற்கும் ஆபத்தான அணு உலைகளும் வேண்டாம்; படைப்பாற்றலுடன் தலைமைத்துவத்துடன் சிந்தித்து மக்களை அழிக்காத மாற்று வழிகளில் எரிசக்தி சுதந்திரம் பெறுவோம் என்கிறோம். சுருக்கமாகச் சொன்னால், இந்தியாவுக்கு மேலே ஒரு *New Clear Sky* வராதா என்று ஏங்குகிறோம் நாங்கள். ஆனால், 'நியூக்ளியர் பவர் ஸ்டார்' போல் சிந்திக்கிறீர்கள் நீங்கள்!

சார், தமிழீழப் பிரச்சினையாகட்டும், நக்சலைட்டுகள் போராட்டமாகட்டும், அஹிம்சை வழியில் ஆரம்பித்து ஒரு கட்டத்துக்குப் பிறகு ஆயுதப் போராட்டமாக மாறியது. அந்த நிலை கூடங்குளம் போராட்டத்துக்கும் ஏற்படுமா?

ஆர். பாலகுமாரன், பொன்மலை.

அந்த நிலை வரக் கூடாது என்பதுதான் எனது ஆத்மார்த்த விருப்பம், ஆழமான கொள்கை. ஆனால் மத்திய, மாநில அரசுகள் அறவழிப் போராட்டங்களை ஏறெடுத்தும் பார்க்காது, அகம்பாவத்தோடு, ஏதேச்சாதிகாரமாக, அடக்குமுறை செய்தால், இளைஞர்கள் தவறான பாடங்களைப் பெறுவார்கள். பின்விளைவுகள் விரும்பத்தகாதவையாகத்தான் இருக்கும்.

தந்தை செல்வா, பெரியவர் பொன்னம்பலம் போன்றோர் நடத்திய அஹிம்சைப் போராட்டங்களும் சிங்களப் பேரினவாதம் கைக்கொண்ட அணுகுமுறையும் நினைவுக்கு வருகின்றன. இங்கேயும் இதே போக்குதான் காணப்படுகிறது. எடுத்துக் காட்டாக, எந்தப் பேருந்தையும் உடைக்காத, கொளுத்தாத நெல்லை மாவட்டக் கடலோரக் கிராமங்களுக்குக் கடந்த

ஒன்பது மாதங்களாக அரசுப் பேருந்து வருவதில்லை. அழுகிற குழந்தைக்குப் பால் கொடுத்தால், அடிப்பதைப் பற்றி அது சிந்திக்காது!

தமிழகத்தில் புது வெள்ளமாக ஆர்ப்பரித்திருக்கும் மாணவர் சக்தியை உங்கள் போராட்டங்களுக்குப் பயன்படுத்திக்கொள்வீர்களா?

கே. குணா, புதுச்சேரி.

பல்வேறு ஊர்களில் மாணவர்களே ஈழப் பிரச்சினைக்கு அடுத்ததாகக் கூடங்குளம் பிரச்சினை பற்றித் தன்னார்வ முன்னெடுப்புடன் பேசினார்கள். தமிழீழம் போன்று, தமிழகத்தின் இயற்கை வாழ்வாதாரங்களைப் போற்றிப் பாதுகாப்பதும் முக்கியமானது எனும் விழிப்புணர்வு அனைத்து மாணவ, மாணவியருக்கும் நிறையவே இருக்கிறது. எங்களை அவர்களுடன் இணைத்துக்கொள்ளவும், அவர்களை நாங்கள் இணைத்து கொள்ளவும் வாசல்கள் எப்போதும் திறந்தே இருக்கின்றன!

எளிதில் கட்டுப்படுத்த முடியாதவர்கள், சட்டென்று உணர்ச்சிவசப்படு பவர்கள் என்றெல்லாம் சொல்லப்படும் மீனவ மக்களை எப்படி இப்படிக் கட்டுக்கோப்பாகப் போராட வைக்கிறீர்கள்?

என். மதுமிதா, சென்னை–75.

எந்த ஒரு மனிதக் குழுமத்தையும் இப்படிக் குறிப்பிட்ட குணாதிசயங்களோடு அடையாளப்படுத்துவது சரியல்ல. பெரும்பா லான மனிதர்களைப் போலவே, மீனவப் பெருமக்களும் அன்புக்கு அடிமையானவர்கள். ஆனால், அகந்தைக்கு அடங்காதவர்கள். தங்கள் சாதியை, மதத்தை, ஊரைச் சாராத என்னையும் என் நண்பர்களையும் இவர்கள் தங்களில் ஒருவராக ஏற்றெடுத்து அன்பு காட்டுவதும் கண்போலக் காப்பதும் இந்தியாவில் வேறு எங்கும் நடவாத அதிசயம். சாதித் தீயில் எரியும் இன்றைய தமிழகத்தின் விடிவுக்கு வழிகாட்டிக்கொண்டிருக்கிறார்கள் நம் மீனவர்கள்!

நான் ஒரு எலெக்ட்ரிக்கல் இன்ஜீனியர். அணுசக்தி மூலம் மின்சாரம் தயாரிப்பதுதான் இருப்பதிலேயே மிக மோசமான வழிமுறை என்பது இங்கே பலருக்குத் தெரியவில்லை. அணு உலை சக்தியால் ஏற்படும் விபரீதங்கள், அபாயங்கள் குறித்து நீங்கள் கொஞ்சம் விளக்கமாகச் சொல்லுங்கள். ஏனெனில், அரசாங்கத் தரப்பில் இருந்து இதை நாம் எதிர்பார்க்க முடியாது!

ஆனந்த் பாலா, ஃபேஸ்புக்.

கதிர்வீச்சு: அணு உலையிலிருந்து காற்றின் மூலமாகவும் நீரின் மூலமாகவும் வெளிப்படும் ஆபத்தான கதிர்வீச்சு தைராய்டு

பாதிப்பு, புற்றுநோய், மலட்டுத்தன்மை, மூளை வளர்ச்சிக் குறைவு எனப் பல்வேறு நோய்களுக்கு வழிகோலும்.

அணுக்கழிவு: அணு உலையில் எரிக்கப்பட்ட யுரேனியத்திலிருந்து புளூட்டோனியம் எனும் கழிவு வெளிவரும். இது தனது கதிரியக்கம் முழுவதையும் இழக்க 48,000 (ஆமாம், நாற்பத்தெட்டாயிரம்தான்!) ஆண்டுகள் ஆகும். அதுவரை இதைக் கவனமாகக் கையாள வேண்டும், பாதுகாக்க வேண்டும். 1984ஆம் ஆண்டு போபால் விஷவாயு விபத்தில் வெளிப்பட்டு, வெட்டவெளியில் கிடக்கும் விஷக்கழிவை என்ன செய்வது என்று இதுவரை முடிவு செய்ய இயலாத கையாலாகாதவர்கள் ஆளும் நாடு நமது நாடு.

விபத்து: மற்ற தொழிற்சாலைகளைப் போல் அல்லாமல்; அணு உலையில் ஏற்படும் சிறு விபத்துகூட மிகப்பெரிய தாக்கத்தை உண்டாக்கும். அணு உலைப் பகுதியில் வசிக்கும் மக்கள் விபத்துக்குப் பிறகு 77 கி.மீ. வரை 20 ஆண்டுகளுக்கும், 115 கி.மீ. வரை 5 ஆண்டுகளுக்கும், 140 கி.மீ. வரை ஓர் ஆண்டு காலத்துக்கும் திரும்பிப் போக முடியாது. அணு உலை விபத்தில் அன்று கொல்வதைவிட நின்று கொல்வதுதான் அதிகமாக, அளவிட முடியாததாக இருக்கும்.

சுற்றுச்சூழல் சீரழிவு: அணு உலையைக் குளிர்விப்பதற்காகக் கடலிலிருந்து ஒரு நாளைக்கு 32 லட்சம் லிட்டர் தண்ணீர் எடுக்கப்பட்டு, பின்னர் குறைந்த கதிர்வீச்சு கலந்த வெந்நீராகக் கடலில் மீண்டும் கொட்டப்படும். இதனால் மீன்வளம் அழியும், மீனவர்களின் வாழ்வாதாரம் நாசமாகும், அனைத்து மக்களின் உணவுப் பாதுகாப்பு, ஊட்டச்சத்துப் பாதுகாப்பு கேள்விக்குறியாகும். அணு உலையில் இருந்து காற்றின் மூலம், நீரின் மூலம் பரவும் கதிர்வீச்சு நிலத்தடி நீரைக் கெடுக்கும், பயிர்களை நச்சுத் தன்மைக்கு உள்ளாக்கும், கால்நடைகளைத் தாக்கும். பால், இறைச்சி, தானியங்கள் வழி மனித உணவுச் சங்கிலிக்குள் புகுந்து நோய்களை உண்டாக்கும்.

பாதுகாப்பு: அணு உலை என்பது திறந்து கிடக்கும் ஓர் அணுகுண்டு. தீவிரவாதிகளால், எதிரிப்படையால் எந்த நேரத்திலும் தாக்கப்படலாம். பாதுகாப்பு காரணங்களால் அணு உலைப் பகுதி ராணுவயமாக்கப்படும், மக்களின் இயல்பு வாழ்க்கை முடங்கிப் போகும்.

அறிவீனம்: நடு வீட்டிற்குள் நல்ல பாம்பை விட்டுவிட்டு, நிம்மதியாகத் தூங்குங்கள் என்று சொல்கிறது அரசாங்கம். லஞ்சமும் ஊழலும் திருட்டும் பொய்யும் புளுகும் தாண்டவமாடும்

நாட்டில் எப்படி நமது குழந்தைகளை நிம்மதியுடன் விட்டுச் செல்வது? 40 ஆண்டு காலம் நாம் மின்சாரம் பெற, நமது வழித்தோன்றல்கள் எல்லாம் நாசமாகப் போக வேண்டுமா?

நீங்களும், ஃபேஸ்புக்கில் பரபரப்பாகக் கூடங்குளம் அணு உலை தொடர்பாக ஸ்டேட்டஸ் பதிவிட்டுக்கொண்டே இருக்கிறீர்கள். அங்கு நடக்கும் மற்ற சந்தடிகளைக் கவனிப்பீர்களா, ஃபேஸ்புக்கின் பிரபல போராளிகளைப் பற்றி அறிவீர்களா?"

ஆனந்த் பாலா, ஃபேஸ்புக்.

நேரம் கிடைப்பதற்கேற்ப சந்தடிகளைக் கவனிக்கிறேன். போராளிகளை அறிந்துகொள்கிறேன். நடுத்தர மக்களைச் சென்றடைய ஃபேஸ்புக் ஒரு நல்ல வழியாக இருந்தாலும், ஃபேஸ்புக் புரட்சியோடு திருப்தியடைந்துவிடக் கூடாது, அடிமட்ட மக்களோடு ஃபேஸ் டு ஃபேஸ் தொடர்பு வைத்துக்கொள்ள வேண்டும் என்பதுதான் எனது நிலைப்பாடு!

இன்றைய இளைஞர்களுக்கு அனுதின வாழ்க்கையே போராட்டமாகத் தான் இருக்கிறது. அவர்கள் மனதில் பதித்துக்கொள்ள ஒரு வாசகம் சொல்லுங்களேன்?

சிவ நாராயணன், ஃபேஸ்புக்.

Think that you can and you will,

It's all in a state of mind.

உன்னால் முடியும் என்று

நினை, நீ முடிப்பாய்!

எல்லாமே மனநிலையில்தான்

இருக்கிறது!

***ஆனந்த விகடன்*, மே 8–29, 2013**

அணு உலை எதிர்ப்புப் பிரச்சாரம்: ஒரு புதிய உணர்வாக மாறட்டும்

உச்ச நீதிமன்றம் கூடங்குளம் அணுமின் நிலையம் செயல்படலாம் என்ற தீர்ப்பை அளித்துள்ளது. என்ன நினைக்கிறீர்கள்?

உச்ச நீதிமன்ற தீர்ப்பு மிகவும் துரதிர்ஷ்டமும் நிராசை அளிப்பதும் ஆகும். துரதிர்ஷ்டம் என்று கூறக் காரணம் இது ஒருபக்க சார்புடையது என்பதால். ஒரு பக்கத்தின் வாதத்தை மட்டும் கேட்டு அவர்களுக்கு சார்பாக கூறப்பட்டுள்ள தீர்ப்பு. நாங்கள் கூற விழைந்ததை முழுமையாகக் கேட்காமல் எங்களது தேவைகள் என்னவென்றுப் பார்க்காமல் கூறப்பட்ட தீர்ப்பு என்பதால் நிராசை என்று கூறினேன். அதே வேளையில் இந்த வழக்கில் நாங்கள் கூறுவது என்ன என்று நீதிமன்றத்திற்கு தெரியும். ஆனால் அவற்றை நீதிமன்றம் பரிசீலிக்க வில்லை. ஜி. சுந்தரராஜன் என்பவர் "பூவுலகின் நண்பர்கள்" என்ற அமைப்பின் சார்பில் இந்த வழக்கைத் தொடுத்துள்ளார். வழக்கில் அவரது விண்ணப்பம் அணு உலையைக் கைவிட வேண்டும் என்பதல்ல, மாறாக பாதுகாப்பு நடவடிக்கைகள் சரியாக இருக்க வேண்டும் என்பதே. இந்த வழக்கில் PMANE கட்சி சேரவில்லை. எங்களது தேவை அணு உலையை நிரந்தரமாக கைவிடவேண்டும் என்பதாகும். இந்த வழக்கில் நாங்கள் வெறும் பார்வையாளர்கள் மட்டுந்தான்.

உச்ச நீதிமன்றத்திற்கு இந்த வழக்கு எப்படிச் சென்றது?

முதலில் சென்னை உயர்நீதிமன்றத்தில் தீர்ப்பளிக்கப்பட்டது. 2012 செப்டம்பர் 1ஆம் தேதி சென்னை உயர்நீதிமன்றம் கூடங்குளம் நிலையத்திற்கு பச்சைக் கொடி காட்டியது. அன்று வழக்கில் தீர்ப்பளித்த நீதிபதி பி. சோதி மணி சில நாட்களில் பசுமை தீர்ப்பாயத்தின் (Green Tribunal) நீதிபதியாக நியமிக்கப்பட்டார். இந்த வழக்கு சோதி மணிக்கு தொழில் முன்னேற்றம் ஒரு பாதையாக அமைந்தது. இது நீதிமன்றத்தின் உண்மை, நீதி, நெறி தொடர்பாக மக்களிடையே சந்தேகத்தை உருவாக்கியது. பிறகுதான் வழக்கு உச்ச நீதிமன்றத்தை அடைந்தது. வழக்கு உச்ச நீதிமன்றத்திற்குச் சென்றபோது மக்களிடையே சிறு எதிர்பார்ப்பு உருவாயிற்று. ஆனால் தீர்ப்பு கூறப்பட்ட போது அத்தகைய எதிர்பார்ப்புகள் முற்றிலும் காரணமில்லாதவை என எல்லோருக்கும் புரிந்தது.

உச்ச நீதிமன்றத்தில் கூடங்குளம் நிலையத்தின் கதிர்வீச்சுடைய அணுக் கழிவுகளை என்ன செய்வது என்பதைப் பற்றி பெரும் வாதமும், எதிர் வாதமும் நடந்ததாக கேள்விப்பட்டோம்.

நீதிமன்றத்தில் வாதம் தொடங்கியபோது அணுக் கழிவுகளை என்ன செய்வது என்ற கேள்வி எழுந்தது. கர்நாடகாவில் உள்ள கோலார் சுரங்கப் பகுதியில் காலியான குழிகளில் அணுக் கழிவுகளை புதைக்கலாம் என்றனர். ஆனால் கர்நாடகத்தில இது பெருமளவு எதிர்ப்பை உருவாக்கியது. ஜகதீஷ் ஷெட்டாரும் வீரப்ப மொய்லியும் எல்லோரும் கதிர்வீச்சுக் கழிவுகளை கோலார் பகுதி சுரங்கங்களில் புதைப்பது என்ற ஆலோசனையை கடுமையாக எதிர்த்தனர். எல்லா தேசிய, மாநில கட்சிகளும் இதே நிலைப்பாட்டை எடுத்தன. அ.இ. அண்ணா தி.மு.க.வின் கர்நாடக மாநிலக் கிளை இந்த யோசனைக்கு எதிராக நின்றது. எதிர்ப்பு பலமாவதைக்கண்ட உடனே மத்திய அரசும், அணுசக்தித் துறையும் இம்முடிவை வாபஸ் பெற்றன. கூடங்குளத்திலுள்ள அணுக் கழிவுகளை கோலாரில் புதைக்க தங்களுக்கு எந்த திட்டமும் இல்லை என அவர்கள் கூறினர். குறிப்பாக கர்நாடகத்தின் அன்றைய அரசியல் சூழல் இப்படியொரு முடிவிற்கு ஏற்றதல்ல – குறிப்பாக தேர்தல் நெருங்கிக்கொண்டிருந்த வேளையில் – என்பதை அவர்கள் நன்றாக புரிந்துகொண்டார்கள். கோலாரில் அணுக்கழிவுகளை புதைக்க முடியாது என அரசு அறிவித்தச் சூழலில் இந்தக் கழிவுகளை என்ன செய்வது என்று இயல் பாகவே நீதிமன்றம் கேட்டிருக்க வேண்டும். இது சாதாரண முனிசிபல் குப்பைகளைக் கையாள்வது போன்று எளிதாக கையாளக்கூடிய பிரச்சினை இல்லையே? அதனைக் கையாள

மிகவும் ஒருங்கிணைக்கப்பட்டத் திட்டங்கள் தேவை. மத்திய பிரதேசம், மேற்கு வங்காளம், ஒரிசா, ஆந்திர மாநிலம், தமிழ்நாடு என இந்தியாவின் பெருவாரி மாநிலங்களிலும் பெரும் அணுநிலையங்களை நிறுவ ஒருங்கிணைந்தத் திட்டத்துடன் அரசு முன்செல்கிறது. ஆனால் இந்த அணு உலைகளிலிருந்து உற்பத்தியாகும் பெருமளவில் கதிர்வீச்சுள்ள அணுக்கழிவுகளை என்ன செய்யவேண்டும் என்ற விஷயத்தில் இவர்கள் யாரும் முடிவு செய்யவில்லை. அதனால்தான் கழிவுகளை என்ன செய்ய வேண்டும் என்ற கேள்வி நீதிமன்றத்திற்கும் முக்கியமாகிறது. ஆனால் நீதிமன்றம் திரும்ப இந்த விஷயத்திற்குள் செல்லவில்லை. இத்தகைய விஷயங்களை நீதிமன்றம் கேட்காமலிருந்தால் வேறுயார்தான் கேள்வி கேட்பது. பொதுமக்களிடம் அரசு இத்தகவல்களை வெளிப்படுத்துமா? இந்தத் தீர்ப்பு அதிக நிராசையைத் தருவது. பதில் கூறப்படாத நிறைய வினாக்கள் இந்தத் தீர்ப்பில் உண்டு.

அணு விபத்து ஏற்பட்டால் வரும் இழப்பீடு தொடர்புடைய விஷயங் களிலும் பொருட்படுத்தக் கூடிய தீர்வுகள் நீதிமன்றங்களிலிருந்து உருவாகவில்லை அல்லவா?

அணு விபத்தினால் வரும் இழப்பீடு இதில் முக்கியமான ஒன்றாகும். ரஷ்யா இழப்பின் பொறுப்பை ஏற்றுக்கொள்ள மாட்டோம் என தெளிவாக்கியுள்ளது. 2008இல் ரஷ்யாவும் இந்தியாவும் ஓர் ஒப்பந்தம் செய்துகொண்டதாக அறிந்தோம். நாடாளுமன்றத்தில்கூட முன்வைக்கப்படாத ஒப்பந்தம். இதில் என்னென்ன சரத்துக்கள் உண்டு என்பது ஒருவருக்கும் தெரியாது. எவருக்கும் இதன் பிரதி கொடுக்கப்படவில்லை. இந்தியா ஏற்றுக்கொள்ளவேண்டிய பெரும் பொறுப்பு, இந்திய மக்களின் வாழ்க்கை பாதுகாப்பு தொடர்பான கவுரவமான விஷயங்களை உச்ச நீதிமன்றம் முழுமையாக ஒதுக்கி விட்டது. இவை தொடர்பான எந்த விளக்கத்தையும் உச்ச நீதிமன்றம் கேட்கவும் இல்லை.

கூடங்குளம் அணுமின் நிலையத்திற்கு சில உபகரணங்களை விற்பனை செய்த ரஷ்ய கம்பெனியான சியோ பொடால்ஸ்குடன் தொடர்பான சில ஊழல்கள் சமீபத்தில் வெளிவந்ததல்லவா? தீர்ப்பு கூறுவதற்கு முன் உச்ச நீதிமன்றம் இந்த விஷயங்களை பரிசீலித்ததா?

இந்தத் தீர்ப்பு வருவதற்கு பத்து நாட்களுக்கு முன் சுந்தரராஜன் வேறொரு வாக்குமூலத்தை நீதிமன்றத்தில் சமர்ப்பித்தார். சியோ பொடால்ஸ்க் என்ற ரஷ்ய கம்பெனி கூடங்குளம் அணு உலைக்கு தேவையான சில உபகரணங்களை வினியோகம் செய்திருந்தது

என்றும் தரக்குறைவான கச்சாப் பொருட்களால் உருவாக்கப் பட்ட உபகரணங்களை அது வினியோகம் செய்தது என்றும் அதில் சுட்டிக் காட்டப்பட்டது. ஆனால் நீதிமன்றம் அதனைப் பொருட்படுத்தவில்லை. அதேவேளையில் தீர்ப்பின் இறுதியில் கூறப்பட்டுள்ள பதினைந்துக் கட்டளைகளில் ஒன்று நிலையத்தின் உபகரணங்களின் தரம் உறுதிச் செய்யப்படவேண்டும் என்பதாகும். எனினும் வாக்கு மூலத்தில் கூறப்பட்ட முக்கியமான விஷயத்தை பொருட்படுத்தாதது நீதிமன்றம் எந்த நோக்கில் இந்த வழக்கைப் பார்க்கிறது என்பதை வெளிப்படுத்துகிறது.

தரத்தை உறுதி செய்யும் முறைகளை மேற்பார்வை செய்வது யார்?

தரத்தை உறுதிப்படுத்துவதற்கான செயல்களை மேற்பார்வை செய்யவேண்டியது *Atomic Energy Regulatory Board* (AERB), *Nuclear Power Corporation of India Ltd.* (NPCIL), *Ministry of Environment & Forest* (MOEF), *Tamil Nadu Pollution Control Board* (TNPCB) என்ற நிறவனங்கள் ஆகும். இவை நான்கும் அதிகார நிறுவனங்கள். இந்நிறுவனங்களுக்கு தர நிர்ணயம் தொடர்பான அறிக்கை தயாரிப்பது கடினமான வேலையல்ல. ஒரு காகிதத்தில் நகல் எடுத்து கையெழுத்திட்டு முத்திரை பதித்துக் கொடுக்க வேண்டும். அவ்வளவுதான். மிகவும் பொறுப்பற்ற முறையில் இவர்கள் நடந்துகொள்கிறார்கள். சுந்தரராஜனின் வழக்கில் விசாரணை நடந்தபோது TNPCB ஒரு வாக்குமூலத்தை சமர்ப்பித்தது. நிலையம் செயல்படும்போது கடல்நீரின் வெப்பம் 45 டிகிரி வரை கூடலாம் என்றனர். இதைக் கேட்டு அதிர்ச்சியடைந்த நீதிபதி 45 டிகிரி வெப்பத்தில் எந்த உயிர்களும் வாழ முடியாதல்லவா என்று கூறியபோது அவர்கள் மிகவும் எளிதாக மேற்கூறிய அளவை 37–38 டிகிரி எனக் குறைத்தனர். இதை நீதிமன்றத்தில் வைத்துத்தான் செய்தனர். வல்லுனர் குழுவையோ, விஞ்ஞானிகளையோ, மாசுகட்டுப்பாட்டுத் துறை வல்லுனர்களையோ, எவரையும் கலந்தாலோசிக்காமல் இந்த அளவைக் குறைத்தது அவர்கள் எவ்வளவு தூரம் பொறுப்பில்லாமல் இருக்கிறார்கள் என்பதை வெளிப்படுத்துகிறது. AERB கூட அவமதிப்புக்குரிய ஒரு நிறுவனம் என்று மத்திய அரசின் தணிக்கை – கட்டுப்பாட்டு அதிகாரி தனது 2012 ஆகஸ்ட் மாத அறிக்கையில் தெளிவுபடுத்தியுள்ளார். *National Disaster Management Authority*யும் அத்தகையதே என அவர் தெளிவுபடுத்தியுள்ளார். இவர்கள்தான் அணுமின் நிலையத்தை செயல்படவைப்பதுடன் ஏதாவது ஆபத்து ஏற்பட்டால் பேரிடர் பாதுகாப்பு நடவடிக்கைகளை மேற்கொள்ள வேண்டியவர்களும்.

நாட்டின் நலனுடன் தொடர்புபடுத்தி அணுமின் நிலையத்தை உச்சநீதிமன்றம் பார்க்கிறதே?

மத்திய அரசின் கூடங்குளம் தொடர்பான வாதங்களை கொஞ்சம் கூட கேள்விக்குட்படுத்தாமலும், புரிந்துகொள்ளாமலும் அப்படியே ஏற்றுக்கொண்டதை இந்தத் தீர்ப்பு வெளிப்படுத்துகிறது. அணுசக்திக் கொள்கையை முழுமையாக ஆதரிக்கிறது இது. அணுசக்தி என்பது தேசிய திட்டக்கொள்கையின் பகுதியாக ஏற்றுக்கொள்ளப்பட வேண்டிய ஒன்று என்ற முறையில் தீர்ப்பு கூறப்பட்டுள்ளது. ஹோமி ஜெ. பாபா முதல் தற்போது உள்ளவர்கள் வரை எதிர்காலத்தில் உருவாக்கி விடலாம் என்று கூறும் கணிப்புகளை இந்த தீர்ப்பு ஏற்றுக்கொள்கிறது. இந்தியாவின் மின்சாரத் தேவைக்கு இன்று இந்தத் துறை வெறும் 2.25 விழுக்காடு மட்டுமே பங்களிக்கிறது என்ற உண்மையை அறிந்த பின்னும் எதிர்காலத்தில் பெரும் உற்பத்தியை தரும் என்ற எதிர்பார்ப்பை நீதிமன்றம் ஏற்றுக்கொள்கிறது.

தீர்ப்பில் கூறப்பட்டுள்ள பதினைந்து பரிந்துரைகளும் அதிகாரம் சார்ந்த பொய்மைகளே. இதில் ஒன்றுகூட இந்தியாவின் சாதாரண மனிதனின் நலனை கணக்கிலெடுக்கவில்லை. நாட்டின் பரந்துபட்ட நன்மைக்காக சிறுபான்மை மக்களுக்கு உண்டாகும் சிரமங்கள் பெரிய பிரச்சினை அல்ல என்பதை இது புலப்படுத்துகிறது. அப்படியென்றால் நாடாளுமன்ற வளாகத்திலோ, உச்சநீதிமன்ற வளாகத்திலோ அணு உலையை நிறுவட்டும். பரந்துபட்ட நாட்டு நன்மைக்கு முன்பாக சிறிதளவே உள்ள மக்களின் சிரமங்களை நாம் கவனத்தில் கொள்ள வேண்டும். நீதிமன்ற கூற்றுக்கள் இறுதிக் கூற்றுக்களே என்று கூறுவதை அப்படியே ஏற்றுக்கொள்ளும் காலம் அல்ல இது. நீதிமன்றங்கள் கோவில்கள் என்றும் நீதிபதிகள் தெய்வங்கள் என்றும் கருத முடியாது. ஏராளம் ஊழல் தொடர்பான செய்திகள் இப்போது நீதிமன்றங்களுடன் தொடர்புபடுத்தி வெளிவந்து கொண்டிருக்கின்றன. நீதிபதிகளும் மனிதர்களே. அவர்களையும் கவரமுடியுமல்லவா? அதனால் இவை தொடர்பாக ஓர் ஆரோக்கியமான கருத்துப் பரிமாற்றம் தேவை.

2012 நவம்பர் மாதத்தில் முற்றுப் பெற்றது இந்த வழக்கின் விசாரணை. இவ்வளவு நாளும் தீர்ப்பு கூறப்படாமல் மாற்றி வைக்கப்பட்டு இப்போது திடீரென்று தீர்ப்பு கூறப்பட்டதன் பின்னணியில் ஏதாவது காரணங்கள் உண்டா?

2012 நவம்பர் மாதம் விசாரணை முடிவடைந்த வழக்கில் திடீரென ஒருநாள் 2013 மே 6ஆம் தேதி காலையில் தீர்ப்பு கூறப்பட்டது. மே 7ஆம் தேதி நிலையம் செயல்படுவது தொடர்பான தகவலை அதிகாரிகள் வெளியிடுகின்றனர். இப்படி மிக வேகமாக செயல்படுவது மிகவும் சந்தேகத்திற்கு இடமளிக்கிறது.

சென்ற ஆறு மாதங்களாக ஒன்றும் கூறப்படாத வழக்கில், நிலையம் செயல்படத் தயாராகிறது என்ற நிலையில் திடீரென தீர்ப்பு கூறியதாகத் தோன்றுகிறது. இது பல்வேறு கேள்விகளை முன்வைக்கிறது. மிகவும் ஆபத்தான ஒரு வழக்கத்தை இது காட்டுகிறது. உச்ச நீதிமன்றம் ஆளும் அரசின் விருப்பங்களுக்கேற்ப செயல்படுவதும் தேசிய கொள்கையில் வேறு கேள்விகளுக்கு இடமில்லை என்று கூறுவதும் பிரச்சினைக்குரியது. கூடங்குளம் நிலையம் தொடர்பாக நிறைய ஊழல்களும் தில்லு முல்லுகளும் நடைபெற்றுள்ளன. அதைப் பற்றி நீதிமன்றம் எதுவும் பேசவில்லை.

கிளர்ச்சி செய்யும் மக்களுக்கு எதிரான வழக்குகளை வாபஸ் பெற தீர்ப்பில் யோசனைக் கூறப்பட்டுள்ளதல்லவா?

கிளர்ச்சி செய்த மக்களுக்கு எதிராக பதிவு செய்த குற்ற வழக்குகளை வாபஸ் பெறவேண்டும் என்று தீர்ப்பில் கூறப்பட்டுள்ளது அவர்கள் மீது கருணை காட்டும் விதத்தில் கூறப்பட்டுள்ளதாகும். ஆனால் இப்படி ஓர் ஆலோசனையை முன்வைப்பதற்கு முன் குற்றம் சாட்டப்பட்ட மக்கள் செய்த குற்றங்கள் என்ன என்பதை உச்சநீதிமன்றம் விசாரித்திருக்க வேண்டும். கிளர்ச்சி செய்த மக்கள் பேருந்துகளை எரிக்கவில்லை. பொதுச் சொத்துக்களை அழிக்கவில்லை. சனநாயக முறையில் உரிமைகளுக்காக அகிம்சையைப் பின்பற்றி காந்திய வழியில் போராடினர். அப்படியுள்ள மக்களின் மேல் இவ்வளவு வழக்குகளைக் கட்டி வைப்பதற்கான தேவை என்ன? அவர்களில் எவரும் மாவோவாதிகள் அல்ல. தேசத்துரோகம் உட்பட்ட வழக்குகளை கிளர்ச்சி செய்த மக்களின் மீது சுமத்தி எல்லோரும் வேடிக்கை பார்க்கிறார்கள். எவ்வளவு பயங்கரமான குற்றங்கள் சுமத்தப்பட்டுள்ளன. ஒவ்வொருவர் மேலும் இருபது தேசத்துரோக வழக்குகள் சுமத்தப்பட்டுள்ளன. இவற்றை எல்லாம் செய்துவிட்டு எங்களுக்கு உதவுவது போன்று எங்கள் மீதுள்ள வழக்குகளை வாபஸ் வாங்கு என்று கூறுவதைக் கேட்டு மகிழ்ச்சியடைய நாங்கள் முட்டாள்களா? இதைக் கேட்டபோது அப்பாவிகள் மீதும் கடுமையான வழக்குகள் போடுவதை உச்ச நீதிமன்றம் ஊக்கப்படுத்துவது போல் எங்களுக்குத் தோன்றியது.

தற்போதையச் சூழலில் உங்கள் எதிர்காலத் திட்டம் என்ன?

உச்ச நீதிமன்றத் தீர்ப்புக்கு எதிராக மே 14ஆம் தேதி தமிழ்நாட்டில் மீனவர்கள் 'கடல் முற்றுகை' நடத்துகின்றனர். அன்று காலை 11 மணிக்கு எல்லா இடங்களிலும் பரந்துபட்ட விளக்கக் கூட்டங்களை நடத்த முடிவு செய்துள்ளோம். இதற்கிடையே மே 29ஆம் தேதி அணுஉலை செயல்படப்

போவதாக அறிந்தோம். உடனே அதற்கெதிராக ஏதாவது செய்ய முடியுமா என்று ஆலோசிக்க வேண்டும். அகிம்சை முறையில் எதிர்ப்பை வெளியிடும்போது அதைப் புரிந்துகொள்ளும் அறிவு நிலைய அதிகாரிகளுக்கு உண்டு என்று தோன்றவில்லை. இந்தியப் படையை விட பெரிய ஒரு சக்தி நமக்கு இருந்தால் மட்டுமே அவர்களை எதிர்கொள்ள இயலும். எப்படியானாலும் அகிம்சை முறையிலுள்ள போராட்டம் தொடரும். எப்படியாவது அணு உலையை செயல்பட வைக்க வேண்டியது ஆளும் வர்க்கத்திற்கும், பன்னாட்டு அணு உலை உற்பத்தியாளர்களுக்கும் மிகவும் தேவை. காரணம் இதனை செயல்பட வைத்தால்தான் இந்தியாவில் பல இடங்களிலும் நிறுவத் திட்டமிட்டுள்ள அணு உலைகளுக்கான வழிகள் திறக்கப்படும். அதனால் எங்களது போராட்டம் ஜெயலலிதா அரசுக்கோ மத்திய அரசுக்கோ மட்டும் எதிரானதல்ல. அமெரிக்கா, பிரான்ஸ், ரஷ்யா முதலான அரசுகளுக்கும் அவர்களது ஏஜன்டுகளுக்கும் எதிரானதாகும். எப்போதும் நாங்கள் அணு உலைகளுக்கு எதிரான பிரச்சாரத்தை செய்துகொண்டே இருப்போம். அணுத் தொழில் நுட்பத்திற்கு எதிரான ஒரு புதிய தலைமுறை இங்கு உருவாகும். தமிழ் நாட்டிலும், கேரளாவிலும் நாடாளுமன்றத் தேர்தலில் அணு உலைகளுக்கும், அணு தொழில் நுட்பத்திற்கும் எதிரான பிரச்சாரத்தை நடத்தத் திட்டமிட்டுள்ளோம். இது ஒரு தொடர் நடவடிக்கை. ஒரு புதிய அறிவு உருவாகட்டும்.

சந்திப்பு: **நந்தலால். ஆர்**

மாத்ருபூமி (மலையாள வார இதழ்), மே 2013

தமிழில்: **D. மனோ**

போராட்டத்தை முடித்துக்கொள்கிறேன்..!

கூடங்குளம் அணு உலைக்கு எதிரான போராட்டத்தை முடித்துக்கொள்ளப் போராட்டக் குழு ஒருங்கிணைப்பாளர் உதயகுமார் 4 நிபந்தனைகளை விதித்துள்ளார்.

கூடங்குளம் அணு உலைக்கு எதிரான போராட்டத்தை முன்னெடுத்துச் சென்றதில் முக்கியப் பங்குவகித்தவர் உதயகுமார். 325 வழக்குகள், மத்திய, மாநில அரசுகளின் அடக்குமுறை, கண்டு கொள்ளாத அரசியல் கட்சிகள், எப்போதும் உளவுப் பிரிவின் கழுகுப் பார்வை, இரண்டு ஆண்டுகளாக இடிந்தகரையிலேயே முடங்கிக் கிடக்கும் அவலம் என எண்ணற்ற இன்னல்களைச் சந்தித்தபோதும் அவர் சற்றும் சளைக்காமல் நம்பிக்கையோடு, அணு உலைக்கு எதிராகத் தொடர்ந்து முழக்கமிட்டு வருகிறார். கூடங்குளம் அணு உலை செயல்பட ஆரம்பித்து மக்கள் மத்தியில் சிறிது சோர்வு தென்பட்ட போதிலும், அசராமல் களத்தில் நிற்கும் உதயகுமாரை இடிந்தகரையில் சந்தித்து நிகழ்த்திய உரையாடலிலிருந்து...

கூடங்குளம் அணு உலைக்கு எதிராக உங்களைப் போராடத் தூண்டிய சக்தி எது?

இந்தியப் பெருங்கடல்தான் நாட்டின் முற்றம். இக்கடற்கரையில் இல்மனேட், தோரியம் போன்ற கனிமங்கள் இருக்கின்றன. சொல்லப்போனால் தூத்துக்குடி தொடங்கி ஆலப்புழை வரையிலான கடற்கரையில் இக்கனிம வளம் அதிகம். இவை இயற்கையிலேயே கதிரியக்கத் தன்மை கொண்டவை. சில தனியார் நிறுவனங்களும் மத்திய அரசின்

ஐ.ஆர்.இ. என்னும் மணல் ஆலையும் இக்கனிமங்களைப் பிரித்தெடுப்பதற்காக மணலைக் கிளைத்துவிடுவதால் கதிரியக்கம் அதிகமாகிக் கடற்கரைக் கிராமங்களில் புற்றுநோய் சர்வசாதாரணமாகிப்போனது. புற்றுநோய்க்கு மூன்று தாத்தா பாட்டிகளை இழந்தவன் நான். அவர்கள் பட்ட பாட்டை நேரில் கண்ட எனக்குக் கதிரியக்கத்திற்கு எதிராக ஏதாவது செய்ய வேண்டும் என்ற உத்வேகம் ஏற்பட்டது. எனவே, 'இந்தியப் பெருங்கடல் அமைதிக்குழு' என்ற அமைப்பை ஏற்படுத்தி அணு சக்தியின் ஆபத்து குறித்துப் பிரசாரம் செய்து வந்தோம். 89இல் அமெரிக்காவிற்குப் படிக்கப் போய்விட்டேன். அப்போது நாகர்கோவிலைச் சேர்ந்த அய்யா ஒய். டேவிட், அணு சக்திக்கு எதிரான மக்கள் இயக்கத்தைத் தொடங்கிப் போராட்டத்தை ஆரம்பித்தார். நானும் அமெரிக்காவிலிருந்தபடி 'இ மெயில் டைஜஸ்ட்' என்ற பத்திரிகையைத் தொடங்கி அணு உலைக்கு எதிரான அத்தனை செய்திகளையும் அதில் வெளியிட்டு வந்தேன். 2001இல் ஊருக்கு வந்த பிறகு ஒய். டேவிட், ஜார்ஜ் கோமஸ், லால்மோகன் ஆகியோருடன் இணைந்து கூடங்குளம் அணு உலைக்கு எதிரான போராட்டத்தில் பங்குபெறத் தொடங்கினேன். ஆனால் அப்போராட்டத்தைப் பெரிதாக யாரும் கண்டுகொள்ளவில்லை. 2007ஆம் ஆண்டு அணு மின் நிலையத்தில் மக்கள் எதிர்பார்த்தபடி 10,000 பேருக்கு வேலை கிடைக்கவில்லை. மக்கள் இடப்பெயர்ச்சிக்கும் வாய்ப்பிருக்கிறது என்ற செய்தியால் கூடங்குளமே கொந்தளித்தது. இதற்கிடையில், 11.3.2011 அன்று ஃபுகுஷிமாவில் அணு உலை வெடித்த செய்தி பரவியதை அடுத்து, கூடங்குளத்தில் பதற்றம் உருவானது. உடனே மக்கள் எங்களை அழைத்தார்கள். இதைத் தொடர்ந்து 1.7.2011 அன்று கூடங்குளத்தில் உண்ணாவிரதமிருந்தோம். இடிந்தகரைக்கும் போய் அணு உலைக்கு எதிராகப் பேசினேன். அப்பகுதி மக்கள் 'எங்களுடனேயே இருந்து வழிகாட்டுங்கள்' என்று சொல்லவும், கடந்த 11.8.2011 அன்று என்னை ஒருங்கிணைப்பாளராய்க் கொண்ட போராட்டக் குழு உருவானது. அது இன்றுவரை உறுதியாக நிற்கிறது.

அணு உலைக்கு எதிரான போராட்டத்தில் சந்தித்த சோதனைகள் பற்றி ..?

எங்கள் போராட்டத்தை மத்திய அரசு பல வழிகளில் கொச்சைப்படுத்தியது. வெளிநாட்டிலிருந்து நிதி வருகிறது என்றார்கள். அடுத்து சாதி, மதத்தைக் கையிலெடுத்தார்கள். சில தேவாலயங்கள்தான் போராட்டத்தைத் தூண்டுகின்றன என்றார்கள். என்னை நாடார் என்றும் எனவே பரதர் பெருமக்கள் போராட்டத்திற்கு ஒத்துழைப்பதில்லை என்றும் பிரிவினையைத் தூண்டினார்கள். பின்னர் தனிப்பட்ட முறையில்

எனது வீடும் பள்ளிக்கூடமும் தாக்கப்பட்டன. என்னைச் சோர்வுறச் செய்வதற்காக அவர்கள் எடுத்த எல்லா முயற்சிகளும் அவர்களுக்கு எதிராகத் திரும்பவே அமைதியாகிவிட்டார்கள்.

'ஆபத்தான ஆறு, ஆதரவான நூறு' என்னும் முழக்கத்தை எழுப்பி அரசியல் கட்சிகளை எதிர்த்ததால்தான் உங்கள் போராட்டத்துக்குத் தோல்வி என்கிறார்களோ?

அணு உலைக்கு ஆதரவான காங்கிரஸும் பா.ஜ.க.வும் எங்களை எதிரியாகப் பார்த்தன. தி.மு.க. நாடாளுமன்ற உறுப்பினர் கனிமொழி நாடாளுமன்ற மாநிலங்களவையில் 'அணு உலையை நாங்கள் விரும்புகிறோம்' என்று பேசி தங்கள் கட்சியின் நிலையை உணர்த்தியதால் தி.மு.க. எதிரியாகிப் போனது. முதல்வர் ஜெயலலிதா அணு சக்திக்கு எதிரான நிலைப்பாட்டை எடுத்தார். யு.எஸ்.எஸ். நிமிட்ஸ் என்னும் அணுக் கப்பல் சென்னைக்கு வருவதைத் தடுத்தார். நேரில் பார்த்து நாங்கள் பேசியபோதுகூட அனுசரணையாக நடந்துகொண்டவர், திடீரெனப் பகையாளியாகிப் போனார். சி.பி.எம்., சி.பி.ஐ. கட்சியினர்கூட, ரஷ்யக் காதலால் மீனவர்களையும் தொழிலாளர்களாகப் பார்க்காமல் போராடும் எங்களுக்கு ஆதரவு கொடுக்காததால் எங்களுக்கு மிக வருத்தம் ஏற்பட்டது. எனவேதான் தமிழக மக்களுக்கு எதிராகக் கட்சி நடத்தும் இவர்களை 'ஆபத்தான ஆறு' என்று சொன்னோம். இவர்கள் வராவிட்டாலும் மக்களும் நூற்றுக்கணக்கான அமைப்புகளும் எங்கள் பக்கம் நிற்கின்றன. எனவே எங்களுக்குத் தோல்வி அல்ல.

உங்கள் மீது தேசத்துரோகம், தேசத்தின் மீது போர் தொடுக்கும் வழக்குகள் பாய்ந்திருக்கின்றனவே?

எங்களின் இரண்டாண்டு போராட்டத்தில் எங்காவது சிறிய வன்முறை நடந்ததுண்டா? ஜனநாயகவாதிக்கும் தீவிரவாதிக்கும் ஒரே பிரிவில் வழக்கா? அரசு நினைத்தால் எதையும் செய்யும். யாரும் கேள்வி கேட்கக் கூடாது என்று நினைக்கிறது. இந்தியா சர்வாதிகார நாடாக இருந்திருந்தால், கேள்வி கேட்டிருக்க வாய்ப்பில்லை. ஆனால் இது ஜனநாயக நாடு. அமைதியாக அறவழியில் போராடும் மக்களுக்கு பாரத ரத்னா போன்ற விருது கொடுக்க வேண்டுமே தவிர, இப்படிப்பட்ட வழக்குகளைப்போட வேண்டியதில்லை. நாங்கள் நாட்டை விற்றோமா? அல்லது பன்னாட்டு நிறுவனமான வால்மார்ட்டை உள்ளே விட்டோமா?

உச்சநீதிமன்றம் அணு உலையைத் திறக்கத் தடையில்லை என்று சொன்ன பின்னரும் போராட்டத்தைத் தொடருவது சரியா?

கர்நாடக அரசு உச்ச நீதிமன்றத் தீர்ப்பை மதித்ததா? பல மாநில முதல்வர்களும் பிரதமர்களும்கூட உச்ச நீதிமன்றத்

தீர்ப்புகளை அலட்சியப்படுத்தி இருக்கிறார்கள். அணு உலைக்கு எதிராக நாங்கள் தொடர்ந்த வழக்கை விசாரித்த இரண்டு நீதிபதிகளில் ஒருவரான தீபக் மிஸ்ரா தனது தீர்ப்பில், 'மக்கள் பாதுகாப்பைப் பற்றி மக்களே தீர்மானித்துக்கொள்ள வேண்டும்' என்று சொல்லியிருக்கிறார்.

அணு உலை திறக்கப்பட்டுவிட்டது. அப்படியானால் உங்களின் போராட்டம் தோல்வி என்பதை ஒப்புக் கொள்கிறீர்களா?

இல்லை. மிகப்பெரிய வெற்றி கிடைத்திருக்கிறது. யார் வெற்றியாளர் என்று பார்க்க இது கிரிக்கெட், கால்பந்து போன்ற விளையாட்டல்ல. தமிழ்நாட்டில் 46 சதவிகிதம் பேர் கூடங்குளம் அணு உலையை எதிர்ப்பதாக ஆய்வறிக்கை ஒன்று சொல்கிறது. அண்மையில் உத்தரப்பிரதேசத்திலிருந்து வந்திருந்த பத்திரிகைச் செய்தியாளர் ஒருவர், கூடங்குளம் போராட்டம் படிப்பறிவே இல்லாத உத்தரப்பிரதேசம், பீஹார் மாநிலக் கிராமங்களிலும் விவாதப் பொருளாகியிருக்கிறது என்று சொன்னார். எங்களைப் பொறுத்தவரை அணு உலையைத் திறக்கும்வரை போராட்டம் என்று சொல்லவில்லை. அணு உலையை மூடும்வரை போராட்டம் என்றுதான் சொல்லியிருக்கிறோம். எனவே கடக்க வேண்டிய தூரம் அதிகமிருக்கிறது. வரப்போகும் தேர்தலோடு பிரதமரும் நாராயணசாமியும் போய்விடுவார்கள். அப்துல் கலாம் போன்றவர்களும் பேச மாட்டார்கள். இச்செகத்தில் உள்ளோரெல்லாம் எதிர்த்து நின்றாலும் அச்சமின்றி போராடு வோம். அதற்காக நான் தனியாளானாலும் பரவாயில்லை, தனியொரு சிறுபான்மையாளனாக இருந்து போராடுவேன்.

அப்படியானால் எப்போதுதான் போராட்டத்தை முடித்துக் கொள்வீர்கள்?

என்னுடன் சக போராட்டக் குழு உறுப்பினர்கள் இல்லை. அவர்களுடன் கலந்து பேசவும் இல்லை. 'குமுதம் ரிப்போர்ட்டர்' முன்னிலையில் சொல்கிறேன். இந்த நிமிடமே நான் போராட்டத்தைக் கைவிடுகிறேன். அதற்கு நான்கு நிபந்தனைகள்:

1. கூடங்குளம் அணு மின்நிலைய தல ஆய்வறிக்கை, 2. பாதுகாப்பு ஆய்வறிக்கை. 3. 2008ஆம் ஆண்டு இந்தியாவும் ரஷ்யாவும் செய்துகொண்ட இழப்பீடு அறிக்கை. 4. அணு உலை உதிரிபாகங்கள் வாங்கியதில் ஊழல் நடைபெற்றிருப்பதை விசாரிக்க பாரபட்சமற்ற சுதந்திரமான விசாரணைக் குழு அமைக்க மத்திய அரசு ஒப்புக்கொண்டால் அடுத்த நிமிடமே எங்களுடைய போராட்டத்தைக் கைவிடத் தயார். செய்யுமா அரசு?

சந்திப்பு: அ. துரைசாமி

குமுதம் ரிப்போர்ட்டர், 15.8.2013

'அரசின் அசுர பலத்தை எதிர்க்க முடியவில்லை!'

இடிந்தகரையில் ஓங்கி ஒலிக்கும் அணுமின் நிலையத்துக்கு எதிரான போராட்டம், இரண்டு வருடங்களைக் கடந்தும் தொடர்கிறது. ஆனால், அந்த உண்ணாவிரதப் பந்தலில் ஓர் ஆண்டுக்கு முன்பு காணப்பட்ட உற்சாகமும் போர்க்குணமும் இப்போதும் இருக்கிறதா?

அணு உலைக்கு எதிரான மக்களின் அரசியல் உறுதிப்பாடு அப்படியே தொடர்கிறது. ஆனால், போராட்டம் ஒரு வரம்புக்கு மீறி நகர்ந்து செல்லாததால், மக்களிடம் பெரும் சோர்வு. பந்தல் முழுக்க நிரம்பியிருந்த மக்களின் எண்ணிக்கை வெகுவாகக் குறைந்துவிட்டது.

அர்ப்பணிப்புமிக்க மக்கள், அர்ப்பணிப்புமிக்க தலைவர்கள், அணு உலை ஆபத்து தொடர்பாக இந்திய அளவில் ஒரு பொது விவாதத்தையே உருவாக்கிய இந்தப் போராட்டம், இனி எப்படித் தொடரும்?

இடிந்தகரைப் போராட்டப் பந்தலில் சுப. உதய குமாரனைச் சந்தித்துப் பேசினேன்...

இரண்டு ஆண்டுகளுக்குப் பிறகு இடிந்தகரையைவிட்டு வெளியில் வருவதாகக் கூறியிருக்கிறீர்கள். எனில், இந்தப் போராட்டம் இறுதிக்கட்டத்தை எட்டிவிட்டதா?

இல்லை. போராட்டம் அடுத்த கட்டத்தை எட்டியிருக்கிறது. அக்டோபர் 2ஆம் தேதி, அனைத்து மாவட்டத் தலைநகரங்களிலும் எங்களுக்கு ஆதரவாக அரசியல் கட்சிகள் போராட்டம் நடத்தின. இடிந்தகரையில் சில ஆயிரம் மக்களின் போராட்டமாக இருந்த இது இன்று தமிழகம் முழுக்கப் பரவியிருக்கிறது. இந்த நிலையில் இப்போது எங்களுக்கு முக்கியமான ஒரு நெருக்கடி உருவாகி உள்ளது.

ஒரு பக்கம், மக்கள் உயிரைக் கடுகளவும் மதிக்காத பொய்களைத் துணிந்து சொல்கிற தரங்கெட்ட பாசிஸ சூழல் இங்கே நிலவுகிறது. இன்னொரு பக்கம், தாதுமணல் கொள்ளையர்கள் இடிந்தகரைக்குள் புகுந்து பணம் கொடுத்தும், சாதிய எண்ணத்தைத் தூண்டிவிட்டும், மிரட்டியும் எங்கள் மக்களுக்குள் பிரச்சினையை உருவாக்கி வருகின்றனர். இந்த இரண்டு பிரச்சினைகளையும் தமிழக முதல்வரின் கவனத்துக்கு எடுத்துச்செல்ல நாங்கள் எண்ணுகிறோம். இதனால்தான் இங்கிருந்து வெளியேவரும் முடிவை எடுத்துள்ளோம். ஆனால், இந்த முடிவுக்கு மக்கள் இன்னும் சம்மதிக்கவில்லை. இதனால் வெளியேறும் தேதியும் முடிவு செய்யப்படவில்லை.

அதற்கு முன்பு, இந்த ஊரில் எங்களுக்குச் சில கடமைகள் உள்ளன. இரண்டு ஆண்டுகளாக எங்களைப் பாதுகாத்தவர்கள் இந்த மக்கள். ஆகவே, ஊர் கமிட்டியிடமும் பெண்கள், இளைஞர்களிடமும் ‘நாங்கள் முதல்வரைச் சந்திக்கச் செல்லும் போது, ஒருவேளை கைதுசெய்யப்படலாம். அப்படி நடந்தால், நீங்கள் உங்களைத் தற்காத்துக்கொள்ள வேண்டும். ஒற்றுமையாக இருந்து போராட்டத்தைத் தொடர்ந்து நடத்த வேண்டும். நாங்கள் சிறைக்குச் செல்வதால், இந்தப் போராட்டம் முடங்கிவிடக் கூடாது’ என்று சொல்லியிருக்கிறோம்!

போராட்டக் குழுவினர் முதல்வரைச் சந்திக்கச் சென்றால், இடிந்த கரையைத் தாண்டி வள்ளியூர் போவதற்குள் கைதுசெய்யப்படுவீர்கள். இதுதான் யதார்த்தம். அப்படி ஒருவேளை போராட்டக் குழுவினர் கைதுசெய்யப்பட்டால், காவல் துறையினர் தங்களை வன்மத்துடன் எதிர்கொள்வார்கள் என்று இடிந்தகரை மக்கள் அஞ்சுகின்றனர். ‘எங்கிருந்தோ வந்தார்கள். போராட்டம் நடத்தினார்கள். நாங்களும் கலந்துகொண்டோம். இப்போது திடீர் எனக் கிளம்பிச் சென்று விட்டால், எங்கள் கதி என்ன?’ என்பது அவர்களின் அச்சம். அவர்களுக்குப் பதில் சொல்ல வேண்டிய பொறுப்பு, போராட்டக் குழுவுக்கு இருக்கிறதுதானே?

நிச்சயமாக! மக்களிடம் அத்தகைய அச்சம் இருப்பது உண்மைதான். இப்போது அதைப் பற்றிதான் விவாதித்து

வருகிறோம். இரண்டு ஆண்டுகளாக எங்களைப் பாதுகாத்த மக்களுக்குப் பதில் சொல்ல வேண்டிய கடமை எங்களுக்கு இருக்கிறது. உச்ச நீதிமன்றமே, 'மக்கள் மீதான வழக்குகளைத் திரும்பப் பெற வேண்டும்' எனக் கூறியிருக்கிறது. உயர் நீதிமன்ற மும் இதே கருத்தை வலியுறுத்துகிறது. பல அரசியல் கட்சிகளும் அமைப்புகளும்கூட இந்தப் பொய் வழக்குகளைக் கைவிட வேண்டும் என்று கோருகின்றனர்.

இவர்கள் அத்தனை பேரும் சொல்வதைக் கேட்காமல், வழக்குகளை வாபஸ் வாங்க மாட்டோம் என்றால், எங்கள் மக்கள் அப்படி என்ன தவறு இழைத்தார்கள்? பொதுச் சொத்து களைக் கொள்ளை அடித்தோமா? சொத்துக் குவிப்பு வழக்கில் மாட்டிக் கொண்டிருக்கிறோமா? இது ஜனநாயக நாடா? அல்லது அதிகாரிகள் தங்கள் மனதின் வன்மங்களைத் தீர்த்துக் கொள்ளும் எதேச்சாதிகார நாடா?

'இனிமேல், இந்தியாவின் எந்த மூலையில் அணு உலை திறக்க நினைத்தாலும், மாபெரும் மக்களின் எதிர்ப்பையும் போராட்டங் களையும் எதிர்கொண்டாக வேண்டிய சூழலை நாங்கள் உருவாக்கி இருக்கிறோம். இதுதான் இடிந்தகரை போராட்டத்தின் வெற்றி' என்று நீங்கள் சொல்கிறீர்கள். இப்போது அரசும் காவல் துறையும், 'இனிமேல் இந்தியாவின் எந்த மூலையில் அணு உலைக்கு எதிராகப் போராட்டம் நடத்தினாலும், இதுதான் கதி என்று பாடம் புகட்டக் காத்திருக்கிறோம்' என்கின்றன. எப்படி இதை எதிர்கொள்ளப் போகிறீர்கள்?

நல்ல கேள்வி. ஆனால், இது இடி அமீன் ஆட்சி செய்த உகாண்டா அல்ல; ஹிட்லர் ஆட்சி செய்த ஜெர்மனியும் அல்ல. இது ஜனநாயக நாடு. ஊருக்குள் வந்து அடித்துத் துவைத்துப் போட்டுவிட்டுப் போய்விட முடியாது. அப்படிச் செய்தால், நாடாளுமன்றத் தேர்தல் வருகிறதே அதில் மக்கள் பதில் சொல்வார்கள்!

ஆளும் வர்க்கம், சாதாரண மக்களின் குரல்களுக்கு மதிப்பு அளிப்பதில்லை என்பதை இங்குள்ள மக்கள் உணர்ந்துள்ளனர். அதேநேரத்தில் இந்த அரசுடன் மோதி வெற்றிபெறக்கூடிய சூழலும் இங்கு இல்லை.

நான் அடிக்கடி சொல்லும் உதாரணம். ஒரு கணவன் – மனைவி இருக்கின்றனர். வாட்ட சாட்டமான உடல்பலம் கொண்ட கணவன், மனைவியை அடித்து நொறுக்குகிறான் என்றால், அந்த மனைவி தானும் ஜிம்முக்குப் போய் உடலை

வலுவாக்கி, அவனை அடிக்க முடியாது. மாறாக, கணவனின் தொந்தரவுகள் குறித்து அக்கம்பக்கத்தாரிடம் குற்றம் சுமத்தி, அவனுக்கு உணவுதர மறுத்து, அவனுடைய இயல்பு வாழ்க்கை யைத் தடுத்து நிறுத்தி வழிக்கு வரவைக்க வேண்டும். இது ஓர் ஒழுக்கபூர்வமான அழுத்தம் (a moral pressure). எங்கள் போராட்டமும் இத்தகையதுதான். இது, அறவழிப் போராட்டம். இப்படித்தான் இதைச் செய்ய முடியும். இதற்கு மேல் அரசை எதிர்த்து எங்களால் போராட முடியாது. அரசிடம் இருக்கும் அசுர பலத்தை எதிர்த்து நிற்கும் சக்தி எங்களிடம் இல்லை!

இங்கிருந்து நான்கு கி.மீ. தூரம் தள்ளி இருக்கும் கிராமங்களில்கூட, 'அணு உலை ஆபத்தானது' என்பதைத் தாண்டி இந்தப் போராட்டத்தின் அரசியல் நியாயம் கொண்டு சேர்க்கப்படவில்லை. இரண்டு வருடங்கள் இந்தப் போராட்டம் நடந்திருக்கிறது. குறைந்தபட்சம் கடலோரக் கிராமங்களையேனும் திரட்டியிருந்தால், எல்லையோர ராணுவம்போல எழுந்து நின்று, அரசைப் பணியவைத்திருக்க முடியுமே?

அதுதான் அரசின் வெற்றி! எவ்வளவு பெரிய போராட்டமாக இருந்தாலும், அதில் பங்கேற்கச் செய்யாமல் மக்களைப் பிளவுபடுத்தி வைப்பதுதான் அரசின் முக்கியமான நோக்கம். அதை அவர்கள் வெற்றிகரமாகச் செய்துள்ளனர். மற்றபடி அணு உலையின் ஆபத்துகளை அறிவியல்பூர்வமாகத் தொடர்ந்து அம்பலப்படுத்தியிருக்கிறோம். சட்டரீதியாக உச்ச நீதிமன்றம் வரையிலும் விடாமல் போராடி வருகிறோம். அரசியல்ரீதியாக அணு உலை குறித்து அனைத்து அரசியல் கட்சிகளையும் ஒரு நிலைப்பாடு எடுக்க நிர்ப்பந்தித்துள்ளோம்.

அரவிந்த் கெஜ்ரிவால் இங்கு நேரடியாக வரும் அளவுக்கு எங்கள் போராட்டத்தின் வீச்சு தில்லி வரையிலும் எதிரொலித்தது. இடிந்தகரைப் பெண்கள் கொல்கத்தா, தில்லி வரையிலும் சென்று அணு உலை அபாயம் குறித்துப் பிரசாரம் செய்துள்ளனர். ஜப்பானில் நடைபெறும் அணு உலைக்கு எதிரான போராட்டத்தில், இடிந்தகரை முக்கிய அம்சமாகப் பேசப்படுகிறது. ஆகவே, சமகாலத்தில் அணு உலை அபாயம் தொடர்பாக இந்திய அளவில் நடத்தப்பட்ட முக்கியமான போராட்டம் இது. 'இடிந்தகரைக்குள்ளேயே இருந்து என்ன சாதித்தீர்கள்?' என்றால், அதுதான் இந்தப் போராட்டத்தின் முக்கியமான வெற்றி என நினைக்கிறேன்

அப்படியானால், இதை இதற்கு மேல் தொடர முடியாத அளவுக்குப் போராட்டக் குழுவினருக்கும் மக்களுக்கும் இப்போதுள்ள நெருக்கடி என்ன?

கடந்த இரண்டரை ஆண்டுகள் இல்லாத அளவில் இப்போது நாங்கள் மிகப்பெரிய அபாயம் ஒன்றில் சிக்கியிருக்கிறோம். கடந்த ஒரு வாரத்தில் மட்டும் எங்கள்மீது பத்துக்கும் அதிகமான பொய் வழக்குகள் போடப்பட்டுள்ளன. தாதுமணல் கொள்ளையர்கள், மக்களிடையே சாதியை வைத்தும் பணத்தைக் கொடுத்தும் பிரிவினையைத் தூண்டி வருகின்றனர். மக்கள் பிரதிநிதிகள் சிலருக்குப் பணத்தாசை காட்டி, அவர்கள் மூலமாகவே அடக்குமுறையை ஏவிவிடுகின்றனர். இடிந்தகரையில் 5,000 நாட்டு வெடிகுண்டுகள் புதைத்து வைக்கப்பட்டு இருப்பதாகப் பொய் செய்திகளைத் திட்டமிட்டுக் காவல்துறை பரப்புகிறது. எங்கள்மீது மிகப்பெரிய வன்முறை வெறியாட்டத்தை நடத்துவதற்காகக் காவல்துறையும் தமிழக அரசும் அணுமின் நிர்வாகமும் தாதுமணல் கொள்ளையர்களும் கூட்டுச் சேர்ந்துள்ளனர். நாங்கள் அடித்து நொறுக்கப்பட்டால், அதற்கு இவர்கள்தான் பொறுப்பு; தமிழக மக்கள்தான் சாட்சி. இதை ஆனந்த விகடன் மூலமாக விடுக்கும் அபயக்குரலாக எடுத்துக்கொள்ளுங்கள்!

அணு உலையில் இருந்து கதிரியக்கம் வெளியாகும் அபாயம் உள்ளது. ஆகவே அதை எதிர்க்கிறீர்கள். இதுவாவது எதிர்காலத்தில் வரக்கூடிய ஆபத்து. ஆனால், தாதுமணல் கொள்ளையால் ஏற்கனவே தென் தமிழகக் கடற்கரை பெரும் கதிரியக்க அபாயத்தில் சிக்கியிருக்கிறது. அந்த அபாயத்தை உருவாக்கும் வி.வி.மினரல்ஸ் குறித்தோ வைகுண்டராஜன் குறித்தோ ஏன் ஆரம்பத்திலேயே வீச்சுடன் எதிர்க்கவில்லை?

நான் தனிப்பட்ட வகையில் 2002ஆம் ஆண்டில் இருந்து இந்தத் தாதுமணல் கொள்ளையர்களுக்கு எதிராகத் தொடர்ந்து பேசியும் இயங்கியும் வருகிறேன். ஆனால், கூடங்குளம் அணுமின் நிலையப் போராட்டத்தில் இதுகுறித்துப் பேசாததற்குக் காரணம், இந்தத் தாதுமணல் கொள்ளையர்களின் அனுதாபிகள் எங்கள் ஊர்களில் இருக்கிறார்கள். அதைப் பேசினால், ஊர் மக்களிடையே பிளவு வரும்; சமுதாயப் பிரச்சினைகள் எழும். இந்தப் போராட்டம் இவ்வளவு நாட்கள் நீடித்திருக்காது. இப்போது தாதுமணல் கொள்ளையர்களால் வரும் நெருக்கடி அப்போதே வந்திருக்கும். அதனால்தான் இதை ஆரம்பத்திலேயே பேசவில்லை. ஒரே சமயத்தில் இரண்டு பிரச்சினைகளை எடுத்துப் போராடுவதற்கு நிறைய வலுவும் சக்தியும் தேவை. அது எங்களிடம் இல்லை. நாங்கள் அணுசக்திக்கு எதிரான மக்கள் இயக்கம்தானே தவிர, அனைத்துத் தீய சக்திகளுக்கு எதிரான மக்கள் இயக்கம் அல்ல!

இந்தப் போராட்டத்தில் இப்போதும் நம்பிக்கை அளிக்கிற அம்சங்களாக எவற்றைக் குறிப்பிடுவீர்கள்?

நேர்காணல்கள்

உண்மை, ஒழுக்கம், நேர்மை, நிதானம் ஆகியவற்றை நாங்கள் தொடர்ந்து பின்பற்றி வருகிறோம். இந்தப் போராட்டத்தில் ஈடுபட்டுள்ள ஒவ்வொருவரும், சொந்த நலன்களை மறந்து முழு அர்ப்பணிப்புடன் மக்களுக்காகப் போராடுபவர்கள். 'தூய்மை, பொறுமை, நிலைத்திருத்தல்' என விவேகானந்தர் குறிப்பிடும் மூன்று முக்கியமான அம்சங்களைக் கடைப்பிடித்து வருகிறோம். 'பைய வித்து முளைக்கும் தன்மை போல்' என்ற பாரதியாரின் வாக்குக்கேற்ப, இந்தப் பிரபஞ்சத்தைக் காப்பாற்றும் பெரும் கடமையுடன் எங்கள் பயணம் தொடர்கிறது!

சந்திப்பு: **பாரதி தம்பி**

ஆனந்த விகடன், 16.10.2013

உதயகுமாரைக் களமிறக்கும் ஆம் ஆத்மி!

தில்லியில் ஆட்சியைக் கைப்பற்றிய ஆம் ஆத்மி, நாடாளுமன்றத்தேர்தலில் இந்தியா முழுவதும் போட்டியிடத் தீவிர முயற்சியில் ஈடுபட்டுள்ளது. அதன் தொடர்ச்சியாகக் கூடங்குளம் அணு உலைக்கு எதிராகப் போராடிவரும், உதயகுமாரைக் களமிறக்கத் தீவிரமுயற்சியில் ஈடுபட்டுள்ளனர். இதற்காக கெஜ்ரிவாலின் தூதராக வழக்கறிஞர் பிரசாந்த் பூஷண் இடிந்தகரை வந்து சென்றுள்ளார்.

ஏற்கெனவே ஆம் ஆத்மியின் முக்கிய நிர்வாகிகளுக்கும் கூடங்குளம் போராட்டக்காரர்களுக்கும் நல்ல நெருக்கம் உண்டு. கடந்த செப்டம்பர் மாதம் இடிந்தகரையில் போலீஸார் துப்பாக்கிச் சூடு நடத்தினார்கள். அப்போது தில்லியிலிருந்து அரவிந்த் கெஜ்ரிவால் இடிந்தகரைக்கு வந்து, போராட்டக்காரர்களுக்கு ஆதரவாகப் பேசினார். ஆம் ஆத்மியின் அரசியல் ஆலோசனைக் குழு உறுப்பினரான பிரசாந்த் பூஷண்தான், கூடங்குளம் அணு உலைக்கு எதிராகத் தொடரப்பட்ட வழக்குகளில், போராட்டக்காரர்களுக்கு ஆதரவாக ஆஜராகி வருபவர்.

பிரசாந்த் பூஷணுடனான சந்திப்பு குறித்து உதயகுமாரிடமே பேசினோம்.

தில்லியில் ஆம் ஆத்மி பதவியேற்பு விழாவையும் புறக்கணித்துவிட்டு பிரசாந்த் பூஷண் திடீரென இடிந்தகரைக்கு வந்திருக்கிறாரே, நீங்கள் அழைத்தீர்களா, அவராக வந்தாரா?

அவராகத்தான் வந்தார். கேரளாவில் அவருக்கு அறிவிக்கப் பட்ட ஒரு விருதைப் பெற வந்தவர், அப்படியே இடிந்தகரைக்கு வந்தார். தில்லி சட்டமன்றத் தேர்தலின்போது ஆம் ஆத்மியின் அரசியல் ஆலோசனைக் குழு உறுப்பினர் அட்மிரல் ராம்தாஸ் எங்களிடம் பேசினார். 'இந்தியாவில் அரசியல் மாற்றம் உருவாகி வருகிறது. அதற்கு உங்கள் ஒத்துழைப்பும் உறுதுணையும் வேண்டும்' என்றார். இன்னொரு தலைவரான யோகேந்திரன் யாதவ் எங்களைத் தொடர்புகொண்டு 'ஆம் ஆத்மியில் சேரவேண்டும்' என்று வேண்டுகோள் விடுத்தார். அப்போது நான் அவரிடம், 'அய்யா ... நாங்கள் தமிழ்த் தேசியம் பேசுகிறவர்கள், நீங்களோ இந்திய தேசியம் பேசுகிறவர்கள், எப்படி ஒத்துப்போக முடியும்?' என்று கேட்டேன். அதற்கு அவர் 'இந்திய தேசியம் பேசுவது காங்கிரஸ் மற்றும் பா.ஜ.க. கட்சிகளின் கொள்கை.இரண்டும் பேசலாம் என்பது எங்களின் நிலை' என்றார். 'ஆம் ஆத்மி என்று இந்தியில் பெயர் இருக்கிறதே?' என்று கேட்டதற்கு, 'நீங்கள் வேண்டுமானால் 'ஏ.ஏ.பி.' என்று தமிழில்அழைத்துக்கொள்ளுங்கள். பிரச்சினை இல்லை. இந்திரா காலத்தில் ஜெயப்பிரகாஷ் நாராயணன் காங்கிரஸ் கட்சிக்குள்ளேயே காங்கிரஸ் சோஷியல் பார்ட்டியை நடத்த வில்லையா? அந்தக் கோணத்தில் சிந்தியுங்கள். பிரசாந்த் பூஷண் வருவார், விவாதியுங்கள்' என்றார்.

ஆம் ஆத்மி கட்சியின் தமிழகத் தலைவர் பொறுப்பை நீங்கள் ஏற்றுக்கொள்ளப் போவதாகச் சொல்கிறார்களே?

“பிரசாந்த் பூஷண் இடிந்தகரை மக்களிடம் பேசினார். அப்போது அணுசக்தியின் ஆபத்துகள் பற்றிப் பேசினார். 'ஆம் ஆத்மி பெற்ற வெற்றியின் மூலம் தில்லியில் மக்கள் புரட்சி தொடங்கிவிட்டது. அது நாடு பூராவும் பரவப் போகிறது. நமக்குத் தேவையானவற்றை நாமே தேர்ந்தெடுக்கும் காலம் வரப்போகிறது. அதற்காக நீங்கள் ஆம் ஆத்மியில் சேருவதை வரவேற்கிறேன். குறிப்பாக, நேர்மையான வழியில் மக்களுக்காகப் போராடும் உதயகுமார் ஆம் ஆத்மியில் சேர்ந்தால் முகமலர்ந்து வரவேற்கிறேன்' என்றார். தனிப்பட்ட முறையில் நான் அவரைச் சந்தித்து ஆலோசனை எதுவும் செய்யவில்லை. ஆனால், போராட்டக்குழு உறுப்பினர்களுடன் சேர்ந்து அவரிடம் ஆலோசனை செய்தோம். ஈழத் தமிழர் பிரச்சினை, இலங்கைக் கடற்படையால் தமிழக மீனவர்கள் சுட்டுக் கொல்லப்படுவது,

தமிழகக் கடலோரம் மட்டுமல்ல, இந்தியக் கடலோரங்களில் நடைபெறும் தாதுமணல் கொள்ளை பற்றிப் பேசினோம். சில பிரச்சினைகள் பற்றி அவருக்கு விழிப்புணர்வு இல்லை. என்றாலும் இதற்காகப் புதிய பாலிசி முடிவு எடுக்கலாம்' என்றார்.

பிரசாந்த் பூஷண் நேரடியாகவே அழைப்பு விடுத்திருக்கிறார். உங்களின் நிலை என்ன?

"நாங்கள் அரசியல் மற்றும் தேர்தலுக்காகப் போராடவில்லை. அணுசக்திக்கு எதிராகத்தான் நாங்கள் போராடுகிறோம். என்றாலும் கடந்த மூன்றாண்டுகளாக நடைபெற்று வரும் போராட்டத்தை அரசு கடுகளவும் கண்டுகொள்ள வில்லை. ஒரு அறையில் போட்டு பூட்டி கார்னர் செய்தால் பூனைகூடப் போராடும். எனவே, வேறு வழியே இல்லாத நிலையில் மக்களைக் கலந்து ஆலோசித்துவிட்டு ஒரு முடிவுஎடுப்போம்" என்று முடித்துக்கொண்டார்.

குமுதம் ரிப்போர்ட்டர், 5.1.2014

திமுக, அதிமுக இரண்டையும் ஒட்டுமொத்தமாக அழிப்பதுதான் ஒவ்வொரு தமிழனின் அரசியல் கடமையாக இருக்க வேண்டும்

சுப. உதயகுமார் அணு உலைக்கு எதிரான நாடறிந்த, உலகறிந்த மாபெரும் போராளி. தமிழக, இந்திய ஒன்றிய அளவில் மட்டுமல்ல உலக அளவில் ஊடகங்களில் வலம் வந்தவர். எளிமையான தோற்றம் கொண்டவர். நல்ல சிந்தனையாளர். அமெரிக்காவில் பல ஆண்டுகள் ஆசிரியப்பணி மேற்கொண்டவர். அணு உலைக்கு எதிரான மக்கள் இயக்கத்தின் ஒருங்கிணைப்பாளராக இருந்து இடிந்தகரையில் கூடன்குளம் பகுதிவாழ் மக்களைத் திரட்டி மாபெரும் போராட்டத்தை ஆண்டுக் கணக்கில் நடத்தி உலகின் கவனத்தை ஈர்த்தவர். சோனியா மன்மோகன்சிங்கின் காங்கிரசு அரசுக்குப் பணிந்து தமிழக ஜெயலலிதா அரசு உதயகுமார் உள்ளிட்ட போராளிகள் மீது 200க்கும் மேற்பட்ட வழக்குகள் போட்டது. அவற்றில் இருபது வழக்குகள் தேசத்துரோக வழக்குகள். வழக்குகளுக்கு அஞ்சாமல் சமரசம் செய்துகொள்ளாமல் போராடி வருபவர். அவரை 21.03.2015 அன்று மானாமதுரையில் சந்தித்தோம். *தமிழர் பெருவெளி* இதழுக்காக அவர் அளித்த நேர்காணல் அப்படியே இங்கு பதிவு செய்யப் படுகிறது.

அணுமின் திட்டத்தை நீங்கள் எதற்காக எதிர்க்கிறீர்கள்? தொடங்கு வதற்கு முன்னால் அதை ஏன் எதிர்க்கவில்லை?

கூடங்குளம் அணுமின் நிலையத்தை எதிர்ப்பதற்குக் காரணம், அது எங்களுடைய பகுதியில் அமைந்திருக்கிறது என்பதால் அல்ல. ஒட்டு மொத்த உலகத்துக்கே அணுசக்தி தேவையில்லை என்பது எங்களுடைய நிலைப்பாடு. காரணம், அணுசக்திக்கும் அணு ஆயுதங்களுக்கும் நேரடியாகத் தொடர்பிருக்கிறது. அணுமின் நிலையங்களிலிருந்துதான் அணு ஆயுதங்களுக்கு தேவையான புளூட்டோனியம் உற்பத்தி செய்யப்படுகிறது. இந்த ஒட்டுமொத்த உலகத்தையே அழித்து நொறுக்குகிற ஆற்றல் இந்த அணு ஆயுதங்களுக்கு இருப்பதால் அணுசக்தியையும் சேர்த்து எதிர்க்கிறோம்.

இந்தியாவைப் பொறுத்தவரை அணுமின் நிலையங்கள் மிக ஆபத்தான நிலையில் இருக்கின்றன. கிட்டத்தட்ட அனைத்து அணுமின் நிலையங்களிலுமே அவ்வப்போது விபத்துகள் நடந்து கொண்டிருக்கின்றன. இந்தியா மக்கள்தொகை அதிகமான, அடர்த்தியான நாடு. இந்த நாட்டிலே செர்னோபில் போல அல்லது ஃபுக்குஷிமா போல ஒரு விபத்து நடந்தால் அதை மேலாண்மை செய்கிற தன்மை, தகுதி நமக்கு இல்லை. மேலாண்மைக் கலாச்சாரம் என்பது மிகவும் பின்தங்கிய நிலையில் இருக்கிறது. ஏற்கனவே முப்பதாண்டுகளுக்கு முன்னால் போபாலில் நடந்த விபத்துக்குப் பிறகு இதுவரை அந்த மக்களுக்கு எந்தவிதமான உதவிகளையோ வசதிகளையோ மத்திய, மாநில அரசுகளால் செய்துகொடுக்க முடியவில்லை. அது ஒரு சாதாரண வேதியியல் விபத்து. அணு உலையில் விபத்து நடந்தால் அப்படி விட்டுவிட்டு இருக்க முடியாது.

போபாலில் உள்ள அந்தக் கழிவுகளை முப்பதாண்டுகளாக அகற்றாமல் இருக்கிறோம். ஆனால், அணு உலையில் விபத்து நடந்தால் அந்தக் கழிவுகளை அப்படியே வைத்துக்கொண்டிக்க முடியாது. தற்போது ஃபுக்குஷிமாவைப் பார்க்கிறோம். ஃபுக்குஷிமா விபத்துக்குப் பல லட்சம் கோடி ரூபாய் செலவு செய்த பிறகும் அதைச் சரிவர ஜப்பானிய அரசாங்கத்தாலேயே மேலாண்மை செய்ய முடியவில்லை. ஜப்பானிய அரசாங்கம், ஜப்பானிய நாடு நம்மைவிடத் தொழில் நுட்பத்திலே, அறிவியலிலே வளர்ந்த நாடு. நம்மைவிட ஆரோக்கியமான சனநாயக அமைப்புகொண்ட நாடு. நம்மைவிடச் செல்வந்த நாடு. அப்படிப்பட்ட நாட்டாலேயே முடியாமல் இருக்கும்போது நம்மால் நிச்சயமாக முடியாது.

இம்மாதிரியான யதார்த்த விஷயங்களைத் தவிர, கடலோரத்தில் இந்த அணுமின் நிலையங்களை அமைப்பதால்

மிகப் பெரிய கேடு விளையும். அணுமின் நிலையங்களைக் குளிர்விப்பதற்காகக் கடலிலிருந்து தண்ணீர் எடுக்கிறார்கள். அந்தத் தண்ணீரை இந்த அணுமின் நிலையத்தின் மையப் பகுதியைச் சுற்றி அனுப்பி மீண்டும் அந்தத் தண்ணீரைக் கடலுக்குள்ளே விடும்போது, அந்தத் தண்ணீர் வெப்பம் மிகுந்ததாக இருக்கும். அதிலே கதிர்வீச்சுக் கனிமங்கள் இருக்கும். அப்படி வரும்போது அந்தக் கடலிலே மீன்வளம் குறையும். தாராப்பூர், கல்பாக்கம் போன்ற பகுதிகளிலே மீன்வளம் குறைந்திருப்பதாக மீனவர்கள் சொல்லுகிறார்கள். அப்படிக் குறையும்போது 7,500கி.மீ நீளமுள்ள இந்தியக் கடற்கரையில் வாழுகிற மீனவ மக்களுடைய வாழ்வாதாரங்கள் பாதிக்கப்படும். வாழ்வுரிமைகள் கேள்விக்குள்ளாகும்.

அது மட்டுமல்ல, இந்தியாவிலே மூன்றில் இரண்டுபேர் அதாவது கிட்டத்தட்ட 80 கோடி பேர் கடற்கரையிலிருந்து 50 கி.மீ தூரத்துக்குள் வாழ்வதாக ஒரு கணக்கீடு சொல்கிறது. அத்தனை மக்கள் மீன் உணவை நம்பி வாழ்கிறார்கள். மீன் உணவுதான் விலை குறைந்த, ஊட்டச்சத்துமிக்க உணவாகப் பலருக்கும் இருக்கிறது. மீனவர்களுடைய வாழ்வாதாரங்கள் பாதிக்கப்படும்போது இந்த மிகப் பெரும்பான்மையான இந்திய மக்களுடைய உணவுப் பாதுகாப்பும் ஊட்டச்சத்து பாதுகாப்பும் கேள்விக்குள்ளாகின்றன. மக்கள்தொகை இவ்வளவு நெருக்கமாக, அடர்த்தியாக வாழுகிற நாட்டிலே மிகப் பெரிய நோய்கள் உருவாகவும் வாய்ப்பிருக்கிறது. ஏற்கனவே புற்றுநோயால் இந்தியா முழுவதும் பரிதவித்துக்கொண்டிருக்கிறது. இப்படிப் பல்வேறு அம்சங்களைப் பற்றிச் சிந்தித்த பிறகுதான் அணுசக்தியை எதிர்ப்பது என்று முடிவு செய்து, இப்போது அல்ல, பல ஆண்டுகளாக நாங்கள் போராடிக்கொண்டிருக்கிறோம்.

இந்தக் கூடங்குளம் திட்டம் திட்ட நிலையில், தொடக்க நிலையில் இருக்கும்போதே ஒய்.டேவிட் போன்ற பலரும் இதற்கு எதிர்ப்புத் தெரிவித்துப் பல நடவடிக்கைகளிலே ஈடுபட்டுக் கொண்டிருந்தார்கள். நாங்கள் அந்தக் காலகட்டத்திலே அவரோடு இறங்கி வேலை செய்யவில்லை என்றாலும் அவருக்கு ஆதரவாக நிகழ்வுகள் நடத்தியிருக்கிறோம். எனவே இந்தத் திட்டம் தொடங்கப்படும் நிலையிலேயே எதிர்ப்பு இருந்தது. அதன்பின்னர் மிக்கேல் கார்பச்சேவ் பதவி இழந்த பிறகு, ராஜீவ் காந்தி மரணமடைந்த பிறகு, திட்டம் கிட்டத்தட்ட கைவிடப்படும் நிலையிலிருந்தது. பின்னர் தேவகௌடா பிரதமரான பிறகு, ரஷ்யாவிலே போரிஸ் எல்சின் அதிபரான பிறகு திட்டம் மீண்டும் கையிலெடுக்கப்பட்டது. அந்தக் காலத்திலே நாங்கள் மீண்டும் ஒருங்கிணைந்தோம்.

அப்போதிருந்தே நாங்கள், எங்களைப் போன்றவர்கள் இந்தத் திட்டங்களுக்கு எதிராகப் போராடி வருகிறோம். இந்தியாவுக்கு அணுசக்தி வேண்டாம் என்பதுதான் எங்களுடைய நிலைப்பாடு. அதனாலேதான் நாங்கள் அணுசக்திக்கு எதிரான மக்கள் இயக்கம் என்ற பெயரிலே இயக்கம் தொடங்கி, அதுவும் ஒய். டேவிட் தலைமையிலே மதுரையிலே 2001ஆம் ஆண்டு நவம்பர் மாதம் தொடங்கப்பட்ட அமைப்பு. ஒருசில ஆண்டுகள் அவர் வழிநடத்தினார். பின்னர் அவர் பிற வேலைகளுக்குச் சென்றதால் எங்களைப் போன்றவர்கள் அதைத் தொடர்ந்து வழிநடத்திக் கொண்டிருக்கிறோம். கூடங்குளம் அணுசக்தி எதிர்ப்புத் திட்டம் என்பதல்ல. எங்களது பெயர், எங்களுடைய அடையாளம் 'அணுசக்திக்கு எதிரான மக்கள் இயக்கம்'.

கூடங்குளம், கல்பாக்கம், தாராப்பூர், மித்திவிருதி, கொவாடா, ஜைத்தாபூர் என அத்தனை அணுமின் நிலையங்களையும் நாங்கள் எதிர்க்கிறோம். உலகத்திலே மிகக் குறைந்த நாடுகள்தான் இந்த அணுசக்தித் தொழில்நுட்பத்திலே ஆர்வம் காட்டுகின்றன. பெரும்பாலான நாடுகளுக்கு வேண்டிய மின்சாரம் பிற வழிகளிலேதான் தயாரிக்கப்படுகிறது. எனவே மின்சாரம் என்ற கணக்கைச் சொல்லி, கதையைச் சொல்லி நம்மை நம்முடைய மக்களை மத்திய அரசும் மாநில அரசும் ஏமாற்றுகின்றன. இந்த ஆபத்தான திட்டங்கள் வேண்டாம் என்பதுதான் எங்களுடைய பரந்துபட்ட நிலைப்பாடு.

போராட்டம் நடந்துகொண்டிருக்கிறதா முடிந்துவிட்டதா?

கூடங்குளம் அணுமின் நிலையத்துக்கு எதிரான போராட்டம் மூன்றரை ஆண்டுகளைக் கடந்து தொடர்ந்து நடந்துகொண்டிருக்கிறது. கிட்டத்தட்ட 1,400 நாட்களாக இந்தப் போராட்டம் தொடர்ந்து நடந்துகொண்டிருக்கிறது. இப்போதும் நடந்துகொண்டிருக்கிறது. 2014ஆம் ஆண்டு மார்ச் மாதம் 29ஆம் தேதி போராட்டக் குழுவைச் சேர்ந்த நானும் மை.பா. ஜேசுராசும், புஷ்பராயனும், முகிலனும் இடிந்தகரை ஊரைவிட்டு வெளியே வந்தபிறகு, இடிந்தகரைப் பெண்கள் அந்தத் தினசரி உண்ணாவிரதப் போராட்டத்தைத் தொடர்ந்து நடத்திக்கொண்டிருக்கிறார்கள்.

எங்களைப் போன்றவர்கள் தமிழகம் முழுவதும் கேரளா போன்ற அண்டை மாநிலங்களுக்கும் சென்று இளைஞர்கள், பெண்கள், குழுக்களிடம் கலந்துரையாடல் நடத்துகிறோம். கருத்துப் பரவலாக்கம் செய்கிறோம். அண்மை மாதங்களில் இரண்டு தேசியப் பிரசாரப் பயணங்கள் செய்தோம். கன்னியாகுமரியிலிருந்து காஷ்மீர்வரை தொடர் வண்டியிலே

பயணம் செய்து அணுசக்திக்கு எதிரான துண்டுப் பிரசுரங்களை விநியோகித்தோம். அதேபோல ஒரு மாதத்துக்கு முன்னால் கன்னியாகுமரியிலிருந்து புறப்பட்டு அஸ்ஸாம்வரை சென்று பொதுக் கூட்டங்களில் பேசினோம். எங்களுடைய கருத்துகளை இடிந்தகரையில் மட்டும் பேசிக்கொண்டிருந்ததற்குப் பதிலாக, இப்போது எங்கெங்கெல்லாம் முடியுமோ, அங்கெங்கெல்லாம் சென்று இந்தக் கருத்துப் பரவலாக்கத்தைச் செய்துகொண்டிருக்கிறோம். போராட்டம் மிகத் தெளிவாக உறுதியாக நடந்துகொண்டிருக்கிறது.

உங்களை வெறும் சுற்றுச்சூழல் போராளியாக மட்டுமே ஊடகங்கள் காட்டுவது மற்ற பிரச்சினைகள் பற்றி நீங்கள் சிந்திக்கவில்லை என்று காட்டுவதற்காகவா அல்லது உண்மையிலேயே நீங்கள் அது குறித்துச் சிந்திப்பது இல்லையா?

இந்தக் கேள்வி என்னைத் தனிப்பட்ட முறையில் கேட்கிற கேள்வியா அல்லது எங்கள் போராட்டக் குழுவை, போராடும் மக்களைப் பற்றிய கேள்வியா என்று எனக்குப் புரியவில்லை. தனிப்பட்ட முறையில் என்று சொன்னால், நான் பல்வேறு சமூக, பொருளாதார, அரசியல் பிரச்சினைகள் பற்றித் தொடர்ந்து எழுதிக்கொண்டிருக்கிறேன். இந்தப் போராட்டத்துக்கும் இருபது ஆண்டுகளுக்கு முன்பாகவே நான் இம்மாதிரி பிரச்சினைகள் பற்றி அமெரிக்கப் பத்திரிகைகளில், இந்தியப் பத்திரிகைகளில் தொடர்ந்து எழுதிக்கொண்டிருக்கிறேன். இந்தப் போராட்டக் குழுவைப்பற்றி, போராடும் மக்களைப் பற்றிய கேள்வியாக இருந்தாலும், நாங்கள் இடிந்தகரையில் போராடிக்கொண்டிருக்கும்போதே தமிழீழ விடுதலைப் பிரச்சினைகள் தொடர்பாகக் கூட்டங்கள் நடத்தியிருக்கிறோம். போராட்டங்கள் நடத்தியிருக்கிறோம். காவிரி நதிநீர்ப் பிரச்சினைக்காக இடிந்தகரையிலே உண்ணாவிரதம் இருந்திருக்கிறோம். தமிழக மீனவர்கள் பிரச்சினை பற்றி நாங்கள் நிலைப்பாடு எடுத்திருக்கிறோம். மக்களைத் திரட்டியிருக்கிறோம். இடிந்தகரையிலிருந்து போராட்டக் குழு உறுப்பினர்கள் வெளியே வந்தபிறகு ஆம் ஆத்மி என்கிற எளிய மக்கள் கட்சியின் சார்பாக கன்னியாகுமரி, திருநெல்வேலி, தூத்துக்குடி நாடாளுமன்றத் தொகுதிகளிலே போட்டியிட்டு இந்த மூன்று நாடாளுமன்ற தொகுதிகள் குறித்த பிரச்சினைகள் பற்றி மிக விரிவாக, விளக்கமாகப் பேசியிருக்கிறோம். தேர்தல் அறிக்கைகள் தயாரித்திருக்கிறோம். இந்தியா முழுவதும் சென்று பல்வேறு பிரச்சினைகள் குறித்து நாங்கள் பேச்சுவார்த்தை நடத்தியிருக்கிறோம். பரந்துபட்ட அரசியல் புரிதல் எங்களுக்கு நிச்சயமாக இருக்கிறது. அணுசக்தி ஒன்றுதான் பிரச்சினை, சுற்றுச்சூழல் பிரச்சினைகள் மட்டும்தான் இந்த நாட்டில் பிரச்சினைகள்

என்று நாங்கள் பார்க்கவுமில்லை. சிந்திக்கவுமில்லை. ஒரு பரந்துபட்ட தளத்தில் நின்றுதான் நாங்கள் இந்தப் போராட்டத்தை நடத்திக்கொண்டிருக்கிறோம்.

நியூட்ரினோ திட்டம் பற்றிச் சொல்லுங்கள்.

நியூட்ரினோ என்பது அறிவியல் சம்பந்தப்பட்ட ஒரு விஷயம். அதிலே எங்களுக்கு எந்த மாற்றுக்கருத்தும் கிடையாது. நாங்கள் அந்தத் திட்டத்தை தடுக்கவோ அல்லது மறுதலிக்கவோ இல்லை. நியூட்ரினோ என்பது அறிவியல் உண்மை. ஓர் அணுவுக்குள்ளே நியூட்ரானும் புரோட்டானும் எலக்ட்ரானும் மட்டும்தான் இருந்தது என்று நினைத்துக்கொண்டிருந்த சமயத்தில், இல்லை அதனுள்ளே கடவுள் துகள் என்று சொல்லப்படுகின்ற நியூட்ரினோவும் இருக்கிறது. அந்த நியூட்ரினோ மழை வெள்ளம் போல சூரியனிலிருந்து புறப்பட்டு நம்மை நோக்கி வந்து, நம்மைக் கடந்து, இந்தப் பூமியையே கடந்து அடுத்த பக்கமாக வெளியே சென்றுகொண்டிருக்கிறது என்றெல்லாம் இப்போது அறிவியலாளர்கள் சொல்லுகிறார்கள். கண்ணுக்குத் தெரியாத, நாற்றமற்ற, ஒளியற்ற, வடிவமற்ற இந்த நியூட்ரினோ துகள்களை ஆராய்ச்சியாளர்கள் ஆய்வு செய்துகொண்டிருக்கிறார்கள். அதிலே எந்த மாற்றுக் கருத்துக்கும் இடமில்லை. நாளை இந்த நியூட்ரினோ பற்றிப் பல்வேறு தகவல்கள் வெளிவரலாம். அதற்காக அறிவியலாளர்கள் முயன்று கொண்டிருக்கிறார்கள். அந்த முயற்சிகளை நாம் பாராட்டுகிறோம். எந்தப் பிரச்சினையும் கிடையாது.

நியூட்ரினோ திட்டத்தைத் தமிழகத்திலுள்ள தேனி மாவட்டத்திலுள்ள அம்பரப்பர் மலையில் வந்து அந்த மலையைக் குடைந்து அங்கே குகைகள் அமைத்து அங்கே ஆய்வு செய்யப் போகிறோம் என்று சொல்லுகிறார்கள். நாங்கள் கேட்கிற கேள்வி யாருக்காக இந்தத் திட்டம்? அறிவியல் வளர்ச்சி தேவைதான். ஆனால், அடிப்படையே இல்லாத அடிப்படை வசதிகளையே செய்து கொடுக்க முடியாத நிலையில் நாடு தத்தளித்துக் கொண்டிருக்கும்போது இந்த வீண் செலவு தேவையா? என்பது எங்களுடைய கேள்வி. இந்தத் திட்டம் யாருக்காக நடத்தப்படுகிறது என்றால், அமெரிக்காவிலுள்ள ஃபெர்மி லேப் என்கிற அமெரிக்க எரிசக்தித் துறையின் கீழ் வருகிற ஒரு நிறுவனத்துக்காக இந்தத் திட்டம் தொடங்கப்படுகிறது, நடத்தப்படுகிறது. அமெரிக்காவிடம் தாராளமான பொருளாதார வசதி இருக்கிறது. இந்தப் பணத்தை அமெரிக்காவிடமிருந்து வாங்கி நாம் செய்தால்கூட ஒருவிதத்தில் ஏற்றுக்கொள்ளலாம். அவர்களுடைய திட்டம் அவர்களுடைய செலவிலே நாம் செய்து

கொடுக்கிறோம் என்றுகூட ஏற்றுக்கொள்ளலாம். அவ்வளவு பெரிய செல்வந்த நாடான அமெரிக்காவிற்கு, ஏழை மக்களுடைய வரிப் பணத்திலிருந்து 1,500 கோடி ரூபாய் எடுத்து வீண் செலவு செய்து இந்தத் திட்டத்தை செய்ய வேண்டுமா? இது முதல் கேள்வி.

இரண்டாவது கேள்வி, இந்தத் திட்டத்திலே இந்தியாவை ஒரு முழுநேர உறுப்பினராகக்கூட அவர்கள் சேர்க்கவில்லை. அசோசியேட் மெம்பர்ஷிப் கொடுப்பார்களாம். அதாவது, துணை உறுப்பினர் பதவி. ஏன் இந்த ஏற்றத்தாழ்வுக்கு நாம் இணங்க வேண்டும்? அமெரிக்க ஏகாதிபத்தியத்தைத் தூக்கி நிறுத்துவதற்கு இப்படி ஒரு அடிமைத்தனம் தேவையா? என்று நாங்கள் கேட்கிறோம்.

மூன்றாவது கேள்வி, நம்முடைய மக்களுக்கு இதிலிருந்து என்ன கிடைக்கும்? உண்ண உணவு இல்லை. உடுக்க உடை இல்லை. குடிக்கத் தண்ணீர் இல்லை. நாடு முழுவதும் வறட்சியும் பசியும் பட்டினியுமாகக் கிடந்து தவிக்கும் மக்களிடமிருந்து 1,500 கோடி ரூபாயை எடுத்து அமெரிக்கக்காரனுக்குத் தாரை வார்க்க வேண்டிய தேவை என்ன? இந்தியாவிலுள்ள 120 கோடி மக்களுக்கும் இரண்டு வேளை உணவு, பாதுகாப்பான குடிநீர், கழிப்பறை வசதி போன்ற அடிப்படை வசதிகளைச் செய்து கொடுத்துவிட்டு நீங்கள் ஒட்டுமொத்த நாடு முழுக்க அறிவியல் ஆராய்ச்சி செய்தாலும் எங்களுக்குப் பிரச்சினையில்லை. பிரியாரிட்டி (Priority) என்று சொல்கிறோம், நம்முடைய நாட்டிலே எதற்கு நாம் முன்னுரிமை கொடுக்க வேண்டும்? மக்களுக்குத் தேவையான அறிவியலைச் செய். மக்களுக்குப் பாதுகாப்பான தண்ணீர் கொடுக்கிற அறிவியல்தான் நமக்கு இப்போது தேவை. நமக்கு நியூட்ரினோ தேவையில்லை. சந்திர மண்டலத்துக்கு ஆளனுப்பப் போகிறோம்; சந்திராயன் சந்திராயன் என்று கொஞ்ச நாள் கூத்து நடத்தினார்கள். இப்போது சொல்கிறார்கள் சந்திரனில் போய் இறங்கி விட்டோம். அங்கே அதன்பிறகு என்ன நடந்தது என்பது தெரியாது. ஒரு பள்ளி மாணவன் ஐயா அப்துல் கலாமிடம் கேட்கிறான். இவ்வளவு ஏழை நாட்டிலிருந்து பணத்தை எடுத்து சந்திர மண்டலத்துக்கு ஆய்வு செய்ய அனுப்புகிறீர்களே இது தேவையா? என்று கேட்டபோது அவர் சொல்லியிருக்கிறார், சந்திரனில் பல அரிய தாதுக்கள் இருக்கின்றனவாம். அதைப்பற்றி ஆய்வு செய்கிறார்களாம். நம்முடைய நாட்டிலே இருக்கிற வளங்களை எடுத்து நம்முடைய மக்களுக்கு ஒரு வளமான வாழ்வு அமைத்துக் கொடுக்க வக்கற்றவர்கள், வகையற்றவர்கள் சந்திர மண்டலத்திலே போய் என்ன ஆராய்ச்சி செய்து தாதுக்களைக் கண்டுபிடித்து விடுவார்கள்? செவ்வாய் கிரகத்துக்கு ஏன் இவ்வளவு செலவு

செய்து ஆய்வு நடத்துகிறீர்கள் என்றால், செவ்வாய் கிரகத்தில் தண்ணீர் இருக்கிறதா என்று பார்க்கிறார்களாம். செவ்வாய் கிரகத்தில் தண்ணீர் இருந்தால் பைப் போட்டுக் கொண்டு வரப் போறீங்களா? இவையெல்லாம் வீணான திட்டங்கள் என்று நாங்கள் நினைக்கிறோம்.

அப்படியானால் அறிவியல் வேண்டாமா? வேண்டும். அறிவியல் வேண்டும். சாதாரண ஏழை எளிய மக்களுடைய வாழ்க்கையை உயர்த்துகிற அறிவியலைக் கொண்டு வா. அந்த அறிவியலைப் பயன்படுத்தி இந்தியாவில் ஏற்றத்தாழ்வுகள் இல்லை. அனைவருக்கும் அடிப்படைத் தேவைகள் கிடைக்கின்றன என்கிற நிலையை உருவாக்கு. நாங்கள் உங்களோடு வந்து வேலை செய்கிறோம். இந்த அறிவியல்தான் நாட்டுக்குத் தேவை.

இப்போது இன்னுமொரு முக்கியமான தகவல். அந்த நியூட்ரினோ திட்டத்துக்குத் தமிழ்நாடு மாசுக் கட்டுப்பாட்டு வாரியத்திடமிருந்து அனுமதி கோருகிற அந்த விண்ணப்பத்திலே, அணு உலை கழிவுகள் மேலாண்மை குறித்த திட்டம் என்று குறிப்பிட்டு இருக்கிறார்கள். இதை நாங்கள் காட்டி தட்டிக் கேட்டால், அது ஒரு கிளரிக்கல் எரர். ஒரு சாதாரணத் தவறு, எழுத்தர் செய்த தவறு என்று சொல்லுகிறார்கள். எவ்வளவு அப்பட்டமான பொய். ஓர் எழுத்தர் அவ்வளவு பெரிய தவறைச் செய்ய முடியுமா? அப்படியானால் நீங்கள் எவ்வளவு குழந்தைத்தனமாக சிறுபிள்ளைத்தனமாக இந்தத் திட்டத்தை அணுகிக்கொண்டிருக்கிறீர்கள். அதுவே மிகப்பெரிய கவலையையும் பயத்தையும் உருவாக்குகிறது. அது மட்டுமல்ல. மதுரை மாவட்டத்தில் மதுரை காமராசர் பல்கலைக் கழகத்துக்கு நேர் எதிராக உள்ள வடபழஞ்சி என்ற கிராமத்தில் அணுக்கழிவு ஆய்வு மையம் தொடங்கியிருக்கிறார்கள். அந்த அலுவலகம் ஏன் மதுரைக்கு வருகிறது? மதுரைக்கும் அணுக்கழிவு ஆய்வுக்கும் என்ன தொடர்பு? கூடங்குளத்தில் வைத்திருந்தால் அல்லது கல்பாக்கத்தில் வைத்திருந்தால் புரிந்துகொள்ள முடியும். ஏன் மதுரைக்கு இந்த அலுவலகம் வருகிறது? தேனிக்கும் மதுரைக்கும் எவ்வளவு தூரம்? இம்மாதிரியான விஷயங்களைத் தொடர்பு படுத்திப் பார்க்கும்போது இந்த நியூட்ரினோ ஆய்வை ஒருசில ஆண்டுகள் நடத்திவிட்டு இந்தக் குகைகளை நாங்கள் மூடப் போகிறோம். இந்தியாவிலே பல இடங்களில் அணுமின் நிலையங்கள் தொடங்கப் போகிறார்கள் ரஷ்ய உதவியோடு, அமெரிக்க உதவியோடு, பிரான்சு நாட்டு உதவியோடு. அடுத்த பத்து ஆண்டுகளுக்குள் அனைத்து அணுமின் நிலையங்களிலிருந்தும் கழிவுகள் மிகப்பெரும் அளவில் வெளிவரும். இந்தக் கழிவுகளை வைப்பதற்கு இடம் தேவைப்படும். எனவே நியூட்ரினோ ஆய்வை

முடித்துவிட்டோம். இந்த இடத்திலே இந்தக் குகையிலே இந்தக் கழிவுகளை, அணு உலைக் கழிவுகளை உள்ளே போட்டு மூடப்போகிறோம் என்று சொல்லுவார்கள். அந்த நேரத்திலே தட்டிக்கேட்பதற்கு ஆட்கள் இருக்க மாட்டார்கள். தமிழகத்துக்கும் கேரளத்துக்கும் மிகப் பெரிய கேடு விளையும். இதிலிருந்து வெளிவருகிற, கசிந்து வருகிற தண்ணீர் கதிர்வீச்சுத் தன்மை கொண்டதாயிருக்கும். மேற்குத் தொடர்ச்சி மலை என்பது பல்லுயிர் பெருக்கத்துக்கும் சூழலியலுக்கும் மிக முக்கியமான ஒரு கேந்திரம். அது நாசமாகிப் போகும். நமது வழித்தோன்றல்கள் அழிந்துபோவார்கள். அது மட்டுமல்ல. இந்தத் திட்டத்தை நடைமுறைப்படுத்தும் போதே இடுக்கி அணை, முல்லைப் பெரியாறு அணை உள்ளிட்ட அணைகள் பாதிக்கப்படும் வாய்ப்பு இருப்பதாகச் சொல்லுகிறார்கள். அந்தப் பகுதியிலே வனங்கள் இருக்கின்றன. விவசாயிகள் வாழ்ந்து கொண்டிருக்கிறார்கள். இப்படி எல்லா விஷயங்களையும் நாம் தொகுத்துச் சேர்த்துப் பார்க்கும்போது மிகப் பெரிய ஆபத்து இருக்கிறது. எனவேதான் நாங்கள் இந்தத் திட்டத்தை வேண்டாம் என்று எதிர்க்கிறோம். நியூட்ரினோ திட்டத்தை இந்தியாவிலே எங்கேயும் நடத்த வேண்டாம் என்று நாங்கள் சொல்கிறோம். அல்லது தார்ப் பாலைவனம் போன்ற பகுதிகளிலே ஆட்கள் இல்லாத இடத்திலே நடத்துங்கள், எந்தப் பிரச்சினையும் இல்லை.

மீத்தேன் திட்டத்தினால் யாருக்கு இலாபம்?

வளர்ச்சித் திட்டம் என்ற பெயரிலே வருகிற அனைத்துத் திட்டங்களுமே மேட்டுக்குடி மக்களுக்குத்தான் லாபம் கொடுக்கின்றன. சாதாரண மக்கள், ஏழை எளிய மக்களுக்கு ஆபத்துகள்தான் வந்து சேர்கின்றனவே தவிர ஆக்கப்பூர்வமான எதுவும் வந்து சேர்வதில்லை என்பது நிதர்சனம். கூடங்குளம் அணுமின் நிலைய விவகாரத்திலும் நாங்கள் இதைத்தான் சொல்லுகிறோம். மின்சாரம் வருகிறது. அந்த மின்சாரம் எங்கே போகிறது? விமான நிலையங்களிலே அரைகுறை ஆடைகள் உடுத்திக்கொண்டிருக்கிற பெண்கள் படத்தை வைத்து, இரவும் பகலும் விளக்கு கொளுத்துவதற்குத்தான் அந்த மின்சாரம் போகிறதே தவிர அந்தப் பகுதியிலே இருக்கிற மீனவ மக்களுக்கு அல்லது விவசாயிகளுக்கு, வணிகர்களுக்குப் பெரிய உதவி கிடையாது. ஒரு மீனவ கிராமத்திலே எத்தனை யூனிட் மின்சாரம் தேவைப்படும் ஒரு நாளைக்கு? அத்தனை மின்சாரத்தை அவர்கள் ஒரு காற்றாலையை வைத்துக்கொண்டோ அல்லது சூரிய ஒளி பேனல்களை வைத்துக்கொண்டோ அவர்களால் தயாரிக்க முடியும். அதற்கு இவ்வளவு பெரிய திட்டம் தேவையில்லை. மீத்தேன் திட்டத்தைப் பொறுத்தவரை கிரேட்

ஈஸ்டர்ன் எனர்ஜி கம்பெனி என்கிற நிறுவனத்துக்கு அனுமதி கொடுத்திருக்கிறார்கள். அந்த நிறுவனம் அந்த பகுதியிலே பிராக்கிங் (Fracking) என்று சொல்லுகிற தொழில்நுட்பத்தின் அடிப்படையிலே கிட்டத்தட்ட 120 வேதியியல் பொருட்கள் கொண்ட கலவையைப் பூமிக்குள் அனுப்பி பாறைகளைத் துளைத்து, உடைத்து அந்தப் பாறைகளின் இடுக்குக்குள் இருக்கிற மீத்தேன் எரிவாயுவையும் அதன்பிறகு நிலக்கரியும் எடுப்பதாகத் திட்டம். என்ன நடக்கும்? கிரேட் ஈஸ்டர்ன் எனர்ஜி உள்ளே இருக்கிற மீத்தேன் எரிவாயுவை எடுத்து நிலக்கரியைத் தோண்டி வெளியாருக்கு விற்றுவிட்டு கிடைக்கிற லாபத்தைச் சுருட்டிக்கொண்டு இருபது வருடங்களிலோ அல்லது நாற்பது வருடங்களிலோ இடத்தைக் காலி செய்துவிடுவார்கள். அதன்பிறகு என்ன ஆகும்? நிலத்தடி நீர் இல்லாத, முழுக்க முழுக்க மாசுபட்ட நிலையிலே காவிரி டெல்டா அழிந்துபோகும். எத்தனையோ ஆயிரம் ஆண்டுகளாகத் தமிழ் மக்களுக்கு உணவளித்த நெற்களஞ்சியம், இன்னும் எத்தனையோ ஆயிரம் ஆண்டுகளுக்குத் தமிழ் மக்களுக்கு உணவளிக்கப் போகிற நெற்களஞ்சியம் இல்லாமல் ஆகிப் போகும். ஒரு நிறுவனத்துக்கு நாற்பது ஆண்டுகள் அல்லது ஐம்பது ஆண்டுகள் லாபம் சம்பாதித்துக் கொடுத்து, அரசியல்வாதிகளுக்கும் அதிகாரிகளுக்கும் கையூட்டும் கமிசனும் கொடுத்துவிட்டு இத்தனை தலைமுறைகளுக்கு உணவளித்த, எத்தனையோ தலைமுறைகளுக்கு உணவளிக்கப் போகிற அந்த நெற்களஞ்சியத்தை அழிப்பது முறையா? இதைத்தான் நாங்கள் கேட்கிறோம்.

தமிழர்கள்மீது திணிக்கப்படுகிற எல்லாத் திட்டங்களுக்கும் தமிழகத்தி லுள்ள பெரிய கட்சிகளான திமுக, அதிமுக எது ஆட்சிக்கு வந்தாலும் அவர்களும் ஆதரிக்கிறார்கள். அவர்களுடைய காவல்துறையும் தமிழர்களுக்கு எதிராகச் செயல்படுகிறது. இதற்கு என்ன தீர்வு? நம்முடைய பங்களிப்பு எப்படி இருக்க வேண்டும்?

தீர்வு தமிழகத்தை மாற்றி மாற்றி ஏமாற்றிக்கொண்டிருக்கிற திமுக, அதிமுக என்ற இரண்டு கட்சிகளையும் ஒட்டுமொத்தமாக நிராகரித்து தமிழகத்தைவிட்டு விரட்டுவதுதான் தீர்வு. அத்தனை திட்டங்களிலும் இந்த இரண்டு கட்சிகளும் மக்களை வஞ்சிக்கிறார்கள். மீத்தேன் திட்டத்துக்குக் கையெழுத்து போட்டது திமுக அரசினுடைய துணை முதல்வர். அந்தத் திட்டத்தை 2014ஆம் ஆண்டு நாடாளுமன்றத் தேர்தலின்போது எதிர்த்தவர்களும் அவர்கள்தான். அவர்களுடைய தேர்தல் அறிக்கையிலேயே இந்த எதிர்ப்பைப் பதிவுசெய்தார்கள். இதுவே ஒரு மிகப்பெரிய மோசடி. இரண்டு வருடங்களுக்கு முன்னால் திட்டத்தை ஏற்றுக்கொண்டு ஒப்பந்தம் போடுகிறவர்கள் இரண்டு

ஆண்டுகள் கழித்து எதிர்க்கிறோம் என்றால் என்ன அர்த்தம்? சில்லறை வணிகத்திலே அந்நிய முதலீடு, இதற்கு ஆதரவாக நாடாளுமன்றத்திலே வாக்களித்தவர்கள் தமிழ்நாட்டிலே வந்து அதற்கு எதிர்ப்பு தெரிவித்தார்கள். காரணம் இந்த வணிகர்களுடைய வாக்குகள் வேண்டும் என்பதால். இப்போது அதிமுக அரசு நிலம் கையகப்படுத்தல் சட்டத்துக்கு ஆதரவளிக்கிறது. அது மிகப் பெரியதொரு ஆபத்தான திட்டம்.

கேரளத்திலிருந்து கர்நாடகாவுக்கு எரிவாயு கொண்டு போகிற குழாய்கள் அமைக்கும்போது நேரடியாக அடுத்தடுத்த மாநிலங்கள் வழியாகக் கொண்டுபோக முடியும். ஆனால் அதை விட்டுவிட்டுத் தமிழகத்தின் விளைநிலங்கள் வழியாகச் சுற்றி வளைத்துக்கொண்டு போகும்போதே அந்த இடத்தை ஆக்கிரமிப்பதற்கு, அரசு கையகப்படுத்துவதற்கு எதிராகத் தமிழ் மக்கள் போராடினார்கள். இப்படி ஒரு ஆபத்தான அசுரத்தனமான சட்டம் கையிலிருந்தால் விவசாயிகளிடம் பேச்சுவார்த்தை என்பதற்கே இடமில்லாமல் ஆகிப் போகும். மத்திய அரசு அதிகாரிகளும் காவல்துறையும் வந்து இறங்கி நின்று அப்படியே எடுத்துக்கொண்டு போகமுடியும். அப்படிப்பட்ட ஒரு திட்டம் வந்து, விவசாயிகள் எதிர்ப்புத் தெரிவித்ததும் அதிமுக அரசு முதலிலே அவர்களை அடித்து நொறுக்க முயன்று தோற்றுப்போய் இது ஆபத்தாக விபரீதமாக முடிந்துவிடும் என்ற அச்சத்தின் காரணமாக நாங்கள் உச்ச நீதி மன்றத்துக்குச் சென்று முறையிடுகிறோம் என்று ஒரு கபட நாடகத்தை நடத்தினார்கள். இந்தச் சட்டத்திற்கு ஒப்புதல் அளித்திருப்பதன் மூலம் அது கபட நாடகம்; அது கடுகளவும் கொள்கையற்ற ஒரு தன்மை என்பதை இன்றைக்கு அவர்களே நிரூபித்திருக்கிறார்கள். இந்தச் சட்டத்திற்கு நொண்டிச் சாக்கு சொல்லிக்கொண்டிருக்கிறார்கள்.

இந்த திமுக, அதிமுக கட்சிகள் தமிழ் மக்களுக்கு எதிரான அழிவு சக்திகள். தங்களுடைய வளங்களுக்காக, அதிகாரத்துக்காக, தங்களுடைய திராவிட ஏகாதிபத்தியத்தை நிலை நிறுத்துவதற்காக, அதன் மூலம் குளிர் காய்வதற்காக நடத்தப்படுகிற தமிழ் மக்கள் விரோதக் கட்சிகள். இவை இரண்டையும் ஒட்டுமொத்தமாக அழிப்பதுதான் ஒவ்வொரு தமிழனின் அரசியல் கடமையாக இருக்க வேண்டும். நம்மால் என்ன செய்ய முடியும்? இதற்கான பணிகளை இப்போதே இங்கேயே தொடங்கியாக வேண்டும்.

மது பாட்டில்களையும் பணத்தையும் கொடுத்து ஓட்டு வாங்கக்கூடிய இந்தக் காலச்சூழலில் நீங்கள் சொல்லுகிற கருத்து எந்த அளவுக்கு எடுபடும்?

மது பாட்டிலும் பணமும் கொடுத்துதான் இந்தியா முழுவதும் தேர்தல் நடத்தப்படுகிறது என்பது தவறான கூற்று.

காரணம் அண்மையிலே நடந்த தில்லி மாநிலத் தேர்தலிலே யாரும் யாருக்கும் பணம் கொடுக்கவில்லை. யாரும் யாருக்கும் மது கொடுத்ததாக நான் கேள்விப்படவில்லை. ஆங்காங்கே நடந்திருக்கலாம். தெரியாது. ஆனால், தமிழகத்தில்தான் இந்த அவலம் மிகப் பெரிய அளவிலே நடந்துகொண்டிருக்கிறது. அண்மையிலே அண்டை மாநிலமான கேரளத்திலே கூட இந்தப் பிரச்சினை மிகப் பெரிதாக இல்லை. ஒரு விஷயம் முக்கியமாகக் கவனிக்கப்பட வேண்டியது. தமிழ்நாட்டில்தான் இலவசங்கள் கொடுப்பது வேட்டி சேலையிலிருந்து டிவி, மிக்ஸி, கிரைண்டர், ஃபேன் என்று இந்தப் பொருட்களைக் கொடுத்து தமிழ் மக்களை வசியப்படுத்துகிற வேலையை இந்த திமுகவும் அதிமுகவும் தொடங்கி வைத்தார்கள். இன்றைக்கு அந்த நோய் இந்தியா முழுவதும் பரவிக்கொண்டிருப்பது ஒரு கவலை தரக்கூடிய விஷயம். காரணம் அண்மையில் தில்லியிலே கூட இலவச வைஃபை, மின்சாரக் கட்டணம் குறைப்பு என்றெல்லாம் திட்டங்களை அறிவித்திருக்கிறார்கள். ரூபாய்க்கு மூன்றுபடி அரிசி என்று பேரறிஞர் அண்ணா காலத்தில் தொடங்கப்பட்டதிலிருந்து இன்றைக்கு வரை தமிழர்களைப் பிச்சைக்காரர்களாக்குகிற இந்த நிலைப்பாட்டை நாம் பார்க்கிறோம். அந்த இலவசத் திட்டங்களுடைய இறுதிக்கட்டம்தான் பணமும் குடியும் கொடுத்து ஓட்டு வாங்குவது. இதைத் தடுப்பதற்கு நாம் நிச்சயமாகக் குடிமைச் சமூகத்திலேதான் வேலை செய்தாக வேண்டும். காரணம் அரசியல் சமூகத்திலே பெரும்பாலானோர் இந்த அணுகுமுறையைத்தான் பயன்படுத்துகிறார்கள். நடைமுறைப்படுத்துகிறார்கள். எனவே அங்கே போய் பெரிய மாற்றத்தைக் கொண்டுவர முடியும் என்று எனக்குத் தோன்றவில்லை. குடிமைச் சமூகத்தில் உங்களது குழந்தைகளையும் பேரக் குழந்தைகளையும் காட்டிக் கொடுக்காதீர் கள். 200 ரூபாய்க்காக அரசியல் விபசாரம் செய்யாதீர்கள். இது உங்களது உரிமை. இதை விற்காதீர்கள் என்று நாம் சொல்லியாக வேண்டும். தமிழ்ச் சமுதாயம் எந்த அளவுக்கு இந்தக் கல்விக்கு அணியமாக இருக்கிறது என்பது கேள்விக்குறிதான்.

ஆம் ஆத்மி கட்சியின் வேட்பாளர் நீங்கள். நாடாளுமன்றத் தேர்தலுக்குப் பிறகு அந்தக் கட்சியிலிருந்து வெளியேறியிருக்கிறீர்கள். தற்போது நடந்த தில்லி சட்டமன்றத் தேர்தலில் வெற்றி பெற்று ஆம் ஆத்மி கட்சி ஆட்சியைப் பிடித்திருக்கிறது. அந்தக் கட்சியிலிருந்து வெளியேறியதற்காக வருத்தப்படுகிறீர்களா? அல்லது வேறு ஏதேனும் திட்டம் வைத்திருக்கிறீர்களா? உங்கள் அரசியல் பயணம் குறித்துச் சொல்லுங்கள்.

ஆம் ஆத்மி கட்சிக்குள் நுழைவதற்கு முன்பாகவே நாங்கள் இடிந்தகரையில் ஐந்து கூட்டங்கள் நடத்தினோம். போராட்டக்

குழு சார்பாகத் தமிழகத்திலுள்ள திமுக, அதிமுக, காங்கிரஸ், பாரதிய ஜனதா, சிபிஐ, சிபிஎம் ஆகிய ஆபத்தான இந்த ஆறு கட்சிகளைத் தவிர்த்துவிட்டு ஆறுதலாக இருக்கிற நூறு கட்சிகளும் இயக்கங்களும் சேர்ந்து நாடாளுமன்றத் தேர்தலை எதிர்கொள்வோம். அதன்மூலம் தமிழக அரசியலில் ஒரு மாற்றத்தைக் கொண்டுவர முடியும். தமிழகமெங்கும் கூடங்குளம், கல்பாக்கம், மீத்தேன், நியூட்ரினோ என்று ஆபத்தான திட்டங்கள் கொண்டு வரப்படுகின்றன. நீங்கள் அனைவரும் சேர்ந்து நின்று எதிர்த்தால் தமிழ் மக்களுக்கு விடிவு கிடைக்குமென்று நாங்கள் அனைத்து அரசியல் கட்சித் தலைவர்களிடமும் மன்றாடினோம். ஐந்து முறை கூட்டங்கள் நடத்தினோம். அவர்கள் ஒன்று சேர்ந்து வருவதற்குத் தயாராக இல்லை. அந்த நிலையிலே தயாராக இல்லாதது மட்டுமல்ல ஒருவர் பாரதிய ஜனதாவோடு கூட்டணி வைத்தார். இன்னொருவர் திமுகவோடு கூட்டணி வைத்தார். இப்படி எங்களுக்கு ஆறுதலாக இருந்தவர்களே எங்களுக்கு எதிராக, தமிழ் மக்களுக்கு எதிராக அரசியல் செய்கிற சக்திகளுடன் போய்க் கைகோத்த நிலையில் என்ன செய்வது என்று நாங்கள் சிந்தித்துக்கொண்டிருந்தோம்.

அந்தக் கால கட்டத்திலே பிரசாந்த் பூஷன் இடிந்தகரைக்கு நேரில் வந்து எங்களை அழைத்தார். நாங்கள் உடனடியாகக் கட்சியில் சேரவில்லை. நாங்கள் ஐந்து நிபந்தனைகள் விதித்தோம். அந்த ஐந்து நிபந்தனைகளையும் கட்சி விவாதிக்க ஒரு மாத காலம் எடுத்துக்கொண்டு, விவாதித்து எங்களுக்கு மின்னஞ்சல் மூலமாக விடை தந்தார்கள். பதில் தந்தார்கள். அந்த அடிப்படையிலேதான் நாங்கள் கட்சியில் சேர்ந்தோம். அப்போதே கட்சிக்குத் தமிழ்ப் பெயர் வைக்கவேண்டும். முழு தன்னாட்சி அதிகாரம் தர வேண்டும் என்றெல்லாம் நாங்கள் கேட்டுக்கொண்டிருந்தோம். அவற்றைத் தருவதாகக் ஒத்துக்கொண்டவர்கள் அதை நடைமுறைப்படுத்துவதற்கான ஏற்பாடுகளைச் செய்யவில்லை. ஆனாலும் நாடாளுமன்றத் தேர்தல் மிக அண்மையிலே இருந்த காரணத்தால் தேர்தலிலே போட்டியிடுவது, அதன் பின்னர் இந்தப் பிரச்சினைகளைப் பேசிக் கொள்ளலாம் என்று நாங்கள் தேர்தலிலே குதித்தோம். தேர்தலுக்கு நாங்கள் தயாராக இருக்கவில்லை. தேர்தலிலே நின்று நாடாளுமன்ற உறுப்பினராக முடியாது என்பது எங்களுக்கு உண்மையிலேயே நன்றாகத் தெரியும். காரணம் எங்களிடம் பணம் கிடையாது. ஆள் கிடையாது. அனுபவம் கிடையாது. இருந்தாலும் இடிந்தகரையை விட்டு நாங்கள் வெளிவந்தாக வேண்டும். எங்கள் கருத்துகளை இந்தப் போராட்டச் சிந்தனைகளை கன்னியாகுமரி, திருநெல்வேலி, தூத்துக்குடி மாவட்டங்களில் அனைத்துப் பகுதிகளுக்கும் கொண்டு செல்ல வேண்டிய

நிர்ப்பந்தம் எங்களுக்கு இருந்தது. ஒவ்வொரு கூட்டத்துக்கும் காவல்துறை அனுமதி வாங்கி நடத்துவதென்றால் பத்து வருடங்களாகிப் போகும். ஆனால் தேர்தல் வேட்பாளர் என்ற முறையிலே நாங்கள் களமிறங்கினால் யாரிடமும் எந்த அனுமதியும் வாங்காமல் பொதுக்கூட்டங்கள் நடத்த முடியும். துண்டுப் பிரசுரங்கள் கொடுக்க முடியும். சுதந்திரமாக இயங்க முடியும். இந்தத் தேர்தலைப் பயன்படுத்திக் கொள்வோம் என்று போராட்டத்தின் அங்கமாகத்தான் நாங்கள் அந்தக் களத்திலே இறங்கினோம். அற்புதமான வேலைகள் செய்தோம். மூன்று மாவட்டங்களுக்கும் எங்கள் பிரச்சினையை, கூடங்குளம் பிரச்சினையைக் கொண்டுசென்றோம். தேர்தலிலேகூடத் தமிழகத்தின் வேறு எந்தப் பகுதிகளிலும் ஆம் ஆத்மி கட்சியோ அல்லது இது போன்ற சிறிய கட்சிகளோ வாங்க முடியாத அளவு வாக்குகள் வாங்கினோம். இதைவிடச் சற்று பெரிய வாக்கு எண்ணிக்கையை நாங்கள் எதிர்பார்த்தோம். அது இல்லாதது உண்மையிலேயே எங்களுக்கும், எங்களுக்குப் பின்னால் நிற்கிற மக்களுக்கும் ஒரு மிகப்பெரிய பின்னடைவாகத்தான் அமைந்து போயிற்று.

இதன் பின்னால் இன்னொரு அரசியலும் இருந்தது. நாங்கள் என்ன நினைத்தோம். தில்லியிலே இவ்வளவு செல்வாக்கோடு இந்தக் கட்சி திடீரென வளர்ந்திருக்கிறதென்றால் இந்தக் கட்சிக்குக் கிட்டத்தட்ட 20 எம்.பி.களாவது வருவார்கள். அடுத்து தொங்கு நாடாளுமன்றம்தான் வரும் என்று சொல்கிறார்கள் கருத்துக் கணிப்புகளிலே. அப்படியானால் 20 எம்.பி.க்கள் உள்ள ஒரு கட்சி மிகப்பெரிய சக்திவாய்ந்த கட்சியாக இருக்கும். நாடாளுமன்றத்திலே அந்தக் கட்சியின் சக்தியைப் பயன்படுத்தி நம்முடைய மக்களுக்குத் தேவையான வெற்றியைப் பெற்றுக் கொடுக்க முடியும். நம்முடைய மக்களுக்கு நாம் உதவ முடியும் என்ற அடிப்படையிலேதான் நாங்கள் அங்கே இறங்கினோம். ஆனால் தேர்தல் முடிவுகள் முற்றிலும் மாறுபட்டு வந்தன. தொங்கு நாடாளுமன்றத்துக்குப் பதிலாக அசுர பலத்தோடு பாரதிய ஜனதா ஆட்சி அமைத்தது. ஆம் ஆத்மி வெறும் நான்கு இடங்களில் மட்டுமே வெற்றி பெற்றது. எனவே அந்த உத்தி தோற்றுப்போனது. அந்தக் காலகட்டத்திலே நாங்கள் அந்தக் கட்சித் தலைவர்களைச் சந்தித்து அவர்களோடு பேசினோம். அணுசக்தி தொடர்பாக ஒரு நிலைப்பாடு எடுங்கள். காரணம் நாங்கள் ஒரு நிகழ்வுக்குப் பிற கட்சியினரை அழைத்தால் அவர்கள் கேட்கிற முதல் கேள்வி நீ ஆம் ஆத்மி கட்சியின் சார்பாக இந்தக் கூட்டத்தை நடத்துகிறாயா? அல்லது அணுசக்திக்கு எதிரான மக்கள் இயக்கம் சார்பாக நடத்துகிறாயா என்று கேட்டார்கள். ஆம் ஆத்மி கட்சியே ஒரு நிலைப்பாடு எடுக்கவில்லையே?

அணுசக்தி வேண்டாம், அணுமின் நிலையங்கள் வேண்டாம் என்று நிலைப்பாடு எடுக்கவில்லையே? எந்த அடிப்படையிலே எங்களை அழைக்கிறாய் என்று கேட்டார்கள். எனவே நான் அரவிந்த் கெஜ்ரிவாலைச் சந்தித்து நீங்கள் நிலைப்பாடு எடுக்காத நிலையில் எங்களால் இயங்க முடியவில்லை என்று சொன்னேன். அவர் அதற்கு அளித்த பதில், 'நான் உங்களைப் பார்க்க வந்தேனே' என்றார். பார்க்க வருவது அரசியல் நிலைப்பாடு ஆகாது. கட்சியினுடைய கொள்கை சட்ட திட்டங்களிலே இடம்பெற வேண்டும். நாடாளுமன்றத் தேர்தல் வாக்குறுதியிலேகூட இடம் பெறவில்லை என்பதைச் சுட்டிக்காட்டினேன். எனவே அந்த நிலையில் அந்தக் கட்சியினரோடு தொடர்ந்து செயல்பட முடியாத நிலை ஏற்பட்டதால் நான் அவரிடம் சொல்லிவிட்டுத்தான் கட்சியிலிருந்து வெளியேறினேன். தமிழகம், கேரளம் போன்ற மாநிலங்களிலே நான் இந்தக் கட்சி சார்பாக இயங்க முடியாது. ஆனால் இந்திய அளவிலே காங்கிரஸ் கட்சிக்கும், பாரதிய ஜனதா கட்சிக்கும் மாற்றாக ஒரு மூன்றாவது சக்தி தேவைப்படுகிறது. அதற்கான பங்களிப்புகளை உதவிகளைச் செய்வதற்கு நான் தயாராக இருக்கிறேன். ஆனால் தமிழகத்தில் கேரளத்தில் இந்தக் கட்சியோடு சேர்ந்து நான் எதுவும் செய்ய முடியாது என்று சொல்லிவிட்டு வந்தேன். அந்த நிலையிலேதான் நாங்கள் தொடர்கிறோம். இந்தியாவுக்கு ஒரு மாற்று அரசியல் தேவை. ஆனால், அந்த மாற்று அரசியல் தில்லியிலே அமர்ந்துகொண்டு அத்தனை பேருடைய மாநிலங்களுடைய குடுமிகளையும் தன் கைக்குள்ளே வைத்து ஆட்டுவிப்பதில் எங்களுக்கு உடன்பாடில்லை. ஏற்கனவே நாங்கள் சொல்லியிருந்தோம். தமிழகத்திலே நாங்கள் இயங்குவதற்குத் தயாராக இருக்கிறோம். எங்களைச் சுதந்திரமாக விடு. இங்கே உள்ள ஒரு பிரச்சினைக்கு ஒரு பத்திரிக்கை செய்தி எழுதி தில்லிக்கு அனுப்பி அனுமதி வாங்கி பிறகு வெளியிடுவது என்பது அடிமைத்தனம். அது காலனி ஆதிக்கம். அதற்கு நாங்கள் தயாராக இல்லை. தமிழக பிரச்சினை பற்றி, தமிழ் மீனவர்கள் பிரச்சினை பற்றி, தமிழீழம் பிரச்சினை பற்றி, பல்வேறு பிரச்சினைகள் பற்றி நமக்குத்தான் தெரியும். தமிழர்களுக்குத்தான் தெரியும். எங்களைச் சுதந்திரமாக இயங்க விடு என்று சொன்னோம். அந்த அரசியல் அவர்களுக்குப் புரியவில்லை. தற்போது அது பற்றிய விவாதம் நடக்கிறது. காரணம் மத்தியிலேயிருந்து மையப்படுத்தப்பட்ட அரசியல் உதவாது இந்தியாவுக்கு. அவரவர் பிரச்சினைகளை அவர்கள் கையாளட்டும். ஒட்டுமொத்தமாகச் சேர்ந்து ஓர் இந்திய அடிப்படையிலே அரசியல் செய்வோம் என்ற விவாதம் இப்போது நடக்கிறது. பத்திரிகைகளிலே கட்டுரைகள் வருகின்றன. ஆம் ஆத்மி கட்சிக்குள்ளேயே இந்த விவாதம் நடக்கிறது. அப்படிப்பட்ட

அரசியலை அமைத்துக்கொள்ளத்தான் நாங்கள் விரும்புகிறோம். நாங்கள் தமிழக மக்களுடைய, தமிழ் மக்களுக்கான வாழ்வாதார, வாழ்வுரிமைப் பிரச்சினைகளுக்காகத் தொடர்ந்து இயங்குவோம். குரல் கொடுப்போம். பிற மாநிலங்களிலே ஒத்த கருத்துடைய இயக்கங்களோடு கைகோத்து அரசியல் செய்வதற்கு நாங்கள் அணியமாக இருக்கிறோம். இந்தியாவிலே அரசியல் செய்கிற தோழமை இயக்கங்களோடு கூட்டுச் சேர்ந்து நிற்பதற்கு நாங்கள் அணியமாக இருக்கிறோம். ஆனால், எங்களை இரண்டாம் தர மக்களாக மாற்றுகிற அரசியலுக்கு நாங்கள் தயாராக இல்லை. இதுதான் எங்களுடைய நிலைப்பாடு.

இந்தியாவில் மக்களாட்சித் தத்துவம் எப்படி இருக்கிறது? போராட்டங்கள் மதிக்கப்படுகின்றனவா?

ஏற்கனவே நாம் இதுபற்றிப் பேசினோம். தேர்தலிலே பணமும் குடியும் கொடுத்து மக்களுடைய அனுமதியை வாங்குகிற இழிவான நிலை இன்றைக்குக் குறிப்பாகத் தமிழகத்தில் பெருமளவில் நடந்துகொண்டிருக்கிறது. இந்த ஒன்றே போதும் மக்களாட்சித் தத்துவம், அணுகுமுறை நோய்வாய்ப் பட்டிருக்கிறது என்பதை நிறுவுவதற்கு. இதற்கு ஏதாவது செய்ய வேண்டும் என்பது பற்றியும் நாம் பேசியிருக்கிறோம். இப்படிப்பட்ட மக்கள் விரோத அரசியல் நடப்பதால் மக்களுடைய போராட்டங்கள் இன்றைக்குக் கடுகளவும் மதிக்கப்படுவதில்லை. நீ என்ன வேண்டுமானாலும் கத்து, என்ன வேண்டுமானாலும் போராட்டம் நடத்து, நாங்கள் எங்கள் வழியிலேதான் நடப்போம் என்பதுதான் இன்றைக்கு ஆட்சியாளர்களுடைய அணுகுமுறையாக இருக்கிறது. இது ஆபத்தான நிலைப்பாடு. இதன்மூலம் என்ன ஆகிறது என்றால், மக்களாட்சித் தத்துவத்துக்கே இவர்கள் வேட்டு வைக்கிறார்கள். காரணம், எங்களுடைய மக்களுடைய போராட்டங்களைப் பார்த்து வேதனைப்படுகிற இளைஞர்கள் வேறு விதமான முடிவுகளுக்கு வருவார்கள். கூடங்குளம் போராட்டமாக இருந்தாலும் சரி, நர்மதா பச்சாவோ அந்தோலன் அணைகளுக்கு எதிராக நடத்துகிற மிகப் பெரிய போராட்டமாக இருந்தாலும் சரி, நாடு முழுவதும் விவசாயிகள் நிலம் கையகப்படுத்துதல் சட்டத்துக்கு எதிராகவும், பிற திட்டங்களுக்கு எதிராகவும் நடத்துகிற போராட்டங்களாக இருந்தாலும் சரி இளைஞர்கள் அரசினுடைய, ஆளும் வர்க்கத்தினுடைய இந்த மக்கள் விரோதப் போக்கைப் பார்த்து வெகுண்டெழுந்து, வன்முறைதான் இதற்குத் தீர்வு என்று வன்முறையைக் கையில் எடுத்தார்கள் என்றால், அதற்கு முழுப் பொறுப்பு மத்திய, மாநில அரசுகளும் இந்த ஆளும் வாக்கமும்தான். அறவழியிலே போராடுகிற மக்கள் அடக்கி ஒடுக்கப்படுகிறார்கள். அசிங்கப்படுத்தப்படுகிறார்கள்.

அமெரிக்க கைக்கூலி என்று கேவலப்படுத்தப்படுகிறார்கள். வெளிநாடுகளிலிருந்து பணம் வருகிறது இவர்களுக்கு என்று கொச்சைப்படுத்தப்படுகிறார்கள். இந்த நிலை தொடர்ந்தால் இளைஞர்கள் மாவோயிசம் போன்ற ஆயுதப் போராட்டம்தான் நடக்கும் என்று ஒரு முடிவுக்கு வரக்கூடும். அவர்களெல்லாம் இப்படி ஆயுதங்களைக் கையிலெடுத்தால் ஜனநாயகம் ஒட்டுமொத்தமாக அழிந்துபோகும். நாடு சிதறிப்போகும் வன்முறைக்காடாகிவிடும். மிகப்பெரிய ஆபத்தை நோக்கி நாம் போய்க்கொண்டிருக்கிறோம்.

பச்சைத் தமிழகம் எதற்காக ஆரம்பிக்கப்பட்டது?

தமிழ் மக்களுடைய வாழ்வாதாரங்கள் திட்டமிட்டு அழிக்கப்படுகின்றன. வாழ்வுரிமைகள் தொடர்ந்து மறுக்கப்படு கின்றன. நம்முடைய வளங்கள் திருடப்படுகின்றன. தமிழ்ச் சமூகத்தினுடைய வருங்காலம் கேள்விக்குறியாகியிருக்கிறது. கூடங்குளம் போராட்டத்தினூடே நாங்கள் இடிந்தகரையிலே போராட்டக் குழுவினரும் எங்களுடைய ஆதரவு அமைப்பு களும் சேர்ந்து இம்மாதிரியான பிரச்சினைகள் பற்றி விவாதித்துக் கொண்டிருக்கிறோம். ஒரு மாற்று அரசியலுக்கான தேவை இருக்கிறது. என்பதை அனைவரும் புரிந்திருந்தோம். இப்போது ஆம் ஆத்மி என்கிற பரிசோதனையும் கேள்விக்குள்ளாகியிருப்பதால் தமிழ் மக்களுக்கு வேண்டிய ஒரு அரசியலைக் கையிலெடுத்தாக வேண்டும். சர்வ தேசியம் பேசுகிற கட்சிகள் தமிழர்களைக் காட்டிக் கொடுக்கிறார்கள். இந்திய தேசியம் பேசுகிற கட்சிகள் அதை ஒரு வழிப்பாதையாக மட்டுமே பார்க்கிறார்கள். நாமெல் லாம் இந்திய தேசியர்களாக மாறவேண்டும். ஆனால், இந்திய தேசியம் நமக்கு வேண்டிய தண்ணீரைத் தராது. நமக்கு வேண்டிய உரிமைகளை விட்டுக் கொடுக்காது என்றால் இது ஒருவழிப்பாதை இந்திய தேசியமாக மாறியிருக்கிறது. திராவிட தேசியம் திருட்டுத் தேசியமாக மாறிவிட்டது. தமிழ்த் தேசியம் பேசுகிறவர்கள் சாதியைப் பிடித்துக்கொண்டும், ஆயுதப் போராட்டத்தில் நம்பிக்கை வைத்துக்கொண்டும் ஆளுக்கொன்றாகப் பேசிக்கொண்டிருக்கிறார்கள். முழு அளவிலான ஒற்றுமையில்லை. புரிதல் இல்லை. இந்தச் சூழலிலே தமிழ் மக்களுடைய வாழ்வாதாரங்களை வாழ்வுரிமைகளைக் காப்பது எப்படி? வருங்காலத்தைப் பாதுகாப்பது எப்படி என்று நாங்கள் சிந்தித்தோம். அந்த அடிப்படையிலே பச்சை, பசுமை விழுமியங்கள் கொண்ட ஒரு தனித்துவமிக்க அரசியல்தான் தமிழகத்துக்குத் தேவை என்பதை நாங்கள் உணர்ந்த காரணத்தால் தமிழகத்தின் பல இடங்களிலே மக்களை, போராட்டச் சக்திகளை,

போராட்டத் தலைவர்களைச் சென்று சந்தித்து, விவாதித்து, கலந்தாய்வு செய்து கடந்த மாதம் திருச்சியிலே இந்தத் திட்டத்தை நாங்கள் அறிவித்திருக்கிறோம். இதுபற்றிய வேலைகளைத் தொடங்கியிருக்கிறோம். சாதி, மத, அரசியல் கட்சிகள் என்ற பேதங்களை எல்லாம் மாற்றி வைத்துவிட்டு தமிழ் மக்களுக்குப் பயன்படுகிற ஓர் அரசியலை முன்னெடுப்போம் என்று நாங்கள் களத்திலே இறங்கியிருக்கிறோம். இந்தப் பச்சைத் தமிழகம் என்ற அமைப்பு ஒரு மாற்று அரசியலைக் கையிலெடுத்து மாறுதலாக அரசியல் செய்ய வேண்டிய தேவையை முன் நிறுத்துகிறது. அதற்கான முன்னெடுப்புகளிலே நாங்கள் முனைப்பாக இருக்கிறோம்.

போராட்டக் களம் போராளிகளுக்கு ஏகப்பட்ட காயங்களை ஏற்படுத்தும். உங்கள்மீது ஏவப்பட்ட அவதூறுகளை எப்படி முறியடித்தீர்கள்?

எங்கள் போராட்டத்துக்கு மத வர்ணம் பூச முயன்றவர்கள், சாதி வர்ணம் பூச முயன்றவர்கள் தோற்றுப் போனார்கள். காரணம் நாங்கள் தமிழர்களாக ஒன்று திரண்டு நின்ற காரணத்தால் சாதி மதப் பிரச்சினைகளைச் சொல்லி எங்களைப் பிரிக்க முடியவில்லை. அரசியல் தளத்திலும் மக்கள் விரோத அரசியல் செய்கிறவர்களை அந்நியப்படுத்தி மக்களுக்காக அரசியல் செய்கிற கட்சிகளை, தலைவர்களை நாங்கள் ஒருங்கிணைத்து எங்களோடு நிறுத்திக்கொண்டோம். இப்படி எந்தவிதத்திலும் எங்களைக் களங்கப்படுத்த முடியாதவர்கள் அந்நிய நாடுகளிலிருந்து பணம் வருகிறது என்று சொன்னார்கள். அமெரிக்காவிற்குக் கைக்கூலி என்று சொன்னார்கள். எங்களைக் குற்றம் சாட்டியவர்களே இன்றைக்கு அதே அமெரிக்க அதிபரைக் குடியரசு தின விருந்தினராக அழைத்துக்கொண்டு வந்து அவர் கால்களில் விழுந்து வணங்கி அவர் சொன்ன இடங்களில் கையெழுத்துப் போட்டுக் கொடுத்து சேலை கட்டத் தெரியாத அவர் மனைவிக்கு 100 சேலைகளும் பரிசளித்து அனுப்பிய அசிங்கத்தை இந்திய நாடு பார்த்துக்கொண்டிருக்கிறது. யார் அமெரிக்கக் கைக்கூலி என்பது மக்களுக்குத் தெளிவாகத் தெரிந்துவிட்டது. அமெரிக்காவோடு ஒப்பந்தங்கள் போட்டு அமெரிக்க அடிமையாகவே வேலை பார்த்தார் காங்கிரஸ் கட்சியினுடைய பிரதமர் மன்மோகன்சிங். எனவே எங்களைப் பற்றிச் சொன்னது அவதூறு என்பது மிகத் தெளிவாக மக்களுக்குப் புரிந்துவிட்டது. அமெரிக்காவிலிருந்து பணம் வருகிறது என்றெல்லாம் சொன்னவர்கள் ஒரு சிறு காகிதத் துண்டைக் கூட ஆதாரமாகக் தரவில்லை என்பதும் எங்கள் மீது எந்த நடவடிக்கையும் எடுக்க முடியவில்லை என்பதையும் மக்கள் பார்த்துக்கொண்டிருக்கிறார்கள்.

இப்போது அண்மையிலே ஐபி என்று சொல்லுகிற இன்டலிஜென்ஸ் பீரோ என்கிற இந்திய உளவுத்துறை ஓர் அறிக்கை வெளியிட்டது. அந்த அறிக்கையின் மூலம் எங்களைக் களங்கப்படுத்த முயன்றார்கள். அந்த அறிக்கையை வெளியிட்ட அதிகாரியின் மீதே நான் வழக்குத் தொடர்ந்தேன். சென்னை உயர்நீதி மன்றத்திலே அந்த உளவுத்துறை நாங்கள் நடவடிக்கை எடுக்கிறோம் என்று உறுதியளித்ததன் பேரில் அந்த வழக்கு முடித்து வைக்கப்பட்டிருக்கிறது. சாரதா சிட்பண்டு என்ற மேற்கு வங்க நிறுவனத்திடமிருந்து எங்களுக்கு 5 கோடி ரூபாய் வந்தது என்ற ஒரு கதையைப் புனைந்துவிட்டார்கள். திரிணமூல் காங்கிரஸ் கட்சியின் நாடாளுமன்ற உறுப்பினர்கள் சுபந்து அதிகாரி, சிசில் அதிகாரி போன்றவர்கள்தான் எங்களுக்கு உதவினார்கள் என்று சொன்னார்கள். அதில் எந்த உண்மையுமில்லை என்று நாங்கள் மறுத்தோம். இப்போது அதைப்பற்றி பேச முடியாத நிலையிலே இவர்கள் மூக்குடைந்து அசிங்கப்பட்டு நிற்கிறார்கள். இப்படித் தொடர்ந்து அவதூறுகள். நான் நடத்துகிற பள்ளியை இடித்தார்கள். எங்கள் மீது தேசத்துரோக வழக்குப் போட்டார்கள். பின்னர் 213 வழக்குகளைத் திரும்பப் பெற்றுக்கொண்டார்கள். அப்படியானால் அர்த்தம் என்ன? நீ போட்ட வழக்குகள் அனைத்தும் பொய் வழக்குகள் என்பது உனக்கே நன்றாகத் தெரியும். ஒரு வழக்கிலே ஒருவர் சிக்கி விட்டாராம். அலகு குத்து கிறார்கள். மொட்டையடிக்கிறார்கள். பூசை புனஸ்காரங்கள் செய்கிறார்கள். மக்களுக்காகப் பல இன்னல்களைச் சுமந்து நிற்கிற எங்கள்மீது இவ்வளவு அசிங்கமான வழக்குகளைப் போட்டவர்களே, அதற்குப் பரிகாரமாக இப்போது அனுபவித்துக் கொண்டிருக்கிறார்கள்.

இப்படி எந்த விதத்திலும் எங்களை இவர்கள் அடக்க முடியவில்லை. ஒடுக்க முடியவில்லை. நாங்கள் உண்மையைச் சொல்கிறோம். நன்மையைச் செய்கிறோம். மக்களுக்காகப் போராடுகிறோம். எனவே எங்கள்மீது எந்தக் களங்கத்தையும் இவர்களால் சுமத்த முடியவில்லை. எங்கள்மீது வழக்குப் போட்டவர் இன்றைக்கு சிபிஐ விசாரணைக்கு ஆட்படுத்தப்பட்டு மன்மோகன்சிங் தெருவில் நிற்கிறார். மன்மோகன் சிங்கை ஆதரித்து சோனியாகாந்தி பேரணி நடத்திக்கொண்டிருக்கிறார். இதுதான் நிதர்சனம். நாங்கள் தெளிவாக இருக்கிறோம். மக்கள் போராட்டங்களை முன்னெடுக்கிறோம். இம்மாதிரியான அடக்கு முறைகளுக்கு நாங்கள் அடிபணிய மாட்டோம். வழக்குகளை நாங்கள் சந்திப்போம். ஆனால் மக்களுக்கான பதில்களை இவர்கள் சொல்லியாக வேண்டும். எங்களுடைய போராட்டம் தொடர்ந்து நடக்கிறது.

எல்லாப் பிரச்சினைகளுக்கும் தீர்வு கொடுக்கும் இடமாக தில்லி இருக்கும் போது நாம் இங்கே மட்டும் பேசிக்கொண்டிருப்பது சரியாக இருக்குமா?

பெரும்பாலான பிரச்சினைகளுக்கு தில்லிதான் முடிவெடுக்கிறது என்பது உண்மை. நம்முடைய வரிப் பணத்தைச் சுருட்டிக்கொண்டு தில்லி ஓடுகிறது என்பதும் உண்மை. இம்மாதிரியான ஏற்றத்தாழ்வுகள் இருக்கக் கூடாது என்பதற்காகத் தான் மாநிலங்களுக்குத் தன்னாட்சி அதிகாரம் கொடுக்க வேண்டும் என்ற சிந்தனை எழுந்தது. விரிந்தது. ஆனால் இந்தத் திராவிட அரசியல் செய்கிற கட்சிகள் "மாநிலத்தில் சுயாட்சி மத்தியிலே கூட்டாட்சி" என்று சொல்லி, கடுகளவும் அந்தக் கொள்கைக்கு உண்மையாக இல்லாத காரணத்தால், இன்றைக்கு மிகப் பெரிய அவலத்துக்கு நாம் தள்ளப்பட்டிருக்கிறோம். இன்றைக்கு மையப்படுத்துதல் என்பது மிகப் பெரிய நோயாக மாறியிருக்கிறது. தில்லியிலே அத்தனை அதிகாரங்களையும் குவித்து வைத்துக்கொள்வது, இந்தியாவினுடைய ஒருமைப்பாட்டைப் பாதுகாக்கிறோம் என்ற பெயரிலே நம்மையெல்லாம் அடிமைப் படுத்துவது நடந்துகொண்டிருக்கிறது. இது தவறான அணுகுமுறை.

அமெரிக்கா போன்று, மாநிலங்களுக்குப் பெரும்பாலான அதிகாரம் கொடுத்துவிட்டு ஒரு சில விஷயங்களை மட்டும் மத்திய அரசு கையில் வைத்திருப்பதுதான் முறையாக இருக்கும். பாதுகாப்பு, ரயில்வே போக்குவரத்து, தகவல் பரிமாற்றம் போன்ற விஷயங்களை மட்டும் மத்திய அரசு கையில் வைத்துக் கொண்டிருப்பதுதான் ஏற்றுக்கொள்ளத்தக்கதாக இருக்க முடியும். இன்றைய நிலையிலே நாம் அதற்காகத்தான் பாடுபட வேண்டும். போராட வேண்டும் என்று தனிப்பட்ட முறையிலே நினைக்கிறேன். அணுசக்தித் திட்டங்களாக இருந்தாலும் சரி, வேறு பல திட்டங்களாக இருந்தாலும் சரி, தில்லிதான் முடிவெடுக்கிறது. நம்மை ஆள்கிறவர்கள் தமிழகத்திலே ஆள்கிறவர்கள் பலவீனமானவர்களாக, மக்கள் விரோத அரசியல் நடத்துகிறவர்களாக இருப்பதால்தான் இவர்கள் துணிந்து ஒரு நிலைப்பாடு எடுக்க முடியவில்லை. இவர்கள் தமிழ் மக்களுக்கு அந்தந்த மாநில மக்களுக்கு உண்மையாக இருந்தால், ஒழுக்கமானவர்களாக இருந்தால் நிச்சயமாக எழுந்து நின்று "எங்கள் மக்களுக்கு இந்தத் திட்டம் தேவையில்லை" என்ற நிலைப்பாட்டை எடுக்க முடியும். அணுசக்தியைப் பொறுத்தவரை மம்தா பானர்ஜி மேற்கு வங்கத்திலே அப்படி ஒரு நிலைப்பாடு எடுக்கிறார். கேரளத் திலே உள்ள அரசியல் கட்சிகள் கேரளா பற்றிய நிலைப்பாடு எடுக்கிறார்கள். எடுக்க முடியும். பிரச்சினை, தில்லி அரசு அதிகாரத்தைக் குவித்து வைத்திருக்கிறது என்பது மட்டுமல்ல. இங்கே இருக்கிறவர்கள் உண்மையானவர்கள் அல்ல என்பதும் உண்மை.

எனவே இந்த இரண்டு தளங்களிலுமே நாம் பணியாற்றியாக வேண்டும். நம்முடைய வீட்டை நாம் சுத்தப்படுத்துவதுதான் முதற்படி. முதல் நடவடிக்கை என்று நான் நினைக்கிறேன். நம்முடைய வீட்டைச் சுத்தப்படுத்தியாக வேண்டும். நம் வீட்டிலே உள்ள திருடர்களை அப்புறப்படுத்தியாக வேண்டும். நாம் முழுப் பொறுப்பேற்று நம்முடைய அரசியலைக் கையி லெடுத்து இங்கே சுத்தப்படுத்தினால் நிச்சயமாக ஒரு பெரிய தாக்கத்தைக் கொண்டுவர முடியும். மம்தா பானர்ஜி போல தமிழர் ஒருவர் நாளை முதல்வரானால் அவர் சொல்ல முடியும் இந்தத் திட்டங்கள் வேண்டாம் என்று. அது மட்டும் தீர்வாகாது. இந்த ஆட்சி முறையையே மாற்றியாக வேண்டும். மாநிலங்களுக்கு அதிக அதிகாரம் கொடுத்தாக வேண்டும். அப்படியானால் இந்தக் கொள்கையைச் சொல்கிறவர்கள் நகர்மன்றங்களுக்கும் பஞ்சாயத்துகளுக்கும் அதிக அதிகாரத்தைக் கொடுத்தாக வேண்டும். இதைச் செய்ய முடியாத நாம் அதைக் கேட்கிறோம். இப்படிப்பட்ட பத்தாம்பசலித் தனங்கள், போலி அரசியல்தான் நமக்குப் பிரச்சினையாக இருக்கிறது. எனவே அனைத்து மட்டங்களிலும் இந்த அரசியல் மாற்றத்துக்காக நாம் பாடுபட வேண்டும்.

தமிழர் பெருவெளி இதழுக்கு நீங்கள் கூறும் அறிவுரை என்ன?

தமிழர் பெருவெளி போன்ற சிற்றிதழ்களும், சிறிய இயக்கங் களும் மிகப் பெரிய பங்களிப்புச் செய்ய முடியும். காரணம் இவர்கள் மக்கள் மத்தியிலே பணியாற்றுகிற, இயங்குகிற அமைப்புகள். ஒரு சிறிய பகுதி மக்களைச் சென்று சேர்ந்தாலும் அந்தப் பகுதியிலே மக்களைச் சிந்திக்க, செயல்படத் தூண்டுகிற சக்தி இந்தச் சிற்றிதழ்களுக்கும் சிறிய இயக்கங்களுக்கும் இருப்பதால் இவற்றை நாம் குறைத்து மதிப்பிடக் கூடாது. உண்மையைச் சொன்னால் இந்தச் சிற்றிதழ்களுக்கும் சிறிய இயக்கங்களுக்கும் நாம் அதிக முக்கியத்துவம் கொடுத்தாக வேண்டும். எனவே இந்தச் சிற்றிதழ் வெற்றி பெற வேண்டும். இது இன்னும் பரந்து விரிய வேண்டும். பல ஆயிரம், பல லட்சம் தமிழர்களைச் சென்று சேர வேண்டும் என்று நான் எங்களுடைய சார்பாக வாழ்த்துகிறேன்.

இவ்வளவு நேரம் எங்களுக்காக உங்களது நேரத்தை ஒதுக்கிக் கொடுத்து கருத்துகளைப் பகிர்ந்துகொண்டதற்காகத் *தமிழர் பெருவெளி* சார்பில் நன்றி.

நன்றி. வணக்கம்.

சந்திப்பு: *தமிழ்*
தமிழர் பெருவெளி, ஏப்ரல்–சூன் 2015

அப்போது ஒரு சில ஊழல்வாதிகள் இருந்தனர், இப்போது ஒரு சில நல்லவர்கள்தான் இருக்கிறார்கள்!

கூடங்குளம் அணு உலை எதிர்ப்புப் போராட்ட குழுவுக்கு தலைமையேற்று, அதிகார அச்சுறுத்தல்கள், கொலைவெறி மிரட்டல்கள், பொய்வழக்குகள், தேசத்துரோகக் குற்றச்சாட்டுகள் இவையெல்லாவற்றுக்கும் நடுவில் துளியும் வன்முறை தலைக்காட்டாமல் உலகமே வியந்துப் பார்க்கும் அறப்போராட்டத்தை நடத்திக் கொண்டிருப்பவர் சுப. உதயகுமாரன். கட்சி, சாதி, மதம் சார்பின்றி எவ்வித சமரசத்துக்கும் இடம் கொடாமல் அணு உலைகளை எதிர்த்துப் போராடிக்கொண்டிருந்தவர், திடீரென 'பச்சைத் தமிழகம்' என்ற பெயரில், அரசியல் கட்சி ஒன்றை தொடங்குவதாக அறிவித்திருக்கிறார். தேர்தல் நெருங்கும் நேரத்தில் புதுப்புது கட்சிகளும் கூட்டணிகளும் முளைப்பது தமிழகத்தில் வழக்கமென்றாலும், சுப. உதயகுமாரன் என்னும் ஆளுமையை பத்தோடு பதினொன்றாக கருதிவிட முடியாது. புதிய வாழ்வியல் மலருக்காக தன் கருத்துகளை பகிர்ந்துகொள்கிறார் பச்சைத் தமிழகம் கட்சியின் தலைவர் சுப. உதயகுமாரன்.

தமிழகத்தில் உள்ள பல்வேறு கட்சிகள், அமைப்பு ரீதியாக தனித்தனியாக இருந்த போதிலும், கொள்கை

அளவில் உங்கள் கோரிக்கைகளை ஏற்றுக்கொண்டிருப்பவை. எனில், பச்சைத் தமிழகம் என்ற அரசியல் கட்சியை உருவாக்க வேண்டிய அவசியம் என்ன?

கூடங்குளம் அணுமின் நிலைய எதிர்ப்பில் இரண்டரை ஆண்டுகள் உயிரைக் கொடுத்து போராடினோம். மக்கள் வரிப் பணத்தை போட்டு இரண்டு உலைகள் கட்டிவிட்டோம். இதை தவிர்ப்பதற்கு வேறு வழியே இல்லை என்றார்கள். ஆனால், இப்போது மேலும் நான்கு புதிய உலைகள் திறக்க இருக்கின்றனர். இப்படித்தான் எல்லா விஷயங்களிலும். ஆகவே மக்களையும் மண்ணையும் காக்க தொடர் போராட்டங்கள் தேவையென்பதை உணர்ந்தோம். இதற்கான கருத்தியல்களை அடுத்த தலைமுறையினரிடம் எடுத்துச் செல்லவும், மக்களுடன் இணைந்து போராடவும் அரசியல் பாதையே சரி என்று முடிவு செய்தோம்.

கூடங்குளம் என்பது தென் மாவட்ட பிரச்சினை. குறிப்பாக, திருநெல்வேலி மாவட்ட பிரச்சினை. காவிரி, டெல்டா மாவட்டங் களின் பிரச்சினை. கெயில், கொங்கு மண்டல பிரச்சினை. அதேபோல், மீத்தேனும் தஞ்சை சுற்றியுள்ள மாவட்டங்களின் பிரச்சினை. இப்படி ஒவ்வொரு மாவட்டத்துக்கும் ஒரு பிரச்சினை இருக்கிறது. தமிழகத்தில் நடக்கும் அனைத்து இயற்கை அழிவு, வளங்கள் அழிப்பு பிரச்சினைகளைக் குறித்து மக்களுக்கு விழிப்புணர்வு ஏற்படுத்த வேண்டியது எங்கள் கடமை என்று நினைத்தோம்.

குறிப்பாக, பன்னாட்டு நிறுவனங்கள், கார்பரேட் முதலைகள், உள்ளூர் முதலாளிகள் போன்றோர் நம் நாட்டு வளங்களை எப்படி சூறையாடுகின்றனர் என்பதைப் பற்றி அடுத்தத் தலைமுறையிடம் விழிப்புணர்வு ஏற்படுத்த வேண்டிய அவசியம் எங்களுக்கு உள்ளது. இதை தமிழக அரசியலில், சித்தாந்தமாக கொண்டு வர வேண்டிய கடமையும் எங்களுக்கு இருக்கிறது. அதற்காகவே இந்த அரசியல் கட்சி ஆரம்பித்துள்ளோம். தேர்தலில் போட்டியிடவில்லை என்றால், அது வெறும், அமைப்பாகவே சுருங்கிவிடும். எனவே, தேர்தல் களத்தில் பேராடுகிறோம்.

நீங்கள் ஒருவரோ அல்லது உங்கள் அமைப்பு சார்ந்தவர்களில் ஒரு சிலரோ வெற்றி பெற்ற உடனே, கூடங்குளத்தில் திறக்க உள்ள நான்கு உலைகளும் இழுத்து மூடப்படுமா? அல்லது அனைத்து இயற்கை வளங்கள் அழித்தொழிப்பு பிரச்சினைகள் நின்றுவிடுமா?

நிச்சயம் இல்லை. அந்த நடைமுறை சிக்கலையும் நாங்கள் முழுமையாக உணர்ந்திருக்கிறோம். எங்களுக்கான குரல்

சட்டமன்றத்தில் ஒலிக்க வேண்டும் என்று விரும்புகிறோம். தொடர்ச்சியாக மக்கள் மனதில் எங்கள் பிரச்சினைகள் எதிரொலித்துக்கொண்டே இருக்க வேண்டும் என்று நினைக் கிறோம். ஏனெனில், இது மக்களின் வாழ்வாதார பிரச்சினை.

அது மட்டுமில்லாமல், சட்டமன்றத்தில் எங்கள் குரலை ஒலிக்கச் செய்யவேண்டும் என்றால், ஜவாஹிருல்லா எம்.எல்ஏவை யும், பாராளுமன்றத்தில் விடுதலை சிறுத்தைகள் கட்சித் தலைவர் திருமாவளவனையும் மதிமுக எம்பி கணேசனையும் தான் அணுக வேண்டி இருந்தது. அவர்களுக்கும் சில அரசியல் நெருக்கடிகள் இருந்தன. விடுதலைச் சிறுத்தைகளை பொறுத்தமட்டில், அப்போதைய காங்கிரஸ் கூட்டணியில் இருந்தனர். இப்படி பல்வேறு பிரச்சினைகள் இருந்தன. இருந்தாலும், எங்கள் சார்பாக, எங்கள் கோரிக்கையை எந்த இடையூறுமின்றி எதிரொலிக்க எங்கள் குரல் வேண்டும் என்று நினைத்தோம். அதற்காகவே போராடுகிறோம்.

தேர்தல் என்றாலே பணபலமும், அரசியல் கவர்ச்சியும் முதன்மை தேவைகள். ஏற்கனவே அரசியல்வாதிகளின் இரட்டை வேடங் களை தோலுரித்துக் காட்டியதால் அவர்களின் விரோதத்தை சம்பாதித்திருக் கிறீர்கள். மேலும், உள்ளூர் பண முதலைகளையும் எதிர்த்து வருகிறீர்கள். அப்படியிருக்க இச்சூழலை எப்படி சமாளிக்கப் போகிறீர்கள்?

நாங்களாக போராட்டத்தை ஆரம்பிக்கவில்லை. மக்கள்தான் போராட்டத்தை ஆரம்பித்தனர். நான் அவர்களுக்கு துணையாக இருந்தேன். அவர்களாகத் தான் என்னை தலைமையில் அமர்த்தினர். கடந்த, 19 ஆண்டுகளாக அணு உலை குறித்து எழுதி வந்த நான், எங்கள் மக்களின் போராட்டத்தில் ஒருவனாக கலந்து கொண்டேன். எங்கள் மக்களின் வாழ்வாதாரம் முக்கியம். அதற் காகவே போராடினோம். அமெரிக்க கைக்கூலி, தேசதுரோகி என்பதெல்லாம், போராட்டத்தை ஒடுக்குவதற்கு தொடுக்கப்பட்ட வார்த்தைகள். அதை மக்கள் நன்கு அறிவார்கள்.

அதே நேரத்தில் இயற்கை வளங்களை சுரண்டிப் பிழைக்கும் உள்ளூர் பண முதலைகளிடம் இருந்து, நிதியுதவி பெறக் கூடாது என்பதில் தெளிவாக இருந்தோம். மக்கள் தங்களிடம் இருந்த, சில்லறைகளை வைத்தே போராட்டத்தை நடத்தினர். பணம் இருப்பதால் மட்டுமே ஒருவர் அதிகாரத்தை பிடித்துவிட முடியாது. அப்படி என்றால், டாடா பிர்லாக்களும், அம்பானி களும் தான் இதுவரை நாட்டை ஆண்டிருக்க முடியும். எங்கள் தேவை எளிது. துண்டறிக்கை விடுவோம். மக்களை நேரடியாக சந்திப்போம். மக்களின் மொழி எங்களுக்கு அத்துப்படி.

அவர்களின் உணர்வுகளோடு ஒன்றிப் போனவர்கள் நாங்கள். எங்களை அவர்கள் புரிந்துகொள்வர்.

கூடங்குளம் பிரச்சனை கொதி நிலையில் இருந்தபோதே, 15,000 வாக்குகளைத்தான் உங்களால் பெற முடிந்தது. இப்போது ஏறக்குறைய, அதை மக்கள் மறந்து போன நிலையில் உங்களுக்கு தேர்தல் வெற்றி என்பது சாத்தியமா?

நான் போட்டியிட்ட கன்னியாகுமரி தொகுதி மற்ற தொகுதி களைப் போல் அல்ல. பிரசாரத்துக்காக சோனியா வந்தார். மோடி வந்தார். இந்த இரண்டு தேசிய கட்சிகளை ஓரம் கட்ட வேண்டும் என்று, தி.மு.க., அ.தி.மு.க., ஆகிய இரண்டு கட்சி களும் மிகக் கடுமையாக வேலை செய்தன. கோடிக்கணக்கில் பணம் புரண்டது. நான்குமுனைப் போட்டி நடந்தது. அதிகார துஷ்பிரயோகம் நடந்தது. காசு வாரி இறைக்கப்பட்டது. நாங்கள் வேட்பு மனு தாக்கல் செய்த அன்று தான், இடிந்தகரையை விட்டு வெளியே வந்தோம். இரண்டரை ஆண்டுகளுக்குப் பின்னர் அப்போது தான், ஊரை விட்டு வெளியில் வந்தோம். தேர்தலில் நாங்கள் ஜெயிக்க மாட்டோம் என்று எங்களுக்குத் தெரியும். இருந்தாலும், போலீசாரின் எந்த அச்சுறுத்தலும் இல்லாமல், எல்லா இடங்களிலும், சுதந்திரமாக கூடங்குளம் அணு உலையின் தீமைகள் குறித்து விளக்குவதற்கு அந்தத் தேர்தல் வாய்ப்பாக இருந்தது. அதை நாங்கள் பயன்படுத்திக் கொண்டோம். மிக குறைந்த நாளே, நாங்கள் தேர்தல் பிரசாரத்தில் ஈடுபட்டோம். பெரிய அரசியல் கட்சிகளின் கடும் போட்டி இருந்த நேரத்திலும், மக்கள் அளித்த ஒவ்வொரு ஓட்டும் எங்களுக்கு முக்கியமானது.

இந்த தேர்தலில் உங்கள் செயல்திட்டம் என்ன? மாற்றத்தை ஏற்படுத்த முடியுமென்று நினைக்கிறீர்களா?

தேர்தலை சாக்காக வைத்து இரண்டு திராவிட கட்சிகள் மக்களை சுரண்டிப் பிழைப்பதை அவர்களுக்கு எடுத்துச் சொல்லி விழிப்புணர்வு ஏற்படுத்த வேண்டிய அவசியம் எங்களுக்கு உள்ளது. நாட்டின் இயற்கை வளங்களை சுரண்டி பணம் சம்பாதிப்பவர்களுக்கு அவர்கள் எவ்வாறு துணை போகிறார்கள் என்பதை சொல்ல வேண்டும். இரண்டு திராவிட கட்சிகள் கூட்டு சேர்ந்து கொண்டு மக்கள் பணத்தை எப்படி கொள்ளை அடிக்கிறார்கள் என்பதை சொல்ல வேண்டும். சாதாரண கிளை செயலாளர் கூட குவாலிஸ் காரில் செல்ல முடிகிறது என்றால், அதற்கு அவர்கள் போட்டுக் கொடுத்த மோசமான பாதை தான் காரணம். ஊழலை, அடிமட்டம் வரை அவர்கள் தான் கொண்டு வந்தனர். வேர் வரை பாய்ந்திருக்கிற அந்த

உணர்வை அகற்ற வேண்டும் என்றால் தொடர் பிரச்சாரம் தேவை. அதை நாங்கள் தொடர்ந்து செய்துகொண்டிருப்போம்.

மற்றொன்று, இயற்கை வளங்களை பாதுகாப்பது தொடர்பாக இன்னும் அதிக அளவில் விழிப்புணர்வு ஏற்படுத்த வேண்டிய நிர்பந்தத்தில் நாங்கள் உள்ளோம். அதற்கான விதையை தற்போது ஊன்றுகிறோம். இதுவும் விவசாயம் போல்தான். நட்டு, நீர் பாய்ச்சி, களை எடுத்து, இயற்கை உரமிட்டு, பாதுகாத்து, காய்த்த பின்னர் தான், விளைச்சலை பெற முடியும். 2021இல் தான் அந்த மாற்றம் வரும். அதற்கு இந்த தேர்தலில் இருந்து நாங்கள் விழிப்புணர்வு பிரசாரத்தில் ஈடுபடுகிறோம். மக்கள் அதை ஏற்றுக் கொள்வார்கள் என்ற நம்பிக்கை எப்போதும் எங்களுக்கு உண்டு. அதை வைத்தே எங்கள் பயணம் தொய்வில்லாமல் தொடரும்.

அணு உலை எதிர்ப்பு இயக்கத்தை ஒரு போதும் அரசியல் கட்சியாக மாற்ற மாட்டேன் என்று சொன்னவர் நீங்கள். மக்களும் அதை நம்பினார்கள். இப்போது கட்சி ஆரம்பித்திருப்பதன் மூலம் மக்களுக்கு நீங்கள் துரோகம் செய்துள்ளீர்கள் என்று எடுத்துக் கொள்ளலாமா?

நான் அரசியல் அறிவியலில் டாக்டர் பட்டம் பெற்றிருந்தாலும், எனக்கு அரசியல் ஆசை வந்ததில்லை. இந்த இயக்கத்தை நாங்கள் அரசியலாக்க மாட்டோம் என்று சொன்னேன். போராட்டம் தீவிரமாக இருந்த காலக்கட்டத்தில், அப்போதிருந்த, அ.தி.மு.க., தி.மு.க., பா.ஜ.க., காங்கிரஸ் உள்ளிட்ட ஆறு கட்சிகளையும் ஆபத்தான ஆறு என்றும் மற்ற கட்சி களை ஆதரவான நூறு என்றும் பிரித்து வைத்திருந்தோம். ஆதரவானவர்களை ஒன்றிணைந்து போட்டியிட சொன்னோம். அவர்கள் மறுத்துவிட்டனர். இதற்கிடையே இடிந்தகரைக்கு நேரில் வந்து ஆதரவளித்த அரவிந்த் கெஜ்ரிவால் எங்கள் எண்ணங்களை டெல்லியில் உரத்துப் பேசுவார் என்று நம்பி ஆம் ஆத்மியில் இணைந்தோம். எங்கள் பிரச்சனை தேசிய பிரச்சினை யாக உருவெடுக்க ஆம் ஆத்மி உதவியாக இருக்கும் என்று நினைத்தோம். நாடாளுமன்றத் தேர்தல் முடிவு எதிர்மறையாக அமைந்ததுடன், அணு உலை எதிர்ப்பில் கெஜ்ரிவாலின் நிலைப்பாடு வேறு மாதிரி இருக்கவும், ஆம் ஆத்மி கட்சியிலிருந்து விலகிவிட்டோம். தமிழகத்தின் இயற்கை வளங்களை, அவற்றிற்கு வரும் பேராபத்துக்களை காக்க வேண்டியது எங்களின் கடமை. அதற்காகவே பச்சைத் தமிழகம் என்ற பெயரில் அரசியல் கட்சி ஆரம்பித்துள்ளோம். இதுவே அரசியல்கட்சி தொடங்குவதற்கான காரணமும் நோக்கமும் ஆகும்.

உங்களைப் போல் தீவிரமாக கொள்கையை கடைபிடிப்போம் என்று சொன்ன அமைப்புகள், தேர்தல் அரசியலுக்கு வந்துவிட்ட பிறகு, மைய நீரோட்டத்தோடு கலந்தது கடந்த கால வரலாறு. நீங்கள் மட்டும் அப்படியே இருப்பீர்கள் என்பதற்கு என்ன உத்திரவாதம்?

மிகவும் எளிய குடும்பம் என்னுடையது. என்னைப் போலவே என் மனைவியும் நேர்மையானவர். எங்கள் வீட்டில் பழைய அம்பாசிடர் கார் மட்டுமே உள்ளது. அதில் குழந்தைகளை பள்ளிக்கு அழைத்துச் சென்றால், அவர்கள் மறுத்துவிடுவார்கள். இதை நான் ஏன் சொல்கிறேன் என்றால், குடும்பம்தான் ஒருவரின் குணாதிசயங்களை நிர்ணயிப்பதில் முக்கிய பங்கு வகிக்கிறது. எங்களுக்கு எளிய வாழ்க்கை போதும். என் மனைவி பத்து கார், ஐம்பது வீடு வேண்டும் என்று கேட்க மாட்டார். என் குழந்தைகளும் நேர்மையாகவே இருப்பார்கள். அதனால் நான் எப்போதும் நேர்மையாக இருப்பேன்.

அதுமட்டும் இல்லாமல், நான் தினந்தோறும் காலையில் எழும்போது, 'நீ, உன்னை விற்றுவிடாதே; விலை போய்விடாதே' என்று மனதுக்குள் சொல்லிக்கொள்வேன். அந்த மனபலம் எனக்கு உண்டு. கடந்த 60 ஆண்டுகளில்தான் ஊழலில் ஊறிப்போன தலைவர்கள் அதிகமானார்கள். அதற்கு முன்பு, ஜீவா, கக்கன், காமராஜர் போன்ற தன்நலம் பாராத தலைவர்கள் தான் தமிழகத்தின் முக்கியமான தலைவர்களாக இருந்தார்கள்.

அப்போது ஒரு சில ஊழல்வாதிகள் இருந்தனர். இப்போது, ஒரு சில நல்லவர்கள்தான் இருக்கிறார்கள். இதில் மாற்றத்தை ஏற்படுத்துவதுதான் எங்கள் நோக்கம். குறிப்பாக சினிமாக்காரர்கள் பிடியிலிருந்து நாடு, வெளியில் வரவேண்டும். அப்போதுதான் மாற்றங்களை சந்திக்கும். இல்லை என்றால், அது மோசமான பாதைக்கு கொண்டு செல்லும்.

தமிழக சட்டமன்ற தேர்தலில் சாதி வாக்குவங்கி, வெற்றியில் முக்கிய இடத்தை வகிக்கும். சாதி அமைப்பை மறுப்பதாக சொல்லும் நீங்கள், தேர்தல் அரசியலில் எப்படி வெற்றி பெறுவீர்கள்?

கூடங்குளம் போராட்டத்தை நாங்கள் சாதி, மத, பேதமில்லாமல்தான் நடத்தினோம். நான் உயிர் வாழக் கூடிய நாகர்கோவிலில், என்னை தங்களின் சாதியாக சொல்லிக் கொள்கிறவர்கள், என் மீது இன்றுவரை கடும் கோபத்தில் இருக் கின்றனர். நான் கிறிஸ்தவர்களோடு சேர்கிறேன். அவர்களோடு போராட்டங்களில் இணைகிறேன், சாதி, மதம் பாராமல் இருக்கிறேன் என்று என் மீது கோபத்தில் இருக்கிறார்கள். அப்படி எண்ணுகிறவர்களின் வாக்குகள் எனக்கு விழுந்தால்

நான் அதை அவமானத்துக்குரியதாக எண்ணுவேன். சாதி மறுப்பை நினைக்கும் மனிதர்கள் போடும் ஓட்டை நான் மேன்மைக்குரியதாக எண்ணுவேன். சாதி உணர்வாளர்கள் ஓட்டுப் போடாமல்தான் நான் தோற்றேன் என்றால், அந்த தோல்வியை, மிகப்பெரிய வெற்றியாக நான் கருதுவேன்.

உங்கள் வாக்குறுதிகளாக என்னென்ன செயல்திட்டங்களை தமிழக வாக்காளர் முன் வைக்க இருக்கிறீர்கள்?

இயற்கை வளங்களை பாதுகாப்பது, மக்களின் வாழ்வாதாரங் களை பாதுகாப்பது, வளர்ச்சி என்ற பெயரில் நடக்கும் அழிவுத் திட்டங்கள் குறித்து மக்களிடம் விழிப்புணர்வு ஏற்படுத்துவது இப்படி பல திட்டங்களை வகுத்துள்ளோம். குறிப்பாக, எதிர்கால தலைமுறையினரின் வாழ்க்கை பற்றிய தொலைநோக்கு திட்டங்கள் எங்களிடம் உள்ளன. கொள்கை அளவில் நாங்கள் தெளிவாகவே இருக்கிறோம். ஆனால், தேர்தல் அரசியலுக்கு நாங்கள் இன்னும் தயராகவில்லை. அதற்கான முயற்சிகளில் தான் ஈடுபட்டு வருகிறோம். மார்ச் 13இல் நடக்கும் கட்சியின் கூட்டத்தில்தான், யார் யார் போட்டியிடுவார்கள், தேர்தலை எப்படி சந்திக்கப் போகிறோம் என்பது குறித்து முடிவு செய்யப்படும்.

சந்திப்பு: **அ.ப. இராசா**

***புதிய வாழ்வியல் மலர்*, மார்ச் 16–31, 2016**

'நம்மை எதிர்த்திசையில் கொண்டுசெல்கின்றனர்'

இந்தியாவில் அணுசக்திக்கு எதிரான பெரிய அளவிலான தொடர் போராட்டங்களை முன்னெடுத்த பகுதி கூடங்குளம். அதை ஒருங்கிணைத்தவர் நீங்கள். இந்தத் தொடர் போராட்டங்களால் நீங்கள் சாதித்தவை எவை?

கூடங்குளம் அணு உலை எதிர்ப்புப் போராட்டத்தால் தமிழகம் முழுவதும் இந்தியா முழு வதும் அணுசக்தி பற்றிய ஒரு தீவிரக் கருத்துப் பரிமாற்றம் உருவானது மிகப் பெரிய வெற்றி. எளிய மக்களின் வாழ்வுரிமைகளை, வாழ்வாதார உரிமை களை உள்ளடக்கிய சுற்றுச்சூழல் பிரச்சினைகள் முக்கியமானவை; அவற்றுக்காக எழுந்துநின்று போராடுவது நமது கடமை எனும் உணர்வை மக்கள் மனங்களில் ஆழமாக ஊன்றியது இந்தப் போராட்டம்தான். எழுத்தறிவற்ற ஏழை எளிய மக்களுக்கும் தங்கள் பிரச்சினைகள் பற்றித் தெளிவாகச் சிந்திக்கத் தெரியும், நிலைப்பாடு எடுக்க முடியும், தங்கள் நலன்களைக் காத்துக்கொள்ள இயலும் என உரக்கச் சொன்னது இந்தப் போராட்டம். சனநாயகம், கூட்டுத்தலைமை, கூடி முடிவெடுக்கும் தன்மை, திறந்தவெளித் தன்மை போன்றவற்றுடன் ஓர் அறவழிப் போராட்டம் நடத்தும் விதத்தைக் கற்றுக்கொடுத்தது இந்தப் போராட்டம். பெண்கள், குழந்தைகள், இளைஞர்கள், பெரியவர்களை முன்னிலைப்படுத்தி வீரியமிக்க குடிமைச் சமூகத்தைக் கட்டியெழுப்பி உரிமைக்குரல்

எழுப்புவதைப் போதித்தது இந்தப் போராட்டம். எமது மக்களின் துன்பங்களால், தொண்டுகளால், தியாகங்களால், இந்தியாவின் எந்தப் பகுதியிலும் கடும் எதிர்ப்பின்றி அணு உலைத் திட்டங்களைத் தொடங்க முடியாது என்ற நிலைமையை உருவாக்கியது எங்களின் ஆகப் பெரிய பங்களிப்பு.

அணு உலைகள் சரிவர இயங்கவில்லை, அடிக்கடி பழுதாகின்றன, அந்தத் திட்டம் தோல்வி அடைத்துவிட்டது என்று கூறுகிறீர்கள். ஆனால் அதை நாட்டுக்கு அர்ப்பணித்து இருக்கிறார்கள். இது உங்கள் கூற்றைப் பொய் ஆக்கியுள்ளதாக எண்ணுகிறீர்களா?

கூடங்குளம் அணு உலையின் முதலிரண்டு அலகுகளுமே தோல்விகரமானவை. அவற்றில் ஏராளமான கோளாறுகளும், குளறுபடிகளும் இருக்கின்றன. 'உலகத்தரம் வாய்ந்த உன்னதமான' அணு உலையை ஏன் ஒளிந்திருந்து அர்ப்பணிக்கிறார்கள்? இரண்டு லட்சம் கோடி ரூபாய்க்கு இன்னும் பத்து 'உலகத்தரம் வாய்ந்த' அணு உலைகளை விற்கவிருக்கும் விளாடிமிர் புடினுக்குக் கூடங்குளம் வரை வந்து தான் விற்கும் பொருட்களைக் கையளித்து, புகழ்ந்து பேசிவிட்டுப் போக முடியாதா? உப்புச்சப்பில்லாத காரணங்களுக்காக உலக நாடுகளுக்கெல்லாம் ஓடித் திரியும் பிரதமர் மோடிக்குத் தனது கட்சியின், அரசின் கனவுத் திட்டமான முதல் அணு உலைப் பூங்காவுக்கு ஓரிரு மணி நேரங்கள் வந்துபோக முடியாதா? தமிழகத்தை மின்மிகை மாநிலமாக மாற்றிவிட்ட தமிழக முதல்வருக்கு கூடங்குளம் வந்து அந்த வெற்றியைப் பறைசாற்ற விருப்பமில்லாமல் போனதேன்? இந்தியாவின் ஆளும்வர்க்கம் திட்டமிடும் பல லட்சம் கோடிகள் புரளப் போகும் அணுசக்தி தாஜ்மகாலுக்குக் கூடங்குளம் திட்டம்தான் அஸ்திவாரம். அடிக்கல்லே ஆடிக்கொண்டிருக்கிறது என்ற உண்மையை ஒத்துக்கொண்டால், அடுத்தடுத்த நடவடிக்கைகள் முடங்கிப்போகும். எனவே கமுக்கமாக அர்ப்பணித்துவிட்டு அடுத்த வேலைக்குப் போவதே அறிவுடைமை என்று செயல்படு கிறார்கள். பேய்க்குப் பூசையுமாச்சு, பிள்ளைக்குக் கறியுமாச்சு!

இவ்வளவு போராட்டங்களையும் புறந்தள்ளிவிட்டு மத்திய, மாநில அரசுகள் அணு உலைகளை அங்கே தொடர்ந்து நிர்மாணித்துவருவது பற்றி உங்கள் கருத்து என்ன?

இது கடைந்தெடுத்த மக்கள் விரோதப் போக்கு, அதிகாரத் திமிர், அரசியல் ஆணவம். குஜராத் மாநிலம் பாவ்நகர் மாவட்டத்தில் மித்திவிர்தி என்னும் இடத்தில் அமையவிருந்த அமெரிக்க அணுஉலைப் பூங்காவை உள்ளூர் மக்கள் நடத்திய அடையாளப் போராட்டத்தால் ஆந்திராவுக்கு மாற்ற முடிகிறது. ஆனால் தமிழர்களின் நீண்ட தொடர் அறவழிப் போராட்டத்தை

மதிக்க முடியவில்லை! ஏன்? அறவழிப் போராட்டங்களை இப்படிப் புறந்தள்ளும்போது, இளைஞர்கள் என்ன பாடம் படிப்பார்கள்?

அணுசக்தி இல்லாமல் மாற்று எரிசக்தி மூலம் மின் உற்பத்தி செய்வதில் இந்திய அரசுக்கு என்ன தயக்கம், என்ன தடை?

வாரிச் சுருட்ட முடியாதே!

கூடங்குளம் அணு உலை நாட்டுக்கு அர்ப்பணிக்கப்பட்டுவிட்டது, அது செயல்படத்தொடங்கிவிட்டது என்கின்றன அரசுகள். இத்தகைய நிலையில் உங்கள் போராட்டத்தின் நிலை என்ன?

உண்மைகளைத் தொடர்ந்து உரக்கச் சொல்வது. உருப்படியான அடுத்த கட்டத் தலைவர்களை உருவாக்குவது. நம் நாட்டுக்காக, நம் மக்களுக்காக உழையுங்கள் என்று வலியுறுத்துவது, வழிகாட்டுவது. இப்படி நிறைய வேலைகள் இருக்கின்றன.

ஒரு நாட்டின் வளர்ச்சிக்கு, முன்னேற்றத்திற்கு உங்கள் போராட்டம் தடையாக இருப்பதாகவும், அணுசக்தி ஆபத்தற்றது என்றும் அணு உலை நிர்வாகத்தின் தரப்பில் தொடர்ந்து கூறப்பட்டுவருகிறது. எனில் உங்கள் போராட்டத்தின் உண்மையான நோக்கம் என்ன?

நாடு என்பது அதானிகளையும், அம்பானிகளையும் மட்டும் உள்ளடக்கியதல்ல. மீனவர்களும் விவசாயிகளும் வர்த்தகர்களும் தொழிலாளர்களும் பெண்களும் இந்த நாட்டின் அங்கங்கள்தான். பணக்காரர்கள் இன்னும் பணம் பண்ணுவதல்ல வளர்ச்சி. நம் தலைமுறைகள் உடல்நலத்துடன், மன அமைதியுடன், வளமாக வாழ்வதுதான் வளர்ச்சி. அணு உலை தரப்பும் நாங்களும் இப்படி எதிரும் புதிருமாகச் சிந்திப்பதுதான் பிரச்சினை. எங்கள் தரப்பு விழுமியங்களை, உண்மைகளை நிறுவுவதுதான் எங்கள் போராட்டத்தின் உண்மையான நோக்கம்.

அடுத்தடுத்து அமையவிருக்கும் அணு உலைகளால் கூடங்குளம் பகுதிகள் சமூக முன்னேற்றம் அடைய வாய்ப்பிருப்பதாக அணு உலை தரப்பில் கூறப்படுகிறது. அதுபற்றி என்ன எண்ணுகிறீர்கள்?

பத்தாயிரம் பேருக்கு வேலை கிடைக்கும், பேச்சிப்பாறை தண்ணீர் வரும், கூடங்குளம் பகுதி கோடீஸ்வரபுரியாக மாறும் என்றார்கள். மாறியதா? தாங்களும் தங்கள் வர்க்கமும் அடையப் போகும் வளர்ச்சி, பணம், பதவி, பகட்டுக்களைப் அவர்கள் பார்க்கிறார்கள். எங்கள் மக்களும், வருங்காலத் தலைமுறைகளும் அனுபவிக்கப்போகும் இன்னல்கள், இழப்புக்கள், பேரிடர்கள், நோய் நொடிகள், ஆபத்துக்களை நாங்கள் பார்க்கிறோம்.

நீங்கள் ஒருங்கிணைத்த போராட்டங்களையும் தாண்டி அணு உலை செயல்படுவதாக அறிவிக்கப்பட்டுவிட்டது. அப்பகுதி மக்கள் தற்போது உங்களைப்பற்றி என்ன சொல்கிறார்கள்?

போராட்டத்துக்கும் போராடும் மக்களுக்கும் உண்மையாக இருக்கிறேன், உறுதியாக இருக்கிறேன், ஒழுக்கமாக இருக்கிறேன் என்பது அவர்களுக்குத் தெரியும். அவர்களையே மதிக்காத அரசும், ஆளும் வர்க்கமும் என்னைக் கடுகளவும் மதிக்காது என்பதும் அவர்களுக்குத் தெரியும். உண்மையைச் சொல்லி நன்மையைச் செய்வதால், மக்கள் என்னை நேசிக்கத்தான் செய்கிறார்கள். விலைபோன சிலர் என்னை வெறுக்கலாம், அதைப்பற்றி நான் கவலைப்படவில்லை.

சரி, இப்போது அடுத்தடுத்து மொத்தம் 10 அணு உலைகள் அமையவிருக்கின்றன. உண்மையில் அவற்றால் என்ன பாதிப்புகள் ஏற்படும் என்று அச்சப்படுகிறீர்கள்?

நிலமும் நீரும் காற்றும் கடலும் பாழாகும். கடல் வளம் அழியும், கதிர்வீச்சுப் பெருகும். உணவுப் பாதுகாப்பு, ஊட்டச்சத்துப் பாதுகாப்பு கேள்விக்குறியாகும். நோய்நொடிகள் பெருகும், நொடிந்தவர்கள் மடிந்துபோவார்கள். நாமும் நம் பிள்ளைகளும் தின்று விளையாடி இன்புற்றிருக்கும்போது அணுஅரக்கன் அரவமின்றி நம்மை அழித்துக்கொண்டிருப்பான். இவை எல்லாம் பொய் என்றால், அணுமின் நிலைய ஊழியர்களை உலைகள் இருக்கும் வளாகத்திலேயே உயிர்வாழச் சொல்லுங்கள். அல்லது நாடாளுமன்ற, சட்டமன்ற வளாகங்களில் அணு உலைகளைக் கட்டுங்கள். அவை பாதுகாப்பானவைதானே?

மாற்று எரிசக்திக்கான செலவுகள் அதிகம் என்கிறபோது அணுசக்தி ஏன் ஒரு தீர்வாக இருக்கக் கூடாது?

ஆகக் கூடுதலாகச் செலவாவது அணுசக்தி உற்பத்தியில்தான். நிலம் கையகப்படுத்தும் செலவுகள், பிரச்சாரச் செலவுகள், கமிஷன்கள், கையூட்டுக்கள், கட்டுமானச் செலவுகள், உலை நிர்வாகச் செலவுகள், வேலையாட்கள் சம்பளம் – படிகள், பாதுகாப்புச் செலவுகள், உலையைச் செயலிழக்கச் செய்யும் செலவுகள், அணுக்கழிவு மேலாண்மைச் செலவுகள் – இப்படி ஏராளமாகச் செலவாகும் திட்டம் எப்படி ஒரு தீர்வாக முடியும்? அணு உலைகளைவிடக் காற்றாலைகளும், சூரியஒளி இழைகளும் செலவு மிகுந்தவையா?

அணு சக்தி விஷயத்தில் மத்திய அரசின் கொள்கையில் மாற்றங்கள் இருக்கும் என்று நம்புகிறீர்களா?

இல்லை. மக்களை மதிக்காதவர்கள், வல்லாதிக்கங்களுக்குப் பல்லக்குத் தூக்குகிறவர்கள், பலவீனமானவர்கள் என்று தங்களைப் பற்றிய தாழ்வு மனப்பான்மை கொண்டவர்கள், அணுக்காமத்தில் அல்லலுறும் பாசிஸ்டுகள் அணுசக்தியில் கொள்கை மாற்றம் கொண்டு வரமாட்டார்கள். ஆனால் மக்கள் வரலாற்றின் குப்பைத் தொட்டியில் தூக்கி எறியும்போது, தவறுகளை உணர்வார்கள்.

10 ஆயிரம் மெகா வாட் மின்சக்தி உற்பத்தி செய்யும் அணு உலைகள் வெளியேற்றும் அணுக்கழிவுகளை என்னதான் செய்வார்கள் என்று நீங்கள் எண்ணுகிறீர்கள்?

அவர்கள் சொல்வதைச் சொல்கிறேன். சிரிக்காமல் கேளுங்கள். அதைக் கழிவு என்று சொல்லக்கூடாது, அது தேசியச் சொத்து! சொத்து சேர, சேர மகிழ்ச்சி பொங்கவேண்டும்! கூடங்குளம் போராட்டக்காரர்கள் பிரதமர் மன்மோகன் சிங்கைப் பார்த்து முறையிடப் போயிருக்கும்போது, அங்கே இந்திய அணுமின் கழகத்தின் அப்போதைய தலைவர் எஸ்.கே. ஜெயினும் இருந்தார். அணுக்கழிவு பற்றி எங்களுக்குப் பதில் சொல்ல எழுந்தவர், தன் வலது கையைக் குவித்துக் காட்டி, கொஞ்சம் கழிவு வரும். அதை அப்படியே உருக்கி கண்ணாடிப் பந்துகளாக மாற்றி நம் வீட்டு வரவேற்பறை அலங்கார அலமாரிகளில் வைத்துக்கொள்ளலாம் என்றார். எனக்குத் தூக்கிவாரிப் போட்டது. பிரதமர் உட்பட அத்தனை பேரையும் இவர் முட்டாள்கள் என்று நினைக்கிறாரா? இந்த மாபெரும் அதி அற்புத தொழிற்நுட்பத்தை உலக நாடுகளுக்கு விற்று இந்தியா பெரும்பணம் சம்பாதிக்கலாமே என்றெல்லாம் எனக்குள் பல குழப்பங்கள் எழுந்தன. பிரதமர் பதவிக்கு மரியாதை கொடுக்கவேண்டும் எனும் ஒரே காரணத்துக்காக, அந்த ஆளை அப்படியே விட்டோம்.

இத்தகைய நிலையில் மத்திய, மாநில அரசுகள் இதையாவது செய்யுங்கள் என்று செய்யச் சொல்லி நீங்கள் வலியுறுத்தும் அம்சங்கள் என்னென்ன?

கூடங்குளம், கல்பாக்கத்தில் விரிவாக்கம் கூடாது. நாடு முழுவதும் ஆங்காங்கே திட்டமிடப்படும் அணு உலைகள் குறித்த சுற்றுச்சூழல் ஆய்வறிக்கை, தல ஆய்வறிக்கை, பாதுகாப்பு ஆய்வறிக்கை, பேரிடர் முன்தயாரிப்பு அறிக்கை, அணு உலை செயல்பாட்டு அறிக்கை போன்றவற்றை உள்ளூர் மொழிகளில் கொடுத்து, நாடு முழுவதும் ஒரு பரந்துபட்ட விவாதம் நடத்த வேண்டும். பெரும்பான்மை இந்தியர்கள் அணுசக்தியை ஆதரித்தால் திட்டங்களைத் தொடர்வோம், இல்லையேல்

துண்டிப்போம். பிரதமர், முதல்வர், எதிர்கட்சித் தலைவர் போன்றோர் 'எங்கோ நடக்கும் இழவு' என்று வாளாவிருக்கக் கூடாது, வாயைத் திறந்து பேச வேண்டும்.

சர்வதேச அளவில் அணுசக்தி பயன்பாட்டின் தற்போதய நிலை என்ன?

பெரும் தேக்க நிலைதான். சீனா, இந்தியா, பாகிஸ்தான் எனும் மூன்று நாடுகளைத் தவிர அணுஉலைகளை வாங்குவார் இல்லை. பெரும்பாலான நாடுகள் மாற்றுவழிகளைத் தேடிப் போகிறார்கள். ஆனால் நமது தலைவர்களோ நம்மை எதிர்த்திசை யில் இழுத்துச் செல்கிறார்கள்.

கூடங்குளம் அணு உலை விவகாரத்தில் மாநில அரசு வேறு என்ன செய்திருக்க முடியும் என்று எண்ணுகிறீர்கள்?

வங்காள மக்களை ஆளும் வங்காளத் தலைவரான மம்தா பானர்ஜி தங்கள் மாநிலத்தில் அணு உலை வேண்டாம் என்று உறுதியாக எதிர்ப்பதைப் போல, கேரளாவில் அணு உலை வேண்டவே வேண்டாம் என்று அங்கேயுள்ள காங்கிரசுக்காரர் களும், கம்யூனிஸ்டுகளும் சேர்ந்து நின்று எதிர்ப்பதைப் போல, நம் மாநில அரசும், ஆண்ட, ஆளுகிற திராவிடக் கட்சிகளும் எதிர்த்திருக்க வேண்டும். வசனம், நடிப்பு, பணம், பந்தா என்று தமிழக அரசியல் சுருங்கிக் கிடக்கும்போது என்ன செய்ய முடியும்?

உங்கள் போராட்டம் தொடரும் என்பது சரி, அதே சமயம் இந்தத் தொடர் போராட்டங்களின்போது உங்களோடு தோளோடு தோளாக நின்ற கூடங்குளம் மற்றும் அதைச் சுற்றி வசிக்கும் மக்களை பற்றி சுப. உதயகுமாரின் மனதில் இப்போது என்ன தோன்றுகிறது?

அவர்களால் முடிந்ததை அவர்களின் சக்திக்கு மீறி செய்திருக்கிறார்கள். காவல்துறை, உளவுத்துறை, அரச இயந்திரம், சுயநல அரசியல்வாதிகள் போன்ற அசகாய சூரர்களை ஐந்தாண்டுகள் எதிர்கொண்டு நின்ற அவர்களின் வீரம், தீரம் பாராட்டுக்குரியது. உழைத்து வாழும், உண்மையான, எளிய மக்கள் அன்றும், இன்றும், என்றும் என் அன்புக்கும், மரியாதைக்கும் உரியவர்கள். அவர்களுக்கு என்னால் இயன்ற சிறு வேலைகள் செய்து கொடுப்பதை எனது பிறவிப்பயனாகக் கருதுகிறேன். இது முற்றிலும் உண்மை!

சந்திப்பு: விஷ்வா விஸ்வநாத்
தின இதழ் (நாளிதழ்), ஆகஸ்ட் 21, 2016

பின்னிணைப்பு

போற்றுதலுக்குரிய போராளிகளே!

இடிந்தகரைப் போராளிகளே!

இந்தியத் துணைக்கண்டத்தின் தென்கோடி மூலையில் இருந்துகொண்டு, இந்திய வல்லாதிக்கத்தை எதிர்த்து இரண்டு ஆண்டுகளுக்கு மேலாகத் துணிச்சலோடும் வீரியத்தோடும் சமரசமின்றிப் போராடி, இந்திய வரலாற்றில் புதிய சாதனை படைத்துள்ள உங்களை நினைக்கும்போது உள்ளபடியே பெருமையாக இருக்கிறது. உங்களை வாழ்த்தவும் போற்றவும் தமிழக மக்கள் கடமைப்பட்டுள்ளனர்.

தமிழர் நலன், மக்கள் பிரச்சினைகள் என்று அங்கொன்றும் இங்கொன்றுமாக அரசியல், பண்பாட்டுத் தளங்களில் ஒருசில முன்னெடுப்புகளை மேற்கொள்ளும் எங்களைப் போன்றோருக்கு உங்களது அளப்பரிய தியாகமும் வீரம் செறிந்த போராட்டமும் பல வேளைகளில் பிரமிப்பாகவும் ஊக்கமாகவும் அமைகின்றன. உங்களது அர்ப்பணிப்பு, கொள்கை உறுதிப்பாடு, எழுச்சி மிக்க விதவிதமான போராட்ட வடிவங்கள், மத்திய மாநில அரசுகளின் அடக்கு முறைகள் அனைத்தையும் எதிர்கொள்ளும் மன உறுதி, இவற்றையெல்லாம் எண்ணுகையில், கடந்த 50 ஆண்டு கால இந்திய வரலாற்றில் இது போன்ற எழுச்சி மிக்க நீண்ட, நெடிய போராட்டம் எதுவும் நடந்திருக்குமா என்ற கேள்வி எங்களுக்குள் எழுகிறது!

எத்தனை பெரிய வழக்குகள் உங்கள்மீது பதிவு செய்யப்பட்டாலும் எவ்வளவு இழப்புகளைச் சந்தித்தாலும் போராட்டத்தைக் கைவிடாது

முன்னெடுத்துச்செல்லும் பாங்கு எங்களை உண்மையிலே மலைக்கவைக்கிறது; உங்களது துணிவும் மனத்திடமும் கொள்கை உறுதியும் இன்றைய தமிழ் இளைஞர்களுக்கு மிகப்பெரிய உந்துசக்தியாக அமைகின்றன! உங்கள் போராட்டங்களிலிருந்து நாங்கள் கற்றுக்கொள்ளவும் பெற்றுக்கொள்ளவும் ஏராளமானவை இருக்கின்றன.

இடிந்தகரை என்ற கிராமம் வட இந்தியாவின் ஒரு பகுதியிலோ புதுதில்லிக்கு அருகிலோ அமைந்திருந்தால்,போராட்டக்குழுத் தலைவர்களில் இரண்டொருவர் பார்ப்பனராகப் பிறந்திருந்தால் அல்லது வட இந்தியராக இருந்திருந்தால் எழுச்சிமிக்க இந்தப் போராட்டம் அகில இந்திய ஆங்கில ஊடகங்களின் பார்வையிலே அன்றாடம் பளபளத்திருக்கும்! ஆங்கிலக் காட்சி ஊடகங்கள் உங்களை உச்சிமோந்து, உங்களது போராட்டத்தை 'ஆகா, ஓகோ'வென்று புகழ்ந்து தள்ளி உங்களைப் புகழின் உச்சிக்கே கொண்டுசென்றிருப்பர். உங்களது அணு உலைப் போராட்டம் தொடங்கப்பட்ட அதே கால கட்டத்தில் புதுதில்லியில் ஊழலுக்கு எதிராக அன்னா ஹசாரே என்பவரால் ஆரம்பிக்கப்பட்ட உண்ணாவிரதப் போராட்டத்தை 24 மணிநேரமும் அந்த ஆங்கில ஊடகங்கள் இடைவிடாது காட்டியதை மறக்க முடியுமா?

"மீனவர்கள் முரடர்கள், வன்முறையில் இறங்குபவர்கள், அவர்களது அமைதிவழியிலான அறப் போராட்டம் ஆறு நாட்களுக்கு மேல் தாக்குப்பிடிக்காது" என்றெல்லாம் அணு உலை எதிர்ப்புப் போராட்டம் தொடங்கும்போது ஆருடம் சொன்ன அனைவரும் பின்னர் காணாமல் போய்விட்டனர். "கூடங்குளம் அணு உலை எதிர்ப்பை உயிர் மூச்சாகக் கொண்டுள்ள நீங்கள் வன்முறைகளில் இறங்க மாட்டீர்களா?" என்று அரசு இயந்திரங்களும் பல மாதங்களாக எதிர்பார்த்துத்தானே கிடந்தன. உங்களை உசுப்பேற்றிவிட்டு, வன்முறையில் ஈடுபட வைத்து, அதைக் காரணம் காட்டி இடிந்தகரை ஊருக்குள் அத்துமீறி நுழைந்து, உங்கள்மீது அடக்குமுறையைக் கட்டவிழ்த்து விட்டு, உங்களை வன்முறையாளர்களாகச் சித்திரித்து, இப்போராட்டத்தை ஒடுக்கிவிடலாம் என்றெல்லாம் கடந்த இரண்டு ஆண்டுகளில் ஆட்சியாளர்கள் மனப்பால் குடித்ததுண்டு. அவற்றையெல்லாம் நீங்கள் திடமாகவும் தீர்க்கமாகவும் எதிர்கொண்டு, தமிழகக் காவல் துறையின் தூண்டுதலுக்கு இரையாகாமல், மத்திய உளவுத் துறையின் சதி வலைகளில் வீழ்ந்து விடாது, கொள்கையில் உறுதியாக நின்று, எழுச்சிமிக்க போராட்டத்தைத் தொடர்ச்சியாகக் கொண்டுசென்ற பாங்கு இந்தியத் துணைக் கண்டத்தையே திரும்பிப் பார்க்க வைத்துள்ளது.

இப்போராட்டத்தைத் தார்மீகரீதியிலும் சட்டரீதியாகவும் விஞ்ஞானப்பூர்வமாகவும் எதிர்கொள்ளத் திராணியில்லாத மத்திய அரசு, போராடும் உங்கள்மீதும், போராட்டக் குழுவினர்மீதும் நூற்றுக்கணக்கான அவதூறுகளை அள்ளிவீசியதையும் இந்த நாடு பார்த்தது. மதச் சிறுபான்மையினரான கிறித்தவர்கள் சிலர் நடத்தும் போராட்டம் என்றும், மீனவர்கள் மட்டுமே பங்கெடுக்கும் போராட்டம் என்றும், வெளிநாட்டில் பணத்தைப் பெற்றுக்கொண்டு சில தன்னார்வத் தொண்டு நிறுவனங்கள் தூண்டிவிடும் போராட்டம் என்றும் கூறி, உங்களது போராட்ட உணர்வையும் தியாகத்தையும் கொச்சைப்படுத்த மத்திய அரசு துளியும் தயங்கவில்லை. இவற்றையெல்லாம் எந்த விமர்சனமும் செய்யாது, அப்படியே வாந்தி எடுத்துப் பக்கம் பக்கமாக எழுதிய பத்திரிகைகளும் இந்த நாட்டில் உண்டு.

நேருக்குநேர் நேர்மையாக உங்களை எதிர்கொள்ளத் திராணியற்றுப் போன மத்திய அரசும் இந்திய அணுசக்திக் கழகமும் மறைமுகமான, மலிவான திரைமறைவு வேலைகளைச் செய்யத் தனது அமைப்புகளை ஏவிவிட்டதைத் தமிழகம் கண்டது. மிகப்பெரிய சனநாயக நாடு என்று பிதற்றிக்கொள்ளும் இந்தியா இவ்வளவு கேவலமான, கீழ்த்தரமான, நேர்மையற்ற செயல்களைத் தனது மக்களுக்கு எதிராகவே செய்ய முடியுமா என்ற கேள்வி எங்களுக்குள் எழும்பியது.

மக்களின் சொத்துகளைக் கொள்ளையடிப்பதிலும் இந்த நாட்டின் இயற்கை வளங்களைச் சுரண்டுவதிலும் சூறையாடுவதிலும் ஏழை எளியவர்களின் வாழ்வாதார உரிமைகளுக்கான போராட்டங்களைக் கொடூரமாக நசுக்குவதிலும் ஆளும் காங்கிரசுக்கும் ஆளத் துடிக்கும் பாரதிய ஜனதா கட்சிக்கும் அடிப்படையில் பெரிய வேறுபாடு ஏதும் இல்லை என்பதை உங்கள் போராட்டம் எங்களுக்குத் தெளிவாகப் புரியவைத்தது. சாமானிய மக்களின் நலன்களுக்குக் கதர்ச் சட்டைகளும் காவிக் கொடிகளும் என்றுமே எதிராக நிற்கின்றன என்பதை இன்றைய நிலையில் எங்களுக்கு உணர்த்திய உங்களுக்கு எம் நன்றிகள். அதே போல் தமிழர்களை ஒழித்துக் கட்டுவதிலும், தமிழர் நலன்களைக் காவு கொடுப்பதிலும் ஆளும் கட்சியான அதிமுகவும் தமிழகத்தை ஆண்ட திமுகவும் ஒரே நேர்கோட்டில்தான் நிற்கின்றன என்பதை எங்களுக்கு உங்களது போராட்டம்தான் நன்கு வெளிச்சமிட்டுக் காட்டியது.

பாட்டாளி வர்க்க சர்வாதிகாரம், வர்க்க முரண்பாடு, ஏகாதிபத்திய எதிர்ப்பு என்றெல்லாம் வாய்கிழியப் புரட்சி பேசினாலும், தமிழர் நலன்களைப் பலி கொடுப்பதிலும், இரு

போன்ற துரோகங்களைத் தமிழினத்திற்குச் செய்வதிலும் திமுக, அதிமுகவுக்கு இணையாக மார்க்சிஸ்ட் கட்சியும் நிற்கிறது என்ற செய்தியை உங்கள் போராட்டம்தான் எங்களுக்குச் சந்தேகத்திற்கு இடமின்றித் தெளிவுபடுத்தியது.

சாதாரண, சாமானிய மக்களின் எழுச்சிமிக்க ஒரு போராட்டம் அரசுகளுக்கு எதிராக எப்படி நடத்தப்பட வேண்டுமென்று இந்திய துணைக்கண்டத்தில் செயல்படும் அனைத்துச் சமூக – அரசியல் இயக்கங்களுக்கும் உங்கள் அணு உலை எதிர்ப்புப் போராட்டம் அரசியல் பாடமாக இனி அமையும். தேர்தல் களத்தில் வாக்குகளை மட்டுமே எதிர்பார்த்து நாடகமாடும் எந்த ஒரு அரசியல் கட்சியையும் நம்பியோ பணத்தை வைத்தோ உங்கள் போராட்டத்தை நகர்த்தாமல், போராடும் மக்களின் மனவுறுதி, கொள்கைப் பிடிப்பு, அர்ப்பணிப்பு, தியாகம் ஆகியவற்றை மட்டுமே மூலதனமாக்கிப் போராட்டக் களத்தில் சமரசமின்றி நிற்க முடியும் என்பதை நிரூபித்தது உங்கள் ஈராண்டு காலப் போராட்டம். உங்கள் போராட்டத் தலைமையின் எளிமையும் கொள்கைப் பிடிப்பும் அறிவாற்றலும் தெளிவும் தியாகமும் தீரமும் ஆளும் அரசுகளை இன்றும் மிரட்டுகின்றன.

கட்சிக் கூட்டங்களுக்குப் பணத்தை வாரி இறைத்து, குவாட்டர் பாட்டில்களும் பிரியாணிப் பொட்டலங்களும் வாங்கிக் கொடுத்து, ஆடு மாடுகள் போல் அடிமைக் கூட்டத்தைச் சேர்க்கும் இன்றைய அரசியல் கட்சிகளுக்கு மத்தியில், ஆயிரக்கணக்கான அடித்தட்டு மக்களை அர்ப்பணிப்பு உணர்வோடு அரசியல்ரீதியாக அணிதிரட்டியதும் எழுச்சியோடு அணுவுலைப் போராட்டங்களில் தொடர்ச்சியாகப் பங்குபெற வைத்து, இந்தியாவையே உலுக்கியதும் உங்களது போராட்டம் தானே!

சகுனிகளையும் சந்தர்ப்பவாதிகளையும் சண்டியர்களையும் மட்டுமே அரசியல் சாணக்கியர்களாக இந்திய/தமிழக அரசியல் தளங்களில் பார்த்துப் பழகிவிட்ட நம் மக்களுக்கு உங்களது போராட்டத் தலைமையின் சமரசமற்ற போக்கும் நேர்கொண்ட பார்வையும் அடக்குமுறைகளுக்கு அஞ்சாமல் அரசுகளை எதிர்த்து நிற்கும் அறச்சீற்றமும் பெரும்பாலான தமிழக மக்களுக்குள் உருவாக்கிய பிரமிப்பை யார் மறுக்க முடியும்?"

"கூடங்குளம் அணுஉலைகள் உலகத்திலே பாதுகாப்பானவை" என்று 'அணு குண்டு விஞ்ஞானி' அப்துல் கலாம் அள்ளிவிட்டுப் போய் ஆண்டுகள் இரண்டு ஆன பின்னரும், கூடங்குளம் அணுமின் நிலைய அதிகாரிகள் முதல் அணு உலையையே ஓட்ட முடியாமல் படாதபாடு பட்டுக்கொண்டிருக்கின்றனர்; வால்வு

பிரச்சினைகளில் மாட்டிக்கொண்டு 'திருதிரு'வென விழித்துக் கொண்டிருக்கின்றனர். அரசவைக் கோமாளியும் ஆளும்வர்க்க அண்டப்புளுகருமான அப்துல் கலாமின் வாதங்கள் எவ்வளவு அபத்தமானவை, அயோக்கியத்தனமானவை, முரண்பாடுகளைக் கொண்டவை என்பதை எங்களுக்கு உங்கள் போராட்டம் புரியவைத்தது. அதோடு இந்த அப்துல் கலாம் யார்? அவர் எந்த வர்க்கத்தைப் பிரதிபலிக்கிறார் என்பதையும் சாமானியருக்கும் சிரமமின்றி உங்கள் போராட்டமே விளங்கவைத்தது!

"கூடங்குளத்தில் அணு உலைகளை நிறுவுவதற்குச் செலவழித்ததாகச் சொல்லப்படும் கோடிக்கணக்கான ரூபாய்க்கு அணுசக்தித் துறை வெளிப்படையாகக் கணக்கைக் காட்ட வேண்டும்" என்று உதயகுமாரும், புஷ்பராயனும், மை. பாவும், முகிலனும் தொடர்ச்சியாக எழுப்பிய கேள்விகளுக்குப் பதில் சொல்லத் துப்பில்லாத அணுசக்தித் துறை ஓடிஒளிந்ததைத் தமிழக மக்கள் கண்டார்களே! "அணு உலையிலிருந்து வெளிவரும் அணுசக்திக் கழிவுகளை எங்கே கொட்டப்போகிறீர்கள், அதை எவ்வாறு கையாளப்போகிறீர்கள், அதற்கான திட்டம் என்ன?" என்பன போன்ற கேள்விகளுக்கு அணுசக்தித் துறை அதிகாரிகளும் அப்துல் கலாம் போன்ற அணு குண்டு விஞ்ஞானிகளும் எம்.ஆர். சீனிவாசன் போன்ற ஆளும்வர்க்க அதிமேதாவிகளும் நாராயணசாமி போன்ற உளறுவாயர்களும் ஆளுக்கு ஒன்றாக முரண்பட்டுப் பேசி அவமானப்பட்ட நிகழ்வுகளைத்தான் தமிழக மக்கள் எளிதில் மறக்க முடியுமா?

"அசைக்கவே முடியாது" என்று இறுமாந்திருந்த அணுசக்தித் துறை உங்களது அடுக்கடுக்கான கேள்விக்கணைகளால் அதிகமாகவே ஆடிப்போனது; தங்களைத் தட்டிக் கேட்கவே இயலாது என்று எண்ணியிருந்த இந்திய அணுசக்திக் கழகம், நீங்கள் எழுப்பிய கேள்விகளுக்குப் பதில்சொல்ல முடியாமல் திணறித் திக்குமுக்காடி, கேவலப்பட்டதை இந்தியத் துணைக்கண்டமே கண்டுகளித்தது! எதற்குமே வாய்திறக்காத இந்திய மௌனப் பிரதமர் மன்மோகன் சிங்கூட கூடங்குளம் அணுமின் நிலையம் தொடர்பாகவும் உங்கள் போராட்டங்கள் தொடர்பாகவும் திருவாய் மலர்ந்து ஏதோதோ உளறி, அவரும் அகில உலக அரங்கங்களில் அவமானப்பட்டுப் போனதை உலகமே பார்த்தது!

இயற்கை வளங்களைச் சூறையாடும் கிரானைட் கொள்ளையர் களையோ லட்சம் கோடிகளில் தாதுமணல், ஆற்றுமணல் கொள்ளையில் ஈடுபடும் மணற்கொள்ளையர்களையோ குண்டர் தடுப்புச்சட்டத்தில் அல்லது தேசியப் பாதுகாப்புச் சட்டத்தில் அடைக்க மத்திய, மாநில அரசுகளுக்குத் திராணி

யில்லை. லட்சம் கோடிகளில் கொள்ளையடித்த இவர்களது நிழலைக்கூட நெருங்க முடியாமல் உளவுத் துறையும் காவல்துறையும் வருமான வரித்துறையும் பிற துறைகளும் திணறுகின்றன. இந்தக் கொள்ளையர்கள் பொது வளங்களைச் சுரண்டுவதற்கும் சூறையாடுவதற்கும் கொள்ளையடிப்பதற்கும் கொழுத்துக் கொண்டாட்டம் போடுவதற்கும் மாநில, மத்திய அரசுகளும் அதன் துறைகளும் துணைநிற்கின்றன. ஆனால் வாழ்வாதார உரிமைகளுக்கு, தங்களது எதிர்காலச் சந்ததியினரின் வாழ்வுரிமைகளுக்காகப் போராடும் உங்களைத் தேச விரோதிகளாக, வன்முறையாளர்களாகச் சித்திரிப்பது எவ்வளவு பெரிய கொடுமை!

உங்கள் கடலோரப் பகுதியில் பாசி பொறுக்கி தனது வயிற்றைக் கழுவும் உங்கள் ஊரைச் சேர்ந்த வயது முதிர்ந்த பெரியவர் லூர்து சாமியும், அப்பாவி நசரேனும் இந்திய அரசுக்கு எதிராகப் போர் தொடுக்கத் துணிந்தவர்களாம்! தேசத் துரோகிகளாம்! கப்பற்படை, விமானப்படை, ராணுவம் ஆகிய முப்படைகளையும் தன்னகத்தே கொண்டு பக்கத்து நாடுகளையெல்லாம் மிரட்டிக்கொண்டு இருக்கும் இந்திய வல்லாதிக்கத்தை எதிர்த்து, கோவணம் மட்டுமே கட்டிக் கடலோரமாகத் தனது வயிற்றுப் பிழைப்புக்குப் பாசிபொறுக்கும் இந்த எழுபது வயது முதியவர் லூர்துசாமி ஏவுகணை வீசத் துணிந்தார் என்ற குற்றச்சாட்டை வாசிக்கும்போது, இந்திய அரசு எவ்வளவு பலவீனமாக இருக்கிறது என்பது நமக்குப் புரிகிறது. குண்டர் தடுப்புச் சட்டத்தை இந்த அப்பாவிகள்மீது பாய்ச்சிய காவல் துறை அதிகாரிகளும் மாவட்ட நிர்வாகமும் மணற்கொள்ளையர் மீதும், நாட்டைச் சுரண்டுவோர் மீதும் பாய்ச்சத் துணிவார்களா?

இயற்கையின் மீதும், இயற்கை வளங்கள் மீதும், கடல் தாயின் மீதும் உங்களுக்கு இருக்கும் பற்றும் பாசமும் இந்த ஆட்சியாளர்களுக்குத் துளியளவும் உண்டா? எல்லாவற்றையும் கடைச் சரக்காகவும் விற்பனைக்கான சந்தைப் பொருளாகவுமே பார்த்துப் பழகிவிட்ட கார்ப்பொரேட்டுகளுக்கும் அவர்களுக்காக எதையும் செய்யத் துடிக்கும் ஆட்சியாளர்களுக்கும் இயற்கை, கனிம வளங்கள், கடல், மணல், தண்ணீர் இவை அனைத்தும் பணத்தைக் கொட்டும் இயந்திரங்களே! மக்களின் வாழ்வாதாரம், சுற்றுச்சூழல், நம் சந்ததியினரின் எதிர்காலம் இவை அனைத்தும் அவர்களைப் பொறுத்தவரை கெட்ட வார்த்தைகளே!

கடந்த ஆண்டு செப்டம்பர் மாதம் நீங்கள் கடல்வழியாக அணு உலையை முற்றுகையிடத் துணிந்தபோது, மாநில அரசு

உங்கள் பகுதியிலே 144 தடை உத்தரவு போட்டு, துப்பாக்கிகள் ஏந்திய ஆயிரக்கணக்கான போலீசாரை உங்கள் ஊரைச் சுற்றி நிறுத்தி, கடலோரக் காவல்படை, உங்களது கடல் பரப்பில் நின்று உங்களைக் கண்காணிக்க, வான் பரப்பில் சிறியரகப் போர் விமானங்கள் சுழன்று சுழன்று உங்கள் ஊரைச் சுற்றிப் பறக்க, மிகப் பெரிய பதற்றத்தை உருவாக்கி, சுதந்திர இந்தியாவில் சொந்த மக்களையே முப்படைகளையும் கொண்டு தாக்கி, வெறித்தனமாகக் கடித்துக் குதறத் தயாரான சூழல் இடிந்தகரையில் தானே நடந்தது. கடந்த ஆண்டு மார்ச் மாதம் சங்கரன்கோவில் இடைத் தேர்தல் முடிந்தபின், உங்கள் ஊருக்கு மின்சாரத்தைத் துண்டித்து, அங்கே செல்லும் பேருந்துகளை மாதக்கணக்கில் நிறுத்தச் செய்து, அத்தியாவசியப் பொருட்களைக்கூட உங்கள் ஊருக்குள் அனுமதிக்காமல் அங்கு ஒரு நெருக்கடி நிலையைப் பிரகடனப்படுத்தி முள்ளிவாய்க்கால் போன்ற ஒரு சூழலை இந்திய, தமிழக அரசுகள் உருவாக்கியதைத் தமிழக மக்கள் மறக்க நெடுநாட்களாகும்! அவற்றையெல்லாம் நீங்கள் வீறு கொண்டு எதிர்த்து நின்ற பாங்கு எங்கள் நெஞ்சங்களைவிட்டு எளிதில் மறையாது.

அணு உலை மூலம் மின்சாரம் தேவை என்று தமிழகத்தில் பெரும்பாலானோர் எண்ணியிருந்த நிலையை மாற்றி, உங்களது அணு உலை எதிர்ப்புப் போராட்டத்திற்கு 46 விழுக்காடு தமிழக மக்கள் ஆதரவு இருப்பதாகக் கருத்துக் கணிப்பு முடிவுகள் வந்ததே! அதுவும் அணு உலைக்கு ஆதரவு நிலைப்பாடு எடுக்கும் தமிழர் விரோத 'இந்து' நாளேட்டில் வெளி வந்தது உங்கள் போராட்டத்திற்குக் கிடைத்த மாபெரும் வெற்றியல்லவா?

அணு உலை சார்ந்த விவாதங்களை மட்டும் உங்கள் போராட்டம் எழுப்பவில்லை. ஏகாதிபத்திய எதிர்ப்பு அரசியலைப் பேசியிருக்கிறது; தமிழ்த் தேசிய அரசியலை முன்னுக்கு நகர்த்தியுள்ளது; சுற்றுச் சூழல் தளங்களில் வளங்குன்றா வளர்ச்சி, நீடித்த நிலைத்த வளர்ச்சி குறித்த ஆக்கப்பூர்வமான விவாதங்களை மேலுக்குக் கொண்டுவந்துள்ளது. மனித உரிமைத் தளங்களில் சாதாரண சாமானியர்க்கான வாழ்வுரிமை, வாழ்வாதார உரிமை போன்ற பொருள்களில் உரிமைசார் கண்ணோட்டத்தை மக்கள் முன் வைத்துள்ளது. மீனவர்களின் எதிர்காலம், கடலோரச் சமூகங்களின் வாழ்வாதாரம் போன்ற ஒடுக்கப்படும் சமூகங்களின் உரிமை மீட்டெடுப்பு குறித்த அடுத்தகட்ட நகர்வுகளுக்கு முக்கியமான பங்களிப்பைச் செய்துள்ளது. அறவழிப் போராட்டத்தின் அற்புதமான அம்சங்களை/புதிய புதிய பரிமாணங்களை இந்தியத் துணைக் கண்டத்திற்கு உங்கள் போராட்டம் வழங்கியுள்ளது. மாற்று

அரசியல், பங்கேற்பு சனநாயகம், மக்களுக்கான அறிவியல் போன்றவை ஏட்டுச் சுரைக்காயாக அமையாமல், குறிப்பிட்ட காலச்சூழலில் இக்கருத்துகளுக்கு உயிர் வடிவம் கொடுத்தது உங்கள் போராட்டம்.

உங்கள் தொடர்ச்சியான போராட்டத்திற்கு நீங்கள் எதிர்பார்த்த உடனடி வெற்றி கிட்டாமல் போயிருக்கலாம். ஆனால் நீங்கள் தொடங்கி வைத்துள்ள இந்த வெகுசனப் போராட்ட வடிவம் ஆளும் வர்க்கத்திற்கு / பார்ப்பன – பனியா கும்பலுக்கு மிகப்பெரிய அதிர்ச்சி வைத்தியத்தைக் கொடுத்துள்ளது. இனி இது போன்ற மக்கள் விரோத பிரம்மாண்டத் திட்டங்களை உருவாக்க முனையும்போது, எவ்வளவு கொள்ளையடிக்கலாம் என்பது மட்டுமே அவர்களது நினைவுக்கு வராது; மக்களுடைய எதிர்ப்பையும் போராட்டத்தையும் எப்படி எதிர்கொள்வது என்ற அச்சமும் அவர்களுக்குள் மேலோங்கி நிற்கும்.

ஒவ்வொருமுறையும் இடிந்தகரைக்கு வந்து செல்லும் இயக்கவாதிகளும் சமூக ஆர்வலர்களும் தமிழ் உணர்வாளர்களும் உங்களிடமிருந்து புத்தெழுச்சியையும் புதுத்தெம்பையும் புதிய ஆற்றலையும் பெற்றுச் செல்கிறார்கள். பிறர் நலன் கருதி உழைக்க முன்வரும் இளைஞர், இளம் பெண்களுக்கும் சமூக ஆர்வலர்களுக்கும் அள்ள அள்ளக் குறையாத உற்சாகத்தையும் ஊக்கத்தையும் வழங்கும் வற்றாத ஊற்றாக இடிந்தகரை இருக்கிறது. கடந்த ஈராண்டுகளில் தமிழகத்தில் நடைபெற்ற பிற எழுச்சிகரமான போராட்டங்களுக்கு உணர்வையும் உந்துதலையும் வழங்கக்கூடிய மணற்கேணியாக இடிந்தகரை அமைந்துள்ளது.

சந்திப்பு: **நெல்லை வளவன்**

தமிழ்த் தேசியத் தமிழர் கண்ணோட்டம், அக்டோபர் 2013